प्राचीन भारतीय संस्कृती व सभ्यता

(The Culture and Civilization of Ancient India in Historical Outline)

डी. डी. कोसंबी

डायमंड पब्लिकेशन्स

प्राचीन भारतीय संस्कृती व सभ्यता

(The Culture & Civilization of Ancient India in Historical Outline)

लेखक : श्री. डी. डी. कोसंबी

© भारतीय इतिहास अनुसंधान परिषद, दिल्ली.

(© Indian Council of Historical Research, Delhi)

ISBN 81- 89724 -05- 3

मराठी प्रथम आवृत्ती : २००६

अक्षरजुळणी : स्वॅन ग्रॅफिक्स, सदाशिव पेठ, पुणे - ३०.

मुखपृष्ठ : शाम भालेकर

प्रकाशक

डायमंड पब्लिकेशन्स

१२५५ सदाशिव पेठ, लेले संकुल

पहिला मजला, निंबाळकर तालमीसमोर

पुणे ४११ ०३०. ☎ ०२० : २४४५२३८७

diamondpublications@vsnl.net

www.diamondbookspune.com

प्रमुख वितरक

डायमंड बुक डेपो

६६१ नारायण पेठ, अप्पा बळवंत चौक

पुणे ४११ ०३०. ☎ ०२० : २४४८०६७७

या पुस्तकाचे प्रकाशन भारतीय इतिहास अनुसंधान परिषद, नवी दिल्ली, या संस्थेच्या इतिहासविषयक प्रसिद्ध इंग्रजी ग्रंथाच्या भारतीय योजनेअंतर्गत पुरस्कृत.

This book has been Sponsored by Indian Council of Historical Research, New Delhi, under its project Translation of Wellknown English History book in the Indian Languages.

Preface

The Council with the view to providing adequate historical material in different Indian languages for students, teachers, research scholars, etc., had initiated a programme of translating core books of History into regional languages. The basic idea was to reach out to scholars in their mothertongue. The selection of the titles was made after applying two principles, namely (i) to what extent the historian has used the modern historical and scientific methodology; and (ii) to what extent the work was an authentic piece of research.

We are really proud to present the work of Professor D. D. Kosambi entitled "The Culture and Civilization of Ancient India in Historical Outline".

We are extreme grateful to Professor. A. R. Kulkarni who has made this publication possible. I also would like to extend my thanks to the publisher, Shri Pashte Dattatraya G. for making an attempt to publish this important work into Marathi.

17.1.2006   **D. N. Tripathi**
(Chairman)
I. C. H. R.
New Delhi

प्रकाशकीय निवेदन

सदर ग्रंथ वाचकांच्या हाती देत असताना 'डायमंड प्रकाशन' ला विशेष आनंद होत आहे. इंडियन कौन्सिल ऑफ हिस्टॉरिकल रिसर्च आणि डायमंड प्रकाशन यांच्या संयुक्त विद्यमाने मराठीत प्रथमच एवढ्या मोठ्या प्रमाणावर हा प्रकल्प अस्तित्वात येऊ शकला. अत्यंत चांगले संदर्भग्रंथ, अभ्यासग्रंथ अभ्यासकांच्या हाती उपलब्ध करून देण्याची संधी आम्हाला मिळाली. याबद्दल कृतज्ञता आणि आनंद सुद्धा!

इतिहास विषयाचे प्रमाणभूत संदर्भग्रंथ मराठीत आणणे हे एक आव्हानच होते. परंतु सर्वांच्या सहकार्याने आम्ही हा ११ पुस्तकांचा प्रकल्प पूर्णत्वास नेत आहोत ही गोष्ट मराठी सारस्वताला ललामभूत आहे. 'याचसाठी केला होता अट्टाहास...' अशीच आमची याविषयी भावना आहे.

या निमित्ताने अधिकाधिक अनुवाद मराठीत आणण्याचा प्रयत्न आम्ही करीत आहोत.

सदर प्रकल्प अस्तित्वात येण्यासाठी इतिहासतज्ज्ञ प्रा. अ. रा. कुलकर्णी (माजी कुलगुरू, टि. म. वि., सुप्रतिष्ठत प्राध्यापक इतिहास विभाग, पुणे विद्यापीठ) यांचे मार्गदर्शन मोलाचे ठरले. त्यांच्याच पुढाकारामुळे हे काम घडून आले. डॉ. राजा दीक्षित यांची मदत या कामी अमूल्य होती. त्यांचेही विशेष आभार. आमचे समन्वयक श्री. अनिल किणीकर, या संपूर्ण प्रकल्पाचे संपादक प्रा. गणेश द. राऊत, भारतीय इतिहास अनुसंधान परिषदेचे चेअरमन श्री. डी. एन्. त्रिपाठी, सेक्रेटरी डॉ. प्रभातकुमार शुक्ला, डेप्युटी डायरेक्टर इंदिरा गुप्ता, मुद्रक, चित्रकार, आमचा कर्मचारी वर्ग यांच्याच सहकार्याने हा प्रकल्प अस्तित्वात येऊ शकला.

डायमंड पब्लिकेशन्स

भाषांतर योजनेविषयी थोडेसे

'भारताचा इतिहास' या विषयाच्या संशोधन, अध्ययन आणि अध्यापन यांना उत्तेजन देण्याच्या उद्देशाने तत्कालीन शिक्षणमंत्री प्रा. नुरूल हसन यांच्या प्रयत्नामुळे 'भारतीय इतिहास अनुसंधान परिषदेची' स्थापना २७ मार्च १९७२ रोजी झाली. या परिषदेने आपल्या कार्यक्रमपत्रिकेत, भारतातील ज्येष्ठ इतिहासकारांनी इंग्रजीत लिहिलेल्या इतिहासावरील काही मूलभूत ग्रंथांचा परिचय प्रादेशिक भाषांतून इतिहासाच्या अभ्यासकांना प्रादेशिक भाषांत होणे आवश्यक आहे, असा विचार करून भारताच्या इतिहासावर विविध कालखंडातील राजवटीवर लिहिलेल्या ग्रंथांचे भाषांतर करण्याचा धोरणात्मक निर्णय घेतला. त्यानुसार काही प्रसिद्ध निवडक इतिहासग्रंथांची एक प्राथमिक यादी तयार केली. त्यात प्रामुख्याने डी.डी.कोसंबी, सुशोभन सरकार, रजनी पाम दत्त, जदुनाथ सरकार, रामशरण शर्मा, एस.गोपाल, एच.सी.रायचौधरी, डब्ल्यू.एच.मूरलँड, डी.सी.सरकार, रोमिला थापर, एन.ए.सिद्दिकी इत्यादी सिद्धहस्त इतिहासकारांच्या ग्रंथांची निवड करून, भारतातील प्रमुख विद्यापीठांच्या सहकार्याने ही योजना कार्यान्वित करण्याचे ठरविले.

या योजनेनुसार परिषदेचे पहिले अध्यक्ष प्रा. रामशरण शर्मा आणि मानद सचिव श्रीमती दोरायस्वामी यांनी, मराठी भाषांतराचे काम पुणे विद्यापीठाकडे सोपविले. भारतीय इतिहास अनुसंधान परिषदेचा महाराष्ट्राचा प्रतिनिधी, सदस्य आणि पुणे विद्यापीठाचा इतिहास विभागप्रमुख या दुहेरी नात्याने ही कामगिरी माझ्याकडे आली. तज्ज्ञांच्या सहकार्याने ग्रंथांची आणि अनुवादकांची निवड करण्यात आली आणि तीन-चार वर्षांच्या कालावधीत काही भाषांतरे मान्यवर व्यक्तींकडून तयार करून घेण्यात आली.

परंतु या कामास मराठी प्रकाशकांकडून योग्य तो प्रतिसाद न मिळाल्याने ज्या हेतूने हे अत्यंत जिकिरीचे आणि कष्टाचे काम करून घेण्यात आले होते, तो हेतू सफल झाला नाही.

तथापि भारतीय इतिहास अनुसंधान परिषदेचे चेअरमन श्री. डी.एन.त्रिपाठी,

समितीचे सदस्य सचिव डॉ. प्रभातकुमार शुक्ला आणि प्रकाशन विभागप्रमुख श्रीमती इंदिरा गुप्ता यांनी रेंगाळत पडलेल्या या योजनेचे पुनर्जीवन करण्याचे ठरविले. पुण्यातील 'डायमंड पब्लिकेशन्स' या प्रकाशन संस्थेच्या श्री. दत्तात्रय गं. पाष्टे यांनी विशेष पुढाकार घेऊन आम्हांला मदत करण्याचे ठरविले आणि पुस्तकांच्या प्रकाशनाची मोठी जबाबदारी स्वीकारली. पुण्यातील इतर मान्यवर प्रकाशकांनीही मदतीचा हात पुढे केला आणि या सर्वांच्या सहकार्यामुळे पंधरा महत्त्वाचे इंग्रजी भाषेतील ग्रंथ मराठीत लवकरच उपलब्ध होणार आहेत आणि मराठी माध्यमातून अध्ययन, अध्यापन करणाऱ्या महाविद्यालयीन विद्यार्थी, प्राध्यापक यांची एक महत्त्वाची गरज पूर्ण होईल अशी उमेद आहे.

पुणे
२६ जानेवारी २००६

अ. रा. कुलकर्णी

सुप्रतिष्ठ प्राध्यापक
पुणे विद्यापीठ

अनुक्रमणिका

प्रकरण १

ऐतिहासिक यथार्थदर्शन

१.१ भारतीय चित्र : विविधतेत एकता

भारताकडे निर्विकारपणे, सूक्ष्मदृष्टीने आणि निःपक्षपातीपणे पाहणाऱ्याच्या डोळ्यांत भरणारे दोन परस्परविरोधी विशेष म्हणजे विविधता आणि त्याचवेळी आढळणारी एकता हे होत.

अनंत अशी ही विविधता विशेष ठळकपणे जाणवणारी, कित्येकदा विसंगत वाटणारी आहे. पोषाख, भाषा, लोकांचे रंगरूप, रूढी, राहणीमान, अन्न, हवामान, भौगोलिक वैशिष्ट्ये – या सर्वांमध्ये अगदी कमालीची भिन्नता दिसते. एका बाजूस संपन्न स्थितीतील भारतीय लोक संपूर्णपणे युरोपीय पद्धतीचा पोषाख करतील किंवा मुसलमानी प्रभाव दाखवणारा वेश धारण करतील अथवा झोकदार आणि मौल्यवान असे भारतीय पद्धतीचे रंगीबेरंगी कपडे परिधान करतील तर दुसऱ्या बाजूला समाजाच्या उतरंडीच्या खालच्या टोकाला अगदी चिंध्या नेसलेले, कमरेला गुंडाळलेल्या लहानशा वस्त्राखेरीज जवळ जवळ उघडे असणारेही भारतीय लोक आहेत. येथे एक राष्ट्रीय भाषा व लिपी नाही, दहा रुपयांच्या चलनी नोटेवर डझनभर भाषा व लिपी आढळतात. भारतीय असा एकच वंश नाही. काळ्याभोर डोळ्यांचे कृष्णवर्णी लोक जितक्या अचूकपणे भारतीय आहेत, तितकेच निळ्या डोळ्यांचे श्वेतकाय लोकही भारतीयच असलेले आढळतात. सामान्यतः सर्वांचे केस काळे असले तरी, वरील दोहोंच्या मधील सर्व प्रकारच्या केसांचे रंग येथे आढळतात. खास भारतीय असा एकच एक आहार नाही, पण युरोपातल्यापेक्षा येथे तांदूळ, भाजीपाला आणि मसाले जास्त खाल्ले जातात. उत्तर भारतातील लोकांना दक्षिणेकडील लोकांचे व दाक्षिणात्यांना उत्तरेतील लोकांचे अन्न बेचव वाटते. काही लोक मांस, मासे वा अंड्यांना स्पर्शही करणार नाहीत आणि पुष्कळसे लोक उपाशी मरतील आणि मरतातही पण गोमांस भक्षण करणार नाहीत, तर इतर काही लोक असली खाण्या–पिण्याच्या बाबतीत कोणतीही बंधने पाळीत नाहीत. आहारांच्या बाबतीतील या पद्धती म्हणजे चवीच्या बाबी नसून धार्मिक संस्काराच्या बाबी आहेत. हवामानात – सुद्धा या देशात सर्व प्रकार आढळतात. हिमालयातील सतत आढळणारे बर्फ, काश्मीरमधील उत्तर युरोपीय हवामान, राजस्थानातील उष्ण वाळवंटे, द्वीपकल्पावरील कठीण खडकांच्या रांगा आणि ग्रॅनाइटचे

डोंगर, दक्षिण टोकाकडील उष्ण कटिबंधीय तापमान, पश्चिमेकडच्या डोंगरउतरणीवरील मुरमाड जमिनीतील घनदाट जंगले, दोन हजार मैल लांबीची समुद्रकिनारपट्टी, विस्तीर्ण व गाळाच्या खोऱ्यातील गंगेच्या उपनद्यांचे प्रचंड जाळे, कमी उपनद्या असणाऱ्या इतर मोठ्या नद्या, काही उल्लेखनीय सरोवरे, कच्छ व ओरिसातील दलदलीचे प्रदेश हे सर्व प्राकृतिक विभाग मिळून या उपखंडाचे चित्र पूर्ण करतात.

एकच प्रांत, जिल्हा किंवा शहर यांतील भारतीयांमधील सांस्कृतिक भिन्नतादेखील या देशाच्या विविध भागांमधील प्राकृतिक भिन्नतेइतकीच व्यापक आहे. आधुनिक भारताने टागोरांच्या रूपाने जागतिक वाङ्मयाची असामान्य प्रतिमा निर्माण केली. टागोरांच्या अखेरच्या निवासस्थानापासून अगदी नजीकच्या प्रदेशात, अद्यापही त्यांच्या भव्यतेची जाणीवदेखील नसणारे संथाळ लोक आणि इतर निरक्षर आदिवासी आढळतील व त्यापैकी काही तर अद्याप अन्नसंग्रहणाच्या प्राथमिक अवस्थेतूनही बाहेर पडलेले नाहीत. अद्ययावत शहरातील बँका, शासकीय कार्यालये, कारखाने किंवा वैज्ञानिक संस्था यांसारख्या एखाद्या भव्य इमारतीचा आराखडा एखाद्या युरोपीय वास्तुशास्त्रज्ञाने अगर त्याच्या एखाद्या भारतीय शिष्याने तयार केला असणे शक्य आहे. परंतु ज्यांनी प्रत्यक्ष या इमारती बांधल्या, ते बिचारे कामगार बहुतांशी अगदी ओबडधोबड अवजारे वापरतात. त्यांच्या लहानशा व्यावसायिक गटाचा आणि त्याचबरोबर त्यांच्या वंशाचाही प्रमुख असणाऱ्या मुकादमाकडे त्यांचे एकत्रित वेतन दिले जात असावे. या इमारती ज्यांच्यासाठी बांधल्या जात, त्यांच्या कामाच्या स्वरूपाचे आकलन या कामगारांना क्वचितच होत असेल. जंगलात, दारिद्र्यात जगणाऱ्या या मानवी जीवांच्या दृष्टीने अर्थव्यवस्था, नोकरशाही, शासनयंत्रणा, कारखान्यातील गुंतागुंतीचे यंत्रोत्पादन आणि विज्ञान यांच्या कल्पनादेखील यांच्या बौद्धिक आवाक्यापलीकडच्या आहेत. जंगलातील दुष्काळी परिस्थिती, त्यांच्यापैकी बहुतेकांना शहरातील अत्यंत हलकी व कष्टाची कामे करावयास भाग पाडते.

ही वरवरची भिन्नता असूनदेखील येथे एक प्रकारची दुहेरी एकता आहे. सत्ताधारी वर्गामुळे सर्वात उच्चस्थानी काही समान वैशिष्ट्ये आढळतात. हा वर्ग म्हणजे भाषा, प्रांतिक इतिहास इत्यादींमुळे विभागला गेलेला, परंतु समान हितसंबंधांनी एकत्र आलेला भारतातील उच्च मध्यमवर्गीयांचा ('बूर्झ्वा') होय. आर्थिक व्यवहार व कारखान्यातील यांत्रिक उत्पादन या खऱ्या भांडवलदार उच्च मध्यमवर्गाच्या हातात आहे. उत्पादित मालाच्या वितरणावर आपल्या संख्याबळामुळे प्रभावी ठरलेल्या मुख्यतः दुकानदारांच्या छोट्या मध्यमवर्गीय गटाचे वर्चस्व असते. अन्नोत्पादन बहुतांशी जमिनीच्या छोट्या तुकड्यातच होते. कर व कारखान्यात तयार होणारा माल घेण्यासाठी रोख पैसे देण्याची

आवश्यकता असल्यामुळेच शेतकऱ्याला या छोट्या बूर्झ्वांच्या अनुत्सुक आणि मागासलेल्या गटात जाण्यास भाग पाडते. शेतीतील नेहमीचे वाढीव उत्पन्नदेखील बहुंशी उच्च मध्यमवर्गात न मोडणाऱ्या सावकारांच्या आणि दलालांच्या हातात जात असते. श्रीमंत शेतकरी व सावकार यांच्यातील विभागणी, तितकीशी स्पष्ट नाही. चहा, कॉफी, कापूस, तंबाखू, ताग, काजू, भुईमूग, नारळ यांसारखी नगदी पिके आणि आंतरराष्ट्रीय बाजारपेठेशी किंवा औद्योगिक उत्पादनाशी संबंधित असणारी इतरही पिके आहेत. ही पिके काही वेळा, आधुनिक भांडवलदार, (मालक) यांत्रिक पद्धतीने जमिनीच्या मोठ्या तुकड्यावर काढतात, उच्च स्तरावरील अर्थव्यवस्था - बहुतांशी परदेशी - त्यांच्या किमती ठरविते आणि बराचसा नफा हस्तगत करते. उलटपक्षी उपभोग्य वस्तूंचा बराच मोठा भाग, विशेषतः भांडी-कुंडी आणि कपडे यांचे उत्पादन अजूनही हातानेच केले जाते व यांत्रिक उत्पादनाबरोबरच्या स्पर्धेत ते टिकून आहे. विधिमंडळ आणि शासनयंत्रणा यांना जोडणाऱ्या दुव्याप्रमाणे असलेल्या, (कारकुन, वकील इ.) व्यावसायिकांच्या या गटाने बनलेल्या मध्यमवर्गाच्या या दोन विभागांचे राजकीय क्षेत्रावर संपूर्ण वर्चस्व आहे.

आपण हेही लक्षात ठेवले पाहिजे की, भारतात उद्योजकाची भूमिका शासन ह्या एकमेव संस्थेकडे आलेली आहे - त्याला काही ऐतिहासिक कारणेही आहेत. विशिष्ट प्रकारच्या भांडवलगुंतवणुकीवर शासनाने लक्ष केंद्रित केलेले असले तरी, सर्वात मोठा भांडवलदार या दृष्टीने त्याची मालमत्ता सर्व खाजगी भांडवलदारांच्या एकत्रित मालमत्तेच्या बरोबरीची आहे. ज्याप्रमाणे विद्युतनिर्मिती आणि कोळशाचे उत्पादन हे काही अंशी शासनाच्या हातात आहे, त्याचप्रमाणे रेल्वे, हवाई वाहतूक, टपाल व तारखाते, नभोवाणी व दूरवाणी, काही बँका, आयुर्विमा आणि संरक्षण उत्पादन हे पूर्णपणे शासनाच्याच हातात आहे. तेलाच्या विहिरी शासनाच्या मालकीच्या आहेत. शासनाच्या तेलशुद्धीकरण केंद्रातून संपूर्ण उत्पादन लवकरच सुरू होणार असले, तरी प्रमुख तेलशुद्धीकरण केंद्रे अजूनही परदेशी कंपन्यांच्या हातात आहेत. पोलाद प्रारंभी बहुतांशी खाजगी मालकीचे होते, तरी शासनानेही स्वतःचे लोखंड व पोलादाचे उत्पादन मोठ्या प्रमाणावर सुरू केलेले आहे. उलटपक्षी शासन अन्नधान्याचे मात्र उत्पादन करीत नाही. जेव्हा टंचाईमुळे (बऱ्याच वेळा दुकानदारांनी व दलालांनी घडवून आणलेल्या) स्वस्तात मिळणारे मजूर शहरे सोडून जाण्याची भीती निर्माण होते तेव्हा शासन प्रमुख औद्योगिक केंद्रांमधून बाहेरून आयात केलेल्या अन्नधान्याचे वितरण शिधावाटप (रेशनिंग) पद्धतीने करते. ही पद्धत छोट्या किंवा मोठ्या मध्यमवर्गीयांपैकी कोणाच्याही फायद्याच्या आड न येता, दोघांनाही संतुष्ट करते. अनिश्चित अन्नधान्य

पुरवठा परिस्थितीवर उघड आणि स्थैर्य निर्माण करणारा उपाय म्हणजे, शेतीवरील कर धान्य – स्वरूपात गोळा करणे आणि अन्नधान्याचा साठा व वितरण हे संपूर्णपणे शासनाच्याच हाती असणे हा होय. हे बऱ्याच वेळा सुचविले गेले असूनही – आणि प्राचीन भारतात ही पद्धत खरोखरच पूर्वी प्रचलित असूनसुद्धा – या दिशेने काहीही उपाय केले गेले नाहीत. आयात केलेले धान्य हे कार्यक्षम अशा खेचक पंपाच्या साहाय्याने उतरवून घेतले जात नाही किंवा आधुनिक धान्यकोठारातून साठवले जात नाही किंवा यांत्रिक पद्धतीने स्वच्छही केले जात नाही. उपभोग्य वस्तूंचे उत्पादन खाजगी उत्पादकांच्या हातात आहे. येथेसुद्धा शासनाचा हस्तक्षेप दोन कारणांसाठी आवश्यक आहे. एक कारण म्हणजे अशा हस्तक्षेपाच्या अभावी अनिर्बंध लालसा व अनियंत्रित उत्पादन ही अर्थव्यवस्थेला खिळखिळी करून टाकतील. कारण बराचसा कच्चा माल आणि जवळ जवळ सर्वच यंत्रसामग्री अगदी तुटपुंज्या परकीय चलनाच्या आधारे आयातच करावी लागते. दुसरे कारण म्हणजे मध्यमवर्गीय जे सत्तेवर आले ते टंचाईचे अर्थशास्त्र, नियंत्रित उत्पादन आणि काळाबाजार यांची पूर्ण जाण ठेवूनच. दोन जागतिक महायुद्धांनी निर्माण केलेल्या टंचाईमुळे ही जाणीव त्यांना आली. खरे पाहता ही युद्धे आणि टंचाई हीच भांडवलाचे साठे होण्याची आणि अखेर इंग्रजांकडून भारतीयांकडे सत्तांतर होण्याची कारणे होती. (उदाहरणार्थ, ज्या क्षेत्रात खाजगी उत्पादकांनी आपली लालसा आणि मानवजातीच्या कल्याणाबद्दलचा द्वेष अगदी भयानकपणे प्रकट केला त्या जंतुनाशके व औषधांच्या निर्मितिक्षेत्रात एकमेव मक्तेदार होऊन मोठ्या प्रमाणावर उत्पादन करणे शासनाला भाग पाडले.) आपले शासन हे इतर सर्व वर्गांपेक्षा उच्च स्थानी असल्यासारखे वाटते. शासन आणि ब्रिटिश अमलाकडून वारसारूपाने आलेली उच्च नोकरशाही यांनी स्वतःला इतर कोणत्याही भारतीय गोष्टींपेक्षा स्वतःला श्रेष्ठ मानले आणि त्यानुसारच आपली वागणूक ठेवली. अर्थातच शासन हे अखेर संपूर्णपणे एका वर्गाच्या घटकांनीच बनवले जाते. शासनावर कोणाचे नियंत्रण आहे, यावर सुद्धा शासन कशावर व कसे नियंत्रण ठेवते हे अवलंबून असते. चीनबरोबर नुकत्याच झालेल्या सीमेवरील घटनांमुळे मध्यवर्ती सत्ता निर्माण करून विशेष हुकूमशाही सत्ता हाती घेता आली. आपल्या देशाला आपण समाजवादापासून पूर्वीइतकेच दूर आहोत असे आढळले. तर देशाचे मार्गक्रमण योग्य दिशेने चालले नाही असे मानले पाहिजे, या टीकेला निश्चितच काहीतरी आधार आहे. तथापि छिद्रान्वेषी टीकाकारालाही हे मान्य करावेच लागेल की, स्वातंत्र्यप्राप्तीपासून आपली प्रगती झाली आहे. याहून किती अधिक प्रगती करता आली असती किंवा करायला हवी होती. जेव्हा इंग्रज राजवटीच्या शेवटच्या काही वर्षांत लक्षावधी लोकांचे बळी घेणारे, बंगाल व

ओरिसामधील मानवनिर्मित दुष्काळ आता दुसऱ्या कोणत्याही भयानक दुःस्वप्नांइतकेच असत्य वाटतात.

आधुनिक शासकवर्ग

परदेशीयांचा ठसा, हे भारतीय शहरी मध्यमवर्गीयांचे सर्वात नजरेत भरण्याजोगे वैशिष्टच आहे. स्वातंत्र्य मिळून बरीच वर्षे झाली, तरी अजूनही भारतात राज्यकारभाराची, मोठ्या उद्योगधंद्यांची आणि उच्च शिक्षणाची अधिकृत भाषा इंग्रजीच आहे. अकार्यक्षम समित्यांच्या, ठरावांपलीकडे कोणतेही विशेष प्रयत्न ही परिस्थिती बदलण्यासाठी केले गेले नाहीत. बुद्धिवादी वर्ग वेशभूषेच्या बाबतीतच नव्हे, तर वाङ्मय आणि कलेच्या बाबतीत सुद्धा जास्तच, ब्रिटिश पद्धतीचे अनुकरण करतो. भारतीय भाषांमधल्या असूनही, भारतीय कादंबरी आणि लघुकथा या परकीय आदर्श किंवा प्रेरणा यांवर आधारित रचना आहेत. भारतीय नाटक हे दोन हजार वर्षांहून अधिक जुने आहे, परंतु आजची रंगभूमी, विशेषतः भारतीय चित्रपट, हे इतर देशातील रंगभूमी आणि चित्रपटांच्या अनुकरणाने तयार केलेले आहेत. भारतीय काव्यावर मात्र परदेशी प्रभाव स्पष्ट दिसत असला, तरी या बदलाचा चांगल्या रीतीने प्रतिकार केला आहे.

सुमार भाषांतरित इंग्रजी पुस्तकांचे अनुवादांचा अपवाद सोडल्यास युरोपातील (खंडातील) वाङ्मयीन व सांस्कृतिक परंपरेच्या ठेव्याकडे या बुद्धिमंतांचे सामान्यतः दुर्लक्षच झालेले आहे. खरी गोष्ट अशी आहे की, भारतातील संपूर्ण मध्यमवर्ग ही एक बळेच ओढूनताणून झालेली वाढ आहे. सरंजामशाहीच्या किंवा त्याही पूर्वीच्या काळात संपत्तीचा फार मोठा संचय या देशात होता. परंतु त्याचे प्रत्यक्षात आधुनिक भांडवलात रूपांतर झाले नाही. तिचा बराच मोठा भाग १८ व्या व १९ व्या शतकात इंग्रजांनी गिळंकृत केला. जेव्हा ही संपत्ती इंग्लंडमध्ये पोहोचली तेव्हाच तिने त्या देशात प्रचंड औद्योगिक क्रांती घडवून आणली. यांत्रिक उत्पादनाशी निगडित केली जाऊन, अगदी खऱ्या अर्थाने तिचे आधुनिक भांडवलात रूपांतर झाले. या स्थित्यंतरामुळे भारतातील साधनसंपत्तीचे शोषण वाढले. निवृत्तिवेतन, नफ्याचा हिस्सा आणि व्याज म्हणून दिला गेलेला पैसा बहुतांशी इंग्लंडलाच गेला. एवढेच नव्हे, तर भारतीय कच्च्या मालाची किंमतसुद्धा जेत्यांनी ठरविलेल्या दरानेच दिली गेली. नीळ, चहा, ताग, तंबाखू, कापूस यांची इतक्या प्रचंड प्रमाणावर लागवड केली गेली की, त्यामुळे सबंध देशाची अर्थव्यवस्थाच बदलून गेली. त्यावरील कार्यप्रक्रिया इंग्लंडमध्येच केली जात असल्याने नियंत्रण परकीयांच्या हातात राहिले. तयार झालेल्या मालाचा काही भाग विशाल भारतीय बाजारपेठेत अतिशय जास्त भावाने विकला जात असे. मिळालेला नफा

लंडनमधील भांडवलदारांच्या आणि बर्मिंगहॅम व मॅन्चेस्टरमधील उत्पादकांच्या खिशात जाऊ लागला. अपरिहार्यपणे मुंबई, मद्रास व कलकत्ता या नवीन शहरांमध्ये मजुरांची वाढ झाली. भारतीय मजुरांना यंत्रावर अल्प मजुरीत काम करण्यासाठी प्रशिक्षण देता येईल असा विचार १९ व्या शतकाच्या उत्तरार्धात दृढावला. मुंबईच्या कापड गिरण्या आणि कलकत्त्याच्या ताग – गिरण्या ही या विचारांची फलश्रुती होती. आगगाड्यांसाठी देखील कामगारांचा एक वर्ग आवश्यक होता. परदेशातून कारकुनांची आयात करण्यापेक्षा भारतीय लोकांना राज्यकारभारासाठी व आकडेमोडीसाठी शिक्षण देणे निश्चितच कमी खर्चाचे होते. या अगोदरच लागलेल्या आणखी एक प्रगतीचा टप्पा सुरुवातीची भारतीय महाविद्यालये व विद्यापीठे होत. भारतीय लोक लवकर शिकले. एवढेच नव्हे, तर परदेशीयांच्या एकतृतीयांश ते एकदशांश इतक्या पगारामध्ये प्रामाणिकपणे व कार्यक्षमतेने काम करू लागले. अर्थातच उच्च अधिकाराच्या सर्व जागा राज्यकर्त्या वर्गासाठी राखून ठेवल्या जात. हळूहळू भारतीय मध्यस्थांनी (भांडवलदारांनी) असे पाहिले की, त्यांनाही आपल्या स्वतःच्या गिरण्या सुरू करणे शक्य आहे. या क्षेत्रात मुंबईचे पारशी लोक प्रथम पुढे आले. त्यांच्यापैकी बऱ्याच लोकांनी ईस्ट इंडिया कंपनीचे सहकारी म्हणून – विशेषतः चीनवर लादल्या गेलेल्या अफूच्या व्यापारात त्यांनी बरीच संपत्ती कमावली होती. इ. स. १८८० पासून बड्या भारतीय भांडवलदार आणि कारखानदारांच्यामुळे झालेल्या आर्थिक प्रगतीबरोबरच एडमंड बर्क आणि जॉन स्टुअर्ट मिल या पश्चात्त्य विद्वानांच्या वाङ्मयाच्या अभ्यासापासून प्रेरणा घेतल्याने राष्ट्रीयत्वाच्या भावनेचा उदय झाला. भारतात अनेक राजकीय व्यक्तीरेखा प्रभावी बनत गेल्या.

या मध्यमवर्गीयांनी परकीय व्यापाऱ्यांचे मध्यस्थ (दलाल) म्हणून सुरुवात केली असली, तरी वर्ग तेही वर्गभेद असणाऱ्या, भारतीय समाजातील एकाहून अधिक गटांमधून तयार झालेले होते. वास्तविक भारतीय भांडवलाचा मोठा भाग म्हणजे जहागीरदारांच्या आणि सावकारांच्या संपत्तीचे रूपांतर होय. पण त्यांनाही आपली संपत्ती कर्जरोखे आणि भागभांडवल यांत रूपांतरित करणे किंवा दारिद्र्यात बुडून जाणे पत्करावे लागले. या वर्गातील स्त्रियांच्या धार्मिक श्रद्धा कधीच बदलत्या नाहीत. त्या व्यावहारिक आणि धंदेवाईक दृष्टीपेक्षा वेगळ्याच प्रकारच्या होत्या. ब्रिटिश वसाहतवादी राज्यसत्ता झुगारून देण्याच्या संघर्षकाळात देशभक्ती व राष्ट्राभिमान यांची जोपासना करण्याची गरज भारतीय भांडवलदारांना भासू लागली. बुद्धिमान सुशिक्षितांचा हा नवा वर्ग आपल्या देशाच्या इतिहासाचे संशोधन करण्याकडे (अशा प्रकारची समस्या अलीकडेच आधुनिकीकरण झालेल्या व पूर्वेकडेच असणाऱ्या जपान देशामध्ये मात्र

कधीच उद्‌भवली नाही. याचे कारण जपानमधील राष्ट्रीय परंपरा ही, नेहमीच खंबीर आणि लेखी पुरावा असलेली अशी होती. जपानचे औद्योगिकीकरणात झालेले स्थित्यंतर हे मध्यमवर्गाकडून परकीयांच्या ताब्यात न जाता, झालेले होते, तथापि जपानी सुशिक्षित बुद्धिमंतांनी सुद्धा त्यांच्या मेईजी युगात पाश्चात्त्य संस्कृतीचा अभ्यास आणि अनुकरण जोमाने केले. यावरून असे दिसून येते की, अशा सांस्कृतिक स्थित्यंतरांना खोलवर रुजलेली कारणेच कारणीभूत असतात. केवळ ल ष्करी ताबा किंवा अद्ययावत पद्धतीचे अनुकरण करण्याचे आकर्षण एवढ्याने या दृक्‌चमत्काराचे स्पष्टीकरण होणार नाही). तथापि याच बुद्धिमान मध्यमवर्गाने भारतातील सामर्थ्यशाली अशा ब्रिटिश सत्तेशी तीव्र व प्रदीर्घ काळ लढा देऊन देशाबाहेर घालवून दिले. ह्या बुद्धिमान मध्यमवर्गाच्या प्रगत आघाडीने नेतृत्व केले नसते, तर ही हकालपट्टी शक्य झाली नसती. भारताच्या बाजूने हा लढा बहुतांशी सशस्त्र नव्हता. स्वातंत्र्य चळवळीचे नेतृत्व भारताच्या बाजूने करणाऱ्या म. गांधींचा टॉलस्टॉयशी तसेच सिल्विओपेलिकोशी संबंध जोडणारी रेषा स्पष्ट दिसत असूनही लो. टिळक, म. गांधी यांच्या विचारसरणी खास भारतीय वाटतात. २० व्या शतकाच्या सुरुवातीपासून भारतात जी विशिष्ट परिस्थिती होती, त्या परिस्थितीत हे नेतृत्व अशा प्रकारच्या पद्धतींच्या अभावी यशस्वी झाले असते की नाही याची शंकाच आहे. म्हणूच संघर्ष असूनही पाश्चात्त्य संस्कृतीचा भारतीय मध्यमवर्गावरील प्रभाव वाढला. या घटनेला खास महत्त्व आणि खोलवर रुजलेले कारण आहे.

जर्मनी किंवा इंग्लंडमधील मध्यमवर्ग तर सोडाच, पण जपानमधील मध्यम वर्गाशी देखील तुलना करता भारतातील नवीन मध्यमवर्ग तांत्रिकदृष्ट्या मागासलेलाच होता. कोणतेही नवीन यांत्रिक उपकरण किंवा महत्त्वाचा शोध भारतीयांच्या नावावर जमा नाही. आधुनिक उत्पादनाला लागणारी यंत्रसामग्री, अर्थव्यवस्था आणि राजकीय सिद्धान्त देखील इंग्लंडमधून जसेच्या तसेच आयात केले गेले. आधीच गरीब भूमिहीन यंत्र-कामगारापेक्षा तेथील नवीन मध्यमवर्गाचा अधिक वेगाने विकास झाला. यांत्रिकीकरणाच्या खऱ्या समस्यांना स्वातंत्र्यप्राप्तीनंतरच तोंड द्यावे लागले. इंग्रजी राजवटीच्या संपूर्ण कालखंडापेक्षा गेल्या स्वातंत्र्यानंतरच्या २० वर्षांतच भारताने ह्या दिशेने अधिक प्रगती दाखविली. या कथेचा उरलेला भाग भविष्यकाळात दडलेला आहे. आपण आता अधिक दूरवरच्या भूतकाळाकडे वळू.

इतिहासकारासमोरील अडचणी

आतापावेतो सांगितले गेले आहे, की 'भारत हे कधीच एक राष्ट्र नव्हते. भारतीय संस्कृती आणि सभ्यता हे परकीय अमलाचे उपफळ आहे - मग तो परकीय अंमल मुस्लिमांचा असो वा ब्रिटिशांचा असो- ' असा सिद्धान्त कधीकधी मांडला जातो.

असे असेल, तर लिहिण्यास योग्य असा भारतीय इतिहास म्हणजे फक्त जेत्यांचा व जेत्यांनी लिहिलेला इतिहासच असेच होईल. परकीयांनी ठेवलेले ग्रंथ सहजपणे हीच कल्पना दृढ करतात. परंतु जेव्हा मॅसिडोनीयाचा अलेक्झांडर भारताच्या अलोट संपत्तीमुळे व पूर्वेकडे आकृष्ट झाला तेव्हा इंग्लंड व फ्रान्स नुकतेच लोहयुगात प्रवेश करत होते. पण अरब लोक हे बौद्धिकदृष्ट्या जगातील सर्वात प्रगत व उद्योगी लोक होते, पण त्यांच्याकडील वैद्यकशास्त्रावरील ग्रंथ व गणित शास्त्राचा बराच मोठा भाग यांचे उगमस्थान भारतीय होते. चीन व भारत ही आशियाई संस्कृती व विज्ञानाची दोन प्रमुख उगमस्थाने आहेत. ज्याप्रमाणे दैनंदिन जीवनातील कागद, चहा, चिनीमातीची भांडी, रेशीम ही चीनची देणगी आहे, त्याचप्रमाणे सुती कापड ('कॅलिको', 'चीट', 'डुंगरी', 'पायजमा', 'साश', 'जिंघम' या शब्दांचा उगमही भारतीयच आहे) आणि साखर या भारताच्या खास देणग्या आहेत.

केवळ भारतीय आविष्कारातील विविधता हीच या देशाच्या प्राचीन संस्कृतीचे गुणवर्णन करण्यास पुरेशी नाही. आफ्रिका किंवा चीनमधील केवळ शेवटच्या युनान प्रांतातही तितकीच विविधता आढळते. परंतु गेली तीन हजार किंवा त्याहून जास्त वर्षे भारतीय संस्कृतीत जे सातत्य दिसून येते, तसे इजिप्त आणि मेसोपोटेमियाच्या संस्कृतीचा मागोवा घेत आपण मागे मागे गेलो, तरी अरब काळाच्या पलीकडे जात नाही. त्याचप्रमाणे युनानची अशी खास संस्कृती नाही. चीनची प्रगती म्हणजे हॅन लोकांचे आरंभीचे इतरांवरील स्थिर व सार्वभौमपद्धतीचे वर्चस्व होय. चीनमधील इतर राष्ट्रांनी तुलना करण्याजोगी स्वतःची अशी काही भर टाकली नाही. सेनच्या विजयानंतर लवकरच इन्का व अ‍ॅझटेक लोक नाहीसे झाले. मेक्सिको, पेरू व लॅटिन अमेरिकेतील संस्कृती ही तद्देशीय नसून सामान्यतः युरोपीयच आहे. रोमन लोकांनी भूमध्यसामुद्रिक प्रदेशांवर प्रत्यक्ष विजय मिळवून जागतिक संस्कृतीवर आपला ठसा उमटविला. मुख्यतः ज्या प्रदेशात कॅथॉलिक चर्चने लॅटिन भाषा व संस्कृतीचा प्रसार केला, त्या त्या भागापासून त्या संस्कृतीचे सातत्य टिकविले गेले होते. या उलट, कोणाही भारतीयाने जपान व चीन या देशांना भेट न देता किंवा व्यापारी संबंधही न ठेवता सुद्धा आणि भारतीय सैन्याचे पाठबळ नसतानाही, या देशात भारतीय धार्मिक तत्त्वज्ञानाचे स्वागत झाले. इंडोनेशिया, व्हिएतनाम, सयाम, ब्रह्मदेश, सिलोन हे देश भारतीयांच्या ताब्यात नसूनही त्यांच्या सांस्कृतिक इतिहासाबाबत बऱ्याच मोठ्या प्रमाणात ते भारताचे ऋणको आहेत.

भारतीय संस्कृतीचे आपल्या स्वतःच्या देशातील सातत्य हे कदाचित तिचे सर्वात महत्त्वाचे वैशिष्ट्य असावे. भारतीय संस्कृतीने दुसऱ्या देशांवर कसा प्रभाव

पाडला हा इतर ग्रंथांचा विषय आहे. येथे तिच्या उगमाचा आणि भारतातील विकासाच्या स्वरूपाचा मागोवा घेणे हेच आपले काम आहे.

अगदी सुरुवातीलाच दुर्लंघ्य भासणारी अडचण आपल्यापुढे उभी राहते. भारतात नाव घेण्यासारख्या ऐतिहासिक नोंदी जवळजवळ नाहीतच. चिनी साम्राज्याचा प्रतिवार्षिक वृत्तांत स्सु - मा शिएन सारख्या आरंभीच्या इतिहासकारांचे ग्रंथ, थडग्यांवरील व देवतांना सल्ला घेण्याच्या जागेतील हाडांवरील लेख, यांच्यामुळे चीनच्या इतिहासाचा थोड्याफार निश्चितीने ख्रिस्तपूर्व चौदाशेपर्यंत मागोवा घेण्यास मदत होते. रोम आणि ग्रीस यांचे प्राचीनत्व याहून कमी दिसते. पण तेथे खूप अधिक चांगले ऐतिहासिक वाङ्मय आढळते. इजिप्त, बाबिलोनिया, असीरिया आणि सुमेरिया यांतील टिपणेही वाचली गेली आहेत. भारतामध्ये फक्त पुराणे व दंतकथा याहून वरच्या दर्जाची, अशी संदिग्ध लोकमान्य परंपरा आहे. आपण राजांची संपूर्ण असणारी अशी नामावली पुन्हा तयार करू शकत नाही. काही वेळा संपूर्ण राजघराणीच विसरली जातात. जे काही हाताशी थोडे उरले - संदिग्ध आहे त्यामुळे खरोखर मुस्लिम काळापर्यंतच्या कोणाही भारतीय व्यक्तीचा काळ निश्चित ठरविता येत नाही. एखाद्या मोठ्या राजाने केवढ्या भू - प्रदेशावर प्रत्यक्ष राज्य केले, हे सांगणे अत्यंत कठीण आहे. काश्मीर व कंबा ह्यांच्या लहानशा अपवादाखेरीज कोणत्याही राजपरिवाराचे प्रतिवार्षिक वृत्तांत अस्तित्वात नाहीत. भारतीय वाङ्मयातील प्रसिद्ध नावाबद्दलही असेच म्हणता येईल. ग्रंथ टिकून आहेत, पण ग्रंथकर्त्याचा काळ क्वचितच ज्ञात आहे. दैवयोगानेच एखादे लिखाण कोणत्या शतकातील आहे, हे साधारणपणे ठरविता येते. बऱ्याच वेळा, अमूक एक लेखक होऊन गेला एवढेच म्हणता येईल, कधीकधी हे सुद्धा संशयास्पद असते. एखाद्या विशिष्ट लेखकाच्या नावाने ओळखले जाणारे ग्रंथ क्वचित कोणाही एकाच व्यक्तीने लिहिलेले नसण्याचीही शक्यता असते.

भारताला इतिहासच नाही, असे म्हणण्यास बुद्धिमान, पंडित प्रवृत्त झाले आहेत. अर्थातच रोम अथवा ग्रीसच्या सविस्तर व तंतोतंत इतिहासाप्रमाणे प्राचीन भारताचा इतिहास मिळणे शक्य नाही. परंतु इतिहास म्हणजे तरी काय? जर इतिहास म्हणजे फक्त क्रमवार येणारी महत्त्वाकांक्षी व्यक्तींची नावे व प्रचंड युद्धे असा अर्थ असेल तर, भारतीय इतिहास लिहिणेच कठीण होईल. तथापि जर विशिष्ट लोकांच्या राजाचे नाव माहिती असण्यापेक्षा त्या लोकांजवळ नांगर होता किंवा नाही हे माहिती असणे जास्त महत्त्वाचे असेल, तर निश्चितच भारताला इतिहास आहे. या ग्रंथासाठी मी इतिहासाची पुढील व्याख्या स्वीकारणार आहेः 'इतिहास म्हणजे उत्पादनाची साधने व संबंध ह्यांच्यातील स्थित्यंतराची कालानुक्रमानुसार केलेली मांडणी.' या व्याख्येचा फायदा

असा की, ऐतिहासिक घटनांच्या मालिकेहून वेगळा असा इतिहास लिहिणे शक्य होईल. म्हणून 'संस्कृती' समजावून घेतली पाहिजे. आपण या व्याख्येचे अधिक लक्षपूर्वक परीक्षण करू.

काही लोक संस्कृती हा धर्म, तत्त्वज्ञान, कायदापद्धती, वाङ्मय, कला, संगीत आणि यांसारख्या गोष्टी अशा अर्थाने पूर्णपणे बौद्धिक व आध्यात्मिक मूल्यांचा विषय मानतात. कधीकधी राज्यकर्त्या वर्गाच्या चालीरीतीतील बारीक - सारीक सुधारणांचा समावेश करण्याइतकी ती व्याख्या व्यापक बनविली जाते. अशा बुद्धिमंतांच्या मते, इतिहास हा फक्त अशा प्रकारच्या 'संस्कृती'वर आधारलेला असतो, 'संस्कृती'शी संबंधित असावा - इतर कोणत्याही गोष्टींना त्यांच्या दृष्टीने महत्त्व नसते. अशा प्रकारच्या संस्कृतीला इतिहासाचा मुख्य स्रोत मानण्यात अडचणी आहेत. अशा प्रकारच्या सर्वात मोठ्या औपचारिक संस्कृतींपैकी तीन-भारतीय, चिनी व ग्रीक-संस्कृती मध्य-आशियात एकत्र आल्या, त्यांना बौद्ध व ख्रिस्ती असे दोन महान धर्म पूरक ठरले. या प्रदेशाला कुशाणांच्या साम्राज्यात व्यापारातील मध्यवर्ती स्थान होते. अजूनही मध्य आशियात पुराण वास्तुशास्त्रज्ञ सुंदर असे अवशेष खोदून वर काढीत आहेत. परंतु या सुविकसित झालेल्या मध्य आशियाने मानवी संस्कृती व मानव जातीच्या इतिहासात स्वतःची अशी फारच थोडी भर घातली आहे. उलट त्यापेक्षा निश्चितच कमी 'सुसंस्कृत' वातावरणातील अरबांनी ग्रीक व भारतीय शास्त्रातील महान शोधांचे रक्षण, विकास आणि संक्रमण घडवून आणण्यासाठी खूपच काही अधिक केले आहे. या क्रियेत सहभागी आलेल्या अल्‌बिरुनी सारख्या मध्य आशियातील व्यक्तीनेही, मध्य आशियाई संस्कृतीचा सदस्य म्हणून नव्हे, तर इस्लामी संस्कृतीचा घटक म्हणून अरबी भाषेत लिखाण केले. मध्य आशियातील या बहराची कधीही भरून न येणारी हानी करणाऱ्या असंस्कृत मंगोल लोकांच्या विजयाचा चिनी संस्कृतीवर काहीही परिणाम झाला नाही. उलट तिला पुढे प्रगती करावयास उत्तेजन मिळाले.

मनुष्य काही फक्त भाकरीवर जगत नाही, परंतु अद्याप भाकरीवाचून किंवा निदान कोणत्या ना कोणत्या अन्नावाचून जगू शकेल असा मानवी वंश आपण निर्माण करू शकलो नाही. खरे सांगावयाचे तर न आंबवलेला पाव हा नवीन अश्मयुगातील शेवटच्या भागात लागलेला शोध आहे. अन्न तयार करणे व टिकवणे या प्रक्रियेतील ही विशेष प्रगती आहे. ख्रिस्ती धर्मशास्त्र सर्व जड विश्वाहून चैतन्यमय विश्व उच्च मानीत असले तरी आजही 'आज आम्हाला आमची रोजीची भाकरी दे' हा त्यांच्या दैनंदिन प्रार्थनेचा भाग आहे. जास्त अन्नधान्याची उपलब्धता हाच कोणत्याही औपचारिक संस्कृतीचा पाया असला पाहिजे. मेसोपोटेमियाची भव्य 'झिगुरत' देवळे,

चीनची प्रचंड भिंत, इजिप्तमधील मनोरे किंवा आधुनिक गगनचुंबी इमारती बांधण्यासाठी अन्नधान्याचेही तितकेच प्रचंड आधिक्य असले पाहिजे. उत्पादनाचे आधिक्य त्यासाठी वापरलेल्या तंत्र व साधनांवर अवलंबून असते. सोईचा परंतु बऱ्याच वेळा चुकीने वापरला जाणारा शब्दप्रयोग वापरायचा झाल्यास 'उत्पादनाची साधने' म्हणता येईल. फक्त अन्नधान्याचे नव्हे तर, इतर सर्व उत्पादनांचेही आधिक्य कोणत्या पद्धतीने प्रत्यक्ष उपभोक्त्यांच्या हातात जाते. आदिवासी अन्नसंग्राहकांच्या गटातील स्त्रियाच बहुधा त्यांच्या अन्नधान्याच्या किरकोळ आधिक्याचे हिस्से करून वाटून घेत असत. पुढे आणखी प्रगती झाल्यावर वाटे करण्याचे काम, बहुधा कुटुंब या घटकामार्फत, कुटुंबप्रमुख, टोळीचा नायक किंवा त्या वंशाचा प्रमुख यांच्याकडे गेले. जेव्हा हे आधिक्य फार मोठे व एकत्र केंद्रित झालेले असे तेव्हा एखादे मोठे मंदिर किंवा फाराहो हा धर्मगुरूंच्या संघटनेमार्फत किंवा अमीर – उमरावांच्या मार्फत त्याचे एकत्रीकरण व वाटप करण्याबाबत ठरवीत असावा. गुलामांच्या समाजातील उत्पादन व विनियम व गुलाम ज्यांच्या मालकीचे आहेत, त्यांच्याच मालकीचे राहात. हा वर्गही आता नवीन कार्ये करणारे परंतु पूर्वीचे धर्मगुरू, अमीर उमराव किंवा वंशप्रमुख यांच्यातूनच विकसित झाला असावा. गुलामांचे नियंत्रण करणारा सरंजामी उमराव ही सरंजामशाहीतील प्रमुख शक्ती होती. त्याचीच प्रतिकृती असणारे व्यापारी व भांडवलदार यांना कारागिरांच्या व्यापारी संघटनांशी सुद्धा व्यवहार करावे लागत. जेथे माणसांचे श्रम हे सुद्धा उपभोग्य वस्तू बनतात, पण व्यक्तिशः तो स्वतंत्र राहतो, अशा भांडवलशाही युगाची सुरुवात करून देण्यासाठी व्यापारीवर्ग निर्मितीच्या साहाय्याने स्वतःमध्ये परिवर्तन करून घेऊ शकतो. या सर्व बाबतीत बाह्य स्वरूप व तपशील भिन्न असू शकतील. ब्रिटनमध्ये जरी आता गुलाम हे प्राथमिक निर्माते म्हणून राहिले नसले, तरी तेथे सरंजामी उमराव, सरदार लॉर्ड यांची मोठी रांगच आहे. या सर्वांमुळे इंग्रजी समाज हा पूर्णपणे मध्यमवर्गीयांचा, आधुनिक मध्यमवर्गीयांचा (बुर्झ्वांचा) महत्त्वाचा समाज आहे. सातव्या एडवर्डचा राज्याभिषेक 'एडवर्ड दी कन्फेसर' च्या लाकडी खुर्चीवर व त्याच्याच मठात झाला असला, तो मध्यंतरीच्या काळात ओळखू येणार नाही इतका बदलला होता. जर्मनी व जपानमधील बुर्झ्वांनी, राज्यकर्त्यांशी संपूर्ण निष्ठा राखण्याच्या नावाखाली, सरंजामशाहीचा नाश करत असतानाच, काही विशिष्ट सरंजामी प्रकारांना बळकटी आणली. भारतात बाह्य स्वरूपाला सर्वात जास्त महत्त्व दिले जाते व तपशिलाकडे मात्र दुर्लक्ष केले जाते. याबाबतीत आपली भूमिका यांत्रिक हेतुमूलकतेपासून अगदी भिन्न अशी असली पाहिजे. आर्थिक हेतुमूलकता ही उपयोगाची नाही. ज्या संपूर्ण ऐतिहासिक प्रक्रियेतून सामाजिक आकृतिबंध निर्माण होऊ शकला,

ती सुद्धा अत्यंत महत्त्वाची आहे. ज्या सोने, चांदीमुळे तेथील 'इंडियन्स' रानटी अवस्थेतच राहिले होते, त्याच सोन्या-चांदीमुळे स्पॅनिश लोकांच्या आधिपत्याखालील सरंजामशाही व धार्मिक प्रतिक्रियांना जोर आला आणि याच संपत्तीचा जो थोडा भाग डेक व इतर इंग्रज सागरी कप्तानांनी लुटून आणला, त्यामुळेच इंग्लंडला सरंजामशाही युगातून बाहेर पडून व्यापारी व 'बुझ्र्वा' युगात येण्यास फार मोठी मदत झाली. प्रत्येक अवस्थेत कोणत्याही सामाजिक चळवळीवर, परंपरागत आकृतिबंधांचा आणि उच्चवर्गीयांच्या विचारसरणीचा फार मोठा प्रभाव पडतो. खुद्द भाषादेखील विनिमयाच्या प्रक्रियेतून एकत्र येऊन तयार झाली. उत्पादनाच्या साधनातील कोणतीही महत्त्वाची सुधारणा ही ताबडतोब लोकसंख्येतील प्रचंड वाढीला कारणीभूत होते. जो नेता शंभर माणसांच्या व्यवहारांचे नियंत्रण एकटाच करू शकतो, तो हीच गोष्ट एक लाख माणसांच्या बाबतीत कोणाच्यातरी मदतीशिवाय करू शकणार नाही. यातूनच अमीर उमरावांच्या किंवा ज्येष्ठ व्यक्तींच्या सल्लागार मंडळाची निर्मिती सूचित होते. दोनच साध्या लहानशा खेड्यांच्या जिल्ह्यासाठी शासनाची आवश्यकता नाही. परंतु त्याच जिल्ह्यात वीस हजार मोठी गावे असतील, तर तेथे शासन आवश्यकच आहे आणि ते परवडूही शकते. उत्पादनाचा नवीन टप्पा कोणत्यातरी प्रकारच्या बाह्य स्वरूपातील स्थित्यंतरातून व्यक्त होतो. जेव्हा उत्पादन अगदी प्राथमिक असते तेव्हा ते स्थित्यंतर बहुधा धार्मिक असते. जर नवीन स्वरूपामुळे उत्पादन वाढत असेल तर त्याचे स्वागत केले जाते व ते स्थिर होऊ शकते. तथापि त्यामुळेही लोकसंख्येत निश्चितच वाढ होते. ही वाढ होत असताना हा संपूर्ण डोलारा समायोजित केला गेला नाही तर प्रासंगिक संघर्ष उद्भवतो. काही वेळा जुने स्वरूप कायम ठेवून फायदा मिळवणाऱ्या वर्गाचा विजय होतो, त्यामुळे उत्पादनात मंदी येते, अधोगती किंवा घट होते. भारतीय समाजाची पूर्वीची परिपक्वता आणि नंतरच्या काळातील परकीय आक्रमणाविरुद्धची विलक्षण असाहाय्यता ही सामान्य योजनेची साक्ष देतात.

ग्रामीण व टोळ्यांच्या समाजाच्या अभ्यासाची आवश्यकता

इतका अल्प, लेखी पुरावा उपलब्ध असताना भारताचा इतिहास कसा लिहिता येईल? तसे पाहिले तर, रोमसारख्या नष्ट झालेल्या संस्कृतीचा इतिहास आधुनिक काळात कसा लिहिला गेला ? त्याबाबतीत लेखी दस्तऐवज अस्तित्वात होते, परंतु आधुनिक लोकांना त्यातील पुष्कळ शब्दांचा अर्थच कळत नव्हता. हा अर्थ पुरातन वस्तूंच्या अवशेषांच्या तौलनिक अभ्यासावरून मिळविला गेला. काही विशिष्ट व्यक्ती खरोखर अस्तित्वात होत्या, असे त्यांची नाणी, पुतळे, थडग्यावरील स्मृती-शिला, स्मारके आणि शिलालेख यांच्यावरून सिद्ध होत असल्याचे मानले गेले.

साधनमीमांसेच्या या निश्चितीमुळे परत या लेखी दस्तऐवजातील नोंदींना वजन प्राप्त झाले. पुराणवस्तुशास्त्रज्ञांनी भूतकाळाचे गाडले गेलेले बरेच अवशेष उत्खनन करून काढले. फक्त पुराणवस्तुशास्त्राच्या पद्धतींनी सिद्ध केलेले लेखी पुरावेच हल्ली विश्वसनीय मानले जातात. काही महत्त्वाच्या शब्दांचा अर्थ बदलला असला, तरी अखेर पुराणवस्तुशास्त्र नष्ट झालेल्या युगातील लोक प्रत्यक्ष कसे राहात होते हे आपणास सांगण्यास त्या लेखी दस्तऐवजांना मदत करते. भूतकाळाचे उत्खनन आणि जगाच्या इतर भागातील प्राचीन काळाच्या लोकांच्या जीवनाचा शास्त्रीय अभ्यास यांच्यामुळे कोणत्याही लेखी नोंदीपूर्वी अस्तित्वात असणाऱ्या एखाद्या संस्कृतीची पुनर्रचना शक्य होते. यालाच 'इतिहासपूर्वकाळ' असे म्हणतात.

या सर्व पद्धती जरी पुरेशा नसल्या, तरी अजूनही भारतात उपयोगात आणता येतील. भारतीय पुराणवस्तुशास्त्र खरोखर अत्यंत महत्त्वाचे प्रश्न सोडविण्याइतके, किंबहुना त्यांच्यापैकी काही प्रश्न उपस्थित करण्याइतकेही प्रगत झालेले नाही. हे सर्व थर शोधून काढण्यासाठी शहरातून ग्रामीण भागाकडे जावे लागेल. काही वेळा शिक्षण, आधुनिक राजकीय घडामोडी, चित्रपट, आकाशवाणी आणि शहरी उत्पादनांच्या वर्चस्वाखालील व्यापारधंदे यांच्या परिणामांची वजावट करावी लागेल. दूर अंतरावरील जलद वाहतुकीचे नवीन प्रकार, उदा. एकोणिसाव्या शतकाच्या उत्तरार्धातील लोहमार्ग आणि इ. स. १९२५ पासून सुरू झालेली मोटार वाहतूक, त्यांनी बरेच बदल घडवून आणले आहेत. देशाच्या काही भागांत एखादा टप्पा गाळला गेलेला असेल, क्वचित परिवर्तनांचा क्रम चुकला असेल तथापि खरोखर महत्त्वाच्या मूलभूत विकासाच्या बाबतीत मुख्य रूपरेषा तीच कायम असते.

भारत हा अजूनही शेतकऱ्यांचा देश आहे. शेतीविषयक प्रगती अजूनही पुरातन तंत्रानेच होत असली, तरी ती दूरगामी आहे. दोन हजार वर्षांच्या मशागतीनंतर बरीचशी जमीन प्रमाणाबाहेर कुरण म्हणून वापरली गेलेली आणि पिके काढलेली अशी आहे. पुरातन पद्धती आणि जमिनीचे आर्थिकदृष्ट्या फायदेशीर न होण्याइतके लहान तुकडे त्यांच्यामुळे दर एकरी उत्पन्न अत्यंत कमी आहे. विमानातून पाहिले असता, दिसणारा त्या प्रदेशाचा विशेष म्हणजे वाहतुकीचा अभाव हा होय. पश्चिम युरोपात किंवा संयुक्त संस्थानांत (अमेरिकेत) दिसून येणारे रस्त्यांचे व लोहमार्गाचे घनदाट जाळे येथे मुळीच दिसत नाही. याचा अर्थ असा की, उत्पादनाचा बराच मोठा भाग स्थानिक असून तेथेच तो संपविला जातो. येथील संपूर्ण ग्रामीण अर्थव्यवस्था मोसमी पावसावर अवलंबून आहे. त्यामुळे भारताच्या वेगवेगळ्या भागांत २० ते २०० इंचांपर्यंतचा वार्षिक पाऊस असतो. यापेक्षा कमी प्रमाण म्हणजे दुष्काळी प्रदेश किंवा कालव्याने

पाणी-पुरवठा होय. पर्जन्यकाल हा बहुतांशी जून ते सप्टेंबर या चार महिन्यांतच एकवटलेला असतो. परंतु दक्षिणेपेक्षा उत्तरेत पावसाळ्याची सुरुवात उशिरा होते. पूर्व-किनाऱ्यावर पावसाळा शेवटी दोन वेगवेगळ्या टप्प्यांतच येतो. या फरकामुळे प्रत्येक प्रदेशात काहीसे वेगळेच कालचक्र निर्माण झाले आहे. इतका भरपूर पाऊस पडत असून सुद्धा (विमानातून पाहिल्यास) या देशाचा बराचसा भाग, हॉलंडच्या किंवा इंग्लंडच्या हिरव्यागार शेतांच्या तुलनेने, वाळवंटासारखाच वाटतो. गवत नाहीसे झालेले आहे. वरच्या जमिनीची धूप होऊन पाणी जलद वाहून जाते असे आजचे स्वरूप आहे. जंगलतोड ही गेल्या शतकाच्या अखेरीस गंभीर बनली. देशाच्या निरनिराळ्या भागांत मोसमी पावसामुळे उद्‌भवणाऱ्या समस्या भिन्नभिन्न होत्या. पंजाबच्या खालच्या भागांत, सिंधमध्ये आणि राजस्थानच्या बऱ्याचशा भागात ओसाड किंवा निमओसाड परिस्थिती होती, परंतु तेथील जमीन ही पुराने वाहून आणलेल्या गाळाने भरलेली आणि इतकी सुपीक आहे की, कालव्याने पाणीपुरवठा केल्यास किंवा थोड्याशा पावसानेही विपुल पीक येते. गंगेच्या खोऱ्यातसुद्धा जमीन पुराने वाहून आणलेल्या गाळाने भरलेली आणि अत्यंत सुपीक आहे, परंतु तेथे (त्याचप्रमाणे थोड्या कमी प्रमाणात पंजाबच्या वरच्या भागांतही) पावसाचे प्रमाण अधिक आहे. यामुळेच पूर्वीच्या काळी तेथे, विशेषतः संयुक्त प्रांताचा (आता उत्तर प्रदेशाचा) पूर्व-भाग, बिहार आणि बंगाल या प्रदेशांत घनदाट जंगले व दलदल निर्माण झाली. पश्चिम किनाऱ्यावरील पर्वतांवर व आसामच्या टेकड्यांवर, प्रचंड प्रमाणात तोड होऊनही अद्याप जंगल अस्तित्वात आहे. किनाऱ्यावरील सपाट प्रदेशात आता जंगले साफ तोडली गेली असून वर्षातून तीन पिके घेणे शक्य झाले आहे. परंतु फक्त स्थानिक उत्पादने उपभोगून तेथील दाट लोकवस्तीचा उदरनिर्वाह होणे शक्य नाही. तेथील अर्थव्यवस्था नारळासारख्या नगदी पिकावर अवलंबून आहे. मध्यभारतातील जंगलातून व द्वीपकल्पाच्या काही ओसाड प्रदेशातून खनिज उत्पादनांची प्रगती अलीकडेच योग्य प्रमाणात होऊ लागलेली आहे. अजूनही येथील टोळीवाले (उदा. भिल्ल, निलगिरी पर्वतावरील तोडा, संताळ आणि ओरांव इ.) लोक मानववंशशास्त्रज्ञांचा अभ्यास-विषय आहेत. द्वीपकल्पातील दखखनचे पठार पश्चिम भागात कठीण काळ्या खडकांच्या आणि पुढे आग्नेयेकडे कठीण खडकांच्या ओसाड टेकड्यांनी खंडित झालेले असून त्यावर दाट जंगलाचे आच्छादन नाही आणि पूर्वीही कधी नव्हते. सर्वसाधारणपणे येथील जमीन फारशी सुपीक नाही. ही जमीन काही ठराविक प्रदेशात अनेक पिकांसाठी विशेषतः कापसासाठी उत्कृष्ट असली, तरी ती नियमित शेतीखाली आणण्यासाठी तिला खूप नांगरावे लागते. गुजराथची स्वतःची वैशिष्ट्यपूर्ण अशी लोअेस जमीन

आहे. अशा प्रकारचे फरक या प्रदेशांच्या ऐतिहासिक प्रगतीतून स्पष्ट झाले आहेत आणि ही त्यांची प्रगती प्रत्येक प्रदेशाच्या बाबतीत वेगवेगळ्या तऱ्हेने झाली आहे.

हा विविध प्रकारच्या स्थानीय भूगोल आणि साधारणतः गरम हवामान यांनी, स्थानिक इतिहासाच्या वेगळेपणामुळे शेतकरी लोकांमधील विलक्षण अंतर्गत फरकांना वाव दिला. भारतीय समाजाचा, त्याच्या ग्रामीण भागात प्रकर्षाने आढळणारा मुख्य विशेष म्हणजे 'जाती' हा होय. जाती म्हणजे शेजारी-शेजारी राहणाऱ्या, परंतु बऱ्याच वेळा एकत्र राहिल्यासारख्या न वाटणाऱ्या गटांमध्ये समाजाची विभागणी होय. आता कायद्याने या बाबतीत संपूर्ण स्वातंत्र्य दिले असले तरी भिन्न जातींचे सदस्य धार्मिक कारणामुळे आपसात विवाह करू शकत नाहीत. फक्त राजकीय किंवा आर्थिक कंपू सोडले तर उच्च मध्यवर्गीयांच्या (बूर्झ्वांच्या) ज्या पद्धतीमुळे जात शहरांमधून लुप्त होऊ लागली आहे, त्यामुळे ही मोठी प्रगती झाली आहे. बहुतेक शेतकरी आपल्यापेक्षा खालच्या जातीच्या व्यक्तीच्या हातून शिजलेले अन्न किंवा पाणी स्वीकारणार नाही. म्हणजेच जातींना एक स्थूल स्वरूपाची धर्म-सत्ता असते. प्रत्यक्षात असले जातीय गट हजारो आहेत. तत्त्वतः 'ब्राह्मण' किंवा उपाध्यायांची जात, क्षत्रिय - योद्धा, वैश्य - व्यापारी आणि शेतकरी व शूद्र - सर्वात खालची साधारणतः कामकरी वर्गाची जात अशा फक्त चार मुख्य जाती आहेत. ती तात्त्विक प्रणाली स्थूलपणे चार वर्गांची आहे. तर मानल्या जाणाऱ्या जाती व उपजाती या स्पष्टपणे निरनिराळ्या जातीविषयक उत्पत्तिस्थाने असणाऱ्या टोळ्यांपासून बनल्या आहेत, त्यांची नावेच हे दर्शवितात. छोट्या स्थानिक जातींचा तौलनिक दर्जा नेहमी बाजारपेठेच्या व्याप्तीवर आणि तेथील त्या जातीच्या आर्थिक स्थानावर अवलंबून असतो. बिहारमधील एखादा जुलाहा अचानकपणे महाराष्ट्रातील आगरींच्या खेड्यात पाठविला तर त्याला आपोआप नेमून दिलेला असा कोणताही निश्चित दर्जा मिळणार नाही. परंतु बिहारमध्ये त्याचा प्राथमिक दर्जा हा त्याच्याशी सामान्य संबंध असणाऱ्या खेड्यांच्या पल्ल्यातील त्याच्या जातीच्या दर्जावरून ठरविला जातो. हे सामान्यतः निरनिराळ्या जातींच्या तौलनिक आर्थिक सामर्थ्यावरच अवलंबून असते. धर्मसत्तेत एकाच जातीची दोन वेगवेगळ्या प्रांतातील स्थाने भिन्न असू शकतील. जर हा फरक काही काळ टिकून राहिला तर या वेगळ्या शाखा बऱ्याच वेळा स्वतःला भिन्न जातीच मानू लागतील आणि यापुढे आपसात विवाह करणार नाहीत. सामान्यतः आर्थिक श्रेणीत एखादा जितका खाली जाईल तितकी ती जात सामाजिक श्रेणीत खाली जाते. सर्वात खालच्या टोकाला आपणास अजूनही अन्न-संग्रहणाच्या अवस्थेत असलेले पूर्णतः टोळीवाल्यांचे गट आढळतात. त्यांच्या भोवतालचा समाज हा आता अन्नउत्पादन करणारा आहे. त्यामुळे या अगदी

खालच्या जातींच्या अन्नसंग्रहणाला भीक मागण्याचे आणि चोरीचे स्वरूप येते. अशा अगदी खालच्या गटांना, भारतातील ब्रिटिशांनी यथार्थतेने 'गुन्हेगारी टोळ्या' असे नाव दिले होते. कारण या टोळ्या आपल्या टोळीबाहेरचा कायदा आणि शिस्त मानण्यास सामान्यतः नकार देत.

पूर्वग्रह सोडून ह्या क्षेत्रात अभ्यास केल्यास, भारतीय समाजातील ह्या स्तरात्मक रचनेमुळे भारतीय इतिहासाचा प्रत्यक्ष परिचय होऊन त्याचे स्पष्टीकरण मिळते. पुष्कळशा जातींनी वर्तमानकाळात किंवा पूर्वी अन्नोत्पादन करण्याचे किंवा नांगर धरून शेती करण्याचे नाकारल्याने त्यांना खालचा सामाजिक व आर्थिक दर्जा प्राप्त झाला आहे हे सहजपणे दाखविता येते. सर्वात खालच्या जाती बऱ्याच वेळा आपल्या टोळीतील संस्कार, रिवाज व पुराणकथांची जपणूक करतात. थोड्याशा वरच्या जातीत हे धार्मिक विधी आणि पुराणकथा बऱ्याच वेळा दुसऱ्या समांतर परंपरांशी एकरूप झाल्यामुळे संक्रमणावस्थेत असलेल्या आपणास दिसतात. आणखी एक पायरी वर पाहिल्यास हे विधी व पुराणे ब्राह्मणांनी स्वतःला सोईस्कर होण्यासाठी व ब्राह्मण जातीला उपाध्येपणात वर्चस्व देण्यासाठी पुन्हा लिहिली, खालच्या जातीत उपाध्येपण, सामान्यतः ब्राह्मणांच्या हातात नसते. त्याच्याही पेक्षा वर जिला 'हिंदुसंस्कृती' म्हणतात, म्हणजे जुन्या काळापर्यंत पोहोचलेल्या, सुशिक्षित परंपरा आपणास आढळतात. परंतु या देव-दानवांच्या कथासुद्धा खालच्या वर्गामध्ये मूलतः बऱ्याचशा त्याच असतात. ब्राह्मणवर्गाचे मुख्य काम म्हणजे पुराणकथा एकत्र गोळा करणे, कथांचा एकत्रित केलेला पूर्ण संच म्हणून त्यांचे प्रदर्शन करणे आणि अधिक प्रगत अशा सामाजिक चौकटीत त्यांना बसविणे हे होते. मुळात भिन्न असलेले देव आणि पंथ तेच ते म्हणून ओळखले गेले किंवा निरनिराळ्या देवतांचे एक कुटुंब अथवा एक भव्य न्यायसभा बनविली गेली. सर्वात उच्चस्थानी भारतीय इतिहासातील थोर धार्मिक नेत्यांनी घडविलेली तात्त्विक प्रगती येते. जेव्हा तो विशिष्ट सिद्धान्त प्रथम पुढे मांडला गेला तेव्हा या शेवटच्या सुधारणा म्हणजे मोठीच प्रगती होती. हाच विशिष्ट सिद्धान्त नंतर समाज खूप पुढे गेला असताना हिंदुस्थानला मागासलेला ठेवण्यात खूप हातभार लावणार होता. कारण स्फटिकवत् बनलेल्या धार्मिक पंथांच्या नेत्यांनी संस्थापकाच्या जाहीर केलेल्या स्थानापासून किंचितही ढळण्याचे नाकारले. धर्म हे स्वतःच इतिहास बनवू शकत नाहीत. परंतु त्यांचा उदय व कार्यातील बदल ही उत्कृष्ट ऐतिहासिक साधने आहेत. बळजबरीपेक्षा एका पाठोपाठ झालेल्या धार्मिक स्थित्यंतरांनीच भारतीय समाज जास्त घडविला असे दिसते. बऱ्याच अंशी त्याच कारणांनी त्याच्यावर बळजबरी करूनही पुढे प्रगती करण्यात तो अयशस्वी झाला. टिकून राहिलेल्या प्राचीन भारतीय

लेखी दस्तऐवजांपैकी बरेचसे धार्मिक व कर्मकांडविषयक ग्रंथच आहेत. त्यांच्या लेखकांना इतिहासाबद्दल किंवा सत्यस्थितीबद्दल काही आस्था नव्हती. त्यांच्या लेखनाच्या वेळच्या भारतीय समाजरचनेचे थोडेतरी पूर्वज्ञान असल्याशिवाय त्यांच्याकडून इतिहास काढून घेण्याचा प्रयत्न केल्यास एकतर काहीच फळ हाती येणार नाही किंवा भारताच्या बऱ्याच 'इतिहास'तून वाचावयास मिळणारे हास्यास्पद निष्कर्ष हाती येतील.

खेडी

फक्त जातीच नव्हे, तर धर्माचे महत्त्व आणि ऐतिहासिक जाणिवेचा एकंदर अभाव यांचेही स्पष्टीकरण केले पाहिजे. शेवटची गोष्ट थोडी सोपी आहे आणि ग्रामीण उत्पादन व 'ग्रामीण जीवनाचे खूळ' यांच्याशी निगडित आहे. जोपर्यंत वर्षानुवर्षे खेड्यांत एकूण बदल क्वचितच दिसतो, तोपर्यंत ऋतूंचा अनुक्रम हा सर्वात महत्त्वाचा असतो. यामुळेच परदेशी निरीक्षकांमध्ये 'कालातीत पूर्व' ही सर्वसाधारण कल्पना निर्माण होते. सुमारे इ.स.पू. १५० च्या भारहूत येथील खोदकामातील बैलगाडी आणि ग्रामीण झोपड्या किंवा इ.स. २०० मधील कुशाणांच्या उठावाच्या खोदीव कामातील नांगर व नांगरधारी जरी अचानक एखाद्या आधुनिक भारतीय खेड्यात दिसले, तरी त्यावर कोणी काही भाष्य करणार नाही. त्यामुळे हे विसरणे सोपे जाते की, जमिनीच्या ठराविक तुकड्यावर वापरल्या जाणाऱ्या नांगरावर आधारलेली ग्रामीण अर्थव्यवस्थेची रचनाच उत्पादनाच्या साधनांमध्ये प्रचंड सुधारणा सुचविते. अन्नसंचयापेक्षा उत्पादनावस्थेतील संबंध त्या प्रमाणात अधिक गुंतागुंतीचे होणे प्राप्तच होते. आधुनिक भारतातील खेडे भयंकर दारिद्र्य व असाहाय्यता यांचा शब्दातीत ठसा उमटविते. इतर अनेक खेड्यांना बाजारपेठेच्या केंद्रासारख्या उपयोगी पडणाऱ्या खेड्यांशिवाय इतरत्र क्वचितच एखादे दुकान असे. निसर्गाच्या तडाख्यापुढे उघड्या असणाऱ्या खुल्या पवित्र स्थानासारख्या एखाद्या छोट्याशा मंदिराखेरीज दुसरी कोणतीही सार्वजनिक इमारत नसे. नित्योपयोगी वस्तू क्वचित येणाऱ्या फिरत्या विक्रेत्याकडून किंवा काही मध्यवर्ती खेड्यातील साप्ताहिक बाजाराच्या दिवशी खरेदी केल्या जात. खेड्यातील उत्पादनांची विक्री बहुतांशी दलालांच्या हाती असते. हे दलाल त्याचवेळी सावकारही असतात. ग्रामीण अर्थव्यवस्थेवरील त्यांची पकड आणि त्यामुळे उद्भवणारा शेतकरीवर्गाचा कर्जबाजारीपणा ही नेहमीच्या पोकळ कागदी योजनांचा अपवाद सोडल्यास, कोणत्याही शासकीय किंवा खाजगी संस्थेने स्पर्श न केलेली समस्या आहे. एकदा पावसाळा संपला की, बहुतेक खेड्यांना पाण्याचा वाढता तुटवडा जाणवू लागतो. सर्व ऋतूंमध्ये पिण्याच्या चांगल्या पाण्याचे दुर्भिक्ष असते. भूक व रोगराई हे भारताचे भरभक्कम

सहचर आहेत. वैद्यकीय मदतीचा आणि आरोग्याचा अभाव हे या देशाच्या राजकीय अर्थव्यवस्थेचे मूलभूत कारण, जुलमी राजवटीचा निश्चित आधार असणारी खेड्यांची परंपरागत उदासीनता अत्यंत तीव्रपणे स्पष्ट करतात. तथापि इतक्या विपन्नावस्थेत व मानहानीत जगणाऱ्या लोकांकडून हिरावून घेतलेले जास्तीचे उत्पन्न हाच भारतीय संस्कृती व सभ्यतेचा महत्त्वाचा आधार होता व अजूनही आहे.

ग्रामीण दुर्दशेच्या या एकसारख्या स्वरूपामागे फार मोठा फरक दडलेला आहे. उत्पादकांपैकी बरेचसे अल्पभूधारक शेतकरी आहेत. त्यांतील फारच थोडे स्वयंपूर्ण आहेत. 'कुलक' वर्ग या अर्थाने काही सामर्थ्यसंपन्न होत असावेत, हा कुलवर्ग खरोखर सध्याच्या जमीनविषयक कायद्यामुळे प्रबल बनविला जात आहे. बहुतांशी अधिक सुपीक जमिनी स्वतः शेतकरी नसलेल्या आणि शेतावर कष्ट न करणाऱ्या लोकांच्या मालकीच्या आहेत. हे मोठे जमीनदार सामान्यतः जमिनीपासून दूर राहणारे असतात. त्यांचे जमिनीवरील मालकी हक्क बहुधा सरंजामी काळापासून चालत आलेले आहेत. इंग्रजांच्या आगमनापासून ते आपली जहागिरीसंबंधीची कर्तव्ये झुगारून देऊन 'बुझ्वा' जमीनधारक बनले. तथापि इंग्रजांनी सर्व जमिनींच्या मालकी हक्कांची नोंदणी केली व कर रोख रकमेच्या स्वरूपात निश्चित केले. याचाच अर्थ असा की, कोणतेही खेडे आज स्वयंपूर्ण असू शकत नाही. अगदी एकाकी खेड्याला सुद्धा, लागणारे कापड व घरगुती वस्तू विकत घेण्यासाठीच नव्हे तर, काही कर व खंड देण्यासाठीही काहीतरी विकावेच लागते. दुसऱ्या अर्थाने देखील खेडे संपूर्णतः स्वयंपूर्ण होऊ शकत नाही. भारताच्या बऱ्याच भागात देखील वस्त्र ही जरी सामाजिक गरजेची बाब बनली असली तरी शारीरिकदृष्ट्या ती आवश्यक गोष्ट नाही. तथापि मीठ हे नेहमीच अत्यावश्यक असते. नियमित शेती सुरू करण्यापूर्वी काही प्रमाणात धातू उपलब्ध असलेच पाहिजेत. ह्या दोन आवश्यक वस्तू बऱ्याच खेड्यांत निर्माण होत नाहीत तर बाहेरून मिळवाव्या लागतात. खेड्याचे स्वरूप कालातीत असून देखील 'बूझ्वा' अर्थव्यवस्थेच्या चौकटीत ते उपभोग्य वस्तूंच्या उत्पादनांशी निगडित झालेले आहे.

तरीसुद्धा हे सत्य उरतेच की, भारतीय खेडे जवळजवळ स्वयंपूर्ण असते. फक्त जेव्हा फाजील लोकसंख्येमुळे कोकण किंवा मलबारमधील लोकांना दूरच्या मोठ्या शहरांतून कष्ट करून आपल्या घरी पैसे पाठविणे भाग पडते, तेव्हा शहरी नियंत्रण स्पष्टपणे स्वतःची जाणीव करून देते. नाहीतर मुख्यतः करांची थकबाकी राहिल्याशिवाय खेड्यांकडे जाण्याचा त्रास क्वचितच घेणाऱ्या फिरत्या अधिकाऱ्यांमार्फतच संबंध राहतो. अलीकडे मते मिळवू पाहणारे राजकारणी लोक दर पाच वर्षांनी एकदा फक्त निवडणुकींच्या थोडे आधी येतात. या अर्थव्यवस्थेत उपभोग्य वस्तूंचे दरडोई उत्पादन

फारच कमी असते, हे अगदी स्पष्टच आहे. उपभोग्य वस्तू म्हणजे विनिमयाद्वारा प्रत्यक्ष उपभोक्त्याच्या हातात पडणारी उपयुक्त वस्तू किंवा पदार्थ होय. मनुष्य जी वस्तू स्वतःसाठी, त्याच्या कुटुंबासाठी किंवा इतर नातेवाइकांच्या समूहासाठी उत्पन्न करतो आणि जी वस्तू नंतर त्या समूहातच फस्त केली जाते किंवा जमीनदार अथवा सर्वाधिपती किंमत न देता जी काढून घेतात ती उपभोग्य वस्तू नव्हे. काही उत्पादनासाठी विशेष तांत्रिक ज्ञानाची आवश्यकता असते. भारतीय खेड्यांत फार थोडे धातू वापरात असले, तरी खेडुताला भांडी, बहुतांश मातीची भांडी लागतातच. याचा अर्थ असा की, कुंभार उपलब्ध असणे जरूर आहे. त्याचप्रमाणे अवजारे दुरुस्त करण्यासाठी व नांगराचे फाळ भट्टीत तापवून व ठोकून घडविण्यासाठी लोहार, घरे बांधण्यासाठी व साधे नांगर तयार करण्यासाठी सुतार इत्यादी असले पाहिजेत. धार्मिक विधीसंबंधी त्या गावाला आवश्यक असणारी सेवा उपाध्यायाने पुरविली पाहिजे. सामान्यतः तो जातीने ब्राह्मण असतो, परंतु काही खालच्या जातींना हे बंधनकारक नसते. न्हावी, मृतपशूंची कातडी काढणारा, या सारख्यांचे काही विशिष्ट व्यवसाय हलके मानले जातात. तरीही न्हाव्याचे काम व कातडी वस्तू आवश्यक असतात. यामुळेच गावात न्हाव्याची व चर्मकाराची आणि स्वाभाविकपणेच निरनिराळ्या जातींची आवश्यकता असते. सामान्यतः अशा प्रकारचा प्रत्येक व्यवसाय मध्ययुगीन व्यापारी संघाचा भारतीय पर्याय असणारी एक जात निर्माण करतो. असे अत्यावश्यक कारागीर शेतकी करणाऱ्या बहुसंख्य खेडुतांपासून व परस्परांपासून जातीमुळे अलग झाले असले तरी प्रत्येक खेड्यासाठी त्यांची सेवा मिळविणे ही वरकरणी स्वयंपूर्ण दिसणाऱ्या भारतीय ग्रामीण अर्थव्यवस्थेतील मोठी समस्या होती. सर्वसामान्य गावकरी हे निरनिराळे व्यवसाय करू शकत नसत आणि ही कामे करणारे त्याच जातिव्यवसायांव्यतिरिक्त आपसांत विवाह करू शकत नसत. एका सर्वसामान्य खेड्याला प्रत्येक प्रकारच्या कारागिराचे जास्तीत जास्त एक कुटुंब परवडत असे. त्याचवेळी वाहतूक अवघड होती आणि उपभोग्य वस्तूंच्या उत्पादनाची घनता (म्हणजेच उपभोग्य वस्तूंचे दरडोई उत्पादन) कमी होती. प्राचीन भारतीय इतिहासातील काही लहानसे कालखंड सोडले, तर उपभोग्य वस्तूंचे उत्पादक म्हणून सुतारांच्या अथवा लोहारांच्या वसाहतीने इतर अनेक खेड्यांना सेवा पुरविणे अशक्य असे. त्यामुळे कारागिरांना अनियमित मागणी असताना नियमित वेतन देणे ही एक निर्माण केलेल्या मूल्याच्या आधारावर विनिमयाच्या अर्थव्यवस्थेने न सुटणारी समस्या होती. मग त्या कारागिरांना गावाची सेवा करण्यास कसे उद्युक्त करायचे ? या समस्येचे आपल्या परीने हुशारीचे असणारे उत्तर, हा विशेषतः सरंजामी काळात, भारतीय खेड्यांच्या सुस्त अर्थव्यवस्थेचा कणा होता. रोख पैसे देण्याच्या पद्धतीने हळूहळू

जुन्या पद्धतीची जागा घेतली असली, तरी अजूनही ग्रामीण भागात तिचे अवशेष आढळतात. वाहतूक अधिक सुलभ झाली आहे, त्यामुळे फिरता न्हावी किंवा लोहार हा नेहमीचा झाला आहे. बहुत करून रोख विक्रीसाठी उत्पादन करण्याच्या हेतूने काम करणाऱ्या कुंभारांची संख्या, पत्र्याच्या व धातूच्या भांड्यांमुळे कमी झाली आहे. तथापि कुंभार असे काही विशिष्ट धार्मिक विधी पार पाडतो की, जे इतिहासपूर्व कालातील रक्षापात्र पुरण्याच्या विधीपासून सुरू होऊन त्याला काही विशिष्ट खालच्या जातीचा उपाध्याय बनविण्यापर्यंत वाढत गेले. जसा युद्धात किंवा रोगात छाटली गेलेली नाके परत देणारी 'प्लॅस्टिक सर्जरी' हा थोड्याशा तुच्छ मानल्या गेलेल्या न्हाव्याचा शोध आहे. त्याचप्रमाणे हाडे बसविण्यासाठी वापरले जाणारे मातीचे पलिस्तर हा भारतीय कुंभकारांमुळे लागलेला शोध आहे. या दोहोंचा अठराव्या शतकात खूप मोठ्या प्रमाणात वापर केला जात असे. हे व्यवसाय करणाऱ्यांचा हलका जातीय दर्जा आणि त्यांच्यापेक्षा वरच्या जातींचा विज्ञानाबद्दलचा तिरस्कार यांच्यामुळे पश्चिमेकडच्याप्रमाणे पूर्ण प्रगती होण्यात अडथळा आला.

खेड्यातल्या खेड्यात जातीवरून असणाऱ्या फरकांशिवाय कारागीर आणि शेतकरी किंवा उपाध्याय यांच्यातील फरकही असतो. जवळच जंगले असतील तर अजूनही पश्चिम घाटातील कातकरी किंवा बिहारमधील मुंड आणि ओरांव यांसारखे पुरते अन्न संग्रहणाच्या अवस्थेतून बाहेर न पडलेले लोक दिसतात. असे सीमारेषेवरील टोळीवरून राहणारे लोक रोगराई, दारुडेपणा, जंगलाचा होणारा नाश, सभ्यतेची प्रगती आणि सावकारांचा उत्कर्ष यांमुळे नाहीसे होऊ लागले आहेत. हे लोक शेती करू लागले तरी ती बऱ्याच वेळा जमिनीचे तुकडे बदलून फक्त 'तोडा-भाजा' अशा स्वरूपाचीच असते. ते सुगीच्या दिवसांत शेतकऱ्यांपैकी सर्वात गरीब पण जमीनधारक असणाऱ्या शेतकऱ्यांबरोबर मजुरी करत असतील तर त्यांना मजुरी कमी आणि सामान्यतः वस्तुरूपाने दिली जाते. सामान्यतः सुगीनंतर इतस्ततः पडलेले धान्य वेचून घेण्याचा अधिकार त्यांना असतो. मग त्यांनी या कामात मदत केली असो वा नसो. थोडीशी शिकार आणि कीटक, घुशी, उंदीर, साप व माकडे सुद्धा मारून खाणे (ज्यामुळे इतर भारतीयांना धडकी भरते), कोंडा आणि शेतातील उरले सुरले धान्य हे त्यांच्या आहाराला जोड देतात. ते अजून शेतकऱ्यांपेक्षाही अधिक भयंकर प्रकारचा जादूटोणा करतात. निदान भारतीय वृत्तपत्रे दर काही वर्षांनी विधिपूर्वक खून केल्याच्या (मानवी बळी दिल्याच्या) संशयावरून टोळीवाल्या स्त्री-पुरुषांना सामुदायिक अटक केल्याचे आणि त्यांची न्यायालयीन चौकशी झाल्याचे जाहीर करतात. त्यांच्या टोळीतील पूर्वीच्या देवांचे खालच्या दर्जाच्या ग्रामीण देवतांशी काहीतरी साम्य असते. पुष्कळ वेळा ते

खेड्यातील देवांची पूजा करतात आणि ते खेडेसुद्धा त्यांच्या देवतांना मानते. अगदी पूर्वीच्या टोळ्या आता नाहीशा झाल्या असल्या तरी, कित्येकदा दूरदूरच्या पुष्कळ खेडुतांना खेचूनच आणणाऱ्या ग्रामीण उत्सवांचा माग अगदी त्या टोळ्यांच्या सुरुवातीपर्यंत लागतो. खेड्यातील स्थानिक धर्मपंथांची नावे सुद्धा अशा प्रकारचा प्राचीन उगम सिद्ध करतात. कित्येकदा एखादी शेतकऱ्यांची जात त्याच प्रदेशातील एखाद्या आदिवासी टोळीचेच नाव धारण करीत असते. शेतकरी आता अधिकच वरच्या दर्जाचा झाला असल्यामुळे दोन्ही गट परस्परांत लग्ने करीत नाहीत. वस्तुतः अन्नपुरवठ्यातील फरक अधिक भरपूर आणि नियमित आहार हे काही पिढ्यांच्या अवकाशात शरीराची ठेवण आणि चेहरा मोहरा सुद्धा बदलून टाकतात. तरीसुद्धा समान उत्पत्तिस्थानाच्या खुणा काही वेळा विशेषतः इतर खेड्यातून अपरिचित असणाऱ्या विलक्षण नावाच्या समान मातृदेवतांच्या वार्षिक पूजेच्या स्वरूपात उरतातच आणि मान्यही केल्या जातात. असे असले तरी शेतकरी बऱ्याच प्राचीन दिसणाऱ्या, परंतु स्थानिक देवतांपेक्षा एक पायरी वर असणाऱ्या इतर अधिक उच्च अशा देवतांची सुद्धा पूजा करतो. सामान्यतः ईश्वराचा दर्जा असणारा आणि उठावाची खोदीव मानवी जोडपे असणाऱ्या शिलेने 'पितरांचे' स्मारक केले जाते. त्या जोडप्यापासून उत्पन्नात झालेल्या वंशावळीतील शेतकऱ्यांच्या हातात ती जमीन जेव्हा पिढ्यानूपिढ्या असते तेव्हा सामान्यतः शेताच्या एका कोपऱ्यात त्यांची पूजा केली जाते. प्रत्येक शेतकऱ्याने म्हसोबाची वेगवेगळी प्रतिकृती केलेली असली, तरी तो सर्व प्रांतभर शेतकऱ्यांचा समान असणारा देव आहे. इतर लहान सहान देवतांची सुद्धा आराधना नांगरणी, पेरणी, कापणी आणि मळणीच्या वेळी करावी लागते. वेताळ हे भयंकर पिशाच्च भूतांचा राजपुत्र असून सुद्धा देवच आहे. यापेक्षा उच्च स्तरावर शिव, विष्णू व राम आणि कृष्ण यांसारखे विष्णूचे अवतार व त्यांच्या पत्नी असणाऱ्या देवता ब्राह्मणांचे देव असतात. कधी कधी प्राचीन स्थानिक देव किंवा देवता ब्राह्मण-वाङ्मयात आढळणाऱ्या देवतांपैकीच असल्याचे ओळखता येते. जुने देव नष्ट केले गेले नाहीत तर ते स्वीकारले गेले किंवा त्यांच्यात सोईस्कर बदल केला गेला. अशा रीतीने जे समानबंधन नसणारे समाजाचे तुकडेच राहिले असते, त्यांना ब्राह्मण धर्माने काहीशी एकात्मता आणली. ही प्रक्रिया भारतीय इतिहासात प्रथम देशाची टोळीच्या अवस्थेतून समाजापर्यंत प्रगती करण्याच्या बाबतीत आणि नंतर अंधश्रद्धेच्या घाणेरड्या कर्मात रुतलेल्या देशाला आवरून धरण्याच्या बाबतीत, अत्यंत महत्त्वाची होती.

ग्रामीण परंपरांवरून भारतीय इतिहासाचा अभ्यास करण्यामधील अडचण म्हणजे कालक्रमाचा अभाव ही होय. खेडूत मोसमाबरहुकूम जगत असल्यामुळे त्याच्या

दृष्टीने पन्नास वर्षांपूर्वी घडलेल्या घटना आणि १५०० वर्षांपूर्वी तयार झालेल्या परंपरा ह्या बऱ्याचशा एकाच पातळीवर असतात. भारतीय पुराणातील मानवजातीचे ठराविक मुदतीचे चार कालखंड म्हणजेच चार युगे ही ऋतूंचे चार प्रमुख बदल अगदी तंतोतंत प्रतिबिंबित करतात. या युगांचा शेवट विश्वव्यापी प्रलयात होतो आणि हे चक्र पुन्हा सुरू होते असे मानले जाते. स्थूल मानाने ग्रामीण भागात प्रत्येक पावसाळ्यानंतर हेच घडते. प्रत्येक वर्षी हे बरेचसे इतर वर्षासारखे असते. फरक एवढाच की, काही वर्षी पीक चांगले येते तर काही वर्षी दुष्काळ किंवा साथीचे रोग येतात. शेतकरी जवळजवळ पूर्णपणे निरक्षर असल्यामुळे नोंदी ठेवल्या जात नाहीत. त्याला थोडेसे शालेय शिक्षण मिळालेले असले तरी खेडुतांची जीवनपद्धती अशी असते, की त्याला साक्षरतेचा काही उपयोग होत नाही आणि तो अज्ञानात बुडून जातो. सर्वसाधारण खेड्यामध्ये कोणतीही पुस्तके, वृत्तपत्रे किंवा अशा प्रकारचे कोणतेही वाचनीय साहित्य शिरकाव करीत नाही. अशा रीतीने ग्रामीण परंपरांचे विश्लेषण करताना विशेष काळजी घ्यावयास पाहिजे. उलटपक्षी किती प्राचीन विधी बाह्यतः बदल न होता, आजपर्यंत टिकून राहू शकतात हे ती दाखवून देते. बऱ्याच वेळा सरंजामशाहीतील उमरावांनी किंवा ब्राह्मण उपाध्यायांनी स्वतःच या स्थानिक रूढी क्वचित थोडासा वरून मुलामा देऊन, आपल्या म्हणून स्वीकारल्या. आपण केलेल्या व्याख्येनुसार इतिहासाचा संपूर्ण तपशिलांसह आविष्कार, तो इतिहास वाचण्यास लागणारी नजर आणि सूक्ष्म दृष्टी असेल तर भारतीय खेड्यांमधून झालेला दिसतो.

१.६ सारांश

आत्तापर्यंतच्या विवेचनावरून प्रथम हे स्पष्ट होते की, भारतात वर्चस्व असणारा वर्ग आणि भारतीय शहरी जीवन यांच्यावर उत्पादनाची 'बूर्झ्वा' पद्धत लादणाऱ्या परकीयांचा ठसा आहे. दुसरा म्हणजे सर्वत्र पसरलेल्या ग्रामीण भागावर आणि भारतातील धार्मिक संस्थांवर त्यांच्या प्राचीन उत्पत्तिस्थानाचा कायमचा ठसा उमटलेला आहे. कारण जीवनाच्या प्राचीन पद्धती भारताच्या अनेक भागात पूर्वी शक्य होत्या व अजूनही आहेत. स्वदेशाभिमानामुळे अनेकांना भारताच्या अर्वाचीन इतिहासातील परकीय आक्रमकांच्या भूमिकेची किंमत कमी वाटत असली, तरी या दोन विधानांपैकी पहिले सामान्यतः मान्य केले जाते. ज्यांना आपल्या देशाची टर उडविल्यासारखी वाटते किंवा त्यांच्या स्वतःच्या प्रतिष्ठेला धक्का बसल्यासारखा वाटतो, अशा बऱ्याच मध्यमवर्गीय भारतीयांना हे दुसरे विधान संतप्त करते. प्राचीन संस्कृती सरंजामशाही किंवा 'बूर्झ्वा' जीवनपद्धतींच्या दुष्ट उपफळांशी आलेल्या संबंधांमुळे हिंसक होईपर्यंत हास्यास्पदही नसतात किंवा अप्रतिष्ठितही नसतात. भारताची प्रगती ही तिच्या मानाने

इतर देशातील प्रगतीपेक्षा अधिक 'सभ्य' होती. जुने पंथ आणि स्वरूपे बळजबरीने नष्ट केली गेली नाहीत, तर आत्मसात केली गेली. धर्मभोळेपणाने बळजबरीची आवश्यकताच कमी करून टाकली. भारतीय इतिहासाची वाटचाल युरोपच्या पावलांवर पाऊल टाकून झाली असती तर येथे कितीतरी अधिक पाशवी वृत्ती बळावली असती. यावरून असे दिसून येते की, भारतीय इतिहासाच्या प्रवाहाला इतरांहून अगदी वेगळे असे काही विशेष आहेत. केवळ पुढील गैरसमज टाळण्यासाठी त्यांची रूपरेषा तपासून पाहणे आवश्यक आहे. बखरी, राजांच्या नामावळी ' कालक्रमवृत्तान्त ' महत्त्वाच्या लढायांच्या तारखा, राज्यकर्त्यांची व सांस्कृतिक व्यक्तींची चरित्रे यांच्यावरून पाहिल्यास वाचण्यास योग्य असा भारतीय इतिहासच नाही. अशा प्रकारचा प्राचीन भारतातील सविस्तर वैयक्तिक किंवा उपाख्यानात्मक इतिहास सहज वाचणाऱ्याला ज्यात आढळतो अशा ग्रंथांचा रोमांचकारक कल्पितकथा म्हणून (काही भारतीय आगगाड्यांच्या वेळापत्रकांप्रमाणे) आस्वाद घ्यावा, पण त्यावर विश्वास ठेवू नये. दुसऱ्या टोकाला काही गैरसमजाची शक्यता आहे. मानवी समाजाने प्राचीन साम्यवाद, पितृसत्ताक पद्धती (बायबलच्या 'जुन्या करारातील' अब्राहम) आणि/अथवा आशियन पद्धती (अनिश्चित) प्राचीन ग्रीस किंवा रोमचा गुलाम समाज, सरंजामशाही बूर्झ्वा पद्धती आणि काही देशांपुरता समाजवाद या उत्पादनपद्धती क्रमाने दिलेल्या आहेत, असे मानले जाते. भारतीय इतिहास या काटेकोर चौकटीतही बरोबर बसत नाही. प्रथम, पूर्वी दर्शविल्याप्रमाणे देशाचे सर्व भाग एकाच वेळा एकाच अवस्थेत नव्हते. प्रत्येक अवस्थेत, देशाच्या जवळजवळ प्रत्येक भागात अगोदरच्या निरनिराळ्या अवस्थांच्या उत्पादक आणि औपचारिक रचनेबरोबर या डोलाऱ्याचा बराच मोठा भाग टिकून राहिला. दुराग्रहाने जुन्या पद्धतीलाच चिकटून राहू पाहणारे व शकणारे लोक नेहमी होतेच. तथापि प्रत्येक विशिष्ट पद्धत देशाच्या बहुतेक भागात चालू राहणे भागच आहे, इतकी प्रभावी झाली असेल तेव्हा आपण आपले लक्ष तिच्यावर केंद्रित केले पाहिजे. दुसरे म्हणजे भारतात कोणत्याही काळात प्राचीन युरोपातील अर्थाने गुलामगिरी आढळणे अशक्य आहे. काही भारतीय अत्यंत प्राचीन काळापासून चालू शतकाच्या मध्यापर्यंत असे प्रस्थापित करतात की, केरळमध्ये काही विशिष्ट टोळीवाले लोक अजूनही उघड्या बाजारात जनावरांप्रमाणे विकले जातात. पण उत्पादनाच्या संबंधात आणि मजुरांचा पुरवठा म्हणून गुलामगिरीचे महत्त्व फारसे नव्हते. ज्याचे अधिक उत्पादन गिळंकृत करता येते अशा गुलामांची जागा प्राचीन काळी सर्वात खालच्या किंवा 'शूद्र' जातीच्या सदस्यांनी घेतली. सरंजामशाहीच्या काळात विकत घेतलेले किंवा पळवून आणलेले गुलाम राज्यकर्त्याला किंवा उमरावाला आपल्या

अनुयायांवर कमी अवलंबून राहण्यास मदत करीत असल्यामुळे त्यांचे महत्त्व अधिक वाढले. राजाचे गुलाम जहागिरीच्या सत्तेला धोकादायक आहेत, असे उमराव नेहमी मानीत असल्यामुळे ही गुलामगिरी प्राचीन ग्रीक किंवा लॅटिन संस्कृतीतील गुलामगिरीसारखी नव्हती. इतकेच नव्हे तर या प्रकारचा कोणताही गुलाम अमर्याद मालमत्तेचा मालक होऊ शकत असे आणि सरंजामशाही समाजातील इतर कोणीही व्यक्ती इतक्याच उंच भराऱ्या मारू शकत असे. उदाहरणार्थ, दिल्लीच्या आरंभीच्या बादशहांपैकी सर्वात समर्थ आणि चांगले बादशहा आणि अहमदनगरच्या बहामनी वंशाचा कर्तबगार संस्थापक हे सर्व गुलामगिरीतूनच उदयाला आले. म्हणूनच भारतीय सरंजामशाहीची सुद्धा स्वतःची अशी खास वैशिष्ट्ये आहेत (परंतु इंग्लंडमधील सरंजामशाही ही रुमानियातील सरंजामशाहीपेक्षा भिन्न होती.). शिक्षापात्र गुलामगिरी, घरगुती गुलाम, सर्व प्रकारचे विकत घेतलेले खुशमस्करे आणि अंतःपुरातील गुलाम हे सर्व सरंजामशाहीच्या काळात तत्पूर्वी आणि त्यानंतरही माहिती होते. त्यातील फक्त पहिल्या वर्गाला कधीकधी मिळणाऱ्या वागणुकीचा अपवाद सोडल्यास उरलेल्या सर्वांसाठी किंमत मोजलेली असल्यामुळे त्यांना पगारी कामगारापेक्षा चांगली वागणूक मिळत असे. या परिस्थितीमुळेच ज्या युरोपियन सरंजामशाहीत गुलामगिरीला तीव्र विरोध आढळतो. ब्राझीलमध्ये गुलामगिरी ही सरंजामशाहीपूर्वी नव्हती. अमेरिकेतील संयुक्त संस्थानांत सरंजामशाही शिवायच 'बूझ्वां' बरोबरच कापसाच्या लागवडीसाठी गुलामगिरीचे आगमन झाले. शंभर वर्षांपूर्वी जगातील या सर्वात प्रगत भांडवलशाही लोकसत्ताक राज्याच्या दक्षिणेकडील संस्थानांत अजूनही प्रतिध्वनित होणाऱ्या रक्तरंजित यादवी युद्धानंतर ती नष्ट केली गेली. भारताच्या सांस्कृतिक इतिहासाच्या या संक्षिप्त रूपरेषेमागे कोणताही स्वमताग्रही हेतू नाही. आपल्याला एक निश्चित व्याख्या आणि कार्यपद्धती स्वीकारावी लागेल, कारण इतर कोणत्याही व्याख्येचा आणि कार्यपद्धतीचा निष्फळपणा काहीशा दुःखद अनुभवानेच सिद्ध झाला. या पुढील प्रकरणांचा भारतीय समाजाच्या केवळ भूतकालीनच नव्हे तर वर्तमानकालीन स्थितीशीही अगदी जिव्हाळ्याचा संबंध निश्चित आहे.

'इतिहासकाराचे कार्य भूतकाळात रंगून जाण्याचे किंवा भूतकाळाकडे पाठ फिरविण्याचे नाही तर त्याच्यावर स्वामित्व मिळविण्याचे आणि वर्तमानकाळ समजून घेण्याची गुरुकिल्ली म्हणून त्याला जाणून घेण्याचे आहे. जेव्हा इतिहासकाराची दृष्टी वर्तमानकालीन समस्यांच्या पूर्ण ज्ञानाने प्रकाशित होते, तेव्हाच महान इतिहास लिहिला जातो..... इतिहासापासून बोध घेणे ही कधीच एकमार्गी प्रक्रिया असू शकत नाही. भूतकाळाच्या संदर्भात वर्तमानकाळाचे ज्ञान मिळविणे याचा अर्थ वर्तमानकाळाच्या

संदर्भात भूतकाळाचे ज्ञान मिळविणे असाही होतो. भूतकाळ व वर्तमानकाळ यांच्या परस्पर संबंधातून दोहोंच्याही अधिक सखोल आकलनास मदत करणे हे इतिहासाचे कार्य आहे.'

कदाचित प्रस्तुत लेखकाची पारिभाषिक योग्यता अशा प्रकारचा इतिहास लिहिण्यास पुरेशी नसेल. वाचकाला दुसऱ्या काही कारणाने त्याचा परिणाम असमाधानकारक वाटेल. परंतु निदान काय अपेक्षा ठेवावी हे त्याला माहीत असते. हा छोटासा ग्रंथ पुढील घटना विचारात घेईल; आरंभीचा समाज आणि टोळ्यांचे जीवन, सिंधूच्या खोऱ्यातील संस्कृती, या संस्कृतीचा शेवट करणारे, परंतु पूर्वेकडे वसाहती करू शकणारे आर्यांचे आक्रमण, जातिव्यवस्था, लोखंडी हत्यारे आणि नांगर यांच्या साहाय्याने गंगेच्या खोऱ्याचा अभ्युदय, मगध देशाचा आणि बुद्धतत्त्वज्ञानाचा उदय, मौर्यांचा संपूर्ण देशावर विजय आणि शेती करणाऱ्या खेड्यातील अन्नोत्पादनावर आधारलेले त्यांचे सार्वभौम राज्य, साम्राज्याचा नाश, दखखनमधील राज्यांची प्रगती आणि किनापट्टीवरील वसाहत, उदयोन्मुख सरंजामशाहीची दीर्घ वाटचाल आणि बुद्ध तत्त्वज्ञानाचा ऱ्हास, यांबरोबरच आपण मुस्लिम काळात आणि भारतीय मध्ययुगात तसेच जिला अगदी समर्पकपणे 'प्राचीन भारतीय संस्कृती' म्हणता येईल तिच्या शेवटाकडे येतो.

❑

प्रकरण २

प्राचीन जीवन आणि इतिहासपूर्वकाल

२.१ सुवर्णयुग

मानवाच्या प्राचीन पूर्णावस्थेपासून झालेल्या पतनाच्या आख्यायिका अनेक निरनिराळ्या देशांच्या आणि लोकांच्या पुराणकथांतून आढळतात. तशाच त्या भारततातही आढळतात. आधुनिक हिंदू सद्यःकालाचा उल्लेख मानवजातीचे 'कलियुग' असा करतात. या काळापूर्वी अधिक उदात्त असे तीन कालखंड होऊन गेले असे मानले जाते. त्यातील पहिला आणि सर्वोत्कृष्ट कालखंड 'सत्य युग' आणि 'कृत युग' ही दोन युगे होय. त्यावेळी माणसाला कसलाही आजार किंवा अभाव माहीत नव्हता. ते कष्ट करीत नसत किंवा सूतही काढीत नसत. कारण ही चांगली भूमी आपण होऊन भरपूर उत्पादन देत असे. शांत, निरागस, साधा, सद्गुणी असा प्रत्येक मनुष्य हजारो वर्षे जगत असे. माणसाची लालसा त्यानंतर वाढली, माणसे खाजगी मालमत्ता जमवू लागली. आपल्या मिळकतीचा साठा करू लागली. या दुष्ट उद्योगाची परिणती यशस्वीपणे त्रेता, द्वापार आणि कलियुगांमध्ये झाली. यांपैकी प्रत्येक युग मागच्यापेक्षा वाईट होते. आयुर्मर्यादा कमी झाल्या. मानव जात शुद्धतेपासून ढळल्यामुळे युद्ध, रोग, दारिद्र्य आणि भूक यांनी तिला गांजले. बौद्ध व जैन धर्मग्रंथात यासारखीच हकिकत आहे. सर्वात अलीकडच्या ब्राह्मणग्रंथांनी अनंत अशा कालचक्राचा – मन्वन्तराचा – सिद्धान्त मांडला. सध्याच्या कलियुगाचा शेवट विश्वव्यापी प्रलयात होणार आहे. या प्रलयामुळे सर्व जीवसृष्टीचा संपूर्ण नाश झाल्यानंतर पृथ्वी पाण्यातून पुन्हा वर येईल आणि पुन्हा मन्वन्तराचा एक नवीन सुवर्णयुग सुरू होईल. कालांतराने त्याच्या पाठोपाठ अधिकाधिक अवनतीची तीन युगे येतील आणि दुसऱ्या प्रलयात नाहीशी होतील. भूतकाळात असेच घडले आणि भावी कालचक्रातही असे घडणार. निरर्थक ऐतिहासिक पुनरावृत्तीचे हे नैराश्यपूर्ण दृश्य म्हणजे पूर्वी म्हटल्याप्रमाणे केवळ भारतीय खेड्यांच्या सुस्त मोसमी जीवनाचे प्रतिबिंब आहे. ऑक्टोबरच्या सुगीच्या हंगामानंतर आरोग्य आणि वैपुल्याचा शीतल हवामानाचा ऋतू येतो. त्यानंतर वाढती टंचाई येते व शेवटी केवळ तापलेली जमीन पेरण्यासाठी तयार करण्यास प्रतिकूल परिस्थितीत अत्यंत काबाडकष्ट करावे लागतात. शेवटी प्रचंड मोसमी पावसाने सर्व देशभर पूर येतात आणि त्यानंतर दुसऱ्या वर्षी त्याच प्रकारच्या ऋतुचक्राची पुनरावृत्ती होते.

ही कल्पितकथा सर्वत्र पसरलेली असली तरी उत्तरकालीन कवी आणि धर्मगुरूंच्या कल्पनासृष्टीच्या बाहेर मानव जातीचे मूळचे सुवर्णयुग अस्तित्वात नव्हते. भारताबाहेरील काही थोड्या ठिकाणी सुमारे ख्रिस्तपूर्व २५०० वर्षांपासून अस्तित्वात असणाऱ्या ऐतिहासिक नोंदीवरून आपणास हे प्रथम समजते. त्याखेरीज भूतकाळाचा अर्थ लावण्यासाठी पुराणवस्तुशास्त्राची मदत घ्यावीच लागते. जेव्हा पुराणवस्तुशास्त्रज्ञ अलीकडच्या काळात फारशी उलथापालथ न झालेल्या जमिनीत एखाद्या जागेवर उत्खनन करतो तेव्हा त्याला एकमेकांपासून स्पष्टपणे अलग झालेल्या उंचसखल थरांच्या स्वरूपात साचलेल्या गाळाचा थर आढळतो. खालचे थर हे अधिक प्राचीन असतात. त्यावरून त्यांचा कालक्रम स्पष्ट दिसतो. या थरांपैकी अनेकांमध्ये मानवी हालचालींचा पुरावा असतो. हा पुरावा हाडे, कवटी किंवा जो आपल्याला धारण करणाऱ्या मानवी प्राण्याच्या नमुन्याबद्दल पुष्कळ सांगू शकेल. असा फक्त एखादा दात सुद्धा यांच्यासारख्या शारीरिक अवशेषांच्या स्वरूपात असू शकेल. पुष्कळदा मनुष्य शिकार करीत असलेल्या प्राण्यांची हाडे तसेच तो पाळीत असलेल्या कुत्रा, गुरे, मेंढ्या, घोडा या प्राण्यांची हाडे देखील त्याच्या स्वतःच्या हाडांबरोबरच आढळतात. थरांची तुलना करून असे म्हणता येईल की, कुत्रा हा घोड्याच्या बराच आधी माणसाळविला गेला आणि गुरे व मेंढ्या ही केव्हातरी मध्यंतरी माणसाळविली गेली. मातीची भांडी, दगडी हत्यारे, धातूच्या वस्तू ही सर्व मानवनिर्मित वस्तूंच्या वर्गात मोडतात आणि म्हणूनच ती कृत्रिम म्हटली जातात. इजिप्तसारखे कोरडे हवामान असेल तर लाकडी हत्यारे, हाडे आणि हस्तिदंत शस्त्र, बुरूडकाम, लोकरी व रेशमी धाग्यांनी विणलेले कापड, अन्नधान्ये, लव्हाळ्यावरील चित्रे किंवा लेख सुरक्षित राहतात. त्यामुळे कोणत्या क्रमाने मनुष्य या विविध वस्तू निर्माण करण्यास शिकला हे आपण अंदाजे सांगू शकतो. उपजविलेली धान्ये जरी कृत्रिम वस्तूंच्या वर्गात मोडत नसली तरी मातीच्या भांड्याइतकीच मानवी कृतींचा परिपाक असतात. ही सर्व हजारो वर्षांच्या काळात नैसर्गिक गवताच्या सर्वात जाड बियांची काळजीपूर्वक निवड आणि पुनःपुन्हा पेरणी करून प्रगत केलेली आहेत. जर मानवी प्रयत्न थांबले तर मुद्दाम लागवड केलेले सर्व प्रकार वनस्पतीच्या काही पिढ्यांतच नाहीसे होतील किंवा अधिक कणखर अशी मूळ रूपातील रानटी धान्यं त्याची जागा घेतील. ही थरांच्या स्वरूपातील नोंद हा एक ऐतिहासिक अनुक्रम आहे. वरच्या थरातून नंतर खळगा खणल्यामुळे थर विस्कटले गेल्यास प्रशिक्षित तज्ज्ञ ते ओळखून बाजूला काढू शकतो. निरनिराळ्या ठिकाणी आढळणाऱ्या वस्तूच्या तुलनेवरून एखाद्या विशिष्ट प्रकारची हत्यारे, मातीची भांडी, अन्नधान्य इत्यादींचा प्रसार किती दूरवर झाला होता हे आपणास कळते. शेवटी क्लोरीनचे प्रमाण, कोळसा

व हाडांची क्ष-किरण विसर्जकता, चुंबकीय निरीक्षणे, वनस्पती वलयातील ऋतुमानाप्रमाणे होणारे, बदलामुळे कालनिश्चितीची बरीच चांगली पद्धत आधुनिक तंत्र आपणास देते. अशा रीतीने पुनर्रचना केलेला भूतकाळ (मधून मधून तुटक असला तरी) अनेक शतकांपर्यंत मागे जातो आणि आपण 'जावा मानव', 'पेकिंग मानव', 'आफ्रिका मानव', 'प्रोकॉन्सल' यांसारख्या मानवाशी क्वचितच साम्य असलेल्या प्रकारापर्यंत आणि मानवपूर्व 'आफ्रिकी प्रोकॉन्सल'च्या कवटीपर्यंत पोहोचतो. याबरोबरच आपण पुराणवस्तुशास्त्रातून भूगर्भशास्त्राकडे तसेच इतिहासाच्या अभ्यासाकडून सस्तन, पृष्ठवंशीय आणि इतर प्राण्यांच्या उत्क्रांतीच्या अभ्यासाकडे वळतो.

परंतु नष्ट झालेल्या सुवर्णयुगाबद्दलचा - पुराणकालीन वैभवाचा पुरावा या सर्वांमध्ये कोठेही आढळत नाही. मानवाच्या प्रगतीत सारखेपणा किंवा स्थैर्य नव्हते, परंतु एकंदरित त्याने बऱ्याच अकार्यक्षम प्राण्यापासून तो हत्यारे घडविणाऱ्या आणि वापरणाऱ्या प्राण्यापर्यंत प्रगती केली आणि आपल्या संख्याबळाने व विविध प्रकारच्या कामगिरीने सबंध पृथ्वीवर वर्चस्व मिळविले. आता त्याला फक्त स्वतःवरचा ताबा ठेवणे शिकले पाहिजे. सहस्रावधी वर्षांनंतर खणून काढलेली मानवी हाडे आपणास हेच दाखवून देतात की, जुन्या अश्मयुगीन मानवाने चाळिशीचे वय गाठणे हे नेत्रदीपक यश मिळविण्यासारखेच आहे. कारण आपल्यापेक्षा अधिक निरोगी असणे तर दूरच, पण आयुष्य कमी करणाऱ्या बांडगुळांचा व विकलांग करणाऱ्या आजारांचा त्रास त्याला आपल्यापेक्षा जास्त होता. असेलच तर सुवर्णयुग भविष्यकाळात असेल, भूतकाळात नाही.

२.२ इतिहासपूर्वकाळ व प्राचीन जीवन

कोणत्याही विशिष्ट काळातील माणसे प्रत्यक्ष कशी जगत होती हे फक्त पुराणवास्तुशास्त्राच्या संशोधनावरून आपणास समजते असे नाही, तर त्या प्रकारच्या जीवनाची (त्या संपूर्ण संस्कृतीची) पुनर्रचना करण्यासाठी जगातील आडबाजूला असणाऱ्या ठिकाणी अजून टिकून असलेल्या अनेक निरनिराळ्या जगातील टोळ्यांच्या तौलनिक अभ्यासाची जरुरी असते. त्यानंतरच हळूहळू एखादा विशिष्ट हत्याराचा संच तयार केला व वापरला गेला, अगदी खूप पूर्वीच्या काळात तो तयार करणारे लोक कसे जगले असतील हे स्पष्ट होऊ लागते. सामाजिक संस्थेबद्दल - ती केव्हा अस्तित्वात आली याबद्दलही - थोड्या कमी निश्चितीने सांगता येते. ऑस्ट्रेलियातील किंवा ब्राझीलच्या अगदी अंतर्भागातील प्राचीन टोळीचा अभ्यास करता येतो. याचाच अर्थ असा की, त्या टोळीतील लोकांचा बाह्य जगताशी म्हणजे पर्यायाने संस्कृतीशी काहीतरी

संबंध होता. हे मानलेच पाहिजे कारण कोणताही संबंध आला की, बदल आलाच. दुसरे असे की कोणताही मानवी गट दीर्घकाळा पर्यंत त्याच स्थितीत राहू शकत नाही. तो अधिक कार्यक्षम अशा स्वरूपात उत्क्रांत तरी होतो किंवा क्षीण होत जाऊन नाश पावतो. आपणास ज्या इतिहासपूर्वकालीन लोकांचा अभ्यास करावयाचा आहे ते भूपृष्ठावरून नाहीसे झाले आहेत. काही गटाच्या वंशजांनी आधुनिक सुधारणेकडे वाटचाल केली तर इतर केवळ नष्ट झाले. दूर कोपऱ्यात टिकून राहिलेल्या काही थोड्या लोकांत त्यांना जीवनाच्या नवनवीन स्वरूपापासून परावृत्त करणाऱ्या काही कल्पना, मनोवृत्ती, धर्मभोळेपणा, धार्मिक विधींच्या रूढी व पद्धती निर्माण होत गेल्या. बहुतेक समकालीन रानटी गटांची समाजरचना ही सर्वांची जरी तीच नसली तरी, कोणत्याही नवीन बदलाला विरोध करण्याइतकी ताठर असते. सामाजिक विकासावर होणाऱ्या कल्पनांच्या परिणामांकडे दुर्लक्ष करणे कोणाही अधिभौतिकवाद्याला परवडणार नाही.

जगाच्या खूप मोठ्या प्रमाणात उत्खनन केल्या गेलेल्या भागातील पुराणवस्तुशास्त्रीय नोंद ढोबळ मानाने पुढील क्रम दाखविते. सर्वात खाली म्हणजेच सर्वात प्राचीन छिनलेल्या दगडांचे ओबडधोबड तुकडे असतील तर हे तुकडे सामान्यतः आता नष्ट झालेल्या लाकडाच्या व हाडांच्या तुकड्याबरोबर हत्यारे म्हणून वापरली जात. या जुन्या अश्मयुगात लक्षावधी वर्षांच्या काळात दगडी हत्यारे छिनण्याच्या तंत्रात अगदी हळूहळू प्रगती झाली. शेवटी त्याच्या पाठोपाठ चकचकीत केलेल्या दगडी हत्यारांचे युग (म्हणजेच नवीन अश्मयुग) आले. या दोहोंच्या मध्ये ज्याला 'मेसालिथिक' युग म्हणतात ते होते. (हल्ली हा शब्द वापरात नाही) या युगाचा विस्तार आणि कालखंड निश्चित नाही. दगडांचीच (आणि प्रायः हाडे, लाकूड व शिंगांचीही) हत्यारे असणारे हे खालचे थर कालांतराने धातूच्या हत्यारांच्या व शस्त्रांच्या अवशेषांनी भरलेल्या दुसऱ्या थरांनी झाकले गेले. विस्तृत प्रमाणात प्रथम वापरला गेलेला धातू म्हणजे तांबे हा होय. हा धातू मातीच्या भांड्यातील लागणाऱ्या भट्टीपेक्षाही कमी कार्यक्षम अशा भट्टीतच कच्च्या खनिजातून वेगळा काढता येतो. नंतरच्या अश्म युगातील दगडी हत्याराबरोबरच मातीची भांडीही आढळतात. तांबे इतके मऊ असते की, त्यावर काही प्रक्रिया केल्याखेरीज त्याचा उपयोग करता येत नाही आणि कोणत्या तरी धातूत मिसळले नाही तर ते फारच ठिसूळ राहते – ते कथिलाशी मिश्रित गेले तर ब्रान्झ धातू मिळतो – कथिलाचा प्रसार फारसा नसल्याने 'ब्रान्झ युगाचा' अगदी कसून शोध घेणे आलेच. इ.स.पू. ३००० च्या सुमारास किंवा त्या पूर्वी देखील दूरदूर अंतरावरील व्यापार अगदी भरभराटीत होता. ब्रॉन्झ धातू हा अगदी दुर्मिळ असून

फारच थोड्या देशांच्या संग्रही होता. याचाच अर्थ समाजाची निरनिराळ्या वर्गात विभागणी हा होय. ब्रॉन्झ युगाने धातूंच्या खाणी व पाणी मिळण्याच्या चांगल्या ठिकाणावर ताबा मिळविण्यासाठी झालेल्या खूप लढाया व हल्ले पाहिले. इ.स.पू. २०००-१००० या काळात युरेशियाच्या भूखंडावर विपुल, पण फिरत्या अन्न साठ्यासह (बहुशः गुरांसह) भटकत फिरणाऱ्या असंख्य टोळ्या होत्या. इजिप्त व मेसोपोटेमियाच्या नद्यांच्या खोऱ्यातील अधिक प्राचीन शेतकी संस्कृतीमध्ये नगरराज्ये, राजसत्ताक राज्ये, मंदिरातील उपाध्येपण आणि युद्ध यांचा हजारांवर वर्षे आधीच विकास झाला होता. अशा प्रकारची प्रगती स्थानिक व अपवादात्मक होती.

सध्याचे युग पुराणवस्तुशास्त्रदृष्ट्या लोहयुग आहे. लोखंड हा इतका स्वस्त व सर्वत्र प्रसार झालेला धातू आहे की, त्यामुळे शेती करणे सर्वत्र शक्य झाले आहे. 'नंतरच्या अश्मयुगात' काही थोडी शेती होत असल्याचे आढळते. त्यामुळे आपणास उत्पादनाच्या साधनातील 'नवीन अश्मयुगीन क्रांती'बद्दल बोलता येते. परंतु जेथे घनदाट जंगले साफ करण्याची आवश्यकता नव्हती अशा काही अनुगृहीत ठिकाणांपुरतेच हे मर्यादित होते. उदाहरणार्थ, मेसोपोटेमिया (इराक), इजिप्त, सिंधूचे खोरे, इराण, तुर्कस्थान व पॅलेस्टाईन यांची उंच पठारे आणि डॅन्युब, नदीच्या खोऱ्यातील लोएस मातीचा पट्टा-कदाचित चीनमधील लोएसच्या काही प्रदेशात लोखंड प्रथम तयार केले गेले तेव्हा ब्रान्झपेक्षा कठीण असेल तरी त्यामुळे जंगले साफ करणे आणि अधिक कठीण जमीन नांगरणे शक्य झाले. अनेकांना उपलब्ध असणारा आणि फक्त योद्धयांच्या वर्गाची मक्तेदारी असलेला असा तो पहिलाच धातू होता. प्रथम गावे वसविणाऱ्या शेतकऱ्यांचा काळ तुर्कस्थानातील 'केटलहुयूक' आणि 'पॅलेस्टाईन' मधील 'जेरिको' येथे इ.स.पू. ७००० ते ८००० पर्यंत मागे जाते. परंतु अन्नोत्पादनाचे त्यांचे तंत्र जवळपासच्या भूभागात मोठ्या प्रमाणात वापरले गेले नाही. इ.स.पू. २००० च्या शेवटी शेवटी लोखंड हा धातू मोठ्या प्रमाणात उपलब्ध होईपर्यंत त्यांची शेती इजिप्त व इराकमधील शेतीच्या उलट अन्नसंग्रहणाला व पशुपालनाला पूरक म्हणूनच राहिली. अगदी सुरुवातीच्या लोखंड उत्पादनाच्या चांगल्या पद्धती ही सध्याच्या तुर्कस्थानातील त्यावेळच्या 'हिटाईट' लोकांची कटाक्षाने संरक्षिलेली मक्तेदारी असल्याचे दिसते. इ.स.पू. १३५० मध्ये देखील लोखंड इतके दुर्मिळ होते की, 'तुतानखामेन' या 'फाराहो'ला सोन्याच्या मजबूत शवपेटिकेत ठेवून तांबे, सोने, ब्रॉन्झ, हस्तिदंत आणि इतर मौल्यवान वस्तूंनी भरलेल्या थडग्यात पुरलेले होते. लोखंडाचा फक्त एक ताईत त्याच्या कवटीखाली बांधलेला होता. स्वस्त लोखंडाच्या शोधामुळे बहुसंख्यांना सुख मिळाले असे नाही. आशिया मायनरमधील लहान लहान एकाकी असे शेती करणारे

समाज हे ब्रॉन्झ युगातही हल्लेखोरांकडून वरचेवर लुटले गेले. जेव्हा भरपूर मनुष्यशक्ती (बहुधा जमिनीशी संबंधित गुलाम किंवा दास) उपलब्ध झाली तेव्हाच लोखंडाचा उपयोग जास्त अन्न - आणि त्याबरोबरच जास्त जुलूम यासाठी होऊ लागला. जवळ जवळ आजतागायतही काही थोडे इतरांपासून अलग आणि व्यापारी मार्गापासून बाजूला राहाणारे टोळीवाले लोक टिकून आहेत आणि ते उत्पादनाकडे वळण्याऐवजी मुद्दाम हट्टाने अन्नसंग्रहणाच्या अश्मयुगीन तंत्रांना चिटकून आहेत. सुधारणेकडे होणाऱ्या प्रगतीच्या वाटचालीतून ते बाजूलाच राहिले. दगडाचा प्रासंगिक उपयोग इतिहासपूर्व कालापासून इतिहासकालातही बरेच दिवसांपर्यंत चालूच राहिला. इ.स.पू.५४ मध्ये ज्युलियस सीझरने इंग्लिश बेटांवर केलेल्या हल्ल्याच्या कितीतरी आधी इंग्लंडने लोहयुगात प्रवेश केला होता तरीसुद्धा इ.स. १०६६ मधील हेस्टिंग्जच्या युद्धात हेराल्ड राजाच्या सैन्यातील अनेक सॅक्सन सैनिक दगडी कुऱ्हाडीनेच हत्यारबंद झालेले होते.

अन्नसंग्रह करणाऱ्या समाजाचे साकल्याने गुणवर्णन करणे सोपे नाही. आधुनिक अद्‌भुतवाद्यांचा असा विश्वास होता की, प्राचीन मानव हा थोर मनाचा रानटी मनुष्य, सुधारणेने न बिघडविलेले, व्यसन आणि हाव यांपासून मुक्त असलेले असे निसर्गाचे संतान - असला पाहिजे. ख्रिस्तोफर कोलंबसने कस्टिलच्या इझाबेला राणीला लिहिलेल्या पत्रापासून पृथ्वीवरील 'नैसर्गिक' नंदनवनाची ही कल्पित कथा सुरू झाली. या संशोधकाला भारताच्या सुवर्णनगरांमध्ये पोहोचण्यात अपयश आल्यामुळे काही झाले तरी, आपण काहीतरी असामान्य - नैसर्गिक अवस्थेतील कॅरिबियन मानव - शोधून काढले असे दाखविण्यास तो उत्सुक होता. अशा रीतीने चेतविल्या गेलेल्या युरोपीय कल्पनाशक्तीला बायबलमध्ये मानवाच्या आद्यावस्थेनंतर (इडनच्या बागेनंतर) न आढळलेले, किंवा रेनेसन्स (पुनरुज्जीवनाच्या) काळामुळे परत शोध लागलेल्या ग्रीक लॅटिन प्राचीन ग्रंथामधील 'युटोपिया'(संपूर्ण सुखस्थनन) मध्ये हीन आढळणारे असे काहीतरी सापडले. 'नैसर्गिक मानवा'च्या या शोधानंतर रूसोने सामाजिक सिद्धान्त आणि व्हाल्टेअरची त्याच्या समकालीन समाजाविरुद्धची विध्वंसक टीका त्यांना जोर चढला. अजून सुद्धा काही लोक असे मानतात की, प्राचीन साम्यवाद ही जणू काही आदर्श समाजाची अवस्था होती, तिच्यात सर्वजण सारखे वाटून घेत आणि आपल्या साध्या गरजा सहकार्याने भागवीत. अगदी टोकालाच नेली तर ही सुद्धा गुलाबी रंगाच्या आधुनिक पेहरावातील 'सुवर्णयुगाची' कल्पितकथाच म्हणावी लागेल.

अगदी सुरुवातीला अन्नसंग्राहक समाज हा कडक निर्बंधात होता. प्रत्येक ठिकाणी व काळात त्याचे खास स्वरूप तुटपुंज्या आणि अनिश्चित अन्नसाठ्याने ठरत असे. ग्रॅहॅम क्लार्कसारखा अत्यंत काळजीपूर्वक काम करणारा पुराणवस्तुशास्त्रज्ञ असा

अंदाज करतो की, 'वरच्या अश्मयुगातील' इंग्लंड व वेल्समधील लोकसंख्या बहुधा दहा छोट्या टोळ्या मिळून २५० नव्या व जुन्या अश्मयुगाच्या मधल्या काळात (मेसालिथिक) संपूर्ण ग्रेट ब्रिटनमधील लोकसंख्या ४५०० नवीन अश्मयुगात कोणत्याही एका वेळी २०००० इ.स.पू. २००० च्या सुमारास म्हणजे ब्रॉन्झयुग आणि अन्नोत्पादन ही दोन्ही प्रगतिपथावर होती, तेव्हा त्याच्या दुपटीपेक्षा कमी होती. भारताच्या बाबतीत आवश्यक असे पुराणवस्तुशास्त्रीय पुरावे सध्या तरी इतके कमी आहेत की, त्याबद्दल असे काही अंदाज करता येत नाहीत. तथापि अश्मयुगात भारतीय उपखंडाच्या कोणत्याही विस्तीर्ण प्रांतात लोकसंख्या दर दहा चौ. मैलास एक या पेक्षा जास्त असेल तर आश्चर्यच. जेथे निसर्ग दयाळू असतो तेथेसुद्धा तो सर्व ऋतूंमध्ये एकसारखा उदार नसतो. तेथेही दुष्काळाची अनेक वर्षे एकापाठोपाठ अशी येऊ शकतात. कोणत्याही स्वरूपातील अन्नसाठ्याखेरीज मोठी लोकसंख्या आणि स्थिर वस्त्या यांचा विचारच करता येत नाही. अन्नसंग्रहणाच्या जीवनात अन्न टिकविणे हे तौलनिकदृष्ट्या उशिरा येते. मांस आणि सुकविलेल्या माशांसाठी दूर अंतरावरून मिळवाव्या लागणाऱ्या मिठाची तसेच ते साठविण्यासाठी टोपल्या, कातडी पिशव्या व मातीची भांडी यांचीही आवश्यकता असते. सगळेच अन्न काही टिकविता येत नाही. साठविण्यास सर्वात उत्तम म्हणजे टणक कवचाची फळे, धान्य आणि काही कंद होत. यांच्यापैकी बरीचशी शिजविल्याखेरीज न पचणारी आहेत. म्हणजे अग्नीवर ताबा आणि काही मातीची मडकी किंवा भांडी हवीच. या अवस्थेपर्यंत प्रगती करण्यापूर्वी बऱ्याच अगोदर मानवाने सामाजिक जीवनाचे विशिष्ट मार्ग विकसित केले होते. कारण उपकरणे वापरणारा प्राणी म्हणून अगोदरच हजारो वर्ष तो जगला होता.

दोन वैशिष्ट्ये स्पष्ट आहेत. जर अन्न टिकविता येत नसेल, तर ते बरेच लवकर खाऊन टाकले पाहिजे. याचाच अर्थ कोणत्याही शिलकी सामग्रीचे विभाजन असा होता नाही तर बरेच मानव उपाशी मरतील परंतु पुष्कळ जनावरांचे गटसुद्धा आपले जास्तीचे अन्न वाटून घेतात. आत्यंतिक टंचाईच्या अवस्थेपलीकडील प्राचीन मानवी गटामध्ये विभाजन हे सरते शेवटी एक सामाजिक बंधन बनले. उदाहरणार्थ, विशेष प्रसंगी मेजवान्या देण्याची आवश्यकता, याचा अर्थ असा नव्हे की, प्रत्येक व्यक्तीला जमविलेल्या सर्व अन्नांत भागीदार होण्याचा समान हक्क होता. दुसरे असे की, अन्नसंग्रहण करणारे आपण उपयोग करू शकू त्यापेक्षा जास्त अन्न क्वचितच जमवितात किंवा शिकार करतात. अधाशीपणाने साठवण केली जात नाही किंवा केवळ खेळ म्हणून शिकार मारून मांस कुजू दिले जात नाही. या मर्यादित अर्थाने 'सुवर्णयुगा'च्या कल्पित कथेत थोडेफार सत्य आहे. तथापि प्राचीन मानवाच्या बऱ्याच शक्ती अन्न

मिळविण्यातच खर्ची पडत असत. नेहमीच आजूबाजूच्या परिस्थितीने मर्यादित आकाराचा बनलेला मोठ्यात मोठा अन्नविभाजक गट कोणत्या तरी एका प्रकारच्या अन्नावर (उदा. एखादा प्राणी, मासे, पक्षी, कीटक, फळे किंवा कंद) भर देण्यास प्रवृत्त होत असे. यामुळे एकाच गोष्टीला नुसते महत्त्व नव्हे तर अतिरिक्त महत्त्व दिले गेले. मनुष्यांचा गट स्वतःला फक्त नात्याचाच नव्हे तर एकच पदार्थ मुख्य किंवा आवडते अन्न असणाऱ्यांचा गट म्हणून मानीत असे. दुसऱ्या अन्नपदार्थावर भर देणारे इतर मानवी गट त्याच्या नात्यातले नसत आणि प्रथमतः ते मानव म्हणून सुद्धा मानले जात नसत. आपण या विशिष्ट अन्न पदार्थांना त्यांचे कुलचिन्ह म्हणू शकतो. याच्या बऱ्याच नंतरच्या काळात निर्जीव वस्तू किंवा प्राण्यांचे अवयव हेही गटांचे ओळख पटविणारी कुलचिन्हे बनली. कुलचिन्ह असलेले अन्न जमविण्याकडे असणारा स्वाभाविक कल विशेष धार्मिक विधीशी निगडित असे. या विशिष्ट प्रकारच्या अन्नपुरवठ्याची आणि त्याबरोबरच ते खाणाऱ्या वा विशिष्ट अर्धबांडगुळासारख्या मानवी गटाची ही वाढ निश्चित करण्यासाठी कसला तरी यज्ञ (नरयज्ञ करून) आणि इतर समारंभ - आंधळेपणाने का होईना - योजिले जात असत. हे समारंभ आपल्या दृष्टीने महत्त्वाचे आहेत. कारण त्यात आधुनिक मानवाच्या सांस्कृतिक कार्याची बीजे सामावलेली आहे. क्वचित जनावरांचे अनुकरण करणारे काही लोक तर शिकाऱ्यांचे अनुकरण करणारे इतर काही लोक यांचे नृत्य हा धार्मिक विधी त्याचप्रमाणे प्रत्यक्ष शिकारीचा सराव किंवा जणू काही शिकारीच्या तंत्राची कवायतच असे. सहस्रावधी वर्षांनंतर यातूनच हावभावयुक्त समूहनृत्य आणि नाटक यांचा उदय झाला असावा. हिमयुगात (फ्रेंच व स्पॅनिश गुहांत) हुबेहूब काढलेली जंगली जनावरांची चित्रे आता कलेचा उत्कृष्ट नमुना मानली जातात. तरीही या मूळच्या चित्रांच्या मागे कला हा मुख्य हेतू असणे शक्य नाही. सूर्यप्रकाश कधीही शिरू शकणार नाही अशा डांबरासारख्या काळ्याकुट्ट भूमिगत गुहांमध्ये चरबीच्या दिव्यांच्या किंवा मशालींच्या साहाय्याने ती चित्रे काढली गेली होती. बऱ्याच वेळा ही चित्रे एकमेकांवर येऊन एकमेकांना खराबही करतात. भाले व बाणांनी पाडलेल्या छिद्रावरून जनावरांच्या या उत्कृष्ट शिल्पकृती नेमबाजीच्या सरावाच्या धार्मिक विधीसाठी वापरल्या जात, असे दिसते. ही शिल्प देखील भूमिगत - अगदी पृथ्वी मातेच्या पोटात आहेत. गुहांच्या भिंतीवर कोरलेली किंवा साचे केलेली प्राण्यांची मिथुने असे दर्शवितात की, अशा प्रकारचे सर्व कलात्मक आविष्कार हा त्या विशिष्ट गटाचे खास गुपित - प्रजोत्पादन क्षमतेच्या संस्काराचा भाग होता. मर्यादित अन्नपुरवठ्यामुळे जनावरे सुद्धा आपल्या जातीतल्या जातीत आपला वेगळा अंतर्गट गट करतात. उदा. संयुक्त संस्थानातील मध्य पश्चिम प्रेअरी

प्रदेशातील गोफर (घुशीसारखा जमिनीत बिळे करणारा प्राणी) आपल्या प्रदेशात एखादा नवखा गोफर आलेला सहन करीत नाहीत. परंतु आपसात मात्र गुण्यागोविंदाने राहतात. त्यांच्यामध्ये गटातल्या गटात एकमेकांना ओळखण्याची खूण म्हणून एक विशिष्ट 'संस्कार', विशिष्ट प्रकारे हळूवार स्पर्श करण्याची पद्धत आहे. आपल्या विचाराधीन असलेल्या मानवी गटांचे या सारखेच बदलते परंतु राखीव प्रदेश असले पाहिजेत. प्रत्येक गट आपल्या मर्यादित कल्पना विशिष्ट ध्वनिसमूहाच्या साहाय्याने एकमेकांना कळवीत असावा. प्राचीन जीवनाबद्दल उपलब्ध असणाऱ्या पुराव्यावरून या ध्वनिसमूहांचे आधुनिक भाषा प्रकारांमध्ये क्वचितच वर्गीकरण करता येईल. नंतरच्या काळात शास्त्रीय विश्लेषणाने शोधून काढलेली कारणे त्यावेळी अजून अज्ञात असल्यामुळे स्वीकारलेल्या धार्मिक विधींपासून ढळण्यास प्राचीन मानव धजत नसे.

हे गट एकमेकांच्या अधिक जवळ आणण्याची मोठी पायरी म्हणजे खरे पाहता उत्पादनांचे संबंध, अर्थात विनिमय हीच होती. ट्रोबिॲन्ड बेटामध्ये १९-२० व्या शतकाच्या संगमावर आढळणारा मुक्त विनिमय प्राचीन समाजाला सुरुवातीच्या अवस्थांमध्ये माहीत नव्हता. आपसात भागीदारी करणाऱ्या नात्याच्या गटाबाहेर विनिमय म्हणजे देणग्यांची अदलाबदलच असल्याचे दिसते. ही देणगी केवळ कोणा एका व्यक्तीला दिलेली नसून विशिष्ट प्रकारचे संबंध असणाऱ्या अनेकदा ज्यांना 'व्यवसाय-मित्र' म्हटले जाते, अशा व्यक्तींना दिली जाते. ही देणगी मागता किंवा नाकारता येत नाही किंवा तिच्या तुल्य परिमाणांबाबत घासाघीस करून दिली जात नाही. परंतु, ही देणगी घेणाऱ्याला पुढे केव्हातरी-त्याच्याजवळ आधिक्य होईल तेव्हा – त्याचे स्वतःचे काहीतरी परत देणे भाग असते. या देण्याघेण्याचे हिशोब ठेवले जात नाहीत. परंतु, तीही ठराविक कालखंडामध्ये सममूल्यतेची सर्वसाधारण जाणीव असतेच. सरतेशेवटी जो दोन्ही बाजूंनी मूकपणे सममूल्य मानलेले असे काहीतरी परत देत नाही तो एकप्रकारे आपला सामाजिक दर्जा गमावतो. सर्वमान्य ऐतिहासिक पुनर्रचनेनुसार भिन्न कुलचिन्हे धारण करणाऱ्या दोन गटांमधील सुरुवातीचा विनिमय व्यक्तींच्या अदलाबदलीत – म्हणजे एक प्रकारच्या विवाहसंबंधात – परिणत झाला. अधिक चांगला आहार, अन्नाचे अधिक विविध प्रकार आणि हत्यारे बनविण्याची व वापरण्याची सुधारित तंत्रे हेही या विनिमयाचे परिणाम होते. अखेर ह्या एकत्रित गटांची भाषा देखील समृद्ध झाली. सर्व ज्ञात प्राचीन भाषांचे व्याकरण अनावश्यक गुंतागुंतीचे असते. संस्कृत, ग्रीक व फिनिश या भाषांचाही हा विशेष आहेच. सर्वसाधारण कल्पनांपेक्षा विशेष संज्ञाच जास्त असतात. 'प्राणी', 'वृक्ष' इत्यादी सामान्यवर्ग म्हणून अभावानेच दिसतात. परंतु प्राण्यांच्या व वनस्पतींच्या प्रत्येक विशिष्ट जाती व प्रकारासाठी शब्द

आढळतात. 'रंग' या शब्दाचा मूळ अर्थ 'लाल' रक्ताचा रंग असा आहे हे ज्ञातच आहे. अशा रीतीने भाषा निवेदन आणि विनिमय यांच्यामुळेच प्रगत होत असते. मगच मानवाची अन्नाच्या नियंत्रण व उत्पादनाकडेच नव्हे तर विचार करणारा प्राणी होण्याकडेही वाटचाल सुरू होते. वैवाहिक देवाण-घेवाणीतील उत्पत्ती विज्ञानाच्या दृष्टीनेही फायदा होतो. लहान मानवी समूह अनेकदा जन्मसिद्ध आणि शारीरिक वाढ खुंटलेले किंवा मानसिकदृष्ट्या मागासलेले असे बनतात. आंतर विवाह (संकर) अपत्यात जोम उभय मातापित्यांच्या पातळीपेक्षा जास्त वाढवितो. हिमयुगाच्या शेवटीशेवटी युरोपात अचानक आढळू लागलेला अत्युत्कृष्ट शरीरयष्टीचा 'क्रोमॅग्नॉन' मानव जन्मतः खुरटलेल्या मातापित्यांच्या दोन समूहांच्या संकरातूनच निर्माण झाला असणे शक्य आहे. मानवी विकासाच्या या अवस्थेत 'वंश' ही कल्पना वैध नसते हे लक्षात घेतले पाहिजे. सामान्य संभाषणात 'वंश' हा शब्द क्वचितच वैध असतो. सध्या अस्तित्वात असलेले वंश हे नंतरच्या काळात सर्वसाधारण समूहांच्या गटातून वाढत गेलेल्या प्रचंड लोकसंख्येतून प्रगत झाले. भाषेची प्रगती जास्त वेगाने होऊ लागली.

फायदे हे प्रयोग, नियोजन किंवा विचारपूर्वक केलेल्या कृतींचे फळ नव्हते. ज्या समूहांनी विनिमयाची नवीन पद्धत स्वीकारली, त्यांची संख्या व कार्यक्षमता वाढली. बाकीचे नाशाकडे लोटले गेले. प्रत्येक गटाला त्याच्या खास अन्नाची कुलचिन्हाची - मनाई ही पहिली पायरी (एक शाब्दिक कोलांटी) होती. ही मनाई फक्त खास हंगामी समारंभामध्ये किंवा मृतांच्या धार्मिक पूजेच्या पद्धतीच्या संदर्भातच मोडली जात असे. कुलचिन्ह असणाऱ्या अन्नावरील बंधनाबरोबरच कुळातल्या कुळात शरीरसंबंध करण्यावर मनाई आली. अशा रीतीने अनेक कुलचिन्हांकित घराण्यांमधून टोळ्या निर्माण झाल्या. घराण्यातील कोणाही घटकाला सहसा त्या घराण्याचे कुलचिन्ह असणारे अन्न खाण्यात किंवा घराण्यातल्या घराण्यांत पतिपत्नीप्रमाणे राहण्यास परवानगी नव्हती किंवा कोणीही त्या टोळीच्या बाहेर विवाह करू शकत नसे. पुष्कळ वेळा आपल्या स्वतःच्या टोळीबाहेरच्या व्यक्तींनी बनविलेले अन्नही कोणी स्वीकारू शकत नसे. एका घराण्याचे घटक इतर घराण्यांना वर्ज्य असणाऱ्या काही खास धार्मिक पद्धती राखून ठेवीत असत. त्या त्या टोळीच्या भाषेप्रमाणेच त्या संबंध टोळीमध्ये समान असणाऱ्या अशाच काही धार्मिक पूजेच्या पद्धतीही असत. लहान लहान घराण्याच्या पलीकडच्या टोळ्यांची संस्था एकदा निर्माण झाल्यावर तिने बहुतेक मानवी समाजांवर आपला शिक्का उठविणारा आदर्श निर्माण करून ठेवला आहे.

२.३ भारतातील इतिहासपूर्वकालीन मानव

आत्तापर्यंतची ही विधाने सर्वसाधारण होती. हे चित्र अनुमानाने व सर्व जगात केल्या गेलेल्या निरीक्षणांच्या अहवालांच्या आधारे पुनःस्थापिक केलेले आहेत. केवळ माहिती अगदीच तुटपुंजी असल्यामुळे भारताबद्दल निश्चित काही सांगितले गेले नाही. भारतातील प्राचीन घडामोडी मागे सांगितल्यापेक्षा फारशा वेगळ्या पद्धतीने घडल्या असतील असे मानण्याचे काही कारण नाही. जर इतिहासपूर्वकालीन बदल वर सुचविल्याप्रमाणे घडले असतील तर भारतातील ग्रामीण व टोळ्यांचा समाज, त्याचप्रमाणे प्राचीन संस्कृत ग्रंथ यांच्या बऱ्याच वैशिष्ट्यांचे तर्कशुद्ध स्पष्टीकरण करता येईल. जर तसे नसेल तर त्याचे योग्य स्पष्टीकरण होणारच नाही.

भारतीय इतिहासपूर्वकालाची दोन खास वैशिष्ट्ये लक्षात ठेवली पाहिजेत. अखेरचे 'हिमयुग' युरोपातल्या इतके भारतात कष्टप्रद आणि व्यापक नव्हते. येथून पुढे हिंदुस्थान हा एक भौगोलिक प्रदेश म्हणून मानलेला असून, त्यात पाकिस्तान, अफगाणिस्तानचा तसाच क्वचित ब्रह्मदेशाचाही एखादा भाग अंतर्भूत केलेला आहे. असे करण्यात कोणताही हक्क सांगण्याचा अगर राजकीय हेतू असल्याचा आरोप करू नये. जेव्हा उत्तरेत 'हिमयुग' होते तेव्हा दक्षिण आणि आग्नेय दिशा त्यापासून अगदी मुक्त राहिल्या. युनान व ब्रह्मदेशातील इतिहासपूर्वकालीन लोक खुद्द हिंदुस्थानाच्या पूर्व भागात घुसले असण्याची दाट शक्यता आहे. हे इतिहासकाळातही चालू राहिले असावे. या पूर्वेकडील प्रदेशातील दगडी हत्यारांमध्ये समान सामग्री आणि तंत्र वापरलेले आढळते. दुसरे म्हणजे हिंदुस्थानातील बहुतेक भागात युरोप किंवा युरेशियातील इतर कोणत्याही प्रदेशापेक्षा शिकार आणि मासेमारीखेरीज अन्नसंग्रहण अधिक सुलभ होते. अर्धा डझन प्रकारची अन्नधान्ये आहेत. वाटाणा आणि कडधान्ये ही युरोपातील सर्व प्रकारच्या प्रमुख अन्नपदार्थांसाठी पुरेशी असतात, तर महाराष्ट्रासारख्या साधारण सुपीक प्रांतातसुद्धा चाळीसच्या वर प्रमुख अन्नधान्ये आहेत. यातली बरीचशी शेतात पिकविली जातात. परंतु ती रानात आपोआप वाढलेलीही सापडू शकतात. ही सर्व साठविण्यास सोईस्कर असतात. यांत तांदूळ, गहू, ज्वारी, बाजरीसारखी धान्ये, बार्ली, सातू तसेच अनेक प्रकारचे प्रथिनयुक्त भाजीपाला आणि खाद्यतेल निर्माण करणाऱ्या तिळासारख्या तेलबिया यांचाही अंतर्भाव होतो. मिरी आणि मसाले यांच्यामुळे पदार्थाला चांगली चव येते आणि जीवनसत्त्वेही मिळतात. विशेषतः दूध, लोणी, दही आणि खवा तसेच फळे आणि भाज्या, प्राण्यांची हिंसा न करता मिळू शकत असल्यामुळे कोणाही जिवंत प्राण्याला ठार न मारता देखील समतोल आहार घेणे शक्य असते. या साध्या वस्तुस्थितीनेच अहिंसा तत्त्वाच्या साहाय्याने भारतीय वेदान्त व धर्म यामध्ये क्रांती

घडवून आणली. तसेच त्यामुळे इतिहासकाराचे काम इतर ठिकाणांपेक्षा अधिक अवघड झाले आहे. अगदी नजीकच्या प्रदेशातील लोक कित्येक शतकांपूर्वीच अन्नोत्पादक बनले. तरीही हे लोक मात्र अन्नसंग्रहणाच्याच अवस्थेत राहू शकले आणि राहिले देखील. शेतकरी व विशेषतः जंगलातील अगदी आडबाजूला असणाऱ्या भागातील टोळीवाल्या लोकांना मुद्दाम पिकविल्या खेरीजही उपलब्ध होणारी साधारणपणे १००-च्या वर नैसर्गिक उत्पन्ने माहिती असतात. फळे, कठीण कवचाची फळे, कंदमुळे, मध, आळिंबे, कंद, पालेभाज्या इत्यादी जुन्या पद्धतींबरोबर जुन्या श्रद्धा व जीवनपद्धती देखील राहणारच. याच कारणाने हिंदुस्थानने वेळोवेळी प्रचंड टिकाव धरला आहे. एखादी विशिष्ट अवस्था संपून दुसरी केव्हा सुरू झाली हे निश्चितपणे सांगणे कठीण आहे. संस्कृतीची जडणघडण ही परस्पर देवाण घेवाणीने होत गेली. परदेशातून येणाऱ्या अधिक प्रगत अशा लोकांनीच हिंदुस्थानच्या प्रत्येक भागातील आदिवासींवर प्रभाव पाडला असे नव्हे, तर (असहिष्णू अशा मुस्लिमांच्या पूर्वीच्या) नवागतांनी देखील सामान्यतः एतद्देशीय आणि आदिवासींच्या देखील श्रद्धा आणि पद्धती स्वीकारल्या. योग्य असा समाज घडविण्यासाठी माणसांच्या एखाद्या गटात उत्पादक असे संबंध असले पाहिजेत आणि या संबंधांत आधिक्याची निर्मिती व हस्तांतर अंतर्भूत असले पाहिजे. हिंदुस्थानात अन्नसंग्रहणाच्या सुलभतेमुळे व टिकून राहण्यामुळे अशा समाजाची व त्याच्या संस्कृतीची निर्मिती फार मोठ्या प्रमाणावर धर्मावर व अंधश्रद्धेवर अधिष्ठित होती. यामुळे युरोप किंवा अमेरिकेच्या तुलनेच्या येथे बळजबरीची आवश्यकता कमी झाली.

आपल्या पुढे आता दोन मुख्य कामे आहेत. हिंदुस्थानातील इतिहासपूर्वकालीन मानवाबद्दल जे काही माहीत असेल ते सांगणे आणि इतिहासपूर्वकालीन आधुनिक हिंदुस्थानी समाजाला दिलेली देणगी या दृष्टीने प्राचीन अवशेषांचा मागोवा घेणे.

हिंदुस्थानातील इतिहासपूर्वकालीन मानवाचा मागोवा घेण्यातील मोठी अडचण म्हणजे कालनिश्चितीची समस्या होय. उत्तर हिंदुस्थानात अगोदरच ऐतिहासिक साम्राज्ये उभारली जात होती, तरी त्या काळातही दक्षिणेत खूप वर्षांपर्यंत इतिहासपूर्वकालीन परिस्थिती टिकून होती. हिंदुस्थानातील काही गुहांतून सापडलेल्या चित्राकृतीमध्ये अगदी वरच्या थरातील सरंजामी काळातील युद्धांचे देखावे आढळतात. त्यांच्या खालची चित्रे किती प्राचीन असतील याचा कोणालाही सहज तर्क करता येईल. हिंदुस्थानातील हत्यारे बनविणारा इतिहासपूर्वकालीन मनुष्य आपली दगडी हत्यारे छिनून तयार करताना बहुधा पश्चिम पाकिस्तानातील सौन नदीच्या खोऱ्यातील माणसाप्रमाणे 'लेव्हलोई' तंत्र वापरीत असे. हत्यारे तयार करण्याची ही सर्वात प्राचीन पद्धती नसून बहुधा दुसऱ्या

क्रमांकाची आहे. स्थूल अंदाजानुसार हा काळ इ.स.पू. ५०००० ते १००००० हा असावा. अशा प्रकारच्या दगडी कुऱ्हाडी सबंध युरेशिया खंडात सर्वत्र सापडतात. अद्यापपर्यंत त्यांच्याशी अनुरूप अशा काही मानवी हालचालीसंबंधी मात्र काही सांगता येत नाही. तथापि इ.स.पू. ७००० च्या जवळपासच्या काळातील त्यांच्यापेक्षा बऱ्याच लहान अशा दगडी हत्यारांचे मोठे साठे युरोपपासून पॅलेस्टाईनपर्यंत सापडले होते. इराण व अफगाणिस्तानातील इतिहासपूर्वकालीन मानवी वसतिस्थाने असणाऱ्या गुहांमधून आढळणाऱ्या त्यांच्या साम्यामुळे असा संभव दिसतो की, त्यांचे हिंदुस्थानातील नमुने काही त्यांच्यापेक्षा फार नंतरच्या काळातील नसावेत. असली छोटी दगडी हत्यारे हिंदुस्थानात प्रथम निर्माण झाली आणि मग त्यांचा युरेशियाच्या बाकीच्या भागात प्रसार झाला असे मानण्याचे काही कारण नाही.

छोटी दगडी हत्यारे प्रथम मोठ्या दगडी कुऱ्हाडी व छिन्न्या यांच्या बरोबरच आढळतात. बहुधा ती मोठी हत्यारे तयार करताना वाया जाणाऱ्या वस्तूंपासून बनविलेली असावीत. मध्यअश्मयुगात (मेसॉलिथिक युगात) मोठी हत्यारे नसतानाही छोट्या दगडी हत्यारांचे बरेच मोठे साठे आढळतात. हे जगाच्या पुष्कळशा भागात या काळात लक्षणीय प्रगती झाल्याचे द्योतक आहे. (चकचकीत केलेल्या दगडी हत्यारांचे 'नवे अश्मयुग' किंवा नंतरचे 'अश्मयुग' त्यानंतर सुरू झाले.) उदा. एरिकोमध्ये मातीच्या भांड्यांच्या पूर्वीच्या 'बी' थरात असे आढळते. मातीच्या भांड्यांचा अभाव देखील अर्थपूर्ण आहे. हिंदुस्थानात मातीच्या भांड्यांच्या अगोदरच्या काळातील अशा प्रकारच्या संपूर्णपणे छोट्या दगडी हत्यारांच्याच 'संस्कृती' देखील आढळल्या आहेत. – उदा. आग्नेय किनाऱ्यावरील वाळूच्या टेकड्यांवरील 'तेरी संस्कृती'. या 'तेरी' संस्कृतीचा काळ ढोबळ मानाने इ.स.पू. ४००० किंवा त्यापूर्वीचा असा निश्चित करण्यात आला आहे. अशा कालनिश्चितीच्या ज्ञात पद्धतींनी सुमारे एक हजार वर्षे मागे किंवा पुढे असा काल निश्चित करता येतो. अद्यापपावेतो रेडिओकार्बन किंवा इतर चाचण्या शक्य झाल्या नाहीत. या छोट्या दगडी हत्यारांच्या युगातील लोकांनी त्यांच्या सुंदर दगडी कपच्या व त्यांचे आतील भाग यांचे साठे पश्चिमेकडील द्वीपकल्पातील अरुंद मार्गाच्या कडेला ठेवलेले आहेत. लहान दगडी हत्यारांची सर्वात उत्पादक ठिकाणे छोट्या झऱ्याजवळ आढळतात. या झऱ्यांमधील डोह आता अलीकडच्या काळातील जंगल तोडीमुळे किंवा जमिनीची धूप झाल्यामुळे बहुधा गाळाने भरून गेली असेल तरी प्राचीन काळी ती मासेमारीची ठिकाणे होती. या जमिनीच्या धुपीनेच हे झऱ्याकाठचे दगडी हत्यारांचे साठे उघडकीस आणले आणि त्याचवेळी व्यावसायिक थरांचा अभावही निदर्शनास आला. या छोट्या दगडी हत्यारांचा

उपयोग करणारे लोक अन्नसंचयाच्या अगदी प्राथमिक अवस्थेतही नव्हते. आपल्याला सापडणारी त्यांची हत्यारे तशीच न वापरता येण्याइतकी लहान आहेत. आफ्रिकेतील बुशमांच्या पद्धतीशी तुलना करता हे अगदी उघड आहे की, हिंदुस्थानातील बिलोरी काचेचे तुकडे सुंदररीतीने गुळगुळीत केलेली व छिनून किंवा कडेला छान दाती कापून तीक्ष्ण केलेली हत्यारे ही संयुक्त हत्यारांचे भाग होते. हे तुकडे लाकडांच्या शिंगाच्या किंवा हाडांच्या मुठी झाडाच्या डिंकाच्या किंवा अशाच कोणत्यातरी चिकट पदार्थाच्या साहाय्याने बसविले जात. धारदार कडेपासून दूर असणाऱ्या गुळगुळीत भागावरील रंग उडाल्यामुळे देखील हे सिद्ध झाले आहे. अशाच प्रकारे भले मोठे मासे मारण्याच्या काटेरी बर्च्या, बाण, सुऱ्या, कोयते, इत्यादी तयार करता येत. काही प्रकारच्या लहान गारगोट्या वस्तूत विळ्यांचे दात असल्याचे ओळखता येते. याचा अर्थ असा की, अन्नसंचयाची प्रगती आधीच चालू झाली होती. मग ते मुद्दाम टिकविलेले धान्य असो किंवा बियांसाठी कापलेले नैसर्गिक गवत असो. ही हत्यारे जनावरांची कातडी काढण्यासाठी, कातड्याखालचे मांस व तंतू खरवडून कातडी कमावण्यासाठी अगदी योग्य अशी बनवलेली असतात. ती टोपल्या करणाऱ्यांच्या चोयट्या कापण्यासाठी किंवा मासे साफ करण्यासाठी सुद्धा वापरण्यास योग्य अशी केलेली असतात. पुष्कळसे बारीक तीक्ष्ण टोकांचे तुकडे म्हणजे कातडी शिवण्याच्या सुया किंवा आरे असतात. (अर्थातच आतड्याच्या दोऱ्याने) दुसऱ्या शब्दात, मातीच्या भांड्यांच्या खूपच आधी टोपल्यांतून किंवा कातडी पिशव्यांतून अन्न साठविण्याचे पहिले पाऊल टाकले गेले होते.

या पूर्णपणे छोट्या दगडी हत्यारांच्या युगातील लोकांबरोबरच आपल्यामागे प्रचंड दगडाचे ढिगारे ठेवून गेलेले दुसरेही लोक (मेगॅलिथिस) होते (बहुधा हे लोक म्हणजे त्याच गटाच्या शाखा असाव्यात). कर्नाटक, आंध्र आणि खडकाळ प्रदेशात हे मोठे दगड लोहयुगातील असल्याचे आढळले होते. दख्खनमधील महाराष्ट्रात हे मोठे दगड बरेच जास्त आधीचे परंतु सर्वोत्तम लहान दगडी हत्यारांच्या नंतरचे असल्याचे दिसते. दख्खनच्या पश्चिम भागातील बरेचसे खडकांचे ढीग प्रथमतः निसर्गामुळे घडलेले असतील. परंतु इतिहासपूर्वकालीन मानवाने दुर्बोध शिलालेखांच्या स्वरूपात आपली खूण त्यावर ठेवली आहे. या खाचा पूर्णतः घासून घासूनच पाडल्या होत्या किंवा शेवटची सफाई तरी घासूनच केली होती. या खाचांची काही ठिकाणी चार सेंटिमीटर इतकी असलेली खोलीच त्यांच्यावर घेतलेल्या श्रमांची साक्ष देते. तो दगड इतका कठीण आहे की, त्यामुळे आधुनिक पोलादी हत्यारांच्या कडादेखील वाकतील. काही ठिकाणी तीन टनांपेक्षा जास्त वजनांचे खडक उचलून दुसऱ्या खडकांवर ठेवले

गेलेले आहेत. मोठी दगडी हत्यारे वापरणाऱ्या लोकांजवळ खूपच कठीण आणि सतत शारीरिक कष्ट करण्यास आवश्यक असणारा पुरेसा वेळ आणि अन्नाचे पुरेसे नियमित आधिक्य होते हे ओघानेच आले. या दगडांचे आणि दगडांवरील खोदकामाचे इतके हजार ढीग आतापर्यंत सापडले आहेत की, हे काम वर्षानुवर्षे, शतकानुशतके चालले असले पाहिजे. त्या मागचा हेतू स्पष्ट नाही. त्या खाचांनी अगदी साधी वर्तुळे किंवा लंबवर्तुळे या पलीकडे कोणतीही खास नक्षी क्वचितच तयार केलेली आहे. ओळखण्याजोग्या माणसांच्या किंवा प्राण्यांच्या आकृती वा झाडे त्यात कोठेच नाहीत. पुष्कळदा त्या निसर्गाने नव्हे तर मानवानेच तयार केलेल्या नुसत्या वक्राकार खाचा आहेत. या मोठी दगडी हत्यारे वापरणाऱ्या (मेगॅलिथिस) लोकांकडे काही गुरे होती असा तर्क अगदी योग्य आहे. पाण्याने घासून गोल झालेल्या दगडांच्या ढिगात आढळणारी छोटी हत्यारे बहुतांशी मासेमारीच्या केंद्राजवळ किंवा छावण्यांच्या जागांजवळ सापडलेल्या हत्यारांपेक्षा निश्चितच जाड आहेत. पुष्कळदा या दोन प्रकारांच्या प्रदेशात स्पष्ट सीमारेषा असलेली आढळते. कधीकधी प्रत्येक प्रकार पूर्णपणे झऱ्याच्या एकाच बाजूला असलेला आढळतो. मोठी दगडी हत्यारे नेहमी छोट्या खडबडीत दगडी हत्यारांजवळ आढळतात. परंतु कोणत्याही ज्ञात झऱ्याच्या संपूर्ण लांबीच्या बाबतीत हे गृहीत धरता येत नाही. यातून असे सूचित होते की, खडकांवर खोदकाम करणारे आणि मोठे दगड घडविणारे लोक यांचा जास्त जाड कातड्यांशीच संबंध येत असला पाहिजे. म्हणजेच त्यांच्याजवळ गुरे असली पाहिजेत. पातळ दगडांची छोटी हत्यारे वापरणारे लोक फक्त हरीण, मेंढ्या, बकऱ्या, ससे यांची पातळ कातडीच कमावीत असावेत आणि त्याबरोबरच मासे व पक्षी साफ करीत असावेत. या दोन मानवी गटांमधील संबंध कसे होते हे मात्र स्पष्ट झालेले नाही. अगोदरच्या काळात त्यांच्यात संघर्ष असल्याचा काही पुरावा नाही. काही असाधारण ठिकाणे सोडल्यास हा भूभाग साठ्यांचे थर होण्यास अनुकूल नाही. आजचे मोठमोठे गाळाचे साठे फक्त अधिक उंचीच्या प्रदेशातून वाहून आलेले आणि नांगरटीने समपातळीत आणले गेले नाहीत, तर ते पूर्वी इतिहासपूर्व काळात जेथे दलदल आणि दाट जंगले असली पाहिजेत अशा ठिकाणीही आढळतात. जेथे इतिहासपूर्वकालीन मानवाला हत्यारांसाठी उघड्यावर पडलेले दगड किंवा छावण्यांसाठी अनुकूल जागा मिळत नसे तेथे आता बहुधा वसाहती झालेल्या आहेत. केवळ जमिनीची झीज झाल्यामुळेच नव्हे, तर दाट झाडी व धोकादायक जंगली जनावरे यांच्यापासून दूर असणाऱ्या कोरड्या ठिकाणांची मूलभूत गरज असल्यामुळे देखील आता पूर्वीच्या वसाहती फारच थोड्या भूमीवर राहिल्या आहेत. कायमचा ताबा ठेवण्याचा प्रश्नच नव्हता. त्यांच्यापैकी बहुतेक

ठिकाणांवर गाळाचे थर साठणे शक्य नाही.

या दोन संस्कृती इतिहासातील यांच्या सातत्यामुळे विशेष लक्षणीय आहेत. हे दाखवून देता येईल की, दख्खनच्या पश्चिम भागात इ.स.पू. ६ व्या शतकात तेथील स्थानिक लोहयुगातच शेतीत फार वेगाने सुधारणा झाली – त्यापूर्वी नाही. दख्खनमध्ये नाव घेण्याजोगे 'ताम्रयुग' नव्हतेच. ब्राँझचे हत्यार असणारे परंतु दीर्घकाळ कोणी न व्यापलेले इ.स.पू. २००० च्या सुमाराचे एक ठिकाणी महेश्वर येथे सापडले आहे. भीमा, कृष्णा, तुंगभद्रा, गोदावरी या नद्यांच्या खोऱ्यात बहुधा दीर्घ कालखंडात वर आणि खाली हळूहळू स्थानांतर करणाऱ्या, मोठी दगडी हत्यारे वापरणाऱ्या लोकांच्या अनेक लाटाच येत होत्या. अधिक चांगला चारा व पाणी मिळविण्यासाठी ते अल्पकाळासाठी हंगामी स्थानांतर करीत. लांब पल्ल्याच्या स्थानांतराच्या तुलनेने त्यांचा एकूण टप्पा मर्यादित असतो. छोटी दगडी हत्यारे वापरणारे व मोठी दगडी हत्यारे वापरणारे लोक, या उभयतांच्या या दोन्ही प्रकारच्या हालचाली होत असत. पावसाळा सुरू झाला की, सतत राहणाऱ्या ओलीमुळे मेंढ्यांचे खूर सुजतील. शिकार नदीच्या प्रवाहाच्या खालच्या बाजूकडे – अधिक कोरडे हवामान असलेल्या पूर्वेकडे सरकेल. पावसाळ्याचे महिने संपले की, जेथे पावसाने गवत व जंगल परत नव्याने उगवले असेल तेथे परत जाणे अधिक सुलभ होते. पश्चिमेकडे केलेल्या स्थानांतरामुळे प्राचीन मानव किनाऱ्यावरील मिठाच्या अधिक जवळ आला असावा. उत्खननातून किनाऱ्यावरील काही इतिहासपूर्वकालीन ठिकाणे सापडली आहेत. ही बहुधा मिठागरे असावीत. दख्खनची सरळ चढण ५०० मीटर किंवा त्याहूनही जास्त उंचीची व किनाऱ्यापासून ५०० कि.मी. किंवा त्याहूनही कमी अंतरावर असून काही खिंडीच्या मुळे तुटक झालेली आहेत. या खिंडीतील नंतरच्या काळातील व्यापारीमार्ग आखून दिले. खणण्याच्या काठ्यांना वजन आणण्यासाठी वापरले जाणारे क्वचित एखादे दगडाचे कडे पठाराप्रमाणेच किनाऱ्यावरही आढळते. यावर प्राचीन काळातील तिचे अस्तित्व सूचित होते. ही शेती नांगरांच्या साहाय्याने केलेल्या शेतीलतकी उत्पादनशील नसून बहुधा ते स्त्रियांचेच काम असावे. अशा रीतीने किनाऱ्याजवळील पर्वतरांगांवर गुरे, मीठ, किनाऱ्याकडे जाण्याचे मार्ग, दगडी हत्यारे, अग्नीवर नियंत्रण, शिकार व भाजीपाला यांच्या नैसर्गिक उत्पादनाची कमालीची विविधता असल्याचे आपणास आढळते. इतिहासकाल सुरू होण्याची पूर्वतयारी दख्खनमध्ये झालेली होती. आदिवासी अग्नीच्या साहाय्याने लाल मातीपासून लोखंड काढून घेण्यास शिकले तेव्हापासून इतिहासकाल सुरू होतो. याबाबतीतील अंतिम प्रेरणा आणि तंत्र उत्तरेकडून आले हे नंतर दाखवून दिले जाईल. तथापि अगदी सुरुवातीच्या गुरे पाळणाऱ्या लोकांचा उत्तरेशी संबंध होता

किंवा नाही हे ज्ञात नाही. त्यांचे मार्ग द्वीपकल्पाला ओलांडून दक्षिणेतील प्रमुख नद्यांच्या खोऱ्यात वर – खाली सर्व बाजूंना जातात. शेवटच्या लाटांनी मोठी दगडी हत्यारे वापरणाऱ्या लोकांची पूजास्थाने आपली स्वतःची म्हणूनच वापरली. त्या ठिकाणी आजचे खेडूतदेखील अजूनही त्या देवांची पूजा करतात. परंतु सध्याचे देव आणणाऱ्या गवळी लोकांनी त्या मूळच्या मोठ्या दगडी इमारती बांधल्या नाहीत. तर त्यांनी खोदकाम केलेल्या खडकांसह मोठ्या दगडी साहित्य–सामग्रीचा आपल्या धार्मिक पूजापद्धतीसाठी व दफनाच्या जागी स्मारक म्हणून दगडांची रास करण्यासाठी पुन्हा वापर केला. नंतरच्या काळात म्हसोबा किंवा त्यांच्यासारख्या असणाऱ्या त्यांच्या देवाला मुळात पत्नी नव्हती, व काही काळ अन्नसंग्राहकांच्या सुरुवातीच्या मातृदेवतेशी भांडण होते. तथापि लवकरच त्या दोन गटांचे विलीनीकरण झाले व त्याच बरोबर त्यांची दैवतेही विवाहबद्ध झाली. कधी कधी एखाद्या ओबड धोबड पूजास्थानी ही देवता त्या महिषासुराला – म्हसोबाला – जमीनदोस्त करून टाकताना दिसते तर ४०० मीटर अंतरावरच नाव थोडेसे बदललेल्या त्याच म्हसोबाशी विवाहबद्ध झालेली असते. याचे ब्राह्मणी प्रतिबिंब म्हणजे शिवाची पत्नी असलेली परंतु महिषासुराला चिरडून टाकणारी पार्वती होय आणि वेळप्रसंगी पुन्हा पूर्वस्थितीप्रत येऊन शिवालादेखील पादाक्रांत करताना ती दिसते. सिंधूच्या खोऱ्यातील एका शिक्क्यावरील शिवाचा तीन चेहरे असणारा नमुना आपल्या शिरस्त्राणाचा एक भाग म्हणून रेड्याची शिंगे धारण करतो हे अर्थपूर्ण आहे.

उत्पादनाची साधने आणि धर्माचा डोलारा या दोहोंवर प्रभाव पाडणाऱ्या इतिहासपूर्वकालीन अवशेषांचा फक्त अगदी अलीकडच्या काही वर्षांतच निर्देश केला गेला आहे. इतिहासपूर्वकालाचे असे वैशिष्ट्यपूर्ण अवशेष आणि प्रसार दीर्घकालीन ऐतिहासिक घडामोडींच्या कालावधीत सुद्धा इतके स्पष्ट ओळखू येण्यासारखे नसतात. भारताचे हे खास ऐतिहासिक आणि सामाजिक वैशिष्ट्य आहे. आजच्या संमिश्र भारतीय समाजावर या उत्क्रांतीच्या ओघाने आपला स्पष्ट ठसा उमटविला आहे.

२.४ उत्पादनाच्या साधनातील प्राचीन अवशेष

हिंदुस्थानात इतिहासपूर्वकालीन माणसाच्या सुशिक्षित मानवी प्राण्यांपर्यंतच्या सुधारणेचा मागोवा कसा घेता येईल ? उपयोगात आणली गेलेली एक पद्धती म्हणजे मानवी शरीराची मोजमापे ही होय. डोक्याच्या कवटीची उंची, वजन, आकारमान व आकार तसेच नाकाची लांबी–रुंदी, कातडीचा, डोळ्यांचा व केसांचा रंग इत्यादींचा समावेश त्यात होतो. या पद्धतीचे तसे उल्लेखनीय फायदे काही नाहीत. इतिहासपूर्वकालीन फक्त काही थोडी मानवी हाडे उपलब्ध आहेत. शारीरिक परिमाणांची वैशिष्ट्ये (चेहऱ्यांची सुद्धा) निखालस चांगल्या किंवा निखालस वाईट प्रकारच्या जीवनपद्धतीमुळे

काही पिढ्यांतच बदलू शकतात. भोवतालच्या लोकसंख्येशी झालेले संमिश्रण लक्षात घेतले असता हिंदुस्थानातील अजून टिकून राहिलेले सर्व प्राचीन लोक प्रथमतः हडकुळे व शारीरिकदृष्ट्या दुबळे दिसतात. परंतु ते दुसऱ्या कोणत्याही प्रकारे ते समान नाहीत. अशा प्रकारचे प्राचीन मानव सामान्यतः अस्थिर असतात असे मानण्यास पुष्कळ वाव आहे. अधिक चांगला आहार व शेतातील नियमित काम यांमुळे काही पिढ्यांनंतर शरीराची उंची व शरीररचना बदलते. हिंदुस्थानातील अशा ज्ञात माहितीच्या केलेल्या संख्यात्मक विश्लेषणावरून असे दिसते की, उंचीबरोबरच डोक्याची मापे आणि चेहरा (नाकाचा दर्शक) बदलतो.

या अवस्थेत भाषिक संशोधन तर याहून कमी फलदायी आहे. हिंदुस्थानात प्रचारात असलेल्या जवळजवळ डझनभर मुख्य भाषा आणि कमी – जास्त महत्त्वाच्या सुमारे ७५३ बोलीभाषांचे तीन वर्ग बऱ्याच वेळा पाडले जातात. (१) उत्तर व पश्चिमेकडील आर्यभारती भाषांचा गट : पंजाब–हिंदी(राजस्थानी व बिहारी या दोन्ही प्रकारची) बंगाली, मराठी, गुजराती, उडिया; (२) दक्षिणेतील द्राविडी भाषांचा गट, तेलगू, तमिळ, मलयाळम्, कान्नडी, तूळ; (३) ऑस्टो आशियायी गट (यामध्ये हिंदुस्थानातील बऱ्याचशा प्राचीन भाषा अगदी लहरीपणाने घुसडल्या आहेत) मुण्डारी, ओरांआ, संथाळी इत्यादी. सिद्धान्त असा होता की, या मूळच्या लोकांना द्रविडांनी अरण्यांच्या कानाकोपऱ्यांत लोटले आणि याच क्रमाने त्यांना आर्यांनी दक्षिणेकडे हाकलले. आर्यांचे आक्रमण ऐतिहासिक असून त्याला चांगला पुरावा आहे. बाकीचे मात्र अत्यंत संशयास्पद असे अंदाज आहेत. सोव्हिएट मध्य आशियांत इ.स.पू. ३००० च्या थरात सापडलेली द्राविडी प्रकारची एक डोक्याची कवटीही तेथील भोवतालच्या परिस्थितीत विरळाच होती. वायव्य भागातील ब्राहुई भाषा म्हणजे आर्य भाषा बोलणाऱ्यांच्या मधील एकाकी द्रविडी ‘बेट’च आहे. ब्राहुई भाषिकांचा गट ऐतिहासिक काळात त्या ठिकाणी पोहोचला असावा. कारण इ.स.च्या ११ व्या शतकाइतक्या उशिरा लक्षणीय संख्येने द्रविडी लोक उत्तरेकडे गेले. ह्या भाषिक विश्लेषणात जीवनपद्धतीचा भाषेवर होणारा परिणाम लक्षात घेतलेला नाही. सर्व प्राचीन हिंदुस्थानी भाषा एकाच गटातील नाहीत हे निःपक्षपाती संशोधनाने दाखवून दिले आहे. आसामात प्रत्येक दरीत निरनिराळ्या भाषा बोलणाऱ्या अनेक टोळ्या आहेत. त्या भाषांची संख्या १७५ च्या वर जाते. यातील बहुतांश टोळ्यांच्या वाक्संप्रदायांचा मुंडारी किंवा खरे तर कोणत्याही एका भाषिक गटाशी संबंध जोडता येत नाही किंवा आसामी लोकांनी द्रविडांना मागे रेटले असेही मानता येत नाही. आसाम हा खराखुरा हिंदुस्थान नव्हेच असे स्पष्टीकरण देऊन त्याकडे दुर्लक्ष केले जाते. आपल्याला असे सांगितले जाते की,

द्रविडांनी हिंदुस्थानातील मूळच्या लोकांना जंगलांत हुसकावून सुपीक जमिनींचा ताबा घेतला असला पाहिजे. वास्तविक लोहयुगापूर्वी ही सुपीक जमीन घनदाट अरण्यांनी आणि दलदलींनी व्यापली होती हे उघड आहे. मूळच्या मानवाने अधिक खोल मशागत केलेली जमीन असणाऱ्या प्रदेशांपेक्षा कडेकडेच्या विरळ जंगलात राहणे पत्करले. याचा अर्थ असा की, अन्नसंग्रहण करणाऱ्यासाठी आता ते जेथे आढळतात त्याच जागा सर्वात उत्तम होत्या. सुरुवातीच्या गुरे पाळणाऱ्यांना आणि अन्नोत्पादकांना कोणाला मागे हटविण्याची आवश्यकताच नव्हती. अखेर द्राविडी लोक आर्यभाषा बोलणाऱ्यांपेक्षा वर्णाने सावळे असले तरी भाषा आणि वंश याचा परस्पर संबंध जोडण्यास वाव नाही. आधुनिक मानववंशशास्त्राच्या मला ज्ञात असलेल्या निष्कर्षांवरून ब्राहुई लोक द्रविड वंशाचे नाहीत.

यामुळे आपल्याजवळ फक्त उत्पादनाचे साधन व संबंध हेच उरतात. यांपैकी पहिल्याची तुलना इतिहासपूर्वकालीन सापडलेल्या वस्तूंशी करता येईल. अशी बाणांची दगडी टोके, हातातील कुऱ्हाडी किंवा सर्वसामान्य वापराची लहान दगडी हत्यारे तयार करणारे टोळीवाले आता हिंदुस्थानात उरले नाहीत. पश्चिम घाटातील कातकरी सांगतात की, त्यांचे पूर्वज काही पिढ्यांपूर्वी अगदी ओबड धोबड अशी दगडी बाणांची टोके तयार करू शकत असत. त्यांच्या आधुनिक वंशजांपैकी कोणीही आता तशी बाणांची टोके तयार करू शकत नाहीत. अंदमान बेटामध्ये ब्रिटिशांशी संबंध आलेल्या आदिवासींनी बाटल्यांच्या काचा फोडून ढलपे काढावयास सुरुवात केली, कारण कोणत्याही दगडांपेक्षा काचेचे तुकडे अधिक धारदार असतात. लवकरच सर्वत्र धातू हे हत्यारे बनविण्याची सर्वसामान्य सामग्री बनले. या छोट्या दगडी हत्यारांचा एकमेव अवशेष माझ्या माहितीत आहे. दख्खनमधील धनगर (मेंढपाळ) जातीत अजूनही मेंढे व बकरे यांना खच्ची करण्यासाठी काचमण्यांच्या कपच्या वापरल्या जातात. अगदी ओबड धोबड असली तरी खऱ्या अर्थाने हीच छोटी दगडी हत्यारे आहेत. इतिहासपूर्वकालीन तंत्र फारच जास्त नाजूक होते. परंतु आधुनिक धनगर इतिहास पूर्वकालीन छोट्या दगडी हत्यारांना 'हत्यारे' म्हणून मानीतच नाहीत. गारगोटीचे चाकू टिकून राहण्याचे कारण असे की, निर्जंतुक केलेल्या धातूच्या चाकूने केलेल्या जखमांप्रमाणे नव्यानेच छिनलेल्या दगडाने केलेल्या जखमांमध्ये संसर्गदोष निर्माण होत नाही. एकच शस्त्रक्रिया केल्यानंतर हा दगडाचा तुकडा फेकून दिला जातो. (धातूंचा सर्रास उपयोग होऊ लागल्यानंतर सुद्धा ज्युंनी सुन्ता करण्यासाठी गारेच्या चाकूचा उपयोग करणे चालूच ठेवले. संसर्ग दोषाचा संभव कमी असतो हेच कारण त्यामागे संभवते. तथापि धार्मिक विधीचा कल नेहमी परिवर्तनविरोधी असतो. लोखंड व पोलाद

सर्रास उपयोगात असूनही प्राचीन रोमन लोकांनी त्यांच्या यज्ञविधीसाठी दगडी कुऱ्हाडी व ब्राँझच्या चाकूचा वापर चालूच ठेवला.)

धनगर हे बहुतांशी भटके मेंढपाळ आहेत. डझनभर माणसे व सुमारे ३५० मेंढ्यांची 'वाडी' वर्षातील बराचसा काळ सतत फिरतच असतात. पावसाळ्यातल्या चार महिन्यांसाठी ते आपल्या तात्पुरत्या निवासस्थानी परत येतात. त्या जागी अजून खूप पाऊस असेल तर ते पावसाळा सुरू झाल्यावर पुन्हा पूर्वेकडे जातात. पुरुष मेंढ्या चारतात व त्यांची देखभाल करतात. तोपर्यंत बायका आपली थोडीशी भांडीकुंडी, लोकरीचे तंबू आणि मुले तट्टूवर लादून थेट पुढच्या मुक्कामाला जागेकडे जातात. आता धनगर शेतीशी निगडित झालेले आहेत. त्याचे अन्नाचे मुख्य प्राप्तिस्थान म्हणजे मेंढ्यांचे मांस किंवा जंगलातून गोळा केलेली उत्पन्ने हे नसून शेतकऱ्यांकडून मिळणारे धान्य (किंवा पैसा) हे आहे. या शेतकऱ्यांशी दोन किंवा तीन रात्रींचा करार करून ते आपल्या मेंढ्या त्यांच्या शेतात बसवितात. मेंढ्यांच्या मलमूत्र विसर्जनामुळे जमीन सुपीक होते आणि उत्पन्न वाढते. आठ कोरड्या महिन्यांत ४०० मैलांपर्यंत होणाऱ्या गोलाकार फेरीचा मार्ग उघडपणेच मूळच्या कुरणाच्या मार्गाकडून शेतजमिनीकडे वळला आहे. धनगरांची जी मूळची जी काही भाषा होती; ती सुद्धा सभोवतालच्या शेतकऱ्यांच्या भाषेमध्ये - मराठी किंवा हिंदी - रूपांतरित झाली आहे. धनगर वेळप्रसंगी एखादी मेंढी विकून आणि कातरलेली लोकर विकून आपल्या उपजीविकेच्या साधनात भर घालीत. काही जण लोकरीपासून खरखरीत कांबळी विणीत. आता त्यांच्या या सर्व उद्योगांमुळे ते ज्या सामान्य समाजात वावरतात त्यांच्याशी त्यांचे संबंध जोडले गेले. त्यामुळे त्यांची शेतकऱ्यांच्या खालची अशी एक हिंदू जातच झाली आहे. चराईसाठी आणि पावसाळ्यातील मुक्कामासाठी सर्वात सोईस्कर असलेल्या ठिकाणांचा अभ्यास करून त्यांच्या ऋतुपरत्वे होणाऱ्या मूळच्या हालचाली निश्चितपणे करणे शक्य आहे. तेव्हा एक ठळक गोष्ट लक्षात येते की, जुन्या धनगरांच्या मार्गामधील सर्वोत्कृष्ट मार्ग - स्थूलमानाने कधीच दाट जंगलाखाली नसलेल्या कऱ्हेच्या खोऱ्याच्या डावीकडे इतिहासपूर्वकालापर्यंत मागे जातो आणि तो दक्षिणेतील छोट्या दगडी हत्यारांच्या सुंदर संस्कृतीचा मजबूत आधार आहे. दुसऱ्या शब्दांत सांगावयाचे, तर धनगरांच्या जीवनपद्धतीची मुळे इतिहासपूर्वकाळात आहेत. ते आता त्यांच्यातील मृतांचे दफन करतात. त्याचप्रमाणे दहनही करतात. दफन ही त्यांची पूर्वीची सर्वसाधारण रूढी होती. हिंदुस्थानातील सुधारणेचा हा सर्वसाधारण मार्ग आहे. त्यांच्या खास देवांपैकी दोघांचा - (विरोबा व खंडोबा) माग इसवी सनाच्या चौथ्या शतकाच्या खूप आधीपर्यंत लागतो. तथापि इतर हिंदू जातीच आता प्रामुख्याने या देवांची पूजा करतात. खास

वार्षिक पूजेच्या एका ठिकाणी (वीर) देवाला (आणि बहुधा संस्थापकाच्या पूजापद्धतीला) या वसाहतीच्या स्थापनेपासूनच्या काळी म्हणजे बहुधा इसवी सनाच्या सुरुवातीच्या शतकात नरबळी दिले गेले असल्याचे स्पष्ट अवशेष आहेत. आधुनिक वसाहतीतील शेतकऱ्यांनी शेतीकडे स्थित्यंतर करून आपली जात बदलल्याने ते धनगर आता राहिले नाहीत. परंतु प्रभावी व निर्विवाद परंपरेला अनुसरून या देवाचा मुख्य संस्थापक आणि प्रमुख भक्त धनगरच असे.

त्याचप्रमाणे आपणास धनगरांखेरीज इतर जाती किंवा गटांचे (उदा,भिल्ल) संशोधन करता येईल. मुळातील आर्यपूर्वकाळातील लोक – बहुधा द्राविडी नसावेत – आता अगदी निकस जमिनीवर शेती करणारे मिश्र टोळीवाले शेतकरी झाले आहेत. तथापि ते अजूनही चांगले तिरंदाज शिकारी, कोळी आणि अन्नसंग्राहक म्हणून ओळखले जातात. मध्येच केव्हातरी त्यांनी मेंढपाळाचे जीवन पत्करले. त्यांची शेती ही अलीकडची सुधारणा आहे. परिणामी भिल्ल भाषा ही आता गुजरांच्या भाषेला जवळची असणाऱ्या गुजराथीची बोलीभाषा बनली आहे. गुजरांकडूनच ते गुरे पाळण्यास शिकले. जेव्हा दोन संस्कृतींचा एकमेकांशी संबंध येतो तेव्हा, अधिक प्रभावी स्वरूपाचे उत्पादन आपली भाषा दुसरीवर लादते. भिल्लांनी स्वतःदेखील अशाच प्रकारचा प्रभाव त्यांच्यावर अवलंबून असणाऱ्या 'नहाल' टोळीवाल्यांवर पाडल्याचे मानले होते. एके काळी नहालांची स्वतःची वेगळी भाषा होती. टोळीवाल्या भिल्लांचे खास वैशिष्ट्य असे आहे की, ते योद्धे म्हणून नियमितपणे कधीच संघटित झाले नाहीत. तरीही जरूर तेव्हा ते युद्ध करतील (लढतील) आणि सबंध ऐतिहासिक काळात ते लढलेही. त्यांच्यापैकी काही जण सुमारे इ.स.पू. च्या पहिल्या शतकात माळव्याशेजारी राजे बनले, ते राजघराणे लवकरच नाहीसे झाले. गोंड टोळीवाले सामान्यतः अद्यापही प्राचीन अवस्थेतच आहेत, परंतु त्यांच्यापैकी काही थोडे प्रमुख सरंजामशाहीच्या काळात गोंड राजे बनले. हे गोंड राजे, सरदार अजूनही अस्तित्वात आहेत आणि ते स्वतःला इतरांपेक्षा निराळे आणि श्रेष्ठ मानतात. निलगिरीमधील प्राचीन तोडा जमातीचे लोक प्रवाशांचे आणि व्यावसायिक मान शास्त्रज्ञांचे आकर्षण बनले आहेत. सर्वात प्राचीन असणारे 'चेंचू' जरी असूनही मुख्यतः संग्राहकच असले तरी त्यांची मूळची भाषा आता राहिली नाही. ते तेलगूसदृश भाषा बोलतात. ही उत्पादक वातावरण निर्माण करणाऱ्या शेतकऱ्यांची भाषा आहे. दुसऱ्या शब्दात अशा प्रकारचा सर्व अभ्यास हेच सिद्ध करतो की, ज्यांची उत्पादनांची साधने अधिक कार्यक्षम आहेत अशांशी आलेल्या संबंधाचा प्राचीन समाजावर फारच परिणाम झाला. अगदी जवळच्या नागालँडची समस्या अशी आहे की, काही नागांनी आधुनिक बूर्झ्वा शिक्षण घेतले आहे तर त्यांचे बहुसंख्य सोबती

भारताचे भूतकालीन व वर्तमानकालीन वैशिष्ट्य असणाऱ्या असाहाय्य शेतकऱ्यांचा निष्क्रिय खालचा थर बनण्याचे नाकारतात. नागांची नुकतीच मान्य झालेली स्वतंत्र राज्याची मागणी ही टोळ्यांतील एकात्मतेच्या अवशेषांवर आधारित होती. ही एकात्मता नांगराने करावयाच्या शेतीच्या व बूर्झ्वा मालमत्ता धारणेच्या पूर्वीच्या अभावाने आलेली होती आणि ही मागणी अन्नोत्पादक समाजाच्या अतिक्रमणाला सशस्त्र प्रतिकार करण्याच्या दीर्घ परंपरेवरही आधारलेली होती.

टोळीवाल्यांचा हिंदुस्थानी शेतकऱ्यांवर व उच्चवर्गावरही पडलेला उलट प्रभाव बऱ्याचशा निरीक्षकांकडून दुर्लक्षिला जातो. टोळीवाल्यांची शेती हा सामान्यतः पालटणारा व्यवसाय आहे. मर्यादित क्षेत्र भाजले जाते किंवा तेथील झुडपे छाटून ती जाळली जातात. त्या राखेत काही बी विखुरले जाते. काही वेळा खणण्याच्या टोकदार काठीने (थोव्याने) केलेल्या भोकात बी टाकले जाते. जमिनीचा सुपीकपणा वेगाने संपुष्टात येतो. जास्तीत जास्त दोन वर्षांतच नव्या जागा साफ कराव्या लागतात आणि जुन्या जमिनी सहा ते दहा वर्षांपर्यंत पडीक ठेवून त्यावर नवीन झुडपे व झाडे उगवू द्यावी लागतात. अशा प्रकारे अन्नोत्पादन पुष्कळशा टोळ्या देशभर प्रत्यक्षात करीत आहेत. उदा : पश्चिम किनाऱ्यावरील गावडे ही आरोंओ, संताळ, कोलता इत्यादी नियमित केलेल्या शेतीलतके माणसे पोसण्याचे सामर्थ्य या जमिनीत नाही. पण मग नांगरशेतीला जास्त कष्टाची आवश्यकता असते. जमिनीची पातळी सारखी करणे, टेकड्यांच्या बाजूंना बांध घालणे, दगड काढून टाकणे, जंगल साफ करणे व खुंट तोडणे, जमीन सुपीक करण्यासाठी नियमित खते घालणे इत्यादी या सर्वांचा अर्थ म्हणजे नांगर, जनावरे आणि अवजारे आपल्या मालकीची असणे जरूर आहे. पुष्कळदा याची परिणती जमिनीची विभागणी निश्चित तुकडे करण्यात होते. त्यामुळे सरतेशेवटी जेव्हा अधिक चांगल्या अन्नपुरवठ्यामुळे लोकसंख्या वाढते तेव्हा वर्गविग्रह निर्माण होतात. तथापि पुष्कळशा शेतीप्रधान खेड्यांतून (उदा. महाराष्ट्रातील परिचयामुळे मी माझी बरीचशी उदाहरणे महाराष्ट्रातूनच घेतो.) शेतकरी आपल्या नांगरशेतीला प्राचीन 'तोडा आणि जाळा' पद्धतीची जोड देतो. निसर्गतःच खेड्यातील बहुधा टेकड्यावर उंच असणाऱ्या ओसाड जमिनीपुरत्याच या पद्धती मर्यादित राहतात. या ठिकाणी कठीण खडकामुळे व खड्या उतारामुळे बांध घालणे शक्य नसते. ज्याची पुनर्लावणी करावी लागते अशा भाताच्या पेरणीचे वाफे सुद्धा 'तोडा आणि जाळा' पद्धतीनेच तयार केले जातात. या वाफ्यांत खताबरोबरच जंगलातील पाने, माती व भुसा घातला जातो. या थर पाने जळतील इतका सुकू दिला जातो. फार वेगाने जळून जाऊ नये म्हणून थोडासा ओलसर केला जातो आणि नंतर पेटविला जातो. तो धुमसत राहतो

आणि छोट्या रोपांना आवश्यक असलेली रासायनिक द्रव्ये भाजली जाऊन जमिनीत मिसळतात. भाताचे बी पहिल्या पावसात या अशा तयार केलेल्या वाफ्यांत लावले जाते. जेव्हा ही रोपे काढून दुसरीकडे लावली जातात तेव्हा ते वाफे रिकामेच ठेवले जातात. या छोट्याशा जागेवर शेतकरी नंतर कडधान्ये (डाळी, वाटाणे, इ.) पेरतो. त्यांच्याशिवाय नुसता तांदूळ त्यांचा संतुलित आहार होऊ शकत नाही. ह्या पद्धतीमुळे अगदी नैसर्गिकपणेच उत्तम शेतीला आवश्यक असणाऱ्या आळीपाळीने पिकांची अदलाबदल करण्याचा शोध लागला.

अद्यापही काही शेतकरी व टेकड्यांच्या बाजूस राहणारे पुष्कळसे टोळीवाले थोव्यांने – खणण्याच्या काठीने – बी पेरतात. इतिहासपूर्वकाळापेक्षा फरक म्हणजे या काठीला खाली वजन देण्यासाठी दगडाचे कडे नसते. प्राचीन काळी ४५ इंच लांब असणाऱ्या या हत्याराच्या जागी आधुनिक काठी छातीइतकी उंच आणि त्यामुळेच अधिक जड व जाड असून तिला पोलादी टोक असते. परंतु या थोव्याचा प्राचीन उगम अगदी अचूक आहे. पेरले जाणारे बी नाचणी, बरी या सारख्या अगदी हलक्या दर्जाच्या धान्याचे असते – कधीकधी ही धान्ये जंगलात आपोआप उगवलेली आढळतात. जेथे ही पद्धत वापरली जाते, अशा टेकड्यांच्या उभा चढ असणाऱ्या बाजूवर नांगरणे जरुरीचे नसते किंवा शक्यही नसते. पण अशा मशागतीला जवळ जवळ दहापैकी आठ वर्षांइतकी दीर्घ काळपर्यंत जमीन पडीत ठेवावी लागते. परंतु समपातळीतील जागेत नांगराऐवजी कुदळ किंवा लांब दांड्याचा टिकाव वापरला जातो. जेथे जमीन अगदी निकस असेल तर तेथे बायका मशागत करून पुरुषांच्या भारी शेतीला जोड देतात. सर्वात प्राचीन टोळ्यांमध्ये थोवा व कुदळीचा उपयोग म्हणजे सर्व शेती हा स्त्रियांचा मक्ता असे तर शिकार हा पुरुषांचा मक्ता असे. मासे धरणारे कोळी हा खास जातींचा गटच बनला आहे. तथापि टोळीवाले आणि शेतकरी जाळ्यांखेरीज मासेमारी करतात. ते माशांना उथळ पाण्यात किंवा खास तयार केलेल्या झाडाझुडपांच्या बंधाऱ्याकडे हाकलतात आणि नुसत्या हातांनी उपसून काढतात. त्याच डबक्यांच्या काठावर त्यांच्या इ.स. पूर्वकालीन पूर्वजांनी ठेवलेले छोट्या दगडी हत्यारांचे विश्वास बसणार नही इतके मोठे साठे मी पाहिले आहेत. तीच गोष्ट मातीच्या भांड्यांची जरी पुराणवस्तुशास्त्र सिंधूच्या परिसरात ५००० वर्षांपूर्वी वेगवान चाकावर घडविलेली अत्युत्कृष्ट भांडी दाखवीत असले तरी दक्षिणेतील इ.स.पू. कालीन वस्तुशास्त्रांत सुद्धा चाकाशिवाय घडविलेली अधिक ओबडधोबड मातीची भांडी दिसतात. अशा प्रकारची सर्व आकारांची भांडी आजही अगदी बरोबर त्याच पद्धतीने सावकाश फिरणाऱ्या तबकडीवर (शेवता) किंवा तबकडीशिवायही केली जातात. कुंभाराची ही तबकडी

फक्त बायकाच हाताळतात हे लक्षणीय वैशिष्ट्य आहे. पुरुष एका हातात मनगटाच्या आकाराची दगडी ऐरण भांड्याच्या आतून धरतात व भांड्याच्या बाहेरून लाकडी ठोकळ्याने खाली दाबीत कच्च्या मडक्यावर अखेरचा सफाईचा हात फिरवितात. अशा रीतीने त्या भांड्याच्या बाजू भाजण्यापूर्वी अधिक पक्क्या व पातळ केल्या जातात आणि नंतर ते भांडे आकार व सफाई या बाबतीत खूपच चांगले दिसते. २ ते ३ हजार वर्षांपूर्वीच्या जुन्या थरांच्या उत्खननात ऐरणी सापडतात. कुंभाराचे वेगाने फिरणारे चाक हे पुरुषाच्या हातातीलच उपकरण आहे व होते. तरीही मातीची भांडी तयार करणे, हा केवळ स्त्रियांचा विशेषाधिकार असला पाहिजे.

२.५ पायावरील संपूर्ण इमारतीचे प्राचीन अवशेष

प्राचीन इ.स. पूर्वकालीन तंत्राचे इतके अवशेष उरले असताना सामाजिक संघटना रूढी आणि श्रद्धा म्हणजेच उत्पादन संबंध यांच्या स्वरूपातील त्याच्याशी मिळते जुळते अवशेष न आढळतील तरच आश्चर्य. खरे पाहता असे अवशेष पुष्कळ आहेत. उदा. अधिक श्रीमंतांच्या स्वयंपाकघरांत जळणासाठी तेल किंवा विजेचा वापर होत असला तरीही तेथे (आंध्र व आग्नेय भारतात सोडून) अश्मयुगातील उपकरण असणारे पाटा आणि वरवंटा देखील वापरले जातात. त्यांच्या आकारात फरक आहे. आधुनिक स्वयंपाकघरातील पाटा सपाट आणि वरवंट्यापेक्षा अधिक रुंद असतो. आज त्याचा मुख्य उपयोग भाताबरोबर खाण्याच्या रूढी व भाज्यांसाठी खोबरे, मसाले व मसाल्याचे मऊ पदार्थ वाटण्यासाठी केला जातो. अशा प्रकारच्या पाट्यावर सागरी मिठापेक्षा जास्त कठीण असे काही वाटले जात नाही. तथापि ते वापरणाऱ्यांवर इ.स. पूर्वकालाने आपला शिक्का उठविला आहे. प्रथम हे लक्षांत येण्यासारखे आहे की, स्वयंपाकासाठी त्याचा वापर करणाऱ्या उच्चवर्गीय स्त्रिया बहुधा वरवंट्याचे वरचे टोक घट्ट धरतात. खालच्या जातीच्या स्त्रिया सामान्यतः त्याची दोन्ही टोके धरतात. त्यामुळे वरवंट्याची हालचाल मर्यादित होते व तितकेसे चांगले वाटले जात नाही. तथापि जर पाट्याचा आकार इ.स. पूर्वकालाप्रमाणे असेल, म्हणजे वरवंट्याचा दगड पाट्यापेक्षा अधिक रुंद व पाटा वाटणाऱ्याकडे उतरता असेल तर तो आकार व धरण्याची टोके धान्यासारखे कठीण पदार्थ वाटण्यास आधुनिक सपाट पाटा व वरच्या टोकाला धरण्याचा वरवंटा यापेक्षा जास्त सोईस्कर असतो. यावरून असे दिसते की, जेव्हा धान्याचे पीठ करण्यासाठी पाटा प्रत्यक्ष वापरला जात होता, त्या काळात खालच्या जाती जास्त जवळच्या आहेत. आता सर्व जाती पीठ तयार करण्यासाठी खूप जास्त कार्यक्षम असणारी फिरती जाती किंवा यांत्रिक गिरण्या वापरतात. परंतु पाटा-वरवंटा वापरण्यातील फरक खालच्या जाती अन्नोत्पादनाकडे थोड्या उशिरा वळल्या हे सुचवितो. नेमक्या

ह्याच खालच्या जाती आता कामगार आणि प्राथमिक अन्नोत्पादक असणारे शेतकरी आहेत. त्यांच्या अन्नोत्पादनांत उशिरा प्रवेश करण्यामुळे देखील हा वर्गीय फरक निर्माण झाला आहे. हा निर्विवादपणे अत्यंत महत्त्वाचा ऐतिहासिक आणि समाजशास्त्रीय देखावा आहे. वरच्या जाती उत्तरेकडून आल्या किंवा उत्तरेकडील अन्नोत्पादकांकडून आधी प्रभावित झाल्या. या उत्तरेकडील अन्नोत्पादकांनी दख्खनला खऱ्या शेतीचा परिचय करून दिला व त्यांनी फिरत्या जात्याचा उपयोग आधी सुरू केला होता. पाट्याशी संबंधित असा दुसरा एक प्राचीन वारसा आहे तो म्हणजे 'हिंदू'(ब्राह्मण) ग्रंथात नसणारा आणि खरे म्हणजे, लेखी स्वरूपातच नसणारा एक विशिष्ट विधी होय. या विधीला फक्त स्त्रियाच हजर असतात. यावरून त्याचे प्राचीन व इतिहासकालीन मूळ स्पष्ट होते. मुलाच्या जन्मानंतर दहाव्या (क्वचित सहाव्या किंवा बाराव्या) दिवशी कठीण गुळगुळीत वृत्तनीतीच्या आकाराचा वरवंटा उपस्थितांपैकी ज्येष्ठ स्त्री पाळण्याभोवती फिरविते व पाळण्यात ठेवते. ते मूल या दगडाइतकेच धडधाकट आणि दीर्घायुषी व्हावे यासाठी हे करतात असे मानले जाते. या दगडाला बाळाचे टोपडे (कुंची) घातले जाते. तसेच एखाद्या मातृदेवतेप्रमाणे गळ्यातील हार किंवा फुलांची माळ घातली जाते. कुंकू आणि कधीकधी हळद त्या दगडाला लावली जाते. अशा विधीतील प्रतीके कधीच साधी नसतात. तो वरवंटा एकाच वेळी त्या मुलाचे आणि त्याला आशीर्वाद देणाऱ्या मातृदेवतेचे किंवा परीचे प्रतिनिधित्व करीत असतो. परंतु पुरुष उपाध्यायांना या विधीची जाणीव नसते. हा समारंभ ब्राह्मणापासून खालच्या जातीपर्यंत सर्व जाती साजरा करतात. ही निःसंशयपणे प्राचीन समाजाच्या काही भागाकडूनच, बहुधा उत्तरेकडील देशांतरानंतर मिळाला आहे. हे संस्कृतीच्या परस्पर देवाण-घेवाणीचे एक उदाहरण आहे. आधुनिक क्षेत्रसंशोधक बहुधा नेहमीच अशी माणसे असतात की, ज्यांच्याशी आदिवासी किंवा खालच्या जातीच्या स्त्रिया जर खरोखर त्या अगदी अनोळखी माणसाशी बोलल्याच तर, आपल्या खास विधींबद्दल बोलत नाहीत. नाहीतर अशा रूढींबद्दल आपणास यापेक्षा पुष्कळच जास्त माहिति मिळाली असती. काही बाबतीत त्या टोळ्यांची पूर्वीची भाषा शोधून काढणेही शक्य झाले असते. कारण पुष्कळदा पुरुषांपेक्षा स्त्रियांच्या बोलण्यांत पूर्वीची भाषा टिकून राहते. सामान्यतः स्त्रिया प्राचीनत्व टिकवून धरतात तर पुरुषांचा आपल्या टोळीबाहेरच्या किंवा जातीबाहेरच्या लोकांशी जास्त वारंवार संपर्क येत असल्याने त्यांच्यात सार्वत्रिक सौजन्य दिसते.

अधिक चांगल्या परिचित असणाऱ्या धार्मिक विधींचा सुद्धा अगदी प्राचीन किंवा इतिहासपूर्वकालीन भूतकाळापर्यंत मागोवा घेता येतो. होळीच्या अश्लील आणि

आजकाल नीतिभ्रष्ट झालेल्या वासंतिक सणाचे प्रचंड होळीभोवती नाचणे हे प्रमुख वैशिष्ट्य आहे. त्यानंतर क्वचित काही निवडक लोक निखाऱ्यावरून चालत जातात. परंतु दुसऱ्या दिवशी नेहमीच आरडाओरड व अश्लीलपणा चालतो. आडबाजूला असलेल्या ठिकाणी लैंगिक अनाचार आणि गोंधळही चालतो. इतिहासपूर्वकाळात आहार हलक्या दर्जाचा असे. जीवन कष्टाचे असे व उत्पादनही सोपे नव्हते. त्यावेळी प्रलोभन म्हणून अश्लीलतेची गरज होती. नीतिभ्रष्टता हा आधुनिक बदल असून तो शेतकऱ्यांनी अधिक कसून केलेल्या श्रमातून मिळणाऱ्या अधिक चांगल्या आहारामुळे झालेला आहे. त्याचा परिणाम म्हणून लैंगिक भूक आणि वृत्ती संपूर्णपणे बदलल्या आहेत. होळीच्या सणाचे काही विशेष इतिहासपूर्वकालीन मातृसत्ताक अवस्थेपर्यंत मागे जातात. काही ठिकाणी एका पुरुषाला (त्याला कोलीन म्हणतात) स्त्री-वेष करून नाचणाऱ्यांच्यात सामील व्हावे लागते. बंगलोरच्या करगा या मोठ्या वार्षिक उत्सवात भाग घेणाऱ्यातील प्रमुखाला काम करण्यापूर्वी स्त्रीवेष धारण करावा लागतो. त्याचप्रमाणे पश्चिम हिंदुस्थानातील लावापक्षी पकडणाऱ्या पारध्यांचा उपाध्यायदेखील मोठ्याने प्रार्थना म्हणताना आणि उकळत्या तेलाच्या सत्त्वपरीक्षेच्या वेळी तसेच करतो. मुळात स्त्रियांची मक्तेदारी असणारे हे विधी आणि उत्सव आता पुरुषांनी ताब्यात घेतले आहेत. (ब्राह्मण पुराणकथा आणि आख्यायिकांमध्ये) मातृदेवतेला पवित्र असणाऱ्या वृक्ष- वाटिका यांचा उल्लेख केलेला आहे. रस्त्यापासून दूर असणाऱ्या अशा वृक्षवाटिका खेड्यात अजूनही अस्तित्वात आहेत. परंतु जेथे धर्मगुरूचे पद बाहेरून येऊन स्थायिक झालेल्या शेतकऱ्यांकडे न जाता मूळच्या लोकांच्याच हातात राहिले आहे, अशा अगदी थोड्या ठिकाणांचा अपवाद सोडल्यास स्त्रियांना तेथे जाण्यास मनाई असते. मुळात पुरुषांना बंदी होती. जेव्हा समाजातील मातृसत्ताक पद्धती जाऊन तेथे पितृसत्ताक पद्धती आली तेव्हा त्याला अनुसरून उपाध्येपण व धार्मिक विधींचे स्वरूपही बदलले.

ग्रामीण देवांचा हुशारीने केलेला अभ्याससुद्धा आपल्याला पुष्कळ गोष्टी सांगतो. तेथील पुष्कळसे देव म्हणजे लाल रोगण, तेलातून कालवलेला शेंदूर किंवा अधिक स्वस्त जांभळट रंग फासलेले साधे दगडाचे तुकडे असतात. हा रंग रक्ताच्या ऐवजी वापरलेला पर्याय असतो. खरे पाहता अद्यापही यांपैकी पुष्कळशा देवदेवतांना काही विशिष्ट प्रसंगी रक्ताचे बळी देतात, जेव्हा खेडे शेतीमुळे अधिक संपन्न बनते व ब्राह्मण उपाध्यायाचा तेथे प्रवेश होतो तेव्हा या पूजा वानरांचा देव हनुमान, हत्तीचे मस्तक असणारा गणेश किंवा भुतांचा राजपुत्र वेताळ यांच्यासारख्या नमुन्याच्या पंथाशी एकरूप होतात. नंतर या देवतांचे प्रतिनिधित्व खोदलेल्या प्रतिमा करतात. त्यांच्या प्राचीन मुद्रा त्या कधीच पूर्णपणे टाकून देत नाहीत. परंतु सरतेशेवटी त्यांचे पारडे वर जाते

आणि त्यांचे लाल रोगण व रक्तबळी नाहीसे होतात. संस्कृतीच्या प्रगतीचा अगदी क्रमाक्रमाने मागोवा घेता येतो. काही बाबतीत इतिहासपूर्वकालीन देव (विशेषतः देवता) अद्याप त्यांच्या मूळ ठिकाणावर किंवा जवळपास पूजले जातात परंतु नाव न बदलता तसेच टिकून आहे की नाही हे सांगता येत नाही. बुद्धाचे जन्मस्थान हा एक ठळक अपवाद आहे. त्या ठिकाणी त्या देवता त्याच (लुम्मिणी-रुम्मिणी) नावाने २५०० वर्षांपेक्षा जास्त काळ टिकून आहेत. जुन्नरची 'मानमोडी'/देवी ख्रिस्ती युगाच्या सुरुवातीस बुद्धाची लेणी खोदली जाण्यापूर्वीदेखील अस्तित्वात होती असे म्हणता येते आणि पुढे हजार वर्षांनी बुद्धधर्म लयास गेल्यानंतर नावात बदल न होता ती परत उदयास आली. पुष्कळदा एखाद्या देवाच्या पूजेस प्रसार आणि लोकप्रियता खूप वाढली की, तो देव शिव किंवा विष्णू म्हणून आणि अशी देवता पार्वती, लक्ष्मी किंवा अशीच एखादी ब्राह्मणी देवता म्हणून ओळखली जाते. या सर्वात मौज म्हणजे मेंगाई, मांघाई, सोंगजाई, उदालाई, कुंभलजा, झणझणी इत्यादी देवता होत. यांच्या पूजापद्धती अत्यंत प्रभावी आणि अगदी स्थानिक बनलेल्या असतात. यांतील शेवटच्या 'आई'चा अर्थ माता असा आहे. असल्या नावाचे लोक पुष्कळ वेळा एखाद्या नाहीशा झालेल्या टोळीचे किंवा वंशाचे प्रतिनिधी असतात. पेर्नेमजवळील बोल्हाई देवीची पूजा अद्यापि एका इतिहासपूर्वकालीन मोठ्या दगडी वास्तूतच केली जाते (वास्तविक गायकवाडांसारख्या मातब्बर सरंजामशाही राजघराण्याने एका मैलावर एक सुंदर मंदिर बांधून कायमची देणगी दिली म्हणून आणि त्यायोगे मोठ्या दगडी हत्यारांच्या युगातील एक वैभवशाली ठिकाण नष्ट केले). हे नाव इसवी सनाच्या २२ व्या शतकापेक्षाही जुने आहे व कदाचित त्याचे मूळ कन्नड असावे. तथापि सार्वत्रिक मातृदेवतेबद्दल प्रश्नच नाही. जर स्थानिक पंथाचा प्रसार झाला तर त्या प्रसारावरून स्थानांतराचा मागोवा घेणे शक्य असते. आता ६० मैलांवरच्या एकाच खेड्यात राहणाऱ्या बोल्हाईच्या ज्येष्ठ पूजकाचे सर्वांचे आडनाव बाजी (घोडा) हेच आहे. ती देवता काही दरोडेखोरांबरोबर(कोरा) गेली असल्याचे मानले जाते. हे ती बराच काळपर्यंत एका वानरी टोळीची आश्रयदाती असल्याचे खात्रीचे चिन्ह आहे. या प्रदेशाच्या लोकसंख्येत इतके बदल व हालचाली झाल्या आहेत की, तिच्या मंदिराची पूजा इतिहासपूर्वकाली सतत होत असेल असे नाही. विशिष्ट प्रकारच्या जागा व दगड यांची अद्भुतता देव व राक्षस यांच्याशी सांगड घातली जात असे याची सदैव आठवण राहते. सुरक्षिततेसाठी देव व राक्षस या दोघांचीही पूजा केली जाते. असे नेहमी घडते - एखाद्या शेतकऱ्याला स्वप्नात एखादी देवता (क्वचित राक्षसांचा देव वेताळ किंवा एखाद्या मृत नातेवाईकाचे भूत) दिसते. त्या विशिष्ट आत्म्याचे किंवा देवतेचे पवित्र स्थल असेल तर सामान्यतः

पुढे या भयंकर स्वप्नातून सुटका होण्यासाठी तो काही तरी अर्पण करतो - (हल्ली नारळ किंवा कोंबडा जरूर तर बोकड). भुताला आणखी स्मृतिलेख कोरलेल्या समाधीने प्रसन्न करून घेतले जाते. परंतु कधीकधी एखादी देवता स्वप्नात एखाद्या नवीनच ठिकाणी दिसते. जर त्या वर्षी पीक नेहमीपेक्षा चांगले आले तर त्या जागी एखादी धार्मिक पूजा सुरू केली जाते आणि त्या शेतकऱ्याच्या कुटुंबात ती चालू राहते. तिची प्रतिमा म्हणजे बऱ्याच वेळा शेंदूर फासलेला एक साधा दगड (तांदळा-म्हणजे तांदळाच्या दाण्याचा आकाराचा) असतो किंवा आपल्या निर्माणकालापेक्षा ५००० वर्षांनी अधिक जुने दिसणाऱ्या एखाद्या ओबडधोबड उठावाच्या खोदीव कामाची विधिपूर्वक स्थापना करण्यात येते. ते कुटुंब ही नवीन पूजा चालूच ठेवते आणि जर एखाद्या लहान खेड्यातील सबंध जमातीलाच ती देवता एखाद्या संकटाच्या, दुष्काळाच्या किंवा रोगाच्या साथीच्या वेळी अनर्थापासून वाचवीत असेल तर त्या पूजेचा संपूर्ण खेड्यात प्रसार होतो. अगदी लक्षात येण्यासारखी गोष्ट म्हणजे या धार्मिक पूजेच्या नवीन पद्धती आपल्या आधीच्या इतिहासपूर्वकालीन पंथांच्या दगडी खोदकाम केलेल्या छोट्या किंवा मोठ्या वास्तूंच्या जवळच आढळतात. वेताळाची पूजा करणाऱ्या काही मित्रांना पुण्याजवळील विरळ जंगलात मी एक उपेक्षित दगडी वस्तू दाखविली. २० किंवा ३० शतकांच्या संपूर्ण विस्मृतीनंतर त्या विसरलेल्या पूजापद्धतीचे त्यांनी आपल्या स्वतःच्या पद्धतीने फुले आणि शेंदराच्या साहाय्याने पुनरुज्जीवन केले. आता भरभराटीत असणाऱ्या पंथाचे नाव 'नंदी' आहे - शिवाच्या बैलाशी या खोदलेल्या दगडाचे साम्य असल्याच्या कल्पनेने हे नाव पडलेले असावे.

भारतीय जीवनातील याहून खूप अधिक प्राचीन अवशेष दाखवून देणे सुलभ आहे. स्त्रीला तिच्या मासिक पाळीमध्ये कोणाही पुरुषाने स्पर्श करू नये. चुकून स्पर्श झाला तरी पुरुषाने ताबडतोब स्नानाने स्वतःची शुद्धी करून घेतली पाहिजे व आपले कपडे धुऊन घेतले पाहिजेत. स्त्रीला त्या काळात इतरांपासून पूर्णपणे अलग राहावे लागते. आधुनिक शहरी जीवनात ही मासिक पाळीसंबंधीची बंधने नष्ट होत आहेत. गोंधळी ही एक समारंभ साजरे करणारी व्यावसायिक जात आहे. काही खेडवळ समारंभप्रसंगी आपल्या गीत व वाद्यांबरोबर दीर्घकाळपर्यंत गोंधळाचा नाच करण्यात हे तज्ज्ञ असतात. ज्यांच्यापासून हा खेळ इ.स. ११०० पूर्वी घेतला गेला असल्याचे दिसते, त्या गोंड आदिवासींपर्यंत गोंधळी या नावाचा मागोवा घेता येतो. हा संबंध आता विस्मृतीत गडप झाला आहे. एखाद्या खांबाच्या शेंड्यावर असणाऱ्या आडव्या शिडीवरून लोंबकळत सोडलेल्या लोखंडी किंवा पोलादी आकड्यांनी लोकांना झोके देण्याची प्रथा अजून पुष्कळ खेड्यात टिकून आहे. असे झोके देणे हा काही प्रमुख

कुटुंबांचा राखीव हक्क असतो. हा आकडा, कमरपट्टा किंवा पट्टा यांच्या खालून घातला जातो. मागच्या शतकापर्यंत (आणि फार थोड्या खेड्यात अजूनही) हा आकडा प्रत्यक्ष कमरेच्या स्नायूंमधून घातला जात असे. ही लोहयुगातल्याप्रमाणे एक रूढी दिसते आणि ती तशी असेलही. पण काही वस्त्यांमध्ये त्याच्याही पूर्वीच्या मनुष्यबळीच्या बदली रूढ झालेल्या प्रथेपर्यंत तिचा मागोवा घेता येतो. निवडलेल्या बळीला – हा सुद्धा एखाद्या दुसऱ्या खास वंशासाठी दक्षतेने राखून ठेवलेला विशेष हक्क असे – देवाप्रमाणे वागवले जाई. नंतर त्याचा शिरच्छेद करण्यात येई आणि त्याचे मस्तक कायमच्या देवापुढे एका विशेष फरशीवर ठेवण्यात येत असे.

अशा प्रकारचे सर्व काम म्हणजे धर्मभोळ्या कल्पनांचा अभ्यास – मानसशास्त्र व समाजशास्त्र यांतील व्यवसाय होऊन राहिला आहे. अधिक गूढ देव आणि धार्मिक पूजेच्या पद्धती यांचा अधिक खोल अभ्यास करता येईल. श्रेष्ठ देवांना एक किंवा अधिक पत्नी व अपत्ये असतात. कधी कधी अर्धे अंग पशूचे असणाऱ्या गणेशासारख्या देवांचे सेवक भुतेही असू शकतात. हे देव एकेकाळी टोळ्यांची कुळचित्रे असणाऱ्या निरनिराळ्या पशूंवर किंवा पक्ष्यांवर स्वार होतात. हे ईश्वरी कुटुंब व परिजन हे एक ऐतिहासिक दृश्य असून ते पूर्वी एकत्रित नसलेल्या भिन्न भिन्न टोळ्यांमधून निर्माण झालेल्या एकत्रित समाजाचे उदयाचे चिन्ह आहे. अशा प्रकारच्या एकत्रीकरणाचे समर्थन करण्यासाठी ब्राह्मणांचे ग्रंथ–पुराणे–खास रचलेल्या बनावट कल्पितकथांची नोंद करतात. ही पुराणे स्मृती कालातील प्राचीनतेवर अधिकार सांगतात. परंतु सामान्यतः इ.स. च्या ६ व्या आणि १२ शतकाच्या दरम्यान त्यांचे लेखन किंवा पुनर्रचना केली गेली. त्याच्यानंतर गंभीर ब्रह्मज्ञानाची व देवांच्या सरंजामशाही दरबाराची अधिक उच्च अवस्था येते. पुढे क्रमाने तिला बाजूस सारून तिची जागा तत्त्वज्ञानविषयक स्पष्टीकरण गूढवाद आणि क्वचित सामाजिक सुधारणा यांनी घेतली. वैशिष्ट्यपूर्ण भारतीय धार्मिक विचाराच्या या प्रमुख अवस्था आहेत. अशा विचारात दुर्दैवाने सुसंगती आणि तर्कशुद्धता फारच दुर्मिळ आहेत. हा विचार सत्याला कधीच सामोरा जात नाही किंवा साध्या वस्तुस्थितीची स्पष्ट नोंद करीत नाही. मुळात भिन्न असणाऱ्या देवांना एकत्र आणण्याचा अनुक्रम अखंड नव्हता. नानाविध स्थानिक पंथ आपापल्या अनुयायांसह एकमेकांत मिसळून जात असताना या अनुक्रमाची संबंध देशभर चक्राकार पुनरावृत्ती होत असते. तत्कालीन मानवी समाजाच्या संघटनापाठोपाठ देवांचे संघटन थोडे जास्त ओबडधोबडपणे होत गेले. या पंथामध्ये समाविष्ट केल्या गेलेल्या लोकांनी आपले व्यक्तिमत्त्व आणि काही प्रमाणात आपल्या पूर्वीच्या टोळ्यांचा अलगपणाही कायम राखला. हे जातीमुळे साध्य झाले आणि गटाचे उपाध्याय असणाऱ्या निरुद्योगी

ब्राह्मणांनी त्याला उत्तेजन दिले. जातीय गट सामान्यत: दुसऱ्या जातींकडून किंवा जातीबरोबर शिजवलेले अन्न घेणार नाहीत किंवा विवाह संबंध करणार नाहीत. वस्तुत: नातेसंबंध हा कधीकधी 'भाकरी व मुलगी' यांच्या देवाण घेवाणीचा संबंध (रोटी बेटी व्यवहार) म्हणून वर्णिला जातो. हे प्राचीन काळाच्या विवाहाने झालेल्या नातेसंबंधातच केल्या जाणाऱ्या अन्नाच्या आधिक्याच्या देवाण घेवाणी सारखेच आहे (प्राचीन रोममधील विवाहाच्या सर्वात सुरक्षित बंधनाचे स्वरूप म्हणजे त्या जोडप्याने पावाची अगदी अक्षरश: अदलाबदल करणे व पाव कापणे असे होते.). तत्त्वत: ब्राह्मणाच्या श्रेष्ठस्थानामुळेच जात एकत्र राहाते. त्याच्या हातचे अन्न कोणीही घेऊ शकतो. पण त्याच्या मुलींची लग्ने फक्त ब्राह्मणांशीच होतात. उत्पादनांचे बंधन बदलत असे पण बंधन आपापसांत नातेसंबंध असणाऱ्या सामान्य शेतीत एकत्र येणाऱ्या शेतकरी कुटुंबातील असते. परंतु अनेक जाती टोपल्या विणणारे, वनस्पती विकणारे (वैदू), खणणारे (वडार), मासे धरणारा कोळी, यांसारखे विशिष्ट व्यवसाय करणाऱ्या मध्ययुगीन व्यावसायिक संघटनांसारख्या होत्या. यांपैकी काही उरलेल्या एकाकी ग्रामीण जीवनाबरोबरच अद्यापही मध्ययुगात राहण्याचा प्रयत्न करतात. अशा अनेक जातींचे टोळ्यांतील उगम ज्ञात आहेत. उदा. बिहार व बंगालमधील कैवर्त हे मासे धरणारे कोळी, महाराष्ट्रातील 'भोई' कुलचिन्हे देखील आपण होऊन आपले स्वरूप उघड करतात. वर उल्लेखिलेल्या 'बाजी' वंशाच्या खेड्याप्रमाणेच इतरही गावे अशी आहेत की, जेथील प्रत्येक मूळ रहिवाशाचे आडनाव एकच असते. उदा. मगर, लांडगे, मोरे, पिंपळे. मूळ कोठेही असले तरी कुलचिन्हाविषयीचे काही उपचार उरतातच. उदा. 'मोरे' मोराचे मांस खाऊ शकत नाहीत. पिंपळे आपले कुलचिन्ह असलेल्या पिंपळाच्या पानावर जेवणार नाहीत आणि एके काळी पिंपळाच्या फांद्या जळणासाठी तोडत नसत. जळणाच्या टंचाईमुळे हे बंधन झुगारून दिले आहे. नंतरच वेदकाळातील 'पिप्पलाद (पिंपळाची फळे खाणारे) नावाचा ब्राह्मण वंश याचप्रकारे निर्माण झाला होता.'

ऐतिहासिक चित्र असे की, अन्नसंग्राहकांची अगदी विरळ वस्ती असलेल्या वस्तुत: अमर्याद असणाऱ्या वातावरणात अन्नोत्पादक समाज हळूहळू पसरला. साहजिकच उत्पादक समाजाची वाढ खूप जलद झाली व पुढे त्यांनी अधिकाधिक आतापर्यंत कधीच लागवडीखाली न आलेला प्रदेश व्यापला. अन्नोत्पादकांनी त्यांचे आर्थिक व्यवहार वाढविल्यामुळे उत्पादक आणि संग्राहक यांच्यातील संबंध संघर्षाचा असो वा देवाणघेवाणीच्या स्वरूपातला असो, टाळणे शक्य नव्हते. काठावरचा अन्नसंग्राहकांचा प्रत्येक गट संख्येच्या दृष्टीने अगदी लहान होता. परंतु निरनिराळ्या टोळ्यांचे वैचित्र्य अनंत होते. शेती दर चौरस किलोमीटरला शंभर लोकांचा निर्वाह

करू शकते. तर अत्यंत निपुणतेने केलेली शिकार आणि अन्नसंग्रहण एकाही माणसाचा निर्वाह करू शकणारा नाही आणि सर्वात समृद्ध अशा मेंढपाळी जीवनात ढोबळमानाने तीनपेक्षा कमी माणसांचा निर्वाह होऊ शकतो. एवढेच नाही तर जलसिंचन आणि खतांमुळे अन्नसंग्रहणापेक्षा जमिनीच्या खूपच जास्त विस्तृत भागावर शेती करणे शक्य होते. हिंदुस्थानातील (खरे म्हणजे पाकिस्तानातील) पहिले अन्नोत्पादन सिंधू नदीच्या खोऱ्यात म्हणजे पश्चिम पंजाब व सिंधमध्ये झाले. तो इ.स.पू. ३००० ते १७५० चा सुमार असावा. त्या विशिष्ट प्रकारच्या जमिनीपलीकडे त्याचा प्रसार होऊ शकला नाही. नंतर त्याचा खरा प्रसार पूर्वेकडे गंगेच्या खोऱ्यात १८०० कि.मी. पर्यंत झाला. त्यासाठी अन्नोत्पादनाच्या संपूर्णपणे भिन्न भिन्न अशा तंत्राची व त्याबरोबरच एका नवीन सामाजिक संघटनेची जातींची आवश्यकता होती. या प्रसाराला आणखी हजार वर्षांचा - जवळ जवळ इ.स.पू. ७०० पर्यंत - काळ लागला. जातीपद्धतीच्या सुरुवातीशिवाय प्राचीन काळाच्या परिस्थितीत अशा प्रकारचा प्रसार साध्य झाला नसता. गुलामगिरी नसतानाही जातीपद्धतीमुळेच श्रमांची फळे मिळविणे शक्य झाले.

यानंतर खुद्द द्वीपकल्पांत केलेल्या मोठ्या प्रमाणावरील शिरकावाला उत्तरेकडील अत्यंत सुधारलेल्या समाजाने पाठिंबा दिला. या समाजाजवळ प्रगत तंत्रे विशेषत: नुकतीच मिळवलेली धातूंची माहिती होती. हा नवीन प्रदेश खूप विविधतापूर्ण होता आणि त्यामुळे उत्तरेकडील पद्धतींनी तेथे वसाहती करता येणार नव्हत्या. त्यामुळे जातिव्यवस्थेची पुढे अधिक प्रगती झाली आणि तिला नवे कार्यक्षेत्र मिळाले. या व्यवस्थेत ब्राह्मणांनी पुराणे लिहून अगदी मूळच्या विधींना सन्मान मिळवून दिला आणि टोळीचे रानटी प्रमुख या टोळीवर राज्य करणारे राजे व सरदार बनले. खरे पाहता ही वर्गाची नवी घडण बाह्य प्रोत्साहनामुळे झालेली होती तर उत्तरेकडील जुनी जातिव्यवस्था सुरुवातीला टोळीच्या आतूनच प्रगत झालेली वर्गरचना होती. अखेर सरंजामशाहीबरोबरच विशेष बळाचा वापर न करता, प्राथमिक उत्पादकाला कार्यरत ठेवूनही प्रशासकीय कार्य केले. नव्यानेच प्रगत झालेल्या भूमीतील खेड्यातील शेतकरी वर सांगितल्याप्रमाणे सामान्यतः पूर्वी एक टोळी असणाऱ्या जातीतील एकाच नातेगटातील असत. जमीन या गटाच्या मालकीची असे. पहिल्या रहिवाशांच्या संमतीखेरीज कोणीही परका मनुष्य त्या जमातीत प्रवेश करू शकत नसे. गटाने बहिष्कृत केलेल्या व्यक्तीला समाजात अक्षरशः स्थान उरत नसे. यावरूनच 'जातिबहिष्कृत' हा शब्द आला. अशा प्रकारच्या प्रत्येक गटाने आपले विशिष्ट कायदे व रूढी टिकवून धरल्या. राजा, त्याचे अधिकारी आणि त्यांचे ब्राह्मण सल्लागार स्थानिक रिवाज व कायद्याकडे जास्तीत जास्त लक्ष देऊन निरनिराळ्या गटांच्या सभासदांतील भांडणे

मिटवीत. अजूनही वैयक्तिक मालमत्ता आणि संपत्ती यांच्या आधुनिक स्वरूपामुळे जुन्या परंपरा अजूनही नष्ट न झालेल्या समाजातल्याप्रमाणे गटातील अंतर्गत भांडणे बहुशः जाती किंवा ग्रामसमिती (सभा) यांचेकडून सोडविली जात. जातिभेद आणि ब्राह्मणांचा कावेबाजपणा यामुळे देश धर्मभोळा आणि परकीय आक्रमणांपुढे असाहाय्य बनला. तथापि सरंजामशाहीतील जुलुमांखाली सुद्धा काही वेळा जातीनेच गरिबांचे रक्षण केले. वाजवीपेक्षा जास्त कर आकारलेली जमीन करण्यास सामुदायिक नकार देणे हा असाहाय्य शेतकरी वर्गाला शक्य असणारा निषेधाचा एकमेव प्रकार होता. अजून वसाहती न झालेली जमीन किंवा साफ न केलेली जंगले शिल्लक होती. तोपर्यंत ते इतरत्र, कोठेतरी जाऊ शकत. सरंजामशाहीतील पुढच्या काळात शेतीला योग्य अशी जमीन पूर्णपणे व्याप्त झाल्यानंतर आपल्या बरोबरीच्या लोकांचा बाहेरून पाठिंबा असल्याखेरीज हा सामुदायिक 'परित्याग' शक्य झाला नसता. आपल्या जातीच्या इतर लोकांकडून अशा प्रकारची आवश्यक मदत घेण्याचा हक्क ते नेहमी सांगू शकत. शेतकऱ्यांच्या संपाचा हा उत्कृष्ट हिंदुस्थानी नमुना होता. जातींनी दीर्घकाळापासून धर्मभोळेपणाचे अत्यंत विकृत स्वरूप धारण केले होते. १९ व्या शतकातील शेवटी शेवटी त्यांचे रूपांतर राजकीय गटात आले. बूर्झ्वा लोकशाहीमध्ये हे तसेच टिकून राहण्याचा संभव आहे आणि त्यातूनच धोकादायक तणावाची परिस्थिती निर्माण होण्याची भीती असते. ब्रिटिशांनी जातिभेदांना उत्तेजन दिले आणि हिंदुस्थान विभक्त ठेवण्यासाठी त्यांचा पद्धतशीर उपयोग केला. 'पाया नसलेली आणि हीन दर्जाची' ही आधुनिक जातिव्यवस्था किती काळ टिकून राहणार ? हा प्रश्न हिंदुस्थानातील अद्ययावत उत्पादनपद्धतीच्या तीव्रतेशी निगडित आहे. आता कायदा जात मानीत नाही. शहामृग आपले डोके वाळूत लपवितो तसे सुधारणेच्या तत्त्वाखाली जातीची नोंद शिरगणतीत-देखील केली जात नाही. तथापि शहरी जीवन, घरांची गर्दी, आगगाडी, बस, जहाज, ही वाहतुकीची साधने, एकाच कारखान्यांत सर्व जातींच्या कामगारांना एकत्र कोंबणे आणि रोखीच्या अर्थव्यवस्थेमधील पैशाचे सामर्थ्य ह्या सर्वांमुळे जातीचे मुख्य स्वरूप – धर्मसत्तेनुसार झालेली गटविभागणी नष्ट होते. यांत्रिक जीवनात ब्राह्मण उपाध्यायाला जागा नाही. यंत्रे शास्त्रीय नियमानुसार चालतात आणि ह्या नियमांनी जातींच्या धर्मसत्तेचे समर्थन होत नाही.

❑

प्रकरणे ३

पहिली शहरे

३.१ सिंधू संस्कृतीचा शोध

पहिली दोन प्रकरणे हिंदुस्थानातील सांस्कृतिक घडामोडीबद्दलची होती. सध्या देशाच्या लोकसंख्येचा बराच मोठा भाग असणारे हिंदुस्थानी शेतकरी आणि उरलेले थोडे टोळीवाले यांनी युगानुयुगे एकमेकांवर आपला प्रभाव पाडला. शेतकरी वर्गाच्या, एकंदरित स्थिर असूनही, नागमोडी असणाऱ्या प्रगतीचा मागोवा घेणे फारसे अवघड नाही. ही प्रगती अधिक चांगल्या अन्नपुरवठ्यामुळे झालेल्या अंतर्गत वाढीमुळे तसेच बाह्यतः टोळ्यांचे जीवन हळूहळू नाहीसे होत गेल्यामुळे झाली होती. तिचा प्रत्येक प्रांतातील क्रम किंवा काल अगदी निश्चित नसला तरी बाह्य रेखा स्पष्ट आहेत. शहरी जीवनाचा आरंभ आणि विकास यांचा प्रश्न शिल्लक राहतो. अखेर संस्कृती म्हणजे शहरातील नागरी जीवनाची घडण होय. तिच्यात एखाद्या देशाच्या जीवनाचा प्रमुख विशेष गुंफलेला असतो. आधुनिक भारतीय शहरांना त्यांचे स्थान परदेशी उत्पादन पद्धतीमुळे प्राप्त झालेले असले तरी यंत्र युगाच्या बऱ्याच अगोदर आणि सरंजामशाही काळाच्याही पूर्वी हिंदुस्थानात शहरे होती.

एका पिढीपूर्वीपर्यंत असा दृष्टिकोन स्वीकारला गेला होता की, हिंदुस्थानातील थोड्याफार महत्त्वाची शहरे इसवी सनापूर्वी हजार वर्षांतच दिसू लागली. ही आर्यांच्या – भटक्या मेंढपाळांच्या वंशजांनी उभारली असल्याचे मानले जाई – या आर्यांच्या ब्राँझ युगातील टोळ्यांनी हिंदुस्थानात वायव्येकडून प्रवेश केला. सुमारे इ.स.पू. १५०० – १२०० नंतरच्या थोड्या काळापर्यंत ते आपापसात व पंजाबातील अगदी मूळच्या रहिवाशांशी लढत. त्यानंतर गंगेच्या खोऱ्यात जरा सावकाशच नागरी जीवन व संस्कृतीचा प्रवेश झाला. जुन्या दृष्टिकोनानुसार हिंदुस्थानातील पहिले खरोखरी मोठे शहर पाटणा हेच असल्याचे दिसते. परंतु बहुतांशी हे अनुमान कल्पित कथा व आख्यायिकांच्या पातळीवर असणारे सर्वात प्राचीन संस्कृत ग्रंथ, स्तोत्रे व कथा यावरून काढलेले आहे. इ.स. १९२५ मध्ये पुराणवस्तुशास्त्रज्ञांनी काही शहरांच्या प्रचंड अवशेषांचा नेत्रोद्दीपक शोध लावल्याचे जाहीर केले. प्राचीन वाङ्मयात त्यांच्याबद्दलच्या उल्लेखांचा मागमूसही आढळत नाही. यांपैकी प्रमुख अवशेष बहुधा प्रत्येकी १ चौ. मैल पसरलेल्या दोन शहरांचे असून ही सुमारे ३००० वर्षांपूर्वी ऐन

भरभराटीत असावीत. दोन्ही शहरे सिंधू नदीच्या खोऱ्यात व महत्त्वाच्या नद्यांवर वसलेली होती. त्यांपैकी दक्षिणेकडील आता एक निर्जन टेकाड असलेले, सिंधमध्ये 'मोहेंजोदारो' म्हणून ओळखले जाणारे शहर खुद्द सिंधू नदीवरच होते. एके काळी वरचे म्हणजे पंजाबमधील हरप्पा, सिंधूची प्रमुख उपनदी असणाऱ्या रावीवर होते. या नद्या खोल गाळातून वाहात असल्यामुळे त्यांनी प्रवाह बदललेले आहेत. इतिहासकाळात असे वरचेवर घडले आहे – या शहरातील घरे, अनेक मजली राजवाडेवजा असून चांगल्या भाजलेल्या विटांनी भक्कम बांधलेली आहेत व ती उत्कृष्ट स्नानगृहे व शौचकुपे यांसारख्या सोयींनी युक्त आहेत. मातीची भांडी फारशी सुंदर नक्षीकाम केलेली नसली तरी चांगल्या दर्जाची असून वेगवान चाकावर मोठ्या प्रमाणावर तयार केली जात. सोने, चांदी, रत्ने आणि हरवलेल्या संपत्तीचे इतर पुरावे उजेडात आले. शहरांची मांडणी अप्रतिम असून मुळात तीत सुमारे २०० बाय ४०० यार्डाचे आयताकार गृहसमुदाय, रुंद प्रमुख रस्ते व चांगल्या लहान गल्ल्या होत्या. इतक्या गुंतागुंतीची व उत्कृष्ट नगररचना इतक्या पूर्वीच्या काळात व एवढ्या काळजीपूर्वक आखलेली इतरत्र कोठेही आढळली नाही. इजिप्तमधील राज्यकर्त्यांच्या पर्वतप्राय थडग्यांशी व भव्य मंदिराशी तुलना करता येथील शहरे शिल्पशास्त्रदृष्ट्या अगदीच नगण्य होती. सुमेरिया, अक्कड, बाबिलोन येथे सिंधूच्या खोऱ्यातील घरातील प्रमाणे विटांनी बांधलेली शहरे होती पण ती केवळ वाढत होती. या सर्वांच्या बाबतीत रोम, लंडन पॅरिस तसेच हिंदुस्थानातील नंतरच्या शहरांप्रमाणेच तेथील मोठ्या रस्त्यांनीही वेड्यावाकड्या ग्रामीण रस्त्यांचे अनुकरण केले. सिंधू जवळील शहरात खरोखरच आश्चर्यकारक स्वरूपाची नगररचना दृष्टीस पडते. एकमेकांना काटकोनात मिळणाऱ्या सरळ रस्त्यांखेरीज तेथे पावसाचे पाणी वाहून जाण्यासाठी उत्कृष्ट गटारांची योजना असून घरातील घाण टाकण्यासाठी मलवापींची व्यवस्था होती. हिंदुस्थानातील कोणत्याही शहरात अशा प्रकारची कोणतीही व्यवस्था आधुनिक काळापर्यंत नव्हती. पुष्कळच शहरात अजूनही या सोयींचा अभावच आहे. तेथे धान्याची प्रचंड कोठारे असून ती खासगी मालकीची असू शकणार नाहीत इतकी मोठी आहेत. त्यांच्याजवळच छोट्या राहण्याच्या घरांचे पद्धतशीर समुदाय असून त्यात धान्य सडणाऱ्या व साठविणाऱ्या नोकरांच्या किंवा गुलामांच्या खास वर्गाची राहण्याची सोय केलेली असली पाहिजे. तेथे बराच मोठा व्यापार होत असल्याचा पुरावा होता. त्यापैकी काही व्यापार समुद्रापलीकडील देशांशी होत असावा.

याचा अर्थ असा की प्राचीन हिंदुस्थानच्या इतिहासाबद्दलच्या सगळ्या पूर्वीच्या कल्पनांचा पुनर्विचार करणे भाग होते. हिंदुस्थानच्या सांस्कृतिक विकासाला सरळ,

तर्कशुद्ध क्रम नव्हता, तर त्यात मोठी परागती आणि स्पष्टीकरण करता न येण्याजोगी मेंढपाळांच्या रानटीपणाकडे उलटी वाटचाल होती. हरप्पासारख्या मोठ्या शहरावरून अन्नाचे पुरेसे आधिक्य शहरांचे निर्माण करणाऱ्या व त्याला आधार देणाऱ्या मुलखाचे अस्तित्व सूचित होते. सामान्यतः असे शहर सत्तास्थान बनते. अर्थातच अशा एका किंवा अधिक शहरांचे अस्तित्व म्हटले की, राज्यांचे अस्तित्व आलेच. काही लोकांनी अन्नाचे आधिक्य, शहरांचे निर्माण करणे आणि इतरांनी ते काढून घेणे प्राप्तच होते. हे दुसरे लोक स्वत: धान्य पिकवीत नसत. परंतु ते आर्थिक व्यवहाराची योजना, मार्गदर्शन व नियंत्रण करीत. यावरून असे म्हणता येईल की, प्राचीन काळात थोड्या लोकांच्या पुष्कळांवर चालणाऱ्या अमलावर आधारित अशी वर्गविभागणी व श्रमविभाजनाशिवाय शहरे अस्तित्वातच राहू शकत नसत. पण मग असे शहर आपले वारस किंवा मागमूसही न ठेवता नाहीसे का व्हावे? त्याच्या नाशाचा अर्थ त्यांच्या प्रत्यक्ष प्रभावाखाली किंवा प्रतिस्पर्धी असणाऱ्या इतर काही शहरांचा उदय असा होत असावा. इराकमध्ये ज्यांनी शहरे जिंकली त्यांनी ती आपल्या ताब्यात ठेवली. इ.स.पू. १७ व्या शतकातील महान बालोनी राजा आणि न्यायप्रवर्तक हम्मुराबी हा अशा मुळात रानटी असलेल्या जेत्यांपैकीच होता. इजिप्तमध्येही तसेच झाले. नागरी संस्कृतीच्या ह्या अपेक्षित सातत्याचा हिंदुस्थानात अभाव होता.

मेसोपोटेमियातील उत्खननात सापडलेल्या इतर वस्तूंच्या तुलनेवरून हे स्पष्ट होते, की इ.स.पू. ३००० वर्षे ही शहरे व परदेशातील यांच्यासारखी शहरे यांच्यामध्ये व्यापार होत असे. सिंधूच्या प्रदेशातील नागरी संस्कृतीचा काळ ढोबळ मानाने इ.स.पू. ३०००-२००० असा धरता येईल. तिचा शेवट होण्यापूर्वी जास्तीत जास्त उशिरा इ.स.पू. १७५० नंतर लवकरच झाला. शेवट होण्यापूर्वी दीर्घकाळापर्यंत तिचा हळूहळू ऱ्हास होत होता परंतु प्रत्यक्ष शेवट मात्र आकस्मिक झाला. मोहेंजोदारो शहराला आग लावली गेली. तेथील रहिवाशांची कत्तल केली गेली आणि या कत्तलीनंतर शहरातील वस्ती अगदीच नगण्य होती. हरप्पामधील असा पुरावा फारच तुटपुंजा आहे. कारण अगदी वरचे थर उद्ध्वस्त झाले आहेत. तेथील वस्तू विशेषत: विटा आधुनिक बांधकामासाठी किंवा त्यापेक्षा फार मोठ्या प्रमाणावर आगगाड्यांच्या रुळांना आधार देण्याचे उपलब्ध असणारे सर्वात स्वस्त साधन म्हणून काढून नेल्या गेल्या. भयानक शेवटाच्या या पुराव्यामुळे युद्धात शत्रूंचा निर्दयपणे चक्काचूर करून त्यांची संपत्ती लुटण्याचे व त्यांची शहरे जाळून टाकल्याचे सांगणाऱ्या जुन्या लाक्षणिक संस्कृत ग्रंथांचे वास्तव स्पष्टीकरण करणे शक्य होईल. अशा रीतीने ब्राँझ युगाचा इ.स.पू. २००० च्या मेंढपाळी जीवनाने आरंभ झालेल्या प्राचीन हिंदुस्थानी संस्कृतीचा खरा अर्थ रानटीपणाने

आपल्यापेक्षा खूप जुन्या व निश्चितपणे श्रेष्ठ असणाऱ्या नागरी संस्कृतीवर मिळवलेला विजय असा होतो. ऐतिहासिक प्रगतीच्या सामान्यत: अपेक्षित असणाऱ्या मार्गक्रमणाला नवीन उत्तेजन मिळण्याऐवजी जबरदस्त पीछेहाट करणारा तडाखा मिळाला.

यामुळे इतिहासकारांपुढे एक विलक्षण समस्या उभी राहते. सिंधू प्रदेशातील कोणत्याही नोंदीचा अर्थ लावला गेला नाही. शिवाय या नोंदी म्हणजे तरी कशा स्वरूपात आहेत ? तर केवळ शिक्क्याच्या छापावरील संक्षिप्त आख्यायिका अधिक मडक्याच्या तुकड्यावरील काही थोडे ओरखडे, त्यातील मुळाक्षरे अज्ञात आहेत. त्यामुळे अद्यापही वाचली गेली नाहीत.

जरी ती वाचता आली असती तरी काही व्यक्तींची, क्वचित व्यापारी संस्थांची व एक – दोन देवांची नावे एवढीच माहिती मिळाली असती. सगळा प्राचीन इतिहास पुराणशास्त्रीय संशोधन, लेखी दस्तऐवज, शिलालेख व यांसारख्या इतर गोष्टी यांच्या एकमेकांशी तंतोतंत जुळण्यावर आधारलेला असतो. येथे सिंधू प्रदेशातील पुराणवस्तू अमाप आहेत. परंतु त्यांच्याशी सुसंगत असा एकही लेखी दस्तऐवज अगदी शेवटापर्यंत वाचला गेला नाही. एकाही व्यक्ती किंवा उपाख्यानाची सापडलेल्या कोणत्याही विशिष्ट एका वस्तूंशी संगती लावता येत नाही. ते लोक कोणती भाषा बोलत हे सुद्धा आपणास माहीत नाही. उलट या हजारो वर्षांच्या संस्कृतीची कधीही भरून न येण्याइतकी मोडतोड करणाऱ्या रानटी हल्लेखोरांनी कोणताही ज्ञात पुराणवस्तुशास्त्रीय पुरावा ठेवला नाही. अशा रीतीने जुन्या संस्कृत नोंदींना महत्त्वाच्या तपशिलाबाबत काही निश्चित अर्थ राहात नाही कारण काही महत्त्वाच्या शब्दांचा निश्चित स्थाने किंवा वस्तूंशी संबंध लावता येत नाही. काही संज्ञा तर समजत देखील नाहीत. सिंधू संस्कृतीचा शेवट आणि खूपच लहान असणाऱ्या आपणास पुढे काही अडथळा न येता इतिहासकालात आणून सोडणाऱ्या नवीन शहरांचा लवकरात लवकरचा संभाव्य प्रारंभ यांच्या दरम्यान ६०० वर्षांपेक्षा जास्त विस्तृत अशा कालखंडाची स्पष्ट पोकळी राहतेच. हे विध्वंसक आणि त्यांनी जे उद्ध्वस्त केले ते या उभयतांनी या उपखंडाच्या एका कोपऱ्यात सध्या जेथे पश्चिम पाकिस्तान आहे तेथे कार्य केले. देशाच्या उर्वरित भागात अन्नसंग्रहण करणाऱ्यांची अगदी विरळ वस्ती होती. ते छोट्या छोट्या अश्मयुगीन टोळ्यांत आपापल्या भिन्न भिन्न पद्धतींनी राहात. हिंदुस्थानच्या प्रमुख सांस्कृतिक विकासाची सुरुवात इ.स.पू. च्या ३००० – २००० मधील हिंदुस्थानचा इतिहास लिहिण्याची शक्यता ही गंभीररीत्या नष्टप्राय केली गेली आहे.

३.२ सिंधू संस्कृतीतील उत्पादन
सिंधू संस्कृतीचे खास वैशिष्ट्य असे म्हणजे ती हिंदुस्थानच्या सुपीक आणि

चांगल्या सुधारलेल्या प्रदेशात पसरू शकली नाही आणि यावर सहसा कोणी अभिप्राय व्यक्त केलेला नाही. तिचा पल्ला अफाट आणि उत्तरेपासून समुद्रकिनाऱ्यापर्यंत सुमारे पावणेदोन हजार किमी मैल आणि कदाचित किनाऱ्याकिनाऱ्याने पश्चिमेपर्यंतही होता आणि त्याचे स्वरूप वैशिष्ट्यपूर्ण होते. या संस्कृतीच्या व्यापारी छावण्या किंवा छोट्या वसाहतींची स्थाने क्रमाक्रमाने निश्चित केली गेली असून ती गुजराथेतील खंबातच्या आखातापासून 'मकरान' किनाऱ्यावरील 'सुत्कागेन दोर'पर्यंत विरळ विरळ विखुरलेली आहेत. हा संपूर्ण प्रदेश अवशिष्ट हिंदुस्थानच्या तुलनेने रखरखीत आहे. पूर्वीच्या काळी हवामान अधिक चांगले असावे, पण तरीही फार जास्त चांगले नाहीच. हा फरक साहजिकच आधुनिक काळातील अधिक मोठ्ठ्या प्रमाणावरील जंगलतोडीमुळे झाला असावा. या उपखंडातील पहिली मोठी नागरी सुधारणा अगदी वाळवंटातून वाहणाऱ्या नदीकाठीच का घडली असावी ?

याचे उत्तर अगदी सोपे व साधे आहे. पाण्यासाठी व प्रमुख अन्न म्हणजे मासे मिळण्याचे ठिकाण म्हणून नदीची आवश्यकता आहेच. नंतरच्या काळात ती दूर अंतरावर नावांच्या साहाय्याने अवजड वाहतूक करण्याचे साधन बनते. प्राथमिक अवस्थेत यामुळेच प्राचीन लोकसंख्या वाढण्यास मदत होते. नदीने वाहून आणलेल्या गाळाने भरलेले वाळवंट आपल्या परीने तितकेच महत्त्वाचे आहे. याचा अर्थ असा की, आरंभीची लोकवस्ती नदी काठाशीच मर्यादित राहिली. जंगल म्हणजे जास्तीत जास्त विरळ झुडपेच असल्यामुळे एखाद्या विशिष्ट अवस्थेच्या आणि पल्ल्याच्या पलीकडे अन्नसंग्रहण शक्य नाही. या गैरसोयीपेक्षा दोन फायद्यांचे पारडे फारच जास्त जड आहे. एक म्हणजे हिंदुस्थानातील घनदाट जंगलांपेक्षा येथे जंगली जनावरे, सरपटणारे भयंकर प्राणी व कीटक यांपासून संरक्षणाची आवश्यकता कमी असते. दुसरे म्हणजे, शेती करणे हे नुसते आवश्यकच नसते तर फार जोरात वाढणारे जंगल साफ केल्याखेरीज शेती करणे सहज शक्य असते. जंगल सफाई अग्नीच्या साहाय्याने करता येते आणि दगडी हत्यारेसुद्धा पुरेशी असतात. या उलट हिंदुस्थानातील खरी मोसमी पावसाने वाढणारी अरण्ये धातूच्या – लोखंडाच्या विपुल पुरवठ्याखेरीज शेतीखाली आणता येत नाही. नियमित पाणी मिळाले तर गाळाची जमीन तुलनाच करता येणार नाही इतकी सुपीक आहे हे सर्व सिद्ध करणे अगदी सोपे आहे. नाईल आणि तैग्रीस – युफ्राटिस नद्यांचा दुआब – दोन्ही अगदी निर्जल प्रदेशातील आहेत. डॅन्यूबच्या इतिहासपूर्वकालीन संस्कृती आणि चिनी संस्कृती या प्राचीन ठिकाणांच्या भोवताली गाळाने तयार केलेली वाळवंटेच होती. ही वाळवंटे म्हणजेच शेतीसाठी बराच सुपीक पाया उपलब्ध करून देणारे विरळ जंगलांचे लोअेस मातीचे पट्टे होत. जगातील सर्वात

मोठ्या नद्या – ॲमेझॉन व मिसीसिपी या मात्र इतिहासपूर्वकालात संस्कृतीचा विकास घडवू शकल्या नाहीत. ॲमेझॉनचे जंगल इतके घनदाट आहे की आज देखील ते साफ करणे फायद्याचे ठरत नाही. संयुक्त संस्थानांच्या मध्यपश्चिम भागातील गवताळ कुरणे देखील इतकी दाट होती की जड लोखंडी नांगराचे आगमन होण्यापूर्वी तेथेही शेती करणे शक्य नव्हते. त्याचप्रमाणे हिंदुस्थानातील पवित्र गंगा नदीच्या काठावर किंवा जवळपास इ.स.पू. १००० च्या सुमारापर्यंत विशेष महत्त्वाच्या नागरी वसाहती झाल्या नव्हत्या. या काळापर्यंत सिंधू प्रदेशाची स्मृती देखील नाहीशी झाली होती.

सिंधू प्रदेशातील संस्कृती 'ब्राँझ' युगातील आहे. त्या वेळपर्यंत जरी उत्कृष्ट गारगोट्यांच्या कपच्यांचा उपयोग चाकूसारखा आणि घरगुती हत्यारांसाठी होत असला तरी हरप्पा व मोहेंजोदारो येथे वापरली जाणारी सर्वोत्कृष्ट हत्यारे ब्राँझची असून ती दणकट व टिकाऊ होती. ती तांब्याची नव्हे तर खऱ्या ब्राँझची म्हणजे तांबे व जस्त आणि थोड्या प्रमाणात इतर धातू यांनी बनविलेल्या मिश्र–धातूची असत. कच्चे तांबे राजस्थानातून येत असे आणि पश्चिमेकडून या धातूची निर्यात करण्याइतक्या भरपूर प्रमाणात उपलब्ध होते. हा निष्कर्ष बाबिलोनमधील व इतर ठिकाणच्या नोंदीवरून काढला गेला. सिंधू प्रदेश व इराकमधील विनिमयाचे प्रचंड व्यापारी भांडार म्हणजे इराणच्या आखातातील बहरीन बेट हे होते. हेच मेसोपोटेमियातील आख्यायिकांमधील 'हिल्मुन' होय. तेथेच पुराणातील अमर सुमेरियन 'नोआ झिनुसुद्धा' याने प्रलयातून वाचल्यानंतरचे त्याचे आयुष्य घालविले आणि 'गिल्गमेश' या शूर नायकाने अमरपणाचे रहस्य शोधण्यासाठी त्याचा शोध केला. पाचरीच्या आकाराच्या मातीच्या पाट्या बहरीनमार्गे 'अलिक तिल्मुन' या खास व्यापारी वर्गाने चालविलेल्या व्यापाराबद्दल सांगतात व जरी अद्याप सुमारे एक लाख थडग्यांचे उंचवटे उघडावयाचे राहिले आहेत तरी आधुनिक उत्खननाने त्याला पुरेपूर पुष्टी मिळते. सिंधू प्रदेशातील शहरांत व मेसोपोटेमियात सापडलेली विशिष्ट वर्तुळाकार बटणासारख्या शिक्क्यांचे मूळ बहरीनमध्ये असल्याचे दिसते. नंतरच्या काळात व्यापाऱ्यांनी असीरियन राजाच्या खास संरक्षणाखाली व भागीदारीत व्यापार केला. नफ्याचा बराच मोठा हिस्सा राजाच घेत असला तरी तोच त्यांचे सर्वांत मोठे गिऱ्हाईक असला पाहिजे. मेसोपोटेमियन लोक सिंधू प्रदेशास 'मेलुह्हा' म्हणत असल्याचे दिसते. मेलुह्हाबद्दलचे सर्व उल्लेख इ.स.पू. १७५० च्या सुमारास थांबले. याचा अर्थ असा की, त्या सुमारास व्यापारी संबंधात बहुधा हल्लेखोरांनी व्यत्यय आणला. मगान किंवा मक्कान नावाचे दुसरेही एक व्यापारी केन्द्र मध्ये कोठेतरी होते. त्याची पुरती ओळख पटलेली नाही. परंतु ते बहुधा बहरीन व हिंदुस्थानच्या दरम्यानच्या समुद्रकिनाऱ्यावर कोठेतरी असावे.

हिंदुस्थानी लोक तांब्याखेरीज मोर, हस्तिदंत आणि फणीसारख्या वस्तू (अजूनही हिंदुस्थानात बहुतांश सिंधू संस्कृतीतील फणीच्या नमुन्याच्याच फण्या बनविल्या जातात आणि केसातील उवा विंचरून काढण्यासाठी त्या अपरिहार्य आहेत.) माकडे, मोती (माशांचे डोळे) आणि सुती कापड निर्यात करीत. त्याच्या मोबदल्यात त्यांना चांदी व ज्यांचे स्वरूप अद्यापही अज्ञात आहे अशा इतर वस्तू मिळत. त्याकाळी-सुद्धा हिंदुस्थानी व्यापाऱ्यांची छोटीशी परंतु कार्यरत अशी वसाहत मेसोपोटेमियात असली पाहिजे हे इराकमधील उत्खननात सापडलेल्या हिंदुस्थानी मोहोरा व इतर वस्तूंवरून स्पष्ट होते. उलट अशाच प्रकारची वसाहत अभावाने किंवा कमी प्रभावी असल्याचे दिसते. सिंधूच्या खोऱ्यात सापडलेली मेसोपोटेमियन धर्तीची नाणी थोडीशीच असून त्यावरून पूर्णपणे स्थानिक तंत्रच दिसून येते. व्यापाराचा मार्ग समुद्रावरूनच होता आणि भयंकर प्रतिकूल किनाऱ्याच्या बाजूने नौकानयनाच्या कौशल्यपूर्ण पद्धतीने नवा प्रवास करीत. किनारा दृष्टीच्या टप्प्याच्या बाहेर गेला की, खलाशी एखादा कावळा सोडीत व तो सर्वात जवळच्या किनाऱ्याकडे उडून जाई ही अगदी तंतोतंत बायबलमधील नोआने वापरलेली पद्धतच आहे. त्याने जमीन कोणत्या दिशेला आहे याचा शोध लावण्यासाठी प्रथम एक कावळा सोडला व नंतर ती जमीन सुपीक आहे किंवा नाही याची खात्री करून घेण्यासाठी एक पाळीव कबुतर सोडले. इराकमधील फॅरा येथे खणून काढलेल्या एका नाण्यावर अगदी अशीच एक नाव आणि दिशादर्शक पक्षी आहेत. 'दिशा शोधणारा' कावळा अशा रीतीने वापरला जात असे हे हिंदुस्थानातील कथांवरून कळते. एक जातककथा व्यापारी अगदी तंतोतंत ह्याच प्रकारच्या समुद्रप्रवास बाबिलोन (बावेरू)कडे करीत असल्याचे सांगते. मेसोपोटेमियात हा कावळा अज्ञात होता ही गोष्ट अशा प्रकारच्या उलट व्यापाराचा काही पुरावा का आढळत नाही याचे स्पष्टीकरण देण्यात मदत करते.

वर उल्लेखिलेल्या निर्यातीच्या वस्तू चैनीच्या वस्तूंच्या वर्गात मोडतात. अन्न घरीच निर्माण केले जात असे. आपण चर्चा करीत असलेल्या अत्यंत प्राचीन काळाप्रमाणे अद्यापही त्या प्रदेशात गहू, तांदूळ व बार्ली पिकते. सिंधू व तिच्या उपनद्यांत नेहमीच मासे मुबलक प्रमाणात मिळत आले आहेत. आजमितीपर्यंत या नदीच्या खोऱ्यातील जमीन अत्यंत सुपीक आहे. सिंधू प्रदेशातील नाण्यावर दोन प्रकारची गुरे चितारलेली आहेत. मोठ्या वशिंडांचा आणि खास वैशिष्ट्यपूर्ण हिंदुस्थानी 'झेंबू'चा नमुना तसेच आता हिंदुस्थानातून लुप्त झालेला सपाट पाठीचा 'उरूस' प्रकार. गेंडा, हत्ती आणि मेंढा आणि अनेक मिश्र प्राणी म्हणजे शरीराचा एक भाग एका प्राण्याचा व दुसरा दुसऱ्याचा असेही दाखविलेले आहेत. त्या प्रदेशात त्याकाळी पर्जन्यमान जास्त

होते आणि खूप जंगली जनावरे इकडे तिकडे हिंडत असत हा दावा खरा नाही. सोळाव्या शतकात देखील पंजाबात गेंडा माहीत होता व त्याची शिकारदेखील केली जात होती. हिमालयीन हत्ती सरंजामशाही काळात लुप्त झाला. परंतु यांपैकी पहिला प्राणी सिंधू संस्कृतीच्या अर्थव्यवस्थेत महत्त्वाचा नव्हता आणि दुसरा बहुधा माणसाळविला गेला नसावा. आता हिंदुस्थानात नेहमीची झालेली पाण्यातील म्हैस फक्त थोड्या नाण्यांवर दिसते. एका नाण्यावर ती एका किंवा अधिक शिकाऱ्यांना उडवताना दिसते. यावरून बहुधा ती त्यावेळी माणसाळलेली नसावी. तथापि नाण्यांचा त्यांच्या काळातील प्राणिजीवन किंवा सर्वसामान्य जीवन चितारण्याखेरीज भिन्न हेतू होता. एका नाण्यावर प्राण्यांनी वेढलेला एक तीन तोंडाचा देव – नंतरच्या काळातील पशुपती शिवाची प्रतिकृती – आहे. इतर काही नाण्यांवर अशा प्रकारच्या दैवी आकृती दिसून येतात. एकावर शिडासहित जहाज, वल्ही व सुकाणू दाखविलेले आहे. दोनांवर प्राचीन आणि वैशिष्ट्यपूर्ण हिंदुस्थानी स्वरूपाच्या प्रत्येक हाताने एकेका वाघाला नरडे दाबून सिंहांना मारणाऱ्या सुमेरियन 'गिल्गमेश' वरून हे घेतले असावे. मेसोपोटेमियातील अनेक पराक्रमांच्या वेळी गिल्गमेशचा साथीदार असणारा नरवृषभ 'एन्किडू'देखील एका सिंधू प्रदेशातील नाण्यावर ओळखता येतो. प्रसंगवशात यावरून हिंदुस्थान – मेसोपोटेमियातील संबंध सिद्ध होतो. अशा रीतीने नाण्यांना काही धार्मिक महत्त्व होते. हे ठशाचे शिक्के आहेत. मेसोपोटेमियातील शिक्क्याप्रमाणे चिखलावर लोटीत नेण्याचे दंडगोलाकृती शिक्के नव्हेत. अशा प्रकारच्या शिक्क्याचा हेतू मालाच्या पुड्यांचे किंवा भरलेल्या फुलदाण्यांचे संरक्षण करणे हा होता. चीनप्रमाणेच मेसोपोटेमियातही त्यांचा उपयोग लेखी दस्तऐवजावरील सह्यांसारखा केला जात असे. मातीच्या वड्यांच्या स्वरूपात किंवा इतर कोणत्याही प्रकारचे सह्या केलेले लेखी दस्तऐवज सिंधू प्रदेशातील शहरात सापडले नाहीत. मालाची पुडकी किंवा बरण्यांना झाकणे लावून दोऱ्या बांधून गाठी मातीने लिंपल्या जात व त्या मोहोरबंद केल्या जात. आज मोहोर सुखरूप असेल तर ती फक्त पुडक्यांत अनधिकाराने फरक केला गेलेला नाही याची साक्ष देते. प्राचीन काळी या मोहोरेमुळे कोणत्यातरी प्रकारची मनाई लादली गेली जात असली पाहिजे आणि त्यामुळेच व्यापारीमाल सुरक्षित राहात असावा. वस्तुतः हिंदुस्थानात सापडलेल्या अनेक मोहोरांच्या शिक्क्यावर मागील बाजूस दोऱ्या, गाठी किंवा बोरू यांच्या खुणा दिसत नाहीत, यावरून त्यांनी कोणत्याही पुडक्यावर शिक्के मारले नाहीत. सुमेरियामध्ये खास धार्मिक पूजेसाठी असणाऱ्या मोहरा असत – (त्यांच्या व्यापारी मोहोरांपेक्षा वेगळेपणा एवढाच की, त्या आकाराने मोठ्या असत.) आणि धार्मिक समारंभाच्या वेळी त्यांचा उपयोग केला जाई. या सर्व मोहोरा जवळ जवळ त्याच आकाराच्या,

कोरीव काम केलेल्या, युरोपातील हिमयुगीन कलाकारांना 'चित्राची रूपरेषा काढण्याचा कागद' म्हणून उपयोगी पडणाऱ्या छोट्या गारगोट्यांच्या वंशात जन्माल आलेल्या आहेत. या गारगोट्यांपासूनच खूप मोठी आकाराची असली तरी हुबेहूब तशीच रानगव्यांची किंवा इतर प्राण्यांची चित्रे त्यांनी अंधाऱ्या गुहांतून रंगविली आहेत. या पुनरावृत्तीच्या मागे विशिष्ट धार्मिक हेतू व महत्त्व होते. जरी समाजाने नंतर या शोभेच्या मोहोरांवरील प्रतिमापूजा किंवा फलन संस्कारांच्या विधीऐवजी इतर हेतूसाठी वापरली असली तरी तिच्या मूळच्या ध्वन्यर्थातील जादू इसवी सनापूर्वीच्या हजार वर्षांपर्यंत नाहीशी झाली नव्हती.

सिंधूच्या खोऱ्यातील संस्कृतीचे सर्वात महत्त्वाचे वैशिष्ट्य म्हणजेच धान्य विकण्याच्या त्यांच्या विशिष्ट पद्धतीची पुनर्रचना करावयास हवी. हे फक्त इजिप्त व मेसोपोटेमियातील नद्यांमधील दोन अगदी सारख्या संस्कृतीशी तुलना करूनच साधता येईल. सिंधूच्या खोऱ्यात मोहेंजोदारो व हरप्पा ही भव्य शहरे होती. इतर सर्व वसाहती किंवा त्यांचे अवशेष तुलनेने फारच लहान आहेत. अशा लहान वसाहती अपेक्षेपेक्षा निश्चितच खूप कमी आहेत. इजिप्तमध्ये नाईलचा पहिला धबधबा व तिच्या मुखाजवळील दलदलीचा त्रिभुज प्रदेश यांच्यामधील अरुंद नदीखोऱ्याने प्राचीन काळातील माहीत असलेली सर्वात दाट लोकवस्ती पोसली. त्या नदीच्या ७५० मैल लांबीच्या प्रवाहाच्या काठाकाठाने अत्यंत पुराण पद्धतींनी मशागत केल्या गेलेल्या १०,००० चौरस मैलांपेक्षा कमी असणाऱ्या जमिनीचे रोमन काळात ७०,००,००० जीवांच्या लोकसंख्येस आधार दिला. एवढेच नव्हे तर तेथील शिलकी अन्नावर रोम शहराचे पोषण होत असे व त्याचप्रमाणे भूमध्य समुद्रावरील इतर प्रदेशाकडे पाठविले जात असे. दोन्ही बाजूंच्या दगडांच्या ओसाड सुळक्यांच्या मध्ये असणारी नाईलची दरी ३० मैलांपेक्षा रुंद नाही. गाळाने भरलेली शेतीस योग्य अशी जमीन कधीच १० मैलांपेक्षा जास्त नसते. परंतु खरे पाहता इजिप्तमध्ये तिला पाणी पुरवठा करण्याजोगा पाऊस मुळीच पडत नसून देखील दरवर्षी नाईलच्या प्रचंड वार्षिक पुरामुळे नवीन गाळाची भर पडते. मेसोपोटेमियात इ.स.पू.३००० च्या शेवटच्या काळात शेती कालव्याच्या पाण्यावर आधारलेली होती. सिंधूच्या खोऱ्यापेक्षा लहान व अधिक सुपीक नसणाऱ्या क्षेत्रात डझनाहून जास्त महत्त्वाची (मोठी) व अनेक लहान शहरे होती. प्रत्येक शहर व त्याच्या पाठीमागील प्रदेश यांचे एक स्वतंत्र राज्य असून त्याची स्वतःची उत्पादनव्यवस्था व व्यापार असे व त्याचे वारंवार इतर राज्यांशी युद्ध होत असे. सिंधू प्रदेशात फक्त दोनच मोठी शहरे का होती व तेथे फाराहोंच्या प्रमाणे भव्य स्मारके किंवा मेसोपोटेमिया प्रमाणे शहरांची अनेक टेकाडे का नव्हती ?

याचे उत्तर असे असल्याचे दिसते की, सिंधू प्रदेशातील लोक शेतीला कालव्याने पाणी देत नसत व त्यांच्याकडे जड नांगरही नव्हता. या दोन आधुनिक वैशिष्ट्यांनीच सिंध व पंजाबमधील शेतीला आजचे आधुनिक स्वरूप दिले आहे. जेथे पुरांनी भारी गाळाची भर टाकली आहे तेथील जमिनीचे उत्पन्न खोल नांगरटीखेरीज देखील उत्कृष्ट येत असले तरी फक्त पुराच्या पाण्याच्या शेतीला पुरवठा करून फारशी मशागत करता येत नाही. अशा रीतीने दंताळे – चित्राकृती म्हणून ओळखता येते (कधी कधी त्याचा अर्थ बोटासहित असणारा हात असाही केला जातो) त्याचबरोबर तेथे नांगराचे चिन्ह मात्र अजिबात नाही. या प्रदेशात आता फक्त पाच मोठ्या नद्या आहेत. म्हणूनच त्याचे नाव 'पंजाब' (पाच पाण्यांचा प्रदेश) पडले आहे. प्राचीन काळी तेथे सात प्रमुख नद्या होत्या. त्यातील दोन म्हणजे घग्गर व सरस्वती या कोरड्या पडल्या आहेत. सिंधू नदीला नैसर्गिक पूर येतो, आजतागायत चालूच आहे. पुराने पाणीपुरवठा होणाऱ्या जमिनी अजून सर्वात जास्त उत्पादनशील आहेत. जरी गाळाचा थर इजिप्तपेक्षा कमी जाडीचा व कमी सुपीक आला तरी सिंधू प्रदेशीय लोकांनी कालव्याने नव्हे तर प्रवाह अडविणाऱ्या धरणांच्या साहाय्याने पुराने भिजणारा प्रदेश वाढविलेला दिसतो. काही वेळा ही धरणे हंगामी असत. हंगामातील जास्तीचे धान्य प्रमुख नद्यांवरून वर किंवा खाली त्या दोन प्रमुख राजधान्यांच्या शहराकडे पाठविता येत असे. तेथील भांडारे पुढील प्रक्रिया व वाटपाची काळजी घेत. ह्या जास्तीच्या धान्यावर व्यापारी व नावाडी, राजवाडेवजा घरात किंवा कमी प्रतीच्या जगात राहणारे लोक, घरी वापरण्यासाठी व विक्रीसाठी वस्तू तयार करणारे कारागीर आणि शहर राहण्याजोगे स्वच्छ ठेवणारे खालच्या दर्जाचे मानव या सर्वांचे पालन पोषण होई. वरवर पाहता अगदी त्या शहराच्या सुरुवातीपासून जवळ जवळ अखेरपर्यंत हे धान्याचे आधिक्य स्थिर राहिले. सिंधू संस्कृतीच्या बाबतीत कोणतीही नवी शहरे, इजिप्तमधल्या प्रमाणे खूप गाजावाजा झालेले सत्तेवरील घराण्यांचे बदल, गंगेच्या मैदानावरील तितक्याच सुपीक असणाऱ्या परंतु जंगलमय प्रदेशात मोठ्या प्रमाणात प्रसार या गोष्टी आढळत नाहीत.

३.३ सिंधू संस्कृतीची खास वैशिष्ट्ये

आता समस्या आहे ती धान्य पिकविणाऱ्यांकडून त्याचे आधिक्य कोणत्या पद्धतीने काढून घेतले जात असे. त्याबद्दल योग्य अनुमान काढण्याची. या दृष्टीने इजिप्त व मेसोपोटेमियातील इ.स.पू. ३००० मधील घडामोडींपासून सिंधू प्रदेशातील शहरांना वेगळे करणाऱ्या गोष्टी लक्षात घेणे आवश्यक आहे. म्हणजे हे फरक स्पष्ट करणेही सिंधूप्रदेशीय समाजाच्या पुनर्स्थापनेची एक पद्धत आहे.

पहिल्या मुद्द्याचा उल्लेख केला आहे तो म्हणजे मोठ्या बदलांचा अभाव. ही

जुळी शहरे पूर्णपणे योजना आखूनच उद्‌भवल्यासारखी दिसतात. जेवढे निश्चित ठरविता येते तेथपर्यंत दोघांचीही मांडणी अगदी हुबेहूब सारखी आहे. अगदी त्या काळाच्या अखेरीपर्यंत दोघांपैकी एकातही बदल झाला नाही. मातीची भांडी, हत्यारांचे प्रकार आणि शिक्क्याच्या मोहरा त्याच राहिल्या. मुळाक्षरेदेखील स्थिर राहिली. हे इतिहासकालीन हिंदुस्थानच्या अगदी विरुद्ध आहे – तेथे अक्षरांचे स्वरूप प्रत्येक शतकात इतके बदलत गेले की, त्यामुळे लिपीवरून हस्तलिखित, पुस्तके व शिलालेखांची कालनिश्चिती करण्याची बरीच चांगली क्वचित एकमेव ज्ञात पद्धती उपलब्ध झाली. या शहरांच्या जमिनीची पातळी हळूहळू उंचावत गेली. मोहेंजोदारो येथे ऋतुपरत्वे येणाऱ्या पुरांच्या वर राहण्यासाठी खालचे मजले बुजवून टाकले जात असावेत. वरच्या भागावर पुन्हा मजले चढविले जात. काही घरे नैसर्गिकपणेच नष्ट होऊन जात. त्यांच्या पडलेल्या दगडमातीच्या सपाट केलेल्या ढिगांवर पुन्हा घरे बांधली जात. रस्त्यांची पातळी देखील उंचावली जाई. तथापि रस्त्याचा नकाशा न बदलता तसाच राही. घरे त्याच भिंतीवर किंवा त्याच खोलीच्या नकाशाबरहुकूम अधिक उंच उभारली जात. परंतु फारच थोडा बदल केला जाई. विहिरी मूळच्या विटांच्या ओळींवर इतक्या उंच बांधलेल्या होत्या की, जसजसे उत्खनन अधिकाधिक खोल पातळीवर जाईल तसतशा त्या कारखान्यांच्या चिमण्यांप्रमाणे दिसू लागतात. फक्त अगदी शेवटाजवळ उतरत्या कळेची व गोंधळाची चिन्हे आहेत. वरच्या पातळीतील काही स्वस्तातल्या साहित्याने कशाबशा बांधलेल्या घरांनी रस्त्यावर अतिक्रमण केले आहे. याचा अर्थ असा की, शहरांचा तो विशिष्ट भाग त्यावेळी नष्ट झाला होता. मातीची भांडी, भाजण्याच्या भट्ट्या शहराच्या मर्यादेमध्ये दिसल्या तशा त्या त्या आधीच्या कोणत्याही अवस्थेत दिसल्या नव्हत्या. विटांच्या भट्ट्या कोठेही आढळल्या नाहीत. या शहरांच्या भरभराटीच्या हजार वर्षांच्या काळात विटा दूर अंतरावर जेथे जळण सहज उपलब्ध असेल तेथे तयार केल्या जात. इमारतीचे लाकूड हिमालयातून त्या प्रचंड नद्यांमधून येई. शेवटच्या घरांनी या जुन्या साहित्यांपैकी काही वस्तू मातीच्या व भाजलेल्या, कच्च्या उन्हात वाळविलेल्या विटांबरोबर पुन्हा वापरल्या. सिंधू संस्कृतीच्या हजार वर्षांच्या काळात इजिप्तमध्ये पुरी डझनभर घराणी होऊन गेली. सुमेर अक्कडकडून जिंकला गेला. थोर सर्गोने उभारलेले साम्राज्य त्याच्या वंशजांच्या कारकिर्दीत कोसळले. या कालावधीत मेसोपोटेमियातील प्रत्येक शहराच्या रचनेत महत्त्वाचा फरक झालेला दिसला, परंतु हिंदुस्थानात तो झाला नाही.

दुसरे म्हणजे सिंधू प्रदेशातील शहरात सार्वजनिक स्मारके किंवा अगदी त्यांच्या सारख्या असणाऱ्या दोन संस्कृतीच्या अर्थाने प्रदर्शने नाही. याला एक अपवाद असू

शकेल. मोहेंजोदारो येथील दोन्ही बाजूंना खांबांची दालने किंवा उघडे सभामंडप असणारा एक ७० मीटर लांबीचा मोठा दिवाणखाना सार्वजनिक वापरासाठी असावा, परंतु तेथे एकही मोठे सभास्थान नाही. कोणतेही ज्ञात शिलालेख, मनोरे किंवा पुतळे, कोणत्याही प्रकारचे सार्वजनिक हुकूमनामे तेथे नाहीत. काही अधिक भारी घरांना ७ फूट जाडीच्या चांगल्या भाजलेल्या पक्क्या विटांच्या भिंती आहेत. याचा अर्थ असा की, त्या घरावर अनेक मजले चढवले जात असत. इतर समकालीन नदीकाठच्या संस्कृतीत राजवाडे किंवा अनेक भाग असलेली देवळे बाकीच्या इमारतींना वरचढ होत तसे येथे नाही. रस्त्याकडील समोरच्या बाजू कोऱ्या, सुशोभित न केलेल्या भिंतीच्या असत. संगमरवराचे किंवा काचेचे तुकडे बसवून सुशोभित केलेले नक्षीकाम, ओल्या गिलाव्यावर काढलेली चित्रे, चकचकीत कौले, आकृती काढलेल्या मुद्दाम खास साच्यात बनविलेल्या विटा, चुन्याचा गिलावा किंवा सन्दलाचे काम आणि सुशोभित केलेले दरवाजे देखील अभावानेच होते. घराचे प्रवेशद्वार बहुधा बाजूच्या गल्लीत असे आणि घराचे दार सहज सुरक्षित करता येण्याइतके लहान असे. म्हणजेच या घरांच्या आतील संपत्तीचा आपण लावतो तसा देवळांशी किंवा लष्करी विजयांच्या दिमाखाशी काही संबंध नव्हता. त्याचबरोबर साठविलेले खजिने समाजविरोधी घटक किंवा दरोडेखोरांपासून पुरेसे सुरक्षित नसत. त्या नगरावर जो सत्ताधिकारी राज्य करीत असेल त्याच्याजवळ विश्वसनीय अशी स्थानिक बंदोबस्तासाठी ठेवलेल्या सैन्याची व्यवस्था नव्हती.

यातूनच तिसरे खास वैशिष्ट्य उद्भवते, ते म्हणजे क्वचित आढळणारे बळांचे दुर्बल तंत्र. माहेंजोदारो येथे सापडलेली शस्त्रे तेथील उत्कृष्ट हत्यारांच्या तुलनेने अगदीच दुबळी आहेत. भाले अगदी पातळ असून त्यांना दांडा नाही. भाल्याचे टोक पहिल्याच जोरदार फेकीत वाकून जाईल. तलवारी तर अजिबात नाहीतच. कणखर चाकू व धारदार दगडी साधने ही तर हत्यारे आहेत, शस्त्र नव्हेत. धनुर्धारी हा चित्रमय प्रतीक बनतो. परंतु तेथील बाणाची टोके ब्राँझची नाहीत, दगडाची आहेत. ज्या कोणा सत्ताधिकाऱ्याचे लोकांवर नियंत्रण असे त्याच्या नियंत्रणामागे फारसा जोर नसे. त्या शहरांपैकी प्रत्येकाच्या एका बाजूला बालेकिल्ल्याचा उंचवटा दिसतो. हरप्पा येथील बालेकिल्ल्याला नंतरच्या काळात तटबंदी केलेली आहे. यापूर्वी ती फक्त एक तटबंदी नसलेली, अनेक भाग असलेली, एका १० मीटर उंचीच्या कृत्रिम व्यासपीठावरील इमारत होती. तिच्या बाजूकडे जाणाऱ्या चढांमुळे तिचा समारंभासाठी उपयोग करणे सुकर होत असले तरी बचाव मात्र दुबळा होत असे.

सिंधू प्रदेशातील बदलाचा अभाव हा केवळ आळस किंवा नवीन सुधारणांचा द्वेष करण्याच्या वृत्तीमुळे आलेला नव्हता, तर त्याला त्यापेक्षा बरीच खोल कारणे

होती. जेव्हा नव्या बदलाने परिस्थितीत खूपच सुधारणा झाली असती त्यावेळी काही शिकण्यास जाणून बुजून दिलेला तो नकार होता. व्यापाऱ्यांना नक्कीच बाबिलोन व सुमेरियातील कालव्याने केला जाणारा पाणी पुरवठा माहीत होता. विमानातून घेतलेल्या एकाही छायाचित्रात आधुनिक पाणी पुरवठ्याच्या कामाखेरीज कोणतेही कालवे दिसून येण्याजोगे नाहीत. लाकडी दांड्यासाठी खोबण किंवा छिद्र असलेली कुऱ्हाड किंवा तासणी तयार करणे हे निश्चितच सिंधू प्रदेशातील कारागिरांच्या तांत्रिक सामर्थ्याच्या आवाक्यात होते, तरीही हत्यार म्हणून ब्रॉन्झच्या साध्या उघड्या धारदार साधनांचाच उपयोग चालू राहिला. दुसऱ्या प्रकारचे नमुने (म्हणजे कुऱ्हाडी व तासण्या) वरच्या थरामध्ये आढळतात व ते निःसंशयपणे वायव्येकडून आलेल्या हल्लेखोरांकडचेच होते. भारताबाहेरील त्यांच्या थडग्यांमध्ये अशी हत्यारे आहेत. हीच गोष्ट सिंधू संस्कृतीला सर्वस्वी अपरिचित असणाऱ्या तलवारींसारख्या अधिक प्रभावी शस्त्रांची.

जवळ जवळ एका शतकाच्या कालावधीत शहरे त्यांच्या आधीची शहरे नसतानाही अगदी पहिल्यापासून सुरुवात करून अचानक पूर्णावस्थेत पोहोचतात. ही गोष्ट बाहेरून मिळालेल्या प्रेरणेकडे एकाएकी अंगुलीनिर्देश करते. कोणताही बदल न होता दीर्घकालपर्यंत टिकून राहिलेल्या स्थिरतेवरून असे दिसते की, ते विकसित झालेले स्वरूप स्थानिक परिस्थितीला योग्य होते. हा विकासच इतक्या वेगाने झाला की, ही शहरे इतिहासपूर्वकालीन खेड्यांतून हळूहळू उदय पावलीच नाहीत. बलुचिस्थानात व सिंधूप्रदेशाच्या पश्चिम व वायव्येकडील प्रदेशात अशा इतिहासपूर्वकालीन खेड्याचे अवशेष आढळतात. बलुची प्रकाराची साम्य असणारी मातीची भांडी हरप्पा शहराच्या अगदी जवळच खालच्या बाजूला पडलेली आहेत. परंतु त्या शहरात नाहीत. देशांतर करून शहरे उभारणाऱ्याने मोठ्या संख्येने हल्ला केला नाही. सिंधू प्रदेशातील बांधकाम व सर्वसाधारण तंत्र खास व विलक्षण वैशिष्ट्यपूर्ण आहे. ते सुमेरियासारख्या मोठ्या प्रमाणावरील नागरी संस्कृतीकडून उसनवार घेतलेले नव्हते. त्याचवेळी सिंधू – प्रदेशीय तंत्राने तयार केलेल्या प्राचीन (गिल्गमेश–एन्किडू) सुमेरियन प्रकारांच्या दोन मोहोरांचा उल्लेख वर केलाच आहे. तसे पाहिले तर सुमेरियन लोकदेखील तैग्रिस युफ्रेटिस नद्यांच्या काठावरचे स्थानिक लोक नव्हते. मुळात ते कोठल्यातरी पर्वतमय प्रदेशातून आले. त्यांची प्रमुख मंदिरे ७० फूट किंवा जास्त उंचीच्या व्यासपीठावर उभारलेली असून त्यांना 'झिगुरत' म्हणत असत. ही मंदिरे म्हणजे खरोखरच कृत्रिम पर्वतच होते. मेसोपोटेमियातील शहरांच्या (हसुना) सर्वात खालच्या थराखाली सापडलेल्या मातीच्या भांड्यांचा काळ कधीकधी इ.स.पू. ५००० च्या सुमाराच्या इराणच्या पठारावरील (उदा. जमो) शेतकऱ्यांपर्यंत मागे जातो. त्याचप्रमाणे इजिप्तमध्ये देखील बलशाली

राज्यांची प्रथम उभारणीसुद्धा बाहेरून आलेल्या लोकांमुळे झालेली दिसते. इजिप्तमध्ये (गेबेल – एक अरक) सापडलेली एक असामान्य वस्तू दोन सिंहांना नरडी दाबून ठार मारणारा एक मल्ल दाखविणारी इतिहासपूर्वकालीन चाकूची मूठ देखील गिल्गमेश प्रकारासारखीच आहे. जरी हा काळ नाईल नदीच्या प्रदेशातील नागरी सुधारणेच्या अगदी सुरुवातीचा असला तरी त्यात फरक असा आहे की सिंहाला मारणाऱ्याने येथे लांब पायघोळ झगा घातलेला आहे. कोणीही इजिप्शियन असा झगा कधीच घालीत नाही. सुमेरियन व हिंदुस्थानी सिंहाची मुंडी पिरगाळणारे अगदी पूर्णपणे उघडेच होते. कलेमधील विदेशी प्रेरणा म्हणजे या भव्य संस्कृतीची बीजे बाहेरून आली असल्याचे स्पष्ट चिन्ह आहेत. आपण तुलना केलेल्या तीन नदी खोऱ्यांतील संस्कृतीचा अनुकूल परंतु संपूर्णतया भिन्न स्थानिक परिस्थितीमुळे अगदी पूर्णपणे वेगळ्याच संस्कृतीत विस्तार आला.

याचे सर्वात उत्तम स्पष्टीकरण खालीलप्रमाणे देता येईल. नद्यांच्या परिसरातील या सामर्थ्यशाली संस्कृतीशी संबंध आलेले लोक कोणत्यातरी मर्यादित परंतु सुधारलेल्या प्रदेशातून आले – मर्यादित म्हणजे प्रत्येकाच्या बाबतीत त्यांच्या मूळच्या अज्ञात मायदेशात वाढीला वावच नव्हता आणि सुधारलेले म्हणण्याचे कारण त्या तीन थोर प्राचीन संस्कृती, शेती विटा तयार करणे, इमारतींचे बांधकाम, घरांची योग्य गटवारी करणे आणि थोडेफार लष्करी तंत्र यांचे ज्ञान असल्याचे दर्शवितात. शेवटच्या गोष्टीची म्हणजे लष्करी तंत्राची आवश्यकता दोन कारणांमुळे असे. कधी कधी पाण्याच्या जवळपास जाण्यासाठी लढावे लागे. वाळवंटातून वाहणाऱ्या नद्यांच्या गाळाने भरलेल्या दऱ्यांमध्ये नुसते शेतीचे अस्तित्व अन्नसंग्राहकाचे रूपांतर शेतकऱ्यांत होण्यासाठी पुरेसे नव्हते. अशा रूपांतराच्या समस्येला हिंदुस्थानात नंतरच्या अवस्थेत सुद्धा वारंवार तोंड द्यावे लागले. अन्नोत्पादकांच्या लोकसंख्येत संग्राहकांपेक्षा फार जलद वाढ आली व ते अधिकाधिक प्रदेशावर अतिक्रमण करू लागले. यामुळे सहाजिकच या दोघांमध्ये सशस्त्र संघर्ष उत्पन्न झाले. केव्हातरी अटळपणे असा शोध लागला की, आवश्यक असलेले अधिक मनुष्यबळ शस्त्राच्या बळावर ताबडतोब मिळविता येते – म्हणजे इतरांना गुलाम करून.

या अविकसित संस्कृतीची संभाव्य मूलस्थाने किंवा निदान मूलरूपे अनाटोलियामधील 'कॅटल हुयुक' येथे आणि पॅलेस्टाईनमधील 'जेरिको' येथे इ.स.पू. ७००० च्या सुमारास आढळतात. यांपैकी पहिल्या ठिकाणी एक छोटे नगर होते. ते आटोपशीर असून शहरात जाण्याचा मार्ग शिड्यांची रांग मागे ओढून घेऊन अनधिकाऱ्यांना प्रवेश बंद केला जात असे. मातीची भांडी नुकतीच वेतकामातून

हळूहळू विकसित होत होती. दगडाच्या मूर्ती घडविल्या जात व त्यांची पूजा केली जाई. जेरिकोमध्ये तेथील मातीच्या भांड्यांपूर्वीच्या छोट्या दगडी हत्यारांच्या युगात देखील एक लक्षात येण्याजोगा लष्करी बंदोबस्त असणारा दगडांचा मनोरा होता. एरवी निर्जल असणाऱ्या त्या प्रदेशातील पाणी मिळण्याचे एकमेव ठिकाण असणाऱ्या त्यांच्या झऱ्याचे रक्षण करण्यासाठी या मनोऱ्यांची आवश्यकता होती. या दोहोंपैकी एकही ठिकाण नायलॉटिक मेसोपोटेमियन किंवा सिंधू संस्कृतीचे मूळ उगमस्थान असेलच असे नाही. अद्यापपर्यंत त्यांच्यात असा प्रत्यक्ष संबंध दाखविणारे काहीही नाही. पुराणवस्तुशास्त्रीय पद्धतीने काळ व स्थळ या दृष्टीने मधील रिकामी जागा भरून काढण्यास बराच काळ लागेल. तथापि मोठ्या नगर राज्यांत सलगपणे विकसित होत जाणाऱ्या अनुकूल असणाऱ्या प्रदेशामध्ये अशा प्रकारच्या शेती करणाऱ्या प्राचीन जमातीचे छोट्या प्रमाणात असलेले अस्तित्व हेच नंतर वाढत गेलेल्या नदीकाठावरील भव्य संस्कृतीचे अपरिहार्य बीज होते.

३.४ समाज रचना

सिंधू प्रदेशातील शहरांमध्ये राहणाऱ्या समाजाच्या प्रकाराबद्दल काही सांगण्याचा प्रयत्न करण्यापूर्वी त्या दोहोंत समान असणारे आणखी एक महत्त्वाचे वैशिष्ट्य लक्षात घेतले पाहिजे. सर्वात सुंदर घरांच्या समूहाच्या जवळच परंतु या वैभवशाली निवासस्थानापासून स्पष्टपणे अलग एका दहा मीटर उंचीच्या मातीच्या विटांच्या व्यासपीठावर 'बालेकिल्ल्या'चा उंचवटा आहे. हा उंचवटा दोन्ही ठिकाणी अगदी एकाच आकारमानाचा व आयताकार आहे. हरप्पाचा उंचवटा आधुनिक काळात विटांची खाण म्हणून वापरला गेल्यामुळे नाहीसा झाला आहे. तर मोहोंजोदारोचा गुंतागुंतीचा उंचवटा अद्याप ही इसवी सनाच्या दुसऱ्या शतकातील एका बौद्ध स्तूपस्मारकाने आच्छादलेला आहे. या उंचवट्यावरील इमारतींचा आराखडा व रूपरेषा तशीच असल्याचे गृहीत धरल्यास या इमारतीचा मूळ वापर सार्वजनिकच होता, लष्करी नव्हे हे अगदी स्पष्ट आहे. लष्करी बंदोबस्त नंतर करण्यात आले. मोहोंजोदारोच्या समूहात अद्यापही बऱ्याच खोल्यांची आणि मुळात अनेक मजले असणारी एका उघड्या अंगणाभोवती असणारी एक इमारत असून त्या अंगणात २३ बाय ३९ फुटांचा व ८ फूट खोल असा एक आयताकृती तलाव आहे. तेथील विटा फार व्यवस्थितपणे रचलेल्या असून तलावाच्या भिंतींना आतून डांबराचा जलाभेद्य थर आहे. तलावाच्या प्रत्येक टोकाला मुळात लाकडी फळ्यांनी आच्छादलेल्या पायऱ्यांचा जिना असून तो तलावाच्या तळाकडे उतरत जातो. छान बांधलेले एक गटार तलाव रिकामा करण्यासाठी पाणी वाहून नेत असे – ही योजना बहुधा तलाव स्वच्छ करण्यासाठी असावी. पटांगणाला

लागून असणाऱ्या खोल्यांपैकी एकीत असणाऱ्या विहिरीतून मोठ्या कष्टाने पाणी आणून ह्या 'स्नानगृहांत' भरले जाई. उरलेल्या खोल्यांना एकमेकांसमोर न येणारी दारे आहेत. काही खोल्यांत वरच्या एका किंवा अधिक मजल्यांकडे जाणारे जिने आहेत. हे 'प्रचंड स्नानगृह' फक्त स्वच्छतेसाठी असू शकणार नाही. कारण प्रत्येक घरात उत्कृष्ट स्नानगृहे व विहिरी आहेत व शिवाय बालेकिल्ल्याच्या उंचवट्याजवळूनच सिंधू नदी वाहात असेच. या स्नानगृहाचा उद्देश खात्रीने तेथील रहिवाशांच्या दृष्टीने महत्त्वाच्या असणाऱ्या एखाद्या परिश्रमपूर्वक केल्या जाणाऱ्या धार्मिक विधीसाठी उपयोग हाच होता.

प्राचीन परंतु नंतरच्या काळातील हिंदुस्थानी वाङ्मयातील धार्मिक विधीसाठी असणाऱ्या तलावांचे जे उल्लेख आहेत त्यांच्या तुलनेने त्यामागील मूळ हेतूबद्दल खात्री करून घेता येईल. संस्कृतमधील नाव 'पुष्कर' – कमळांचे सरोवर – असे आहे. संपूर्ण इतिहासकालात अशा प्रकारचे कृत्रिम तलाव बांधले गेले आहेत – असे प्रथम स्वतंत्रपणे आणि नंतर मंदिरांना लागून अजूनही ते तसे बांधले जात आहेत. कमळांची नैसर्गिक सरोवरे चालत नसावीत हे स्पष्टच आहे. धार्मिक विधिपूर्वक स्नाने व धार्मिक शुद्धीकरण याखेरीज अशा प्रकारचे 'पुष्कर' प्राचीन काळी हिंदुस्थानातील राजे व उपाध्याय यांच्या अभिषेकासाठीही आवश्यक असत. हिंदुस्थानातील राजावर 'अभिषेक' केला जात असे. युरोपातल्याप्रमाणे 'तेल फासले' जात नसे. एवढेच नव्हे तर पायऱ्या (आधुनिक हिंदुस्थानातील घाट) हे यात्रास्थानाचे खास वैशिष्ट्य आहे. यात्रास्थानाचे 'तीर्थ' हे नाव सुचविते की, प्रथम नदीतून चालत पलीकडे जाऊन पाणी ओलांडले पाहिजे. ही दोन वैशिष्ट्ये मोहेंजोदारोच्या 'प्रचंड स्नानगृहा'चा नंतरच्या हिंदुस्थानातील पवित्र तलावाशी चांगलाच संबंध जोडतात. परंतु सर्वात अत्यंत जुन्या उल्लेखात या 'पुष्करा'चे तिसरे एक कार्य वर्णिलेले असून ते त्याचा प्राचीन फलन संस्काराशी संबंध जोडते. कमळांची सरोवरे सामान्यतः विशिष्ट वर्गातील जलदेवता किंवा पाण्यातील चेटकिणी – अप्सरांची – आश्रयस्थाने होती. 'अप्सरा' या अप्रतिम सुंदर स्त्रिया असून त्या पुरुषांना आपल्या सहवासात राहण्याच्या मोहात पाडीत असत व सरतेशेवटी त्या शूर नायकांना नाशाप्रत नेत असत असे वर्णिलेले आहे. या स्नानसुंदरी गायन व नर्तनातही निपुण असत. यक्षिणींना वैयक्तिक नावे असत व प्रत्येकीचा विशिष्ट वसाहतीशी संबंध असे. अनेक प्राचीन हिंदुस्थानी घराणी कोणातरी विशिष्ट अप्सरेच्या एखाद्या शूर नायकाशी झालेल्या तात्पुरत्या सहवासातून निर्माण झाली असल्याचे मानले जात असे. अप्सरांना एखाद्या पतीशी विवाहबद्ध होता येत नसे व कायमचे सामान्य कौटुंबिक जीवन जगता येत नसे. यावरून त्या 'भव्य स्नानगृहा'तील विशिष्ट पद्धतीने बांधलेल्या खोल्यांचा उपयोग स्पष्ट होतो. पुरुषांनी त्या पवित्र पाण्यात स्नान करणे हे एवढेच नव्हे

तर अनेक भाग असणाऱ्या त्या बालेकिल्ल्याची स्वामिनी असणाऱ्या मातृदेवतेचे प्रतिनिधित्व करणाऱ्या तेथील स्त्री – सेविकांशी समागम करणे हा त्या धार्मिक विधीचा भाग होता. हा ओढून ताणून केलेला अर्थ नव्हे. सुमेर व बाबिलोन मधील 'ईश्वर'च्या मंदिरांत अशाच प्रकारचे रिवाज असून त्यांत प्रमुख कुटुंबातील मुलींना देखील भाग घ्यावा लागत असे. खुद्द 'ईस्तर' देवी स्वतः देखील अखंड कुमारिका व त्याच वेळी कुलटा होती – ती मातृदेवता होती, परंतु कोणत्याही देवाची पत्नी नव्हती. ती नदीची देवता देखील होती. खरे पाहता हे बालेकिल्ल्याचे उंचवटे म्हणजे मेसोपोटेमियातील 'झिगुरत'ची सिंधू प्रदेशीय प्रतिरूपेच होती. मस्तक पूर्णपणे झाकून टाकणारे पक्ष्यांचे मुखवटे धारण करणाऱ्या स्त्रियांच्या भाजलेल्या मातीच्या छोट्या परंतु भयानक आकृती या मातृदेवतांबद्दल खात्री करून देण्यास मदत करतात. या अशा आकृती सिंधूसंस्कृतीच्या पूर्वीच्या खेड्यांच्या व या दोन शहरांच्या अवशेषामध्ये सापडतात. त्या केवळ खेळणी किंवा बाहुल्या नसून जन्म व मृत्यूवर हुकूमत असणाऱ्या कोणातरी देवतेची प्रतीके होत्या. तिचे मोठे पुतळे असण्याची आवश्यकता नव्हती. कारण प्रतिमेवाचूनच तिच्या वतीने तेथील देवदास सर्व आवश्यक धार्मिक कर्तव्ये पार पाडीत असत.

आता इजिप्त आणि मेसोपोटेमियातील परिस्थितीची तुलना केली पाहिजे. इजिप्शियन 'फाराहो' हा तत्त्वतः दैवी राज्यकर्ता त्या प्रदेशांचा संपूर्ण मालक होता. प्रत्यक्षात तो अनेक सशस्त्र सरदारांचा वर्ग व त्यापेक्षा मोठा उपाध्यायाचा (धर्मगुरूंचा) वर्ग यांच्या आधारानेच राज्य करू शके. त्याचे राज्य त्या नदीच्या अरुंद खोऱ्यात एक आवश्यक कार्य पार पाडीत असे. अन्नाखेरीज इमारती लाकूड, कच्ची खनिजे व धातू यांसारख्या इतर सर्व आवश्यक कच्चा माल बऱ्याच व वेळप्रसंगी लष्करी प्रयत्नाने आयात करावा लागे. आयातीनंतर त्याची वाटणी करावी लागे. खेड्यांना वैयक्तिकपणे हे करता आले नसते. कारण कामाची व वस्तूंची वाटणी भांडणाशिवाय पार पाडली पाहिजे. मार्गदर्शन, नेमणूक आणि जरूर तेव्हा लष्करी आक्रमण हे फाराहोचे मूलभूत कार्य होते. त्यामुळेच फाराहोच्या सत्तेशी आणि स्मृतीशी निगडित असणारी प्रत्येक गोष्ट, उदाहरणार्थ मनोरे, प्रचंड प्रमाणावर केले जात. याच्याशी तुलना करता येईल असे सिंधूच्या खोऱ्यात काही नाही. यामुळेच आपण दैवी मानल्या गेलेल्या योद्ध्याच्या घराण्यांची सत्ता विचाराबाहेर टाकतो. तेथे एकही राजवाडा म्हणून ओळखता येणारी इमारत नाही आणि सिंधू खोऱ्यात सापडलेली शस्त्रे फारच थोडी व दुबळी आहेत हे अगोदरच सांगितले आहे. तेजस्वी विजेत्यांचे एकही स्मारक मोहोंजोदारो किंवा हरप्पा येथे अस्तित्वात नाही. एका ख्यातनाम ब्रिटिश पुराणवस्तुशास्त्रज्ञाने फक्त इजिप्तशी

असलेल्या साम्यामुळेच नव्हे तर कदाचित हिंदुस्थानातील कोणतीही इतकी प्रगट गोष्ट ही ब्रिटिशांच्या प्रमाणेच जबरदस्त साम्राज्यसत्तेचा परिपाक असावा या कल्पनेनेच या दोन शहरांना एकाच साम्राज्याच्या उत्तरेकडील व दक्षिणेकडील राजधान्या मानले आहे. या मतावर अधिक भाष्याची गरज नाही.

मेसोपोटेमियन संस्कृती सिंधू संस्कृतीला अधिक जवळची होती. इजिप्शियन लोकांच्या उलट त्यांना आर्थिकदृष्ट्या टिकून राहण्यासाठी विशेष पराक्रमाची गरज नव्हती किंवा अंतर्गत वाटणीसाठी इतकी जबरदस्त केंद्रीय अधिसत्ता असण्याची एवढी आवश्यकताही नव्हती. मेसोपोटेमियन अर्थव्यवस्थेत (पूर्व व पश्चिम दोन्हीकडे तसेच आफ्रिकेच्या किनाऱ्याकिनाऱ्यानेही) व्यापाराने जास्त महत्त्वाची भूमिका वठविली. तथापि मेसोपोटेमियन शहरांत प्रत्येकी स्वतःच्या मालकीची जमीन असणारी व व्यापारांत सहभागी होणारी अनेक मंदिरे होती तर सिंधू प्रदेशातील शहरात मात्र 'झिगुरत' सारखे फक्त एकच टेकाड होते तर आणि कौटुंबिक अगर घरगुती धार्मिक पूजापद्धती कशीही असली तरी सामान्य जनतेसाठी दुसरे कोणतेही सामर्थ्यशाली किंवा अद्ययावत पद्धतीचे धार्मिक पूजास्थान असल्याचा कोणताही पुरावा नाही. मेसोपोटेमियन व्यापारी प्रसिद्ध असून त्यांची जमीन, गुलाम, जनावरे व मालमत्तेच्या स्वरूपात पुष्कळ मिळकत असे. परंतु त्यांची घरे सिंधू प्रदेशांतल्याप्रमाणे सढळ आकाराची नाहीत व तेथील आरोग्य व्यवस्थाही अगदीच दरिद्री असे. त्यांचे वारसा हक्कासंबंधीचे कायदे, करार, कर्जे आणि गहाणपद्धती यांच्याबद्दल आपणास पुष्कळ माहिती मिळते. सिंधू प्रदेशातील कोणत्याही नोंदी शिल्लक राहिल्या नाहीत. अर्थात सिंधू प्रदेशातील व्यापारी ज्यांच्याशी व्यापार करीत त्या इराकमधील व्यापाऱ्यांकडून त्यांनी मातीच्या वड्यावर लिहिण्याची कल्पना का घेतली नाही ? शेतासाठी कालव्याने पाणीपुरवठा व खोल नांगरट यांचा वापर का केला नाही ? त्यांच्यापैकी काही लोकांनी युफ्रेटिस नदीवरील प्रदेशात अशा मार्गांनी मिळणारी प्रचंड पिके पाहिली असतील. या सुधारणांचा सिंधू प्रदेशातील व्यापाऱ्याला काही फायदा होऊ शकत नसे हे त्याचे उत्तर असावे. हे ओघानेच येते की, एकंदर जमीन ही ती प्रचंड मंदिरे व त्याच्या उपाध्याय मंडळींची मालमत्ता असावी व त्यांच्याकडून तिची व्यवस्था केली जात असे. एकदा ही व्यवस्था कायम झाल्यानंतर त्यांनी अगदी प्राचीन उपाध्याय मंडळींप्रमाणेच सर्व नव्या बदलांना करण्याचा आग्रह धरला असावा. त्यांच्या दृष्टीने बदलाची आवश्यकता नव्हती. व्यापाऱ्यांच्या दृष्टीने बदल फायदेशीर नव्हता. मेसोपोटेमियामध्ये 'इशक्कू' हा एक बलवान धर्मातील सत्ताधारी होता. तो युद्धातल्या शहराच्या सैन्याचे नेतृत्व करीत असे व सरते शेवटी तो ईश्वरी किंवा ईश्वरसदृश राजा बनला. आपल्या स्वतःच्या शहरातील मंदिराच्या व्यवस्थापनेत

तो फारशी ढवळाढवळ करीत नसे. पण आपण जिंकलेल्या शहरात मात्र तो वाटेल ते करी. सिंधू प्रदेशांत अशा प्रकारचा राजा असल्याचाही पुरावा नाही. राजपद हे अपरिहार्य नव्हते. फारसे शस्त्रबळ न वापरताच प्राथमिक उत्पादक शिलकी अन्न देऊन टाकत असत. शौर्य किंवा जोर नव्हे तर धर्म हा सिंधू प्रदेशीय समाजाची वैचारिक शक्ती होता. नंतरच्या अनेक अवस्थांमध्येही हिंदुस्थानातील समाजाबाद्दलही पुनः पुन्हा हेच म्हणता येईल. आलटून पालटून येणारी शांततामय धार्मिक स्थिरता आणि युद्ध आक्रमण जय किंवा अराजक यांचे धामधुमीचे कालखंड असाच इतिहासाचा नमुना होता. सिंधू प्रदेशात ही मंदी दीर्घकालीन व स्थिर होती.

व्यापारी आपल्या राजवाडेवजा घरांच्या भरभक्कम भिंतीच्या आड आपल्या संपत्तीचे साठे करू शकत, परंतु प्रत्यक्ष राजवाडा म्हणता येईल असे इतरांपेक्षा आकार आणि महत्त्व या दृष्टीने खूप जास्त मोठे असणारे एकही घर तेथे नव्हते. याचा अर्थ असा की, सिंधू प्रदेशातील व्यापाऱ्यांचे कर सौम्य होते व इराकच्या तुलनेने त्याचा निव्वळ नफा निश्चितपणे खूपच जास्त होता. नफ्याचा बराचसा हिस्सा बळकावणारा ज्येष्ठ भागीदार म्हणून स्वतःला त्याच्यावर लादणारा कोणी राजा नव्हता. उलट त्यांच्याकडे अगदीच अकार्यक्षम पोलीस संरक्षण असे किंवा अजिबातच नसे आणि त्यामुळे त्यांना स्वतःच आपले स्वतःचे व आपल्या संपत्तीचे रक्षण करावे लागे. हे आपण पाहिलेल्या अगदी एक प्रकारे दडपण आणणाऱ्या बोजड आणि अगदी साध्या वास्तुशिल्पाच्या साहाय्याने ते करीत असत. अगदी अखेर होण्यापूर्वी देखील लुटारू किंवा दरोडेखोर शहरांत धुमाकूळ घालीत असल्याचे पुरावे उत्खननातील अवशेषांमध्ये उपलब्ध आहेत. व्यापाऱ्यांच्या नोंदी बहुधा कापड भूर्जपत्रे किंवा अशाच नाशवंत वस्तूंवर केलेल्या असाव्यात. परंतु मर्यादित स्थानिक व्यवहारांच्या बाबतीत त्यांना फारशा नोंदी कराव्या लागत नसत. कारण तेथे स्मरणच काम भागवीत असे. नंतरच्या काळातील हिंदुस्थानी समाजात देखील हे वैशिष्ट्य टिकून राहिले. परकीय निरीक्षकांना आश्चर्य वाटण्यासारखी गोष्ट म्हणजे तेथे केवळ तोंडच्या शब्दांनी केलेले करारदेखील पूर्णपणे पाळले जात.

त्या भव्य मंदिरातर्फेच धान्य गोळा केले जाई व विभागले जाई. अनेक भाग असणाऱ्या बालेकिल्ल्याच्या टेकाडाचाच भाग असणारी किंवा त्याच्याजवळ असणारी कोठारे त्या बालेकिल्ल्याच्याच मालकीची असते. त्या धान्यावर पुढील प्रक्रिया शेजारच्याच घरात राहणाऱ्या लोकांकडून केल्या जात असत. ही घरे एकसारख्या परंतु जरा हलक्या नमुन्याची होती. हे बहुदा त्या मंदिराचे गुलाम – मेसोपोटेमियामध्ये 'गल्लू' म्हणून ओळखले जातात त्याप्रकारचे – असावेत. माल बनविण्याच्या प्रक्रियेत कोणत्या

मर्यादेपर्यंत हे मंदिर भाग घेई हे समजत नाही. परंतु परकीयांच्या मानाने ते पूर्णपणे उत्पादनांत भाग घेत असले पाहिजेत. तथापि या व्यापाऱ्यांच्या मोहोरांवर एकही स्त्री देवता आढळत नाही हे लक्षात घेण्याजोगे आहे. कुलचिन्हे असणारे प्राणी हे निरपवाद पणे नर आहेत याचा एक सूचितार्थ असा असणे शक्य आहे की, या व्यापाऱ्यांनी आपले स्वत:चे असे दुय्यम पंथ स्थापन केले. त्यात मातृदेवतेचा प्रत्यक्ष हिस्सा नसे. जमिनीच्या महसुलाच्या बाबतीत त्यापेक्षा हे उलट असून ते व्यापारातल्या नफ्याबाबतही तितकेच खरे असावे.

पुनर्रचनेबाबत आपण इतपतच पुढे जाऊ शकतो. ह्या पद्धतीचा प्रसार झाला नाही हे स्पष्टच आहे. सिंधू प्रदेशातील उत्तरेकडील व किनाऱ्याकडील वसाहती थोड्या व लहान लहान आहेत. इ. स. पू. ३००० च्या शेवटी तर प्रमुख नागरी लोकवस्ती कधीच होत गेली. या शहराच्या अखेरच्या सर्व नाशानंतरही सिंधू संस्कृती कितपत टिकून राहिली हा तर्कशुद्ध प्रश्न आहे. कारागिरी आणि व्यापार यांच्याशी संबंधित असे पुष्कळच टिकून राहिले हे खरे आहे. नंतरच्या काळातील वजने व अर्थातच मापे (हा भाग फारसा स्पष्ट नाही) यांची परंपरा पुष्कळदा थेट मोहेंजोदारो व हडप्पामधील व वजनमापांपर्यंत मागे जाऊन भिडते. त्याचप्रमाणे काही विशिष्ट कल्पितकथा व आख्यायिकाही टिकून राहिल्या असल्या पाहिजेत. उदाहरणार्थ सुमेरिया – बॅबिलोनिया – मधील नमुन्याबरहुकूम बसणारी पुराची सार्वत्रिक प्रलयाची हिंदुस्थानी कथा. ही कथा सुरुवातीच्या काळात नव्हती. पण नंतरच्या काळातल्या संस्कृत नोंदीत आढळते आणि ती जुन्या व नव्याच्या तसेच आर्य व त्यांच्या पूर्वीच्या लोकांमधील क्रमिक एकरसतेच्या लक्षणांपैकी एक आहे आणि ती हिंदुस्थानी वाङ्मय व कायदेविषयक चालीरीती यांची उलटापालट करते. इजिप्तमध्ये इजिप्शियन जीवनाचा मूळ धागा व घडण यांत कोणताही मोठा बदल न होता घराण्यामागून घराणी राज्यावर आली. स्पष्ट दिसणारे बदल हे परदेशातील नवीन खाणीमध्ये अचानक शिरकाव झाल्यामुळे किंवा युद्धात मोठ्या संख्येने बंदिवान केलेल्या परकीय गुलामांवर मिळालेल्या ताब्यामुळे फाराहोच्या दरबाराच्या पातळीवरच दिसून येत. सामान्य माणसाचे जीवन पुष्कळसे पूर्वीसारखेच राहात असे. इजिप्तमध्ये देखील हल्लेखोरांपैकी काही आर्य होते. मेसोपोटेमियात एका पाठोपाठ येणाऱ्या हल्लेखोरांमुळे भाषा व धार्मिक पूजापद्धती बदलल्या. परंतु शहरे तशीच राहिली. फार तर सुमेरियन, बॅबिलोनियन, असीरियन किंवा पर्शियन यांपैकी जे कोणी राज्यकर्ते असतील त्याप्रमाणे महत्त्वाचे केंद्र एका शहराकडून दुसऱ्याकडे जाई एवढेच फक्त. जेव्हा कालवे नादुरुस्त होऊ दिले गेले तेव्हाच अखेर ही संस्कृती कोसळली आणि अन्नोत्पादन करणाऱ्या जमिनीचे पुन्हा

वाळवंट बनले. सिंधू प्रदेशातील शहरांचा संपूर्ण नाश, त्यांची शेतीची पद्धत नष्ट केली गेली या फक्त एकाच कारणाने झाला असणे शक्य आहे. ज्याअर्थी तेथे अजिबात कालवे नव्हते त्याअर्थी दोन गोष्टी संभवतात. एक म्हणजे वारंवार घडते त्याप्रमाणे नद्यांनी त्यांचे प्रवाह बदलले असले पाहिजेत. त्यामुळे बंद म्हणून त्या शहराचा नाश झाला असावा आणि त्यामुळे अन्नपुरवठा चालू ठेवणे कठीण झाले असावे. दुसरे म्हणजे विजेते मुळात शेतकरी नसावेत. त्यांनी धरणे जमीनदोस्त केल्यामुळे जास्त मोठ्या भू-प्रदेशावर गाळांचे थर साठले. धान्योत्पादनाचा व त्याचबरोबर आधीपासूनच दीर्घकाळाच्या मंदीमुळे नाशाकडे वाटचाल करणाऱ्या शहरांचाही शेवट झाल्याची ही निशाणीच होती. खरोखरीच टिकाऊ समाज नव्या-जुन्याच्या मिश्रणातूनच निर्माण होणे क्रमप्राप्त होते.

❑

प्रकरण ४

आर्य

४.१ आर्य राष्ट्रे

संस्कृतमधील व संस्कृतमधूनच इतर भारतीय भाषांमध्ये आलेल्या 'आर्य' या शब्दाचा अर्थ 'नागरी हक्क व स्वातंत्र्याचा वारसा असलेला' किंवा 'उदात्त चारित्र्याचा' किंवा 'तीन श्रेष्ठ वर्णांचा सदस्य' असा आहे. इतर अनेक शब्दांप्रमाणेच याही शब्दाचा अर्थ अनेक शतकांच्या काळात बदलला. नंतरच्या काळात 'महाशय' या औपचारिक आदरार्थी शब्दाचा समानार्थी म्हणून वापरला गेला असला तरी अगोदरच्या अवस्थेत त्या शब्दाने मानवी गटाच्या स्वरूपातील विशिष्ट टोळीचा किंवा टोळ्यांचा निर्देश केला जाई. भारताच्या सांस्कृतिक यशाचे प्रत्येक शिखर आर्यांचेच असले पाहिजे या पूर्वग्रहामुळे अद्यापही काही लेखक असे मत प्रस्थापित करतात की, सिंधू प्रदेशातील लोक आर्य असावेत. अर्वाचीन काळातील नाझी राजवटीने व तिच्या अधिकृत, तत्त्वज्ञानाने 'आर्य' शब्दाला दिलेल्या हिडीस वंशीय ध्वन्यर्थामुळे हा गोंधळ आणखी वाढविला. स्वाभाविकपणेच, खरोखरीच कोणी 'आर्य' होते का आणि असलेच तर ते कशा प्रकारचे लोक असावेत अशी शंका आहे.

आर्यांचा अगदी ठळक विशेष, लोकांच्या मोठ्या गटाला दिलेले 'आर्य' हे नाव सार्थ करणारे एकमेव वैशिष्ट्य, म्हणजे भाषांचा समान परिवार होय. या महत्त्वाच्या भाषा थेट युरेशियन खंडाच्या या टोकापासून त्या टोकापर्यंत पसरल्या. संस्कृत, लॅटिन व ग्रीक या पहिल्या प्रतीच्या आर्य भाषा होत्या. लॅटिन भाषेतून दक्षिण युरोपातील (इटालियन, स्पॅनिश, फ्रेंच, रुमानियम इ.) रोमन भाषांचा वर्ग विकसित झाला. या खेरीज ट्यूटॉनिक (म्हणजे जर्मन, इंग्लिश, स्वीडिश इ.) आणि स्लाव्हिक (म्हणजे रशियन, पोलिश इ.) हे सुद्धा आर्यभाषिक वर्गाचे पोटवर्ग आहेत. अनेक निरनिराळ्या वस्तूंसाठी असणाऱ्या शब्दांची अन्वयार्थ भाषांतील समानार्थी शब्दांशी तुलना करून हे सिद्ध करता येते. युरोपमधील फिनशी, हंगेरियन आणि बारूक या आर्य भाषांपैकी नाहीत. हिब्रू व अरबी भाषा सुमेरियन संस्कृतीच्या काळातील प्राचीन संस्कृतीतून उगम पावल्या असल्या तरी त्या 'आर्य' भाषा नसून 'सौमिटिक' भाषा आहेत. लक्षात घेण्याजोगा तिसरा अन्वयार्थ गट म्हणजे सायनो - मंगोलियन गट - यांत चिनी, जपानी, तिबेटी, मंगोलियन आणि इतर अनेक भाषा येतात. हा गट हिंदुस्थानच्या

दृष्टीने नसला तरी सांस्कृतिक व ऐतिहासिकदृष्ट्या सर्वात महत्त्वाचा आहे. इंडो-आर्यन भाषा या संस्कृतमधून निर्माण झालेल्या आहेत. अशारीतीने निर्माण झालेल्या अगदी प्राचीन भाषा म्हणजे पाली (ही मगधात बोलली जात असल्याने 'मागधी' म्हणूनही ओळखली जाई) आणि सामान्यतः 'प्राकृत' म्हणून ओळखल्या जाणाऱ्या भाषा होत. त्यांच्यापासूनच हिंदी, पंजाबी, मराठी, बंगाली इत्यादी आधुनिक भारतीय भाषा आल्या. तथापि हिंदुस्थानात एक लक्षात येण्याजोगा आणि सांस्कृतिकदृष्ट्या महत्त्वाच्या अन्वयार्थ – भाषांचा गट आहे. या गटाच्या द्राविडी भाषांचा तमीळ, तेलगू, कानडी, मल्याळी आणि तुळू भाषांचा समावेश होतो. यांच्याखेरीज भारतीय भाषांच्या प्राचीन अवस्थांबद्दल खूपसे सांगणाऱ्या असंख्य परंतु छोट्या टोळ्यांतील वाक्प्रचार आहेत. कधीकधी या सर्वांचा 'ऑस्ट्रिक' म्हणून एक गट केला जात असे. परंतु आता मुंदारी, ओरांब, तोडा इत्यादी मधील फरकांच्या दृष्टीने हा शब्द निरर्थक मानला जातो. मुख्य प्रश्न हा आहे की, भाषांचा समूह किंवा भाषांचा गटाचा समान उगम आर्य वंश किंवा आर्य लोक होते या निष्कर्षाचे समर्थन करू शकतो काय?

'वंश' शब्दाची व्याख्या ढोबळमानाने केली तरी गौरवर्णीय स्कॅन्डीनेव्हियन लोक आणि कृष्णवर्णी बंगाली लोक एकाच वंशाचे आहेत यावर विश्वास ठेवणे कठीण आहे. म्हणूनच सुमारे एक शतकापूर्वी काही उत्कृष्ट युरोपीय भाषातज्ज्ञांनी असा निष्कर्ष काढला की, आर्यवंशाबद्दल बोलणे हे 'आखूड डोक्याच्या व्याकरणा' बद्दल बोलण्याइतकेच हास्यास्पद आहे. आर्यन हा एक भाषिक शब्द म्हणूनच मानावा, एक मानवजात म्हणून नव्हे. असे असले तरीसुद्धा प्राचीन काळी स्वतःला आर्य म्हणविणारे आणि त्यांना आर्य म्हणणारे लोक प्रत्यक्षात होते. ॲकिमिनिड बादशहा पहिला डरायस (मृत्यू इ.स.पू. ४८०) आपल्या शिलालेखामध्ये स्वतःचा ॲकिमेनिड (हखामनिषीयः 'पर्शियन' (पार्स)) – पर्शियनाचा पुत्र, आर्यवंशातील आर्यपुरुष असा उल्लेख करतो. त्यामुळे आर्यलोक म्हणजे एकेकाळी 'ॲकिमेनिड वंश आणि पर्शियन टोळी' या दोहोंचा समावेश असणारा मानवी प्राण्यांचा समुच्चय होता. हिंदुस्थानातील सर्वात प्राचीन लेख, पवित्र वेदग्रंथ, वेदांत पूजिलेल्या देवांबद्दल पूज्यबुद्धी असणारे लोक म्हणजे आर्य असे सांगतात. कालनिर्देशांकित शिलालेख आणि नोंदीपासून टप्याटप्याने मागे गेल्यास वेदांसहित सर्व भारतीय लेखी दस्तऐवजांची एक प्रकारच्या कालक्रमानुसार रचना करता येते. नंतरची पुस्तके आधीच्या पुस्तकांचा निर्देश करतात किंवा नक्कल करतात. भाषेची प्राचीन स्वरूपे काळातील अग्रक्रम सिद्ध करतात. अशा रीतीने ऋग्वेद हा सर्वप्रथम ग्रंथ ठरतो. त्यानंतर यजुर्वेद (याच्या दोन शाखा – शुक्ल व

कृष्ण) सामवेद आणि बऱ्याच नंतर जादूटोण्यावर जास्त भर देणारा अथर्ववेद येतो. ऋग्वेदाचा बराच मोठा भाग सुमारे इ. स. पू. १५०० – १२०० च्या दरम्यान रचला गेला किंवा निदान पंजाबातील त्या सुमारास घडलेल्या घटनांचा उल्लेख करतो. तथापि वेदातील (किंवा वेदकाळातील?) आर्य हिंदुस्थानाबाहेरील इतर आर्यांप्रमाणेच जितक्या नियमितपणे अनार्यांशी किंवा आर्यापूर्वीच्या लोकांशी लढत, तसेच एकमेकांशीही लढत म्हणून असा निष्कर्ष काढणे अगदी रास्त आहे, की फक्त आर्य भाषा बोलणाऱ्यांपैकी काही लोक स्वतःला आर्य म्हणवीत असत. डरायसपुत्र झेरेक्स याच्या सैन्यात आर्यांचे सैन्य विभाग (आर्य नावाचे) होते आणि पर्शियनांच्या आधीचे मेडिस हे पूर्वी 'आर्य' हे नाव धारण करीत हेही ज्ञातच आहे. 'इराण' हे नाव 'आर्याणाम्' (आर्यांचा देश) यावरून आले आहे. ग्रीक, पर्शियन व पंजाबातील हिंदुस्थानी लोक आर्य भाषा बोलत असले तरी ॲलेक्झांडरचे समकालीन इतिहासकार 'आर्य' हा शब्द फक्त ते नाव धारण करणाऱ्या त्यावेळी सिंधूच्या उजव्या तीरावर स्थायिक झालेल्या खास टोळ्यांच्या संदर्भातच वापरीत असत.

प्राचीन आर्यभाषा बोलणारे मूळचे लोक कशा प्रकारचे होते? पूर्वी निदर्शनास आणल्याप्रमाणे प्राचीन भाषांमध्ये 'झाड', 'प्राणी', 'मासा' इत्यादी जातिगत शब्दांपेक्षा प्रत्येक प्रकारच्या पक्षी, पशू, कोंबडा आणि वनस्पती यांच्यासाठी स्वतंत्र शब्द आहेत. भाषाशास्त्रज्ञांनी आर्य भाषांमधील निव्वळ स्थानिक असणारे शब्द सोडून 'झाड' या अर्थाच्या अनेक समान मूळ शब्दांची तुलना केली आहे. म्हणजे मूळचे आर्यांचे झाड हा उत्तर युरोपात व हिमालयाच्या बाजूवर उगवणारा अर्च वृक्ष दिसतो. हा उष्ण प्रदेशात आढळत नाही. त्यांचा मासा म्हणजे उघडपणेच सॅमन मासा होय. अशाच प्रकारचे विश्लेषण पुढे वाढविता येईल. पृथ्वीच्या पृष्ठभागावरील वनस्पती (मुद्दाम मशागत केलेल्या व खूप प्रसार झालेले प्रकार सोडून), जंगली प्राणी, पक्षी व मासे यांची विभागणी ही बरीचशी निश्चित असून ज्ञात आहे. मानवी प्राण्यांनी एका ठिकाणाहून दुसरीकडे नेलेले घरगुती प्रकारही विचारात घ्यायला हवेत. उदा : इतिहासकाळात चहा या शब्दाबरोबरच चीन मधून चहा आला. चहा हा आर्यांचा शब्द किंवा पेय होते किंवा चिनी भाषा ही आर्य भाषा आहे किंवा चीन ही आर्यांची मूळभूमी आहे असा निष्कर्ष काढता येणार नाही. अशा प्रकारचा संदिग्धपणा सोडला तर निष्कर्ष असा निघतो की, मूळच्या आर्य लोकांना युरेशियाच्या उत्तरभागातील प्रदेश परिचित होते आणि कदाचित तेच त्यांचे मूळस्थान असावे.

तथापि भाषिक विश्लेषणाची व्याप्ती आणि मोल मर्यादित असते. आर्यांचे नातेवाइकांसंबंधीचे पारिभाषिक शब्द आश्चर्य वाटण्याइतके एकसारखे आहेत. पिता,

माता, भाऊ, सासरा, विधवा इत्यादींसाठी असणारे वर उल्लेखिलेल्या भाषांतील शब्द सारखे आहेत. आपण असा निष्कर्ष काढू शकतो की, त्यांची मूळ सामाजिक संघटना एकसारखी होती व ते लोक खरे म्हणजे एकच होते. त्याचवेळी 'पाय' या शब्दासाठी समान आर्य शब्द असला तरी 'हाता' साठी असा शब्द नाही. संस्कृतमधील 'दुहिता' (म्हणजे कन्या) शब्दाचा 'दूध काढणारी' असा अर्थ होऊ शकतो आणि तोच शब्द आर्य भाषांमध्ये सर्वत्र रूढ आहे. यामुळेच काही युरोपियन विद्वान आर्यांच्या घरगुती जीवनाचे एक आकर्षक चित्र रेखाटण्यात उद्युक्त झाले. दुर्दैवाने 'दूध' या अर्थाचा समान शब्दच नाही. प्राचीनोत्तर आर्यभाषेमध्ये 'गाव' व 'घोडा' यांसाठी समान शब्द आहेत. त्यामुळे त्यांच्या अर्थव्यवस्थेचे मुख्य आधार असणारे प्राणी आपणास कळतात. परंतु ही पद्धत फार ताणली तर त्यातून हास्यास्पद निष्कर्ष निघतील. दुसरे काहीच उपलब्ध नसते तेव्हाच ती वापरावयाची असते.

४.२ आर्यांची जीवनपद्धती

सामान्यतत्त्व म्हणून असे म्हणता येईल की, एखादी भाषा श्रेष्ठ दर्जाच्या उत्पादनाबरोबरच असल्याशिवाय वेगळी भाषा बोलणाऱ्या लोकांवर आपण होऊन लादली जाऊ शकत नाही. आर्य हे हल्लेखोरांची एक प्रचंड टोळी असणे शक्य नाही. कारण ते जेथून आले ती भूमी, त्यांनी हल्ले केलेल्या सुधारलेल्या व विकसित प्रदेशांपैकी बहुतेक प्रदेशापेक्षा जास्त लोकांचा निर्वाह करू शकत नव्हती. ते स्वतःला व स्वतःच्या भाषेला इतरांवर कसे लादू शकले संस्कृती शब्दाच्या अधिक व्यापक अर्थाने त्यांनी तिच्यात टाकलेली प्रमुख भर कोणती ? हिंदुस्थानाला त्रास देणाऱ्या आर्यांबद्दल पुष्कळसे सांगता येईल. लेखी व भाषिक पुराव्यावरून इ. स. पू. २००० पासून पुढच्या हिंदुस्थानी इराणी लोकांना आर्य हे नाव देणे निश्चित समर्थनीय आहे. पुराणवस्तुशास्त्र आपणास सांगते की, हे विशिष्ट आर्य इ. स. पू. २००० मधील लढाऊ भटके लोक होते. गुरे हे त्यांचे अन्नाचे मुख्य उत्पत्तिस्थान व संपत्तीचे परिमाण होते. आपली गुरे ते खंडामधील विस्तृत पसरलेल्या कुरणात चारीत. रथाला कसातरीच जुंपलेला घोडा त्यांच्या डावपेचाच्या व्यूहरचनेला वेग देत असे व युद्धात श्रेष्ठता मिळवून देई. आर्यांच्या टोळ्यांची रचना पितृसत्ताक पद्धतीची होती. पुरुष ही त्यातील प्रभावी व्यक्ती असून तोच त्या टोळीच्या मालमत्तेचा स्वामी असे. आर्यांचे देवसुद्धा प्रकर्षाने पुरुषच असत. परंतु प्राचीनोत्तर काळापासून किंवा लोकांकडून काही देवताही घेतल्या गेल्या होत्या.

आर्यांच्या संस्कृतीबद्दल बोलताना दृष्टी पूर्वग्रहदूषित असता कामा नये. आर्यांनी हल्ले करून वारंवार नष्ट केलेल्या इ. स. पू. ३००० च्या सुमाराच्या थोर नागरी संस्कृतीच्या मानाने आर्य सुधारलेले नव्हते. पुराणवस्तुशास्त्रज्ञाच्या दृष्टीने विशेषत्वाने आर्यांचीच

अशी मातीची भांडी किंवा खास आर्यांची हत्यारे अशी कोणतीही नाहीत, की जी आर्यसंस्कृतीचे वर्णन करतील. जगाच्या इतिहासात या लोकांना महत्त्व प्राप्त करून देणाऱ्या गोष्टी म्हणजे निश्चितपणे गुरांच्या स्वरूपातील अन्नाच्या पुरवठ्यामुळे त्यांच्याजवळ असणारी अतुलनीय गतिक्षमता, युद्धासाठी वापरले जाणारे घोड्यांचे रथ आणि अवजड वाहतुकीसाठी वापरल्या जाणाऱ्या बैलगाड्या याच होत. नदीकाठच्या मोठ्या संस्कृतीपासून दूर असणाऱ्या छोट्या, बंदिस्त आणि अनेकदा नाशाकडे वाटचाल करणाऱ्या व इ. स. पू. ३००० च्या सुमाराच्या काळाचे वैशिष्ट्य असणाऱ्या शेतकरी जमातीमधील अडसर पाशवीपणे नष्ट करणे ही त्यांची मुख्य कामगिरी होती. आपणास सोईस्कर वाटणाऱ्या स्थानिक तंत्रांना आत्मसात करीत ते पुढे जात. पुष्कळदा ते विध्वंस करून गेल्यानंतर त्यांनी पादाक्रांत केलेल्या देशातील लोकांचे पुनरुत्थान जवळजवळ अशक्य असे. तथापि आर्य व इजिप्शियन (आणि नंतरच्या काळातील असीरियन) यांच्या हल्ल्यातील फरक महत्त्वाचा होता. इजिप्शियन फाराहोला त्याची लूट, खंडणी, तांब्याच्या खनिजावर ताबा किंवा त्याच्या कामावर राबण्यासाठी मजूर मिळाले की, तो परत जाई. पूर्णपणे नष्ट झाले नसेल तर त्याने हल्ला केलेल्या प्रदेशातील जीवन बरेचसे पूर्वीप्रमाणेच चालू राही. परंतु आर्यांनी पादाक्रांत केलेल्या जुन्या वसाहतीत – त्यापैकी पुष्कळशा आडवळणी आणि फाराहोला हल्ला करण्याजोगा न वाटणाऱ्या असत. मानवी समाज व मानवी इतिहासाची पुन्हा सुरुवात झालीच तर अगदी वेगळ्याच पातळीवर होई. छोट्या शेतजमिनीमधील जुना अलगपणा आणि बंदिस्त टोळ्यांचे समाज त्यानंतर राहणे अशक्य असते. पूर्वी काटेकोरपणे गुप्त ठेवण्यात आलेली स्थानिक रहस्ये असणारी तंत्रे आता सामान्य ज्ञात बनत. बहुधा आर्यांच्या व त्यांच्या आधीच्या लोकांच्या मिश्रणाने नवे समाज निर्माण होत. बऱ्याच वेळा नवीनच आर्यभाषेने त्यांचे नवे गट निर्माण होत.

इ. स. पू. २००० च्या सुमारास मध्य आशियातून दोन प्रमुख लाटा निर्माण झाल्या. पहिली इ. स. पू. च्या २ऱ्या वर्षसहस्राच्या सुरुवातीस व दुसरी शेवटच्या काळात. दोहोंचा हिंदुस्थानावर व क्वचित युरोपवरही परिणाम झाला. दोहोंपैकी एकही विचारपूर्वक, योजनाबद्ध किंवा कोणाकडून दिग्दर्शित अशी चळवळ नव्हती. या विशिष्ट मूळ प्रदेशातील (हल्लीच्या उझबेकिस्तानच्या जवळपासच्या) चराऊ जमीन बहुधा एखाद्या दीर्घकालीन दुष्काळामुळे तेथील गुरे व त्यांचे मालक यांना पोसण्यास अपुरी पडली. त्यांचे स्थानांतर नेहमीच एखाद्या निश्चित दिशेने होत नसे. त्यांच्यातील हिंदुस्थानात घुसणाऱ्यांपैकी काहीजण परत गेले. कारण त्यांचा पराभव करून मागे तरी रेटले गेले किंवा नवीन प्रदेशातील परिस्थिती त्यांना असमाधानकारक वाटली.

इ. स. पू. च्या २००० च्या शेवटच्या काळातील काही 'हिटाईट' मोहोरांवरील वशिंड असणाऱ्या वैशिष्ट्यपूर्ण हिंदुस्थानी बैलांवरून हे दिसून येते. 'हिटाईट' लोकांची भाषासुद्धा आर्य भाषांवर आधारलेली आहे. 'हिटाईट' या अर्थाच्या 'खत्ती' शब्दाचा संस्कृतमधील 'क्षत्रिय' आणि पालीमधील 'खत्तियो' या शब्दांशी संबंध असण्याचा संभव आहे. 'हिटाईट' लोक अनाटोलियामध्ये स्थायिक झाले व तेथील जिंकलेल्या शेतकरी समाजावर राज्य करू लागले. त्यांचा व भारताचा संपर्क सततही नव्हता किंवा फारसा घनिष्ठही नव्हता. त्यांच्या परस्पर संबंधात कितीही अडथळे आले किंवा तो कितीही अल्पकालीन असला तरी महत्त्वाचा होता कारण इतर कोणाही लोकांपेक्षा हिटाईट लोकांना आधी प्राप्त झालेले लोखंडाविषयीचे ज्ञान अशा रीतीने आर्यांच्या दुसऱ्या लाटेबरोबर हिंदुस्थानात पोहोचू शकले (हिटाईट लोकांनाच ते रहस्य त्यांच्या आधीच्या कोणत्या समाजाने शिकविले याला महत्त्व नाही.)

हिंदुस्थानाशी संबंधित जवळचा आर्यांचा गट इराणमध्ये होता. पर्शियन व मीड लोकांची आर्यभाषा संस्कृतला जवळची होती. इ. स. पू. १४०० च्या सुमाराच्या मिटनमधील नोंदी असे दर्शवितात की, हिंदुस्थानी – आर्य देवांची आर्य भाषेत प्रार्थना करणारे लोक इराणमधील 'उर्मिये' सरोवरांजवळ स्थायिक झाले होते. तेच इंद्र, वरुण, मित्र इत्यादी देव झोरोस्टरने इ. स. पू. ६ व्या शतकाच्या शेवटी शेवटी त्यांची हकालपट्टी करीपर्यंत पर्शियन लोकांकडून पूजिले जात असत. फक्त 'अग्नी' हा हिंदुस्थानी – आर्य देव दोघांच्याही समान पूजेत राहिला. संस्कृतमधील 'देव' शब्द इराणमधील राक्षसाबद्दल शब्द बनला. तथापि 'अवेस्ता' मध्ये सप्त नद्यांच्या प्रदेशाचा (पंजाबचा – सप्तनद्यांमधील दोन नंतरच्या काळात कोरड्या पडल्या) मान्य (म्हणजे आर्य) प्रदेश असा उल्लेख आहे. हिंदुस्थानी इराणी शूर – नायकांपैकी काही कास्पिअन समुद्राच्या किनाऱ्यावरून सध्याच्या 'गिलन' व 'मझन्देरन' मध्ये आले. इराणमधील नोंदी यिमा राजाच्या 'वराबद्दल' – कोणीतरी पाप केल्याखेरीज जेथे मृत्यू अगर हिवाळ्यातील गारठा प्रवेश करू शकणार नाही अशी एक चौकोनी जागा सांगतात. वस्तुतः हे जणू काही 'सुवर्णयुग'चे मर्यादित स्वरूपच होते. नंतर चांगल्या यिमाराजाने स्वतःच मरण पत्करून बंधन मोडल्याबद्दलच्या सर्वसाधारण शिक्षेपासून आपल्या लोकांना वाचविले आणि तो पहिला मर्त्य बनला. हिंदुस्थानात ऋग्वेदातील 'यम' हा सुद्धा पहिला मर्त्य होता. तो जुना वडिलार्जित मृत्युदेव होता व अजूनही तो मृतांचा देवच आहे. मुळात मृत हिंदुस्थानी – आर्य यमाच्या संरक्षणातील आपल्या पूर्वजांमध्ये जाऊन मिसळत असे. नंतरच्या काळात यम पाताळावरील मृतांच्या छळाचा अधिपती बनला तर इतर देव स्वर्गात राज्य करू लागले. उझबेकिस्तानातील रशियन पुराणवस्तुशास्त्रज्ञांना सापडलेली

चौकोनी कुंपणे अगदी बरोबर इराणी धर्मग्रंथातील यिमाच्या 'वरा' इतक्याच परंपरागत मापाची आहेत. संकटकाळात इतिहासपूर्वकालीन घरे बांधणारे लोक दगडी भिंतीच्या आतील छोट्या खोल्यांतून राहात तर त्यांची गुरे मधल्या उघड्या जागेत कोंडून ठेवली जात. यिमा आणि त्यांचा संरक्षित प्रदेश हे हिंदुस्थानी आर्यांच्या प्रचंड स्थानांतरापूर्वीचे इतिहासपूर्वकालीन सत्य आहे. या 'वरा' चे पुनर्दर्शन यूजिअन तबेले हेराक्लिसने स्वच्छ केले, हे ग्रीक पुराण कथेत होते.

इसवी सनाच्या चौदाव्या शतकाच्या उत्तरार्धात दक्षिण हिंदुस्थानात ऋग्वेदातील स्तोत्रे योग्य रीतीने संपादित करून लिहून काढली गेली आणि त्यावर भाष्य केले गेले. तोपर्यंत मूळ ग्रंथ अक्षरन् अक्षर तोंडपाठ केला जात असे. (जसा आजही काही विद्वान तो करतात) परंतु सामान्यतः तो लिहून काढला गेला नव्हता. ऋग्वेदकाळात घडलेल्या घडामोडी पंजाबात घडल्या. ती परंपरा जतन करणाऱ्या उपाध्यायांच्या वंशावळीचा अनेक शतकांपासून त्या प्रदेशाशी संबंध उरला नाही. त्यामुळे बऱ्याच वेळा काही स्थानांच्या नावाचा काहीच अर्थबोध होत नसे. ठिकाणे, नद्या आणि लोक यांच्या नावाखेरीज अनेक महत्त्वाच्या शब्दाचा अर्थ लावणे अजूनही कठीण जाते. कारण भाषाही बदललेली आहे. वेदांचे ऐतिहासिक मूल्य 'बायबला' च्या जुन्या कराराच्या मानाने जरा कमीच आहे. आपल्या विशिष्ट प्रांताशी संपर्क टिकवून राहिलेल्या लोकांनी 'जुन्या करारा'लाच इतिहास म्हणून पुढे केले होते. हिंदुस्थाना पेक्षा पॅलेस्टाईन मधील पुराणवस्तुशास्त्र खूपच अधिक प्रगत असून तेथे ते अधिक शास्त्रशुद्धपणे वापरले जाते. ते 'बायबल' मधील घटनांना निश्चिती देणारे भरपूर दाखले देते. उलटपक्षी आर्यलोक नेहमी गतिशीला असत. नद्या व पर्वतांची नावे देखील त्यांच्या बरोबरच प्रवास करीत. वेदातील पवित्र सरस्वती नदी ही एकदा अफगाणिस्तानातील 'हेल्मंड' (जुन्या पर्शियन – मधील 'हरबहती', असीरिएन भाषेतील 'अरकटू') नदी होती. नंतर ती पंजाबातील ऋग्वेदानंतर बहुधा इ. स. पू. २००० च्या सुमारास सुकून गेलेली नदी बनली.

दुसरे जास्त चांगले काही नसल्याने, आहे त्या स्वरूपात – ऋग्वेदच घेतला तर निदान एका अकरणात्मक क्रियेची निश्चिती आपण करू शकतो – ती म्हणजे सिंधू प्रदेशातील शहराचा नाश. 'अग्नी' हा वेदातील प्रमुख देव आहे. दुसऱ्या कोणाहीपेक्षा जास्त स्तोत्रे त्याला अर्पण केलेली आहेत. त्याच्या खालोखाल महत्त्व 'इंद्रा'ला आहे – त्याचे साम्य अगदी अशाच प्रकारच्या ब्रान्झयुगीन शिरजोर पितृसत्ताक रानटी लोकांच्या मानवी युद्धनेत्याशी आहे. हे लोक म्हणजेच पहिल्या लाटेतील आर्य होत हे उघड आहे. वस्तुतः इंद्र हा खरोखरच रणांगणात नेतृत्व करणारा आर्यांचा युद्धनेता किंवा अशा कर्तबगार मानवी प्रमुखांचा वारस असून त्याचेच देवताकरण केले गेलेले

आहे किंवा काय हा प्रश्न अद्याप अनुत्तरितच आहे. पुष्कळदा इंद्राला 'सोम' नावाचे मादक पेय (अद्यापही ओळख न पटलेले अत्यंत मादक पेय) पिण्यासाठी आणि त्याच्या आर्य अनुयायांना यशाप्रत नेण्यासाठी निमंत्रित केले जाते. इंद्राने आर्यांच्या शत्रूंना जमीनदोस्त केले आणि (नास्तिकांची) भांडारे लुटली. त्याने ठार केलेल्या राक्षसांची नावे शंबर, पिप्रू, अर्षसानस, शुष्ण, (हे कदाचित दुष्काळाचे मानवीकरण असू शकेल), नमुची इत्यादी आहेत. यापैकी बरीच नावे अनार्य वाटतात. वेदांतील पुराणकथा ऐतिहासिक सत्य असू शकणाऱ्या गोष्टींपासून वेगळ्या काढणे नेहमीच कठीण असते. अलंकारिक स्तुती कदाचित रणक्षेत्रावरील एखाद्या लष्करी यशाचे प्रतिनिधित्व करीत असेल अथवा नसेलही. नमुचीच्या 'सैन्यातील' स्त्रिया मानवी होत्या की मातृदेवता? त्या राक्षसाला दोन बायका होत्या की मेसोपोटेमियातील मोहोरांवर नेहमी दिसणाऱ्या दोन नद्यांच्या स्थानिक देवाचे प्रतिनिधित्व करणाऱ्या होत्या? आर्यांनी हिंदुस्थानात येण्यापूर्वी इतर नागरी संस्कृती नष्ट केल्या होत्या. अभ्यावर्तिन् चायमान या आर्यांच्या सेनापतीच्या वतीने इंद्राने हरियूपिया येथील वरशिखांचे अवशेष नाहीसे केले. नष्ट झालेली टोळी वृकिवटाची होती. त्यांच्या आघाडीच्या १३० सर्वांग कवचधारी योद्ध्यांच्या ओळीचे इंद्राने यव्यावती (रावी) नदीच्या तीरावर अगदी एखाद्या मातीच्या भांड्याप्रमाणे तुकडे तुकडे करून टाकले. बाकीचे भयभीत होऊन पळून गेले. असली जोरदार भाषा हरप्पा येथील एखाद्या खऱ्याखुऱ्या लढाईचेच वर्णन करते. मग ती लढाई दोन आर्य गटांमधील असो किंवा आर्य व अनार्यांमधील असो. आर्यपूर्व नागरी संस्कृतीच्या नंतरची हरप्पा येथील दफनभूमी तिच्या वरच्या थरांत आर्यांच्या दफनांचे प्रतिनिधित्व करते असे मानण्याचा मोह होतो. तसेच 'नार्मिनी' शहरातच 'मोहोंजोदारो' चे संशोधन करण्याचा आपणास मोह होतो. परंतु ते शहर आगीत नष्ट झाले. याखेरीज इतर काही तपशील ऋग्वेदातून समजू शकत नाही. आर्यपूर्व लोकांकडे निश्चितच पुष्कळ मेढेकोट व तटबंदी केलेली ठिकाणे होती – त्यांपैकी काही विशिष्ट ऋतूसाठी (उदाहरणार्थ – 'शारदीय') होती तर इतर 'पितळे' ची म्हणण्याइतकी बळकट होती. शत्रू काळ्या वर्णाचे (कृष्ण) असून लांड्या नाकाचे (अनास म्हणजे नाक नसणारे) होते. इंद्राने जमीनदोस्त केलेल्यापैकी काही भरलेल्या बालेकिल्ल्यांचे अलंकारिकतेने 'काळ्या' अपरिणत अवस्थेतील गर्भामुळे गर्भवती असल्याचे वर्णन केले आहे.

ज्यासाठी इंद्राची पुनःपुन्हा स्तुती केली जाते अशी एक मोठी कामगिरी म्हणजे 'नद्यांना बंधमुक्त' करणे – एकोणिसाव्या शतकात याचा अर्थ पाऊस खाली आणणे असा केला गेला – त्या वेळी होमरने वर्णिलेल्या ट्रॉय शहराच्या सर्वनाशासकट प्रत्येक गोष्टीचे स्पष्टीकरण निसर्गविषयक कल्पित कथांद्वारा केले जात असे. इंद्र हा ढगात

कोंडलेल्या पाण्याची मुक्तता करणारा पावसाचा देव होता. तथापि वेदांतील पावसाचा देव 'पर्जन्य' हा होता. इंद्राने मुक्त केलेल्या पाण्याला 'कृत्रिम अडथळ्यांनी' 'अचलस्थिती' प्राप्त करून दिली होती. 'वृत्रासुर नावाचा राक्षस' डोंगर उतारावर एखाद्या प्रचंड सर्पासारखा पडून राहिला. जेव्हा इंद्राने या राक्षसाच्या ठिकऱ्या ठिकऱ्या उडविल्या तेव्हा दगड एखाद्या मालगाडीच्या चाकासारखे गडगडत गेले.' 'त्या राक्षसाच्या निष्प्राण देहावरून पाणी वाहू लागले.' भाषेचे सर्व अलंकार गृहीत धरले तरी याचा अर्थ एखाद्या धरणाचा नाश या खेरीज दुसरा क्वचितच होऊ शकेल. चांगल्या भाषाशास्त्रज्ञांनी केलेल्या पृथक्करणावरून 'वृत्र' शब्दाचा अर्थ 'अडथळा' किंवा 'बंधन' असा होतो, राक्षस असा होत नाही. या नेत्रदीपक पराभवामुळे इंद्राला 'वृत्रहन्' म्हणजे 'वृत्राला ठार मारणारा' असे म्हटले जाते. इराणी भाषेत सर्वश्रेष्ठ झोरोष्ट्रियन प्रकाशाचा देव अहुर – मझ्द याला उद्देशून हाच शब्द 'वेरेत्रहन' असा वापरला गेला. ही पुराणकथा व रूपके सिंधू प्रदेशातील शेतीचा शेवटी ज्या पद्धतीने नाश केला गेला त्यांची स्पष्ट कल्पना देतात. त्याचवेळी इंद्राने आपल्या काठावरून पलीकडे वाहणारी विबाली नदी अडवून तिला तिच्या योग्य मार्गावर बंदिस्त केले. पूर्वी सांगितल्याप्रमाणे खास धरणे – कधीकधी तात्पुरती – बांधून पुराच्या पाण्याचा शेतीला पुरवठा करणे ही सिंधू प्रदेशातील पद्धत होती. त्यामुळे आर्यांच्या गुरांच्या दृष्टीने ती भूमी फार दलदलीची झाली असती. अडविलेल्या नद्या दूरवर गुरे चारणे अशक्य करीत. वार्षिक पर्जन्यमान फार कमी असल्यामुळे सिंधू प्रदेशातील शहरांवर असलेला आर्यांचा ताबा टिकून राहणे धरणामुळे अशक्य झाले.

फार वेळा नाही तरी निश्चित नाव घेतले जाणारे प्रमुख अनार्य लोक म्हणजे 'पणी' होत. श्रीमंत, दगलबाज, लोभी आणि युद्धात इंद्रासमोर उभे राहू न शकणारे असे त्यांचे सामान्य वर्णन आहे. नंतरच्या काळातील परंतु प्रसिद्ध असणाऱ्या एका ऋग्वेदातील स्तोत्रांत हे पणी व इंद्राने दूत म्हणून पाठविलेल्या श्वानदेवता 'सरमा' ('सरोवराची मातृदेवता') यांच्यामधील संवाद आहे. त्यांच्यातील शाब्दिक देवघेव ही केवळ गाण्यासाठीच नव्हे तर उघडपणेच नाट्याभिनय करण्यासाठी योजलेली होती, म्हणजेच एखाद्या महत्त्वाच्या ऐतिहासिक घटनेचा समारंभपूर्वक करावयाचा सार्वजनिक स्मरणोत्सव होता. सामान्यतः टीकाग्रंथ पणीने इंद्राने गुरे चोरल्याचे व लपविल्याचे स्पष्ट सांगतात. सरमा ही गुरे इंद्राच्या अनुयायांकडे, देवांकडे परत द्यावीत अशी मागणी करणारी अग्रदूत असल्याचे मानले जाई. वस्तुतः ते स्तोत्र चोरलेल्या गुरांबद्दल काहीच म्हणत नाही तर ती एका गुराच्या रूपातील खंडणीसाठी केलेली सरळ स्पष्ट मागणी असून ती पणींनी तिरस्काराने झिडकारली आहे. पण त्यांना गंभीर परिणामांची सूचना

दिली जाते. हे सर्व बरेचसे आर्यांच्या नेहमीच्या हल्ल्याच्या कार्यपद्धतीप्रमाणेच वाटते. 'पणी' हे नाव आर्य वाटत नाही परंतु त्या शब्दावरून महत्त्वाचे साधित शब्द संस्कृतमध्ये व संस्कृतमधून नंतरच्या भारतीय भाषांमध्ये आले. व्यापारी आधुनिक 'बनिया' हा संस्कृतमधील 'वणिक्' वरून आला आणि त्याचे मूळ 'पणी' खेरीज दुसरे कोणतेही असल्याचे ज्ञात नाही. संस्कृतमधील 'पण' म्हणजे नाणे. सामान्यतः व्यापारी माल आणि वस्तूंना 'पण्य' म्हटले जाते. अगदी सुरुवातीच्या काळातील भारतीय नाण्यांची प्रमाण-वजने पर्शिया किंवा मेसोपोटेमियातील प्रमाणानुसार नाहीत तर अगदी बरोबर मोहेंजोदारोमधील वजनांच्या निश्चित वर्गाइतकीच आहेत. असे वाटणे शक्य आहे की, काही सिंधू प्रदेशीय लोक आर्यांच्या जुलमातूनही टिकून राहिले आणि त्यांनी व्यापार व उत्पादनातील जुन्या परंपरा चालू ठेवल्या.

ऋग्वेदात वसाहतीबद्दल (विटांनी बांधलेल्या शहरांचे तर सोडूनच द्या) किंवा वाचन, लेखन किंवा कला, वास्तुकला, विद्या यांच्याबद्दल काहीच उल्लेख नाही. संगीत, धार्मिक विधींसाठी सुरात म्हणावयाच्या प्रार्थनेपुरतेच मर्यादित होते. औद्योगिक कलाशास्त्र म्हणजे बहुधा रथ, हत्यारे आणि युद्धाची शस्त्र तयार करणे एवढेच होते आणि ते मुख्यतः 'त्वष्टु' हा देव त्याचे, अनुयायी यांच्या स्वाधीन होते - हे दोघेही मूळचे सिंधू प्रदेशातील असल्याचे दिसते. तथापि या अवस्थेत टोळीच्या अंतर्गत जाती किंवा वर्णभेद नव्हते. कारागीर अजून त्या टोळीचे स्वतंत्र घटक होते. त्यांचे जातीच्या दर्जाचे अवमूलन झालेले नव्हते. त्यानंतरच्या अवस्थेत जेव्हा टोळ्या विस्कळित होऊ लागल्या तेव्हा असे अवमूल्यन झाले. द्रष्टे पुरुष जरी एखादे स्तोत्र जणू काही भागावरील नक्षत्राचे वस्त्रच असल्याप्रमाणे 'विणीत' (रचित) असले तरी कापड विणणे हे स्त्रियांचे खास काम होते. 'सभा' हे पुरुषांच्या ज्ञातिविषयक जीवनाचे केंद्र होते. हा शब्द ज्ञातिसंमेलन व त्याचे लहानसे सभागृह या दोहोंचा निदर्शक होता. हे सभागृह टोळीच्या सल्लागार - मंडळाच्या सभांखेरीज विश्रांतीसाठी देखील पुरुष आणि फक्त पुरुषच - वापरीत असत. हे टोळीचे 'मोठे घर' म्हणजे त्यांच्या आवडीच्या गोष्टीचे जुगाराचे स्थान असे. जुगाऱ्याची कधीही नाहीशी न होणारी ओढ आणि त्याची घर आणि कुटुंब यांबद्दली संपूर्ण बेफिकिरी सर्वात प्राचीन वेदातील प्रसिद्ध परंतु नंतरच्या काळातील स्तोत्रांत दिसून येते. त्यांत अधूनमधून रथांच्या शर्यती, नर्तिका, मुष्टियोद्धे यांचे उल्लेख आहेत. आर्यलोक हे त्यांनी नष्ट केलेल्या नागरी लोकांपेक्षा संस्कृतीच्या खालच्या पातळीवर असणारे रानटी लोक होते हे अगदी स्पष्ट आहे.

४.३ पूर्वेकडील प्रगती

ऋग्वेदातील नंतरचे लष्करी पराक्रम ऐतिहासिक असावेत असे दिसते . कारण

त्यांचा इंद्राशी नव्हे तर मानवी प्राण्यांशी, शूर वीरांशी, राजांशी संबंध जोडलेला आहे. या प्रकारची सर्वात प्रसिद्ध असणारी कथा म्हणजे दहा राजांच्या संघावर सुदास (याचा उच्चार सदा असा करतात) राजाने मिळविलेल्या विजयाची कथा होय. सुदास पिजवनाचा वंशज हा दिवोदासाचा मुलगा असल्याचेही सांगितले जाते. शेवटचे 'दास' हे पद चमत्कारिक आहे. नंतरच्या काळातील संस्कृतमध्ये 'दिवोदास' या नावाने 'स्वर्गाचा दास' असे भाषांतर केले जाणे शक्य आहे. परंतु मुळात 'दास' किंवा 'दस्यु' हा शब्द एका विरुद्ध पक्षीय अनार्य टोळीला उद्देशून वापरला जातो. त्यांना एक खास वर्ण (नंतरच्या काळात 'वर्ण' याचा जात असाही अर्थ होई) होता आणि तो काळा (कृष्ण) होता आणि त्यावरून ते आर्यांपासून वेगळे मानले जात असत व म्हणूनच नवागतांच्या फिकट वर्णाच्या विरुद्ध असणाऱ्या त्यांच्या काळ्या वर्णाचाच त्यावरून उल्लेख होत असे. ज्याप्रमाणे 'गुलाम' किंवा 'नोकर' हे शब्द मानववंशशास्त्रीय नावावरून आले आहेत तसे अनेकवार मिळालेल्या विजयानंतरच 'दास' शब्दाचा अर्थ 'गुलाम' किंवा 'नोकर' किंवा 'शूद्रवर्णाचा एक सदस्य' – सेवक असा होऊ लागला. इतक्या प्राचीन काळातील आर्य राजाच्या नावात शेवटी 'दास' असावे याचाच अर्थ असा होतो की, इ. स. पू. १५०० नंतर लवकरच आर्य व अनार्य यांच्यात एक प्रकारचे पुनर्मिश्रण झाले. सुदास ज्या टोळीचा प्रमुख होता ती 'भारताची' किंवा 'भारताच्या' एका खास शाखेची 'तृत्सू' ची टोळी होती असे सांगितले जाते. हिंदुस्थानचे 'भारत' ह्या आधुनिक अधिकृत नावाचा अर्थ 'भारताची भूमी' असा आहे. हे 'भारत' लोक निश्चितच आर्य होते. हे उघडच आहे की प्राचीन आर्यांच्या दृष्टीने वांशिक शुद्धतेला काही अर्थ नव्हता. आदिवासींचा स्वीकार करणे हे नेहमीच शक्य असे व केलाही जात असे.

सुदासाच्या प्रतिस्पर्ध्यांची नावेही दिलेली आहेत. त्याकाळी टोळी व तिचा प्रमुख हे विशेषतः बाहेरच्या लोकांच्या दृष्टीने, एकच किताब धारण करीत – नंतरही दीर्घकाळापर्यंत असेच चाललेले होते. या उदाहरणातील प्रतिस्पर्ध्यांची नावे दहापेक्षा जास्त आहेत. शिवाय, या दहांपैकी काही आर्यच होते हेही निश्चित आहे. 'पक्थ' हे अफगाणिस्तान व पाकिस्तानातील आधुनिक पख्तून किंवा 'पठाण' यांच्याशी संबंधित असावेत असा अंदाज आहे. ते 'पश्तो' एक हिंदुस्थानी – इराणी आर्यभाषा बोलतात. या लोकांचे मूळ ऋग्वेदातील असणे संभाव्य वाटते. कारण हे हिरोडोटस अशा एका हिंदुस्थानी टोळीचा 'पक्त्यन' लोकांचा उल्लेख करतो. 'अलिंद' म्हणजे भुंगा, 'मत्स्य' म्हणजे मासा – ही दोन्ही अगदी स्पष्टपणे कुलचिन्हांकित नावे आहेत. त्यापैकी पहिल्या टोळीबद्दल काहीच माहिती मिळत नाही. परंतु इतिहासकालीन 'मत्स्य' टोळीतील

लोक आधुनिक 'भरतपूर' च्या जवळपास ऋग्वेदातील रणक्षेत्राच्या बऱ्याच पूर्वेस स्थायिक झालेले होते. या बाबतीत इ. स. पूर्वीच्या दुसऱ्या शतकाच्या सुरुवातीला पंजाबच्या वायव्य भागात होऊन गेलेला पतंजली नावाचा वैय्याकरणी 'पूर्वेकडील भारत लोक' हे एक द्विरुक्ती दोषाचे उदाहरण म्हणून देतो. 'कारण पूर्वेखेरीज इतरत्र लोक नाहीतच' सामान्यतः या आणि इतर उल्लेखांवरून त्यांचे पूर्वेकडील मार्गक्रमण स्पष्ट होते. त्या दहा प्रतिस्पर्ध्यांपैकी आणखी एक 'शिग्रु' टोळी एक प्रकारच्या झाडाचे नाव (– परंतु कोणी त्याचे भाषांतर 'शेवगा' असे करतात). या नावावरून आलेले एक ब्राह्मण 'घराणे' (गोत्र) मथुरा येथील कुशान शिलालेखात प्रसिद्ध आहे. परंतु सध्याच्या अस्तित्वात असलेल्या गोत्रावळीत आढळत नाही. अशा प्रकारच्या टोळ्यांच्या नावाचे कुलचिन्हात्मक स्वरूप अगदी संशयाती आहे. तथापि सुदासाच्या शत्रूंमध्ये सर्वात आश्चर्य वाटण्याजोगे नाव म्हणजे 'भृगु' हे त्यावेळी एखाद्या टोळीचे नाव असले पाहिजे हे उघड आहे. भाषाशास्त्रदृष्ट्या हा शब्द 'फ्रीजियातील लोकांशी' संबंधित आहे. या भृगुंनी इंद्रासाठी बनविलेल्या रथाचा आणखी एका ठिकाणी खास कौतुकाने उल्लेख केलेला आहे. तथापि या नावाचा प्राचीन संस्कृतपासून आजच्या दिवसापर्यंत टिकून राहिलेला एकमेव अवशेष म्हणजे ब्राह्मणांच्या वांशिक गटातील अद्यापही प्रभावी व महत्त्वाचा असणारा आणि त्या गटांतर्गत आपापसात विवाहसंबंध न करणारा एक प्रमुख वांशिक गट हा होय. ब्राह्मणांच्या पंक्तीत ते उशिरा आले पण लवकर वर चढले.

या दहा राजांच्या (दाशराज्ञ) युद्धाचे कारण म्हणजे त्यांनी परुष्णी नदीचा मार्ग बदलण्याचा प्रयत्न केला. हा आजच्या रावीनदीचाच एक फाटा परंतु तिने अनेकदा आपला मार्ग बदलला आहे. सिंधू आणि तिच्या उपनद्यांचे पाणी वळविणे हे अद्यापही भारत व पाकिस्तान यांच्यामध्ये होणाऱ्या संतप्त परस्परदोषारोपांचे कारण आहे. 'स्निग्ध' आवाजाचे 'पुरू' सुदासाचे शत्रू असले तरी नुसते आर्यच नव्हते तर त्यांचे 'भारता'शी जवळचे संबंध होते. नंतरची परंपरा 'भारतांना' 'पुरू' चीच एक शाखा बनवते. त्याच गोत्राचे उपाध्याय ऋग्वेदात वेगवेगळ्या स्तोत्रांत अगदी निःपक्षपातीपणे पुरूवर शापांचा किंवा आशीर्वचनांचा वर्षाव करतात. यावरून असे दिसते की, त्यांच्यातील व 'भारता/ मधील मतभेद' हे कायम स्वरूपाचे नव्हते. त्यांच्यातील भांडण आर्य व अनार्य यांच्या भांडणापेक्षा वेगळ्या प्रकारचे होते.' 'पुरू' लोक हरप्पाच्या आसपासच्या प्रदेशात टिकून राहिले आणि नंतरच्या काळात त्यांनी आपला अंमल पंजाबभर पसरविला. पुढे इ. स. पू. ३२७ मध्ये अलेक्झांडरशी सर्वात निकराने लढणारे तेच होते. 'पुरी' हे आधुनिक पंजाबी आडनाव बहुधा 'पुरू' टोळीपासूनच निर्माण झाले

असावे.

या दहा राजांवरील विजयाचे गान करणाऱ्या उपाध्यायाचे नाव 'वसिष्ठ' ('सर्वोत्तम') असे असून ते अद्यापही आपल्या गटांतर्गत विवाह न करणाऱ्या 'सात' प्रमुख पारंपरिक ब्राह्मण गटांपैकी-गोत्रांपैकी एक आहे. ऋग्वेदात अजूनपर्यंत उपाध्यायाची कामगिरी कोणा एका जातीकडे खास सोपविलेली नव्हती आणि वस्तुतः अगदी प्राचीन वेदातील एकमेव जातिभेद म्हणजे गौरवर्णी आर्य व त्यांचे कृष्णवर्णी शत्रू यांच्यातील वर्णातील फरक-वर्णभेद हा होता. प्राचीन ग्रीस किंवा रोम मधल्याप्रमाणे कुटुंब, वंश किंवा टोळीच्या पूजापद्धती त्या त्या गटातील कोणाही पुरुषसदस्याकडूनच चालू ठेवल्या जाऊ शकत व चालू ठेवल्या जात. या सदस्याकडे हे काम ज्येष्ठता, निवडणूक किंवा रूढीमुळे चालून येई. जरी यज्ञाच्या वेळच्या निरनिराळ्या खास कर्तव्यांची यादी केलेली असली तरी उपाध्यायपणाचा मक्ता-असणारी कोणतीही ब्राह्मण जात नाही. तथापि वसिष्ठ हा एक नवीन प्रकारचा उपाध्याय होता. 'मित्र' व 'वरुण' म्हणजे अनुक्रमे सूर्य व आकाश या दोन वेदकालीन देवांच्या बीजापासून त्यांची उत्पत्ती झाली. त्याच्या आईचा उल्लेख झालेला नाही. उलट त्याच वृत्तांतानुसार तो 'उर्वशी' (एक अप्सरा किंवा जलदेवता) हिच्या 'मनातून उद्भवलेला' होता तसेच तो या दोन देवांचे बीज असणाऱ्या एका घागरीतूनही जन्मला आणि 'विजेमध्ये गुंडाळलेला' असा एका 'पुष्करा'त सापडला. हे वरवर पाहता गोंधळाचे वाटणारे कथन खरे म्हणजे अगदी सुसंबद्ध आणि स्पष्टवक्तेपणाचे आहे. त्याचा अर्थ असा की, एका आर्यपूर्वकालीन मातृदेवतेच्या मानवी प्रतिनिधी असणाऱ्या एका स्त्रीच्या पोटी वसिष्ठ जन्माला आला आणि म्हणूनच त्याला पिता नव्हता. पुढे पितृसत्ताक पद्धती मानणाऱ्या आर्यांच्या दृष्टीने कोणीतरी सन्मान्य असा पिता असणे आवश्यक होते. त्याचप्रमाणे अनार्य असणारी माता नाकारणेही जरुरीचे होते. दुसऱ्या (अद्याप अस्तित्वात असणाऱ्या) एका प्रमुख ब्राह्मण वांशिक गटाचा-गोत्राचा मूळपुरुष अगस्त्य हा देखील अशाच प्रकारे घागरीतूनच जन्माला आला होता. घागर ही गर्भाशयाचे व पर्यायाने मातृदेवतेचे प्रतिनिधित्व करते. त्या सात प्रमुख ब्राह्मण वंशांच्या पूर्वजांचा सन्माननीय सुमेरियन किंवा सिंधू संस्कृतीतील 'सात मुनी' पर्यंत माग लागतो. ब्राह्मण ग्रंथांनी दिलेल्या निरनिराळ्या याद्यांशी त्यांची नावे जुळत नाहीत. विश्वामित्र हा आठवा आणि या सर्व मंडळींपैकी एकमेव खराखुरा आर्य होता. उच्च आर्य उपाध्यायवर्गामध्ये अशा 'घागरीतून जन्माला आलेल्या' द्रष्ट्यांचा अंतर्भाव हा एक महत्त्वाचा नवीन बदल होता. आर्य व आदिवासी यांच्या असल्या पुनर्मिश्रणाने विशेष तज्ज्ञांचा एक नवीनच वर्ग - (ब्राह्मण जात) - विकसित झाला व त्याने सरतेशेवटी आर्यांच्या सर्व धार्मिक विधींचा मक्ता

आपल्याकडे घेतला. आपल्याजवळ जे काही प्राचीन ग्रंथ–पवित्र ग्रंथ आहेत ते याच जातीने जतन केलेले असावेत व पुन्हा लिहून काढले आहेत. साहजिकच ती आपले महत्त्व अतिशयोक्तीने सांगते. तरीसुद्धा त्यांनी एक काम निश्चित पार पाडले आणि त्याचे मोल पुरेसे स्पष्ट केले गेले नाही ते म्हणजे अन्यथा एकमेकांच्या विरोधी असणारे गट व त्यांच्या अनेक नव्या धार्मिक पूजेच्या पद्धती यांचे समान देवांची पूजा करणाऱ्या एकाच समाजात संघटन घडवून आणणे.

आवश्यक तेव्हा एकापेक्षा अधिक यजमानांची मग ते आर्य असोत वा नसोत, सेवा करू शकणाऱ्या एका नवीनच व्यावसायिक ब्राह्मण उपाध्यायवर्गाच्या अंकुरोद्‌भवाला ऋग्वेदात पुरावा आहे. 'वशअध्य' हा मुनी दास राजे बल्बुथ व तरुक्ष यांचे आभार मानतो आणि त्यांच्या अनेकविध देणग्यांबद्दल त्यांना अनेक आशीर्वाद देतो – या देणग्यांत शंभर उंटाचाही अंतर्भाव आहे. प्राचीन हिंदुस्थानी परंपरेत उंट अगदी क्वचितच असतो आणि हिंदुस्थानच्या बाहेर देखील तो सुमारे इ.स.पू. १२०० पर्यंत माणसाळवला गेला नव्हता. त्यावरून या स्तोत्राचा काळ स्थूलमानाने ठरविलेला आहे. बल्बुथ आणि तरुक्ष ही नावे आर्य वाटत नाहीत व संस्कृत ग्रंथात इतरत्र आढळत नाहीत. या सर्वांवरून असे सूचित होते की, वेदाने उल्लेखिलेल्या असुर नावाच्या प्रचंड राक्षसांपैकी काही ऐतिहासिक असीरियन लोक असावेत व त्यांच्यापैकीच राजा 'तिग्लथ – पिलेसर' तिसरा याने हेल्मंड नदीपर्यंतच्या आर्यांच्या प्रदेशावर स्वारी करून तो जिंकला असावा. दुसऱ्या एका स्तोत्रातील एक आर्यद्रष्टा दुसऱ्या कोणाचे नाही तर 'पणींचा प्रमुख ब्रिबु' याचे त्याने दिलेल्या आश्रयाबद्दल आभार मानतो.

पूर्वेकडे सरकणारे हे आर्य हिंदुस्थानावर प्रथम हल्ले करणाऱ्यांपेक्षा वेगळे होते. जादा कामासाठी नवीन प्रकारचा टोळीतील गुलाम दास उपलब्ध होता. नवे व जुने आर्यपूर्व व आर्य यांच्या मिश्रणातून एक अत्यंत विशेषज्ञ असा उपाध्यायांचा वर्ग निर्माण झाला होता. पुराणवस्तुशास्त्रदृष्ट्या हा काळ अजून कोराच आहे. स्तोत्रामध्ये पुनर्स्थापनेसाठी आवश्यक तेवढ्या काळजीपूर्वकपणे वर्णन केली गेलेली एकमेव वस्तू म्हणजे रथ होय. एखाद्या दिवशी वेदकालीन रथ खरोखरच उत्खननातून वर निघतील अशी अपेक्षा करणे अवास्तव होईल. खास आर्यांची अशी मातीची भांडी नव्हतीच. उत्तरेकडील (रंगविलेल्या) करड्या रंगाच्या वस्तू लवकरच यांची जागा घेत असल्या तरीही २० व्या शतकाच्या शेवटी शेवटी देखील पुराणवस्तुशास्त्रज्ञ कोणतेही विशिष्ट आर्य किंवा इराणी–आर्य तंत्र ओळखून काढू शकत नाही. वेदातील इतरत्र न आढळणाऱ्या वैशिष्ट्यपूर्ण देवांपैकी काही देव आर्यपूर्वकालातून स्वीकारण्यात आले असावेत. हा तर्क योग्य आहे. उदाहरणार्थ, प्रभातदेवी 'उषस्', 'त्वष्टु' (ज्याला इंद्राची

शस्त्रे घडविण्याचे श्रेय दिले जाते तो कारागीर देव) आणि भूतकाळ कसाही असला तरी नंतर ज्याला हिंदुस्थानात उज्ज्वल भवितव्य लाभावयाचे होते – गूढ विष्णू, यांपैकी 'त्वष्टु'ची बिआस नदीजवळ इंद्राशी प्रसिद्ध झटापट होऊन शेवटी तीत तिची बैलगाडी मोडून गेली व ती देवता पळून गेली. नंतर इंद्र व एक शूर नायक 'तृत' यांनी 'त्वष्टु'चा मुलगा आपल्या वडिलांसारखेच नाव असणारा तीन तोंडांचा उपाध्याय–असुर 'त्वष्टु' याला ठार मारले. या हत्येचे वर्णन करणाऱ्या स्तोत्राचे जनकत्व शिरच्छेद झालेल्या 'त्वाष्ट्राकडे'च दिले जाते. याचा अर्थ आता असा की, 'उषे'प्रमाणेच तोही नष्ट होऊ शकला नाही. त्याच्या तीन डोक्यांचे पक्षी बनले त्यांपैकी कमीत कमी दोन, प्रसिद्ध ब्राह्मणगोत्रांची कुलचिन्हे आहेत. एवढेच नाही तर 'त्वाष्ट्रा'चे नाव उपनिषद शिकविणाऱ्यांच्या पंक्तीत उच्चस्थानी आहे. जरी इराणी पुराणकाळातही अशाच प्रकारे तीन डोक्यांच्या राक्षसाच्या हत्येची कथा असली व 'उषस'चा ग्रीक 'इआस'शी संबंध असला तरी या आख्यायिकांच्या अधिक खोल विश्लेषणात शिरल्यास आपण मुख्य समस्येपासून दूरच राहू परंतु ब्राह्मणांनी अगदी कमीत कमी इंद्राच्या शत्रूंशी व मुळात विरुद्ध पक्षीय असणाऱ्या परंतु वेदांतदेखील त्यांनी पूजा केलेल्या देवांशी आपले काही नाते असल्याचे जाणले.

४.४ ऋग्वेदानंतरचे आर्य

सर्वच आर्य काही पूर्वेकडे सरकले नाहीत किंवा त्यांची गतीही एकसारखी नव्हती. आणखी काही आर्यांनी हिंदुस्थानात प्रवेश केला व आपल्या आधी आलेल्यांना त्यांनी पुढे रेटले, यासारखी ही काही अगदी साधी घटना. पूर्वी म्हटल्याप्रमाणे 'पुरूंनी' पंजाबमध्ये इ.स.पू.४थ्या शतकाच्या अखेरीपर्यंत आपले आसन पक्के ठेवले. (जरी त्यांना वसाहती व शाखा बाहेर पाठवाव्या लागल्या तरी) त्यांची मूळची भूमी फक्त मेंढपाळांच्या टोळ्यांच्या ठराविक लोकसंख्येला पोसू शकत नाही. दक्षिणेकडील प्रसाराला वाळवंटामुळे आळा बसला होता. पूर्वेकडे यमुनेच्या जवळ अधिकाधिक घनदाट जंगल असून ते किफायतशीरपणे साफ करणे लोखंडाशिवाय अशक्य होते – त्याला अपवाद म्हणजे एक पंजाब व गंगेचे खोरे यांच्यामधील व दुसरा हिमालयाच्या पायथ्याच्या टेकड्यांजवळील कमी उंचीवरील पाणलोटाचा अरुंद पट्टा – येथील उथळ जमीन जाळाच्या साहाय्याने बरीच साफ करता येते. तांबे राजस्थानातून उपलब्ध होऊ शकेल. परंतु कच्चे लोखंड फारच दूर आहे. निदान खाणी चालवणे किफायतशीर व्हावे एवढ्या उच्च दर्जाचे लोखंड तरी नुसते धातूविद्येचे आणि धातूंचे ज्ञान पुरेसे नव्हते तर मुख्य प्रश्न खनिजांच्या साठ्यापर्यंत पोहोचण्याचा होता. त्यामुळे आर्यांच्या टोळ्यांना छोट्या छोट्या गटांमध्ये विभक्त व्हावेच लागले – या गटांपैकी बहुतेकांबद्दल

काहीही माहिती – त्यांचे नावसुद्धा मिळत नाही. त्यांपैकी फार थोड्यांबद्दलचे फक्त निसटते उल्लेख ग्रीक किंवा हिंदुस्थानी ग्रंथात आढळतात.

'यजुर्वेद' आपणास इ.स.पू. १०००–८०० या काळासंबंधी काही निष्कर्ष काढण्यास मदत करतो. त्याच्याशी संलग्न असणारा ग्रंथ 'शतपथ ब्राह्मण' सुमारे इ.स.पू. ६०० पर्यंतच्या काळाची माहिती देऊन त्यात भर टाकतो. निश्चित काळ ज्ञात नाहीत. त्या अनंत सामाजिक व टोळ्यांच्या वैचित्र्याबद्दल आपण फक्त तर्कच करू शकतो. अलेक्झांडरच्या काळातील पंजाबातील काही टोळ्या त्यावेळेपर्यंत टोळ्यांतील घरांना गरजेप्रमाणे धान्य वाटत व उरलेले धान्य व्यापारात अदलाबदल करण्यापेक्षा जाळून टाकीत. इतर काही टोळ्यांमधून समृद्ध आक्रमक राज्ये विकसित झाली होती. इसवी सनाच्या ७ व्या शतकाच्या सुरुवातीस ह्यूएनत्संग या चिनी यात्रेकरूला सिंधूच्या मध्यप्रदेशाच्या खालच्या भागात अजून रानटी टोळ्यांच्या गट–विवाह पद्धती पाळणाऱ्या मेंढपाळाच्या अवस्थेत असणारी फार मोठी लोकसंख्या पाहून आश्चर्याचा धक्काच बसला होता. हे लोक बहुधा वेदोत्तरकालीन 'आभीरां'पैकी असावेत. परंतु कमीत कमी ते एवढे तरी सिद्ध करण्याचे काम करतात की, आर्यांची जीवनपद्धती इतिहासकालीन मध्ययुगापर्यंत काही विशिष्ट वस्त्यांमध्ये शक्य होती. कोणत्याही एका काळी सबंध देशाच्या स्थितीसंबंधी सामान्य विधाने करणे शक्य नसते. फार तर आपण सरतेशेवटी संपूर्ण देशभर पसरणाऱ्या मूलभूत बदलांकडे नजर ठेवू शकतो.

वरवरच्या वाचनानेही असे दिसून येते की, मेंढपाळाचे जीवन हे यजुर्वेदी समाजाचा तसेच त्याच्या धार्मिक विधींचा पाया आहे. तथापि शेती व धातू यांचे वाढते महत्त्व अजून म्हटल्या जाणाऱ्या एका प्रार्थनेत अगदी स्पष्ट केले आहे– दूध, रस (अर्क), शुद्ध केलेले लोणी, मध, एकत्र खाणे पिणे, (सगृधी व सपिती नांगरणे) पाऊस, जय–विजय, संपत्ती, वैभव, भरभराट ... हलक्या दर्जाचे धान्य (कुयव), अन्न, भुकेपासून मुक्तता, तांदूळ, बार्ली, तीळ, वाल, गहू, बाजरी आणि जंगली भात यांची (या यज्ञामुळे भरभराट होऊ दे) माझ्यासाठी दगड, माती, टेकड्या, पर्वत, वाळू, झाडे, सोने, ब्रॉन्झ, शिसे, पत्रा, लोखंड, तांबे, अग्नी, पाणी, मुळे, रोपटी व नांगरलेल्या जमिनीत उगवणारे सर्व, पाळीव जंगली जनावरे यांची या यज्ञाने भरभराट होऊ दे. याचा काळ सुमारे इ.स.पू.८०० च्या सुमारास असा निश्चित करता येईल. यावरून असे दिसते की, आर्यांच्यापुढे उत्पादनातील नवीन समस्या उभ्या राहण्यास सुरुवात झाली होती तर त्यांचे ऋग्वेदातील ब्रॉन्झ युगातील पूर्वज आपल्यापेक्षा समृद्ध संस्कृतीची लूट करण्यात व नवीन कुरणे शोधण्याची संधी घेण्यातच समाधान मानीत असत.

लुप्त झालेल्या सिंधू संस्कृतीच्या प्रदेशाच्या पूर्व भागाच्या आतील व पलीकडील लोकांना भविष्यकाळ होता. आर्यांना यमुनानदीपासून ५० मैलांच्या परिसरातील प्रदेशाकडे घुसण्यास काही अडचण आली नाही. या प्रदेशातील अधिक विरळ असणारे जंगल जाळून टाळता येत होते. परंतु अग्नीने साफ केलेल्या प्रदेशात वसाहती करण्यासाठी आवश्यक असणारी सामाजिक संघटना त्या अगदी साध्या टोळीपेक्षा फार निराळी होती. सर्वात खालच्या जातीला – कारण टोळीतल्या टोळीतच जाती विकसित झाल्या होत्या – आता शूद्र म्हणत असत – कदाचित एखाद्या टोळीवरून हे नाव आले असावे. (उदाहरणार्थ – ॲलेक्झांडर विरुद्ध लढलेले सिंधूच्या खालच्या भागातील ओक्सिट्रकोइ) टोळीच्या गुरांवर जशी संपूर्ण टोळीची वांशिक गटाचीच मालकी असे तशीच ती या लोकांवरही असे. त्यांना इतर तीन वरिष्ठ जातींप्रमाणे त्या टोळीच्या सदस्यत्वाचे अधिकार दिलेले नसत. या तीन जातींना पद्धतशीरपणे 'आर्य' म्हणून व पूर्णार्थाने टोळीचे सदस्य म्हणून ओळखले जाई – क्षत्रिय (योद्धा व राज्यकर्ता), ब्राह्मण (ब्राह्मण उपाध्याय), वैश्य (शेती करणारा व गुरे पाळून अन्नाचे सर्वाधिक्य निर्माण करणारा) वर्ण या शब्दाला चार जातींनी काही टोळ्यांच्या अंतर्गत एक वर्गरचना निर्माण केली. या टोळ्या मालमत्ता धारणेच्या प्रगत स्वरूपापर्यंत पोहोचलेल्या आणि पुरेशा प्रमाणात व्यापारात गुंतलेल्या होत्या.

प्रत्येक आर्य टोळ्यांच्या बाबतीत हे सत्य नव्हते. कारण त्यांच्यापैकी अनेक टोळ्या भेदभावरहित अशाच राहिल्या. तर इतर काहींच्या मध्ये फक्त 'आर्य शूद्र' (स्वतंत्र विरुद्ध नोकर) अशीच विभागणी होती. प्राचीन ग्रीस व रोममधल्या प्रमाणे शूद्रांची खरेदी–विक्री होत नव्हती. याचे श्रेय हिंदुस्थानी आर्यांच्या दयाबुद्धीला नव्हते तर त्याचे कारण इतकेच की वस्तुस्थितीची निर्मिती व खाजगी मालमत्ता यांचा पुरेसा विकास झाला नव्हता. गुरे सामाईक मालकीची असून त्याबाबत एक प्रकारची गटाची मालकी असे हे सहज सिद्ध होते. 'गोत्र' या शब्दाचा (अक्षरशः अर्थ गोठा) अंतर्गत विवाह न करणारा वांशिक गट असाही होतो. एका 'गोत्रा'च्या गुरांची इतरांपासून वेगळे ओळखण्यासाठी काही खास खूण, छाप किंवा विशिष्ट प्रकारे कातरलेले कान असत हे सर्वज्ञात आहे. मालमत्तेचे स्वरूप आपल्या नावासाठी आपल्यावर मालकी गाजविणाऱ्या सामाजिक गटाचा फायदा घेत असे आणि त्याचाच आपणाला मिळालेला वारसा म्हणजे जवळचे वारस नसणाऱ्या माणसाची मालमत्ता त्याच्या मृत्यूनंतर त्याच्या 'गोत्रा'कडे सुपूर्द करणारा नंतरच्या कायद्यातील नियम होय.

शूद्र जातीच्या अस्तित्वाचा नंतरच्या हिंदुस्थानी समाजावर एक विशेष परिणाम झाला. उच्च दर्जाच्या युरोपीय (विशेषतः ग्रीक–रोमन) प्राचीन काळाप्रमाणे गुलाम

म्हणजे मालमत्ता या अर्थाने हिंदुस्थानातील उत्पादनाची साधने व संबंध यात गुलाम कधीच फारसे महत्त्वाचे ठरणार नव्हते. गिळंकृत करता येण्याजोग्या आधिक्याचे उत्पादन शूद्राकडून नेहमीच होऊ शके. जातींचा विकास टोळीच्या मर्यादेपलीकडच्या एक सामान्यवर्गीय समाजाअगोदरच सूचित करतो. ब्राह्मणांपैकी काही थोड्यांनी एकापेक्षा जास्त गोत्र किंवा टोळीसाठी दुसऱ्याच्या बदली काम करण्यास सुरुवात केली होती. यातूनच निरनिराळ्या गटांतील एक प्रकारचा संबंध सूचित होतो. आर्थिक प्रमाणपट्टीवरील दुसऱ्या टोकाच्या काही ब्राह्मणांनी आपापली स्वतःची गुरे असणाऱ्या अगदी छोट्या गटागटांनी (किंवा क्वचित कोणतीही मालमत्ता किंवा संरक्षणासाठी अगर शिकारीसाठी शस्त्रे न घेता देखील वैयक्तिकरीत्या देखील) पूर्वेकडील घनदाट जंगलात पुढे पुढे जाण्यास सुरुवात केली होती. त्यांचा निरुपद्रवीपणा स्पष्ट होता आणि त्या जंगलातील रानटी 'नागा' लोकांशी समेट घडवून आणण्यात त्यांचा अनन्यसाधारण महत्त्वाचा वाटा होता. त्या नागा लोकांत ते वारंवार सामील होत अगर त्यांच्याबरोबर मित्रत्वाचे संबंध ठेवीत. त्यांचे दारिद्य्र व उघड उघड निरुपद्रवी स्वभाव हेच त्यांचे एकमेव संरक्षण साधन होते. उलट व्यापारी जरूर तेव्हा आदिवासीं पासून (निषादापासून) त्यांचे संरक्षण करणारे सशस्त्र क्षत्रिय त्यांच्याबरोबर घेत. याच क्षत्रियांपासून वेतनाच्या मोबदल्यात कोणाच्याही सेवेत लढण्यास तयार असणारे धंदेवाईक गट निर्माण झाले.

हे पवित्र ग्रंथ फार मोठ्या प्रमाणात यज्ञातील रक्ताच्या आहुतींशी संबंधित आहेत. असले सामूहिक यज्ञ जरी नेहमी पवित्र अग्नीच्या साक्षीने केले जात असले तरी ते अग्नीशिवाय इतर वैदिक देवांसाठी केले जात. या समारंभाची कालमर्यादा व गुंतागुंत हळूहळू वाढतच गेली. यज्ञात बळी दिल्या जाणाऱ्या प्राण्यांची संख्या व वैचित्र्य आज विश्वसनीय वाटत नाही. मनुष्य, बैल व घोडा हे यज्ञात बळी दिल्या जाणाऱ्या 'पशूं'मध्ये सर्वात वरच्या दर्जाचे होते. परंतु यजुर्वेद व 'ब्राह्मणा'नुसार जवळ जवळ प्रत्येक प्रकारचा पशू व पक्षी या यज्ञामध्ये बळी दिला जात असे. धार्मिक विधींसाठी अमर्याद हत्येमध्ये इतक्या प्रचंड प्रमाणात गुंतून पडण्यावरून हे सिद्ध होते की त्या समाजाच्या निर्वाहाची साधने संपुष्टात येऊ लागली होती. यापूर्वी उद्धृत केलेल्या प्रार्थनेवरून असे दिसते की यज्ञाचा मुख्य हेतू गुरे, अन्न व वैभव यांत वाढ व्हावी आणि शिवाय या सर्व गोष्टी आक्रमणाने देखील साध्य व्हाव्या हा होता. सामान्यपणे सेनापतीच्या यशासाठी तसेच युद्धातील विजयासाठी यज्ञ हे अपरिहार्य मानले जात. उदाहरणार्थ – 'अश्वमेध' याचा अर्थ फक्त घोड्याला मारणे व खाणे एवढाच उरला नव्हता कारण आर्यांच्या अर्थव्यवस्थेत घोडा हा अत्यंत महत्त्वाचा प्राणी होता. पट्टराणीने बळी दिलेल्या अश्वाबरोबर संभोग केला पाहिजे हा अगदी बीभत्स फलनविधी कदाचित राजाला

किंवा त्याच्या प्रतिनिधीला बळी देणाऱ्या पूर्वीच्या एखाद्या यज्ञाचा प्रातिनिधिक असावा. या अश्वाला बळी देण्यापूर्वी एक वर्षभर त्याला वाटेल तिकडे हिंडू दिले जात असे. त्याच्या मुक्तसंचाराला दुसऱ्या एखाद्या टोळीने प्रतिबंध केल्यास युद्धाचे आव्हान समजले जाई. सतत चाललेली युद्धे व यज्ञांचे चक्र यामुळे ब्राह्मणांची यज्ञदक्षिणा वाढत असे व क्षत्रियही कामात गुंतून राहात. यज्ञाला अगोदरच एक गंभीर सर्वमान्य सामाजिक आशय होता. स्पष्ट शब्दांत धार्मिक विधीसंबंधीचे ग्रंथ म्हणतात – 'एखाद्या वैश्याप्रमाणे .... दुसऱ्याला खंडणी देणारा, दुसऱ्याकडून खाल्ला जाणारा, हवे तेव्हा दडपला जाणारा .... एखाद्या शूद्राप्रमाणे .... दुसऱ्याचा सेवक हवे तेव्हा काढून टाकला जाणारा. हवे तेव्हा ठार मारला जाणारा ....' प्रमुख उत्पादक असणाऱ्या या दोन खालच्या जातींना 'आज्ञाधारक बनविण्यासाठी' यज्ञाच्या मिरवणुकीत वरच्या दोन जातींच्या मध्ये ठेवले जाई. यामुळे जात हा जरी अद्याप उत्पादनाच्या आरंभीच्या पातळीवरचा वर्ग होता तरीही जातीच्या मुख्यतः वर्गासारखाच असणाऱ्या स्वरूपाबद्दल शंका घेण्याचे काहीच कारण नाही. सुरुवातीच्या करांना 'बळी' म्हणत असत. कारण ते कर यज्ञाच्या वेळी या टोळीच्या किंवा वंशाच्या सदस्याकडून त्यांच्या प्रमुखाला दिले जात. फक्त या संक्रमणावस्थेतील काळातच आढळणारा 'भाग-दुघ' – (म्हणजे राजाचा विभागणी करणारा) नावाचा एक विशिष्ट अधिकारी होता. 'बळी' म्हणून आलेल्या देणग्यांची राजाच्या निकटच्या अनुयायांमध्ये योग्य वाटणी करणे व कदाचित त्याचप्रमाणे करांची आकारणी करणे हे त्याचे काम होते असे दिसते.

त्यावेळपर्यंत 'शहर' नाव देण्याच्या योग्यतेची फारच थोडी शहरे होती. संकटप्रसंगी सबंध टोळी किंवा घराणेच एखाद्या मेढेकोटाच्या मागे एकत्र जमत असावेत. सामान्यतः या मेढेकोटातच त्यांचा प्रमुख राहात असे. धातूंची टंचाई आणि पंजाबातील कोणत्याही नदीच्या मार्गात सारखे होणारे बदल यांमुळे मोठ्या किंवा कायमच्या वसाहती करणे कठीण होत असावे. 'ग्राम'ही सर्वात लहान वसाहत असे. नंतरच्या काळात 'खेडे' असा अर्थ प्राप्त झालेली ही वसाहत म्हणजे त्यावेळी फक्त एक नातेवाइकांचा गट (सजात) असे. हा गट सामान्यतः आपली गुरे व 'शूद्र' यांच्यासह आपल्या स्वतःच्या 'ग्रामणी'च्या नेतृत्वाखाली स्थलांतर करी. 'ग्रामणी' हा त्या टोळीच्या प्रमुखाला जबाबदार असणारा एक अधिकारी असे. उन्हाळ्यात हे 'ग्राम' आपली माणसे व गुरे पाण्याजवळील चांगल्या कुरणात घेऊन जाई. पावसाळ्यात ते काही धान्य पिकविण्यासाठी सामान्यपणे पुराच्या आवाक्यापलीकडे असणाऱ्या अधिक उंचावरच्या जमिनीकडे परत जात. आगेकूच करणारी दोन ग्रामे – एकाच टोळीची

अशी असली तरी–एकत्र आली की नेहमीच त्रास होत असे. 'संग्राम' या नव्या शब्दावरून ते स्पष्ट होते. संग्राम याचा अक्षरशः अर्थ 'ग्रामांचे एकत्र येणे' असा असून संस्कृतमधील 'संग्राम'चा अर्थ लढाई असा आहे. एखाद्या टोळ्यांच्या राज्यांतील (राष्ट्रातील) निरनिराळी 'ग्रामे' फक्त सामूहिक यज्ञप्रसंगी किंवा एखाद्या समान शत्रूचा प्रतिकार करण्यासाठीच एकत्र येत. टोळ्यांतील अल्पसंख्य सत्ताधारी लोक अनेकदा क्रमाक्रमाने किंवा निवडणुकीने अथवा वंशपरंपरागत अग्रहक्काने टोळ्यांचे प्रमुख होत आणि सहसा अशा प्रमुखांच्या सबंध संचातील पहिला प्रमुख हा सर्वांवर राज्य करणारा राजा आहे. 'राजन्य' हा शब्द 'राजपुत्र', 'राज' किंवा सामान्यपणे 'क्षत्रिय' या सर्वांबद्दल सारखाच वापरला जातो. राजाचे विशेषाधिकार टोळीच्या रूढी व कायद्यांनी काटेकोरपणे मर्यादित केलेला असे. तथापि सतत चालणाऱ्या लढाया राजाचे अधिकार वाढण्यास आणि राजपद एकाच घराण्यापुरते मर्यादित ठेवण्यास कारणीभूत झाल्या. अंतर्गत शांतता टिकवून धरण्यासाठी संभाव्य प्रतिस्पर्ध्यांना – मग ते राजपुत्र असोत – पूर्वीचे लष्करी प्रमुख किंवा बलशाली अधिकारी असोत – वाढत्या प्रमाणात कोणत्या ना कोणत्या मार्गाने काबूत ठेवणे किंवा बाहेर हाकलून देणे ('अपरुद्ध') भाग पडू लागले. ही सक्तीची हद्दपारी अगदी बरोबर प्राचीन अथेन्सच्या सामाजिक बहिष्कारासारखीच होती आणि अगदी अटळपणे तिचे पर्यवसान कारस्थान आणि टोळ्यांची बंधने शिथिल होण्यात झाले. टोळ्यांतील एकी म्हणजेच आपले मुख्य शक्तिस्थान मानणे पूर्णपणे सोडून देणारी पद्धतशीर वर्गाधिष्ठित राज्यरचना अस्तित्वात येऊ पाहात होती.

४.५ नगरांचे पुनरुज्जीवन

वर वर्णन केलेल्या समाजाला क्वचितच सुधारलेला म्हणता येईल. ब्राह्मणांच्या सिद्धान्तानुसार अद्यापही वेदांनाच सगळ्या भारतीय वाङ्मयात श्रेष्ठ मानले जाते. वेदांचे हे स्थान प्रत्यक्षात टिकून राहिले असते तर हिंदुस्थानी संस्कृतीबद्दल काही लिहिण्याजोगे राहिले नसते. अधिक उच्चदर्जाच्या संस्कृतीच्या विकासासाठी वेदकालीन समाजातील दोष आणि कधी न संपणारी भांडणे यांपासून मुक्त असे एखाद्या नवीन प्रकारचे समाजजीवन आवश्यक होते. यज्ञातील अग्नीला दिले जाणाऱ्या बळींचा असह्य अतिरेक आणि तो सूचित करणारे सामाजिक तत्त्वज्ञान यांनी विकासाचाच मार्ग रोखला. या नव्या समाजाची मुख्य कथा पुढच्या प्रकरणात येईल. परंतु येथे आपण त्याच्या प्राथमिक गोष्टींची पाहणी करू. थोडक्यात शहरी जीवन ही उत्तर हिंदुस्थानातील इ.स.पूर्वी १०००–७५० च्या काळातील नवीन सुधारणा आहे. इ.स.पू. ७०० च्या सुमाराच्या अगदी अचूक वजनाच्या चांदीच्या नाण्यावरून सूचित होणारा शहरातील कार्यक्रम व्यापार व काळजीपूर्वक केलेले हिशोब साक्षरतेखेरीज शक्य झाले नसते – नेमकी त्यांची मुळाक्षरे

कशी होती, त्यांचा किती प्रमाणात उपयोग केला जात होता हे अद्याप ठरवावयाचे राहिले आहे. पंजाबच्या खूपच मोठ्या भागात निरक्षर आर्य टोळ्या होत्या हे निश्चित परंतु नंतरच्या काळातील 'ब्राह्मी' मुळाक्षरे निदान त्यांच्या प्राथमिक स्वरूपात तरी त्या नवीन शहरात ज्ञात होती असा अगदी दाट संभव आहे. बाकीच्या बाबतीत बोलावयाचे तर बुद्धाने 'राजगृहा'सारख्या शहरात एका घरमालकाच्या मुलाला सुसंस्कृत वागणुकीबद्दल ताकीद दिली. त्याबद्दल हे लक्षात घेतले पाहिजे की, सातव्या शतकात देखील तेथे खरोखर मोठी अशी दोनापेक्षा जास्त शहरे असणे शक्य नव्हते. बाकीची ज्यात प्रत्येक जण एकमेकाला ओळखतो अशी गावे किंवा रमतगमत भटकण्याजोगा मोठा रस्ताही ज्यात नाही अशी खेडी होती. आता जे अगदी साधे शिष्टाचार वाटतात ते त्या समाजाला नवीनच होते. कारण त्याने अजून टोळीचे एकत्र जमण्याचे 'संथागार' (म्हणजे 'माणसांचे घर') हे सामाजिक जीवनाचे मुख्य केंद्र मानण्याचे सोडले नव्हते.

हरप्पा (जिंकल्यानंतर काही दिवस जेत्यांनी व्यापलेले शहर व मोहेंजोदारो हे शत्रूच्या धाडीमुळे अचानक व कायमचे नष्ट झालेले शहर) यांच्या अखेरच्या नाशानंतरची पहिली अक्षरे सिंधू नदीच्या पल्ल्याच्या पूर्वेकडील काठाजवळ वसली होती. ती निश्चितच अधिक लहान होती. परंतु ती मेंढपाळी अर्थव्यवस्थेतल्या पेक्षा शेतीवर जास्त भर सूचित करणारी शहरे होती. यजुर्वेदाने आधीच सांगितलेले बारा बैलांनी ओढण्याचे नांगर आजतागायत वापरात असून ते खोल नांगरटीसाठी व अवजड माती खालीवर करण्यासाठी (नाहीतर ती जमीन चांगले पीक देणार नाही किंवा तिचा कस टिकणार नाही) अगदी अपरिहार्य आहेत. हे दणकट नांगर ब्राँझच्या हत्यारांनी कापून केलेल्या लाकडाचे बनविता येते. परंतु पंजाबातील –विशेषत: पाणलोटाजवळील खडकाळ जमिनीसाठी – नांगर लोखंडाचेच असावे लागत. हे लोखंड कोठून आणले जाई ? अद्यापही ब्राँझचीच केली जाणारी हत्यारे व तलवारी यांच्यासाठी वाढत्या प्रमाणात आवश्यक असणारे तांबे मिळविण्याची नवीन ठिकाणे नव्हती काय?

सुमारे इ.स.पू. ८०० पासून पूर्वेकडून लक्षणीय प्रमाणावर धातू येण्यास सुरुवात झाली. हिंदुस्थानचे लोखंड व तांब्याचे उत्कृष्ट साठे गंगेच्या खोऱ्याच्या पूर्व टोकाला आग्नेय बिहारमध्ये (धालभूम, मानभूम, सिंगभूम जिल्ह्यात) आहेत. तथापि आजतागायत या प्रदेशातील जंगले घनदाट व पर्जन्यमान फार आहे त्यामुळे जंगले साफ करावी लागत असल्याने येथे खुद्द गंगेच्या खोऱ्यातल्याप्रमाणे किफायतशीर शेती होत नाही. म्हणूनच जवळच भट्ट्या व धातूसामानाचे कारखाने असूनही तेथे अगदी प्राचीन टोळ्यांचे जीवन अजून टिकून आहे. या प्रदेशातील तांबे काढले गेले होते हे आपणास माहीत आहे. तांब्याचे खनिज असणाऱ्या ठिकाणी अज्ञात काळातील

अशुद्ध धातूच्या मळाचे प्रचंड साठे आढळतात. तसेच तांब्याच्या वस्तूंचे साठे गंगेच्या मैदानात सर्वत्र सापडतात. त्यातील काही वस्तू मासे मारण्याच्या बर्चीच्या ब्राँझ किंवा दगडाच्या हत्याराच्या व अर्धवट मानवाच्या आकृती इत्यादी आकाराच्या आहेत. सर्वात मोठे दांड्याचे हत्यार जवळ जवळ दोन फूट लांब असून त्यांची टोके ओबडधोबड छिनीसारखी असून, हत्यारे म्हणून वापरण्यास फारच अवजड आहेत. ह्या वस्तू म्हणजे व्यापाऱ्यांचे साठे आहेत हे उघड आहे. त्या आदिवासींनी स्वत: बनविलेल्या नव्हत्या, कारण तांबे शुद्ध करण्यासाठी नियंत्रित अग्नी आवश्यक आहे म्हणजे चांगल्या भट्ट्या आल्याच. अशा भट्ट्यांमध्ये मातीची भांडीही तयार होऊ शकतात आणि त्या खरोखरच मातीच्या भांड्यांच्या भट्ट्यांवरून निघाल्या असे मानले जाते. परंतु तांब्याच्या या साठ्यांबरोबर आढळणारी थोडीशीच मातीची भांडी वर्णनातील ओबडधोबड कशीतरी भाजलेली, गेरू फासलेली असून खणताना सुद्धा त्यांचे तुकडे तुकडे होतात. म्हणून सिंधू प्रदेशातील लोकांच्या व आर्यांच्या वसाहती वगळण्यात आल्या आहेत. - (आर्यांनी सामान्यत: उत्तरेकडील रंगवलेली करड्या रंगाची भांडी वापरण्यास सुरुवात केली होती.) निष्कर्ष असा निघतो की हे व्यापारी म्हणजे फिरते आर्यच होत. परंतु अशीच गेरू फासलेली हलक्या दर्जाची मातीची भांडी हस्तिनापूरसारख्या आर्यांच्या नव्या ठिकाणी रंगवलेल्या करड्या रंगाच्या मालाच्या खाली व नैसर्गिक मातीच्या अगदीच वर आहे. सगळेच आर्य पंजाबात गुरे पाळून स्थायिक झाले नाहीत हे उघड आहे. इ.स.पू. २००० - १००० या काळात विशेषत: आर्यांच्या दुसऱ्या मोठ्या लाटेत अग्रेसर होण्यास आवश्यक असणारा काटकपणा व धाडस असणारे लोक निश्चितच होते. ते चांगले लढवय्ये असून त्यांना धातुविद्येचे, विशेषत: लोखंडाचे काही ज्ञान होते. हिंदुस्थानात पोहोचण्यासाठी आशियाच्या ज्या भागातून या आर्यांना यावे लागले त्या सर्व भागात हे ज्ञान सामान्यत: सर्वांना होते. गंगेच्या खोऱ्यातील नदीकाठावरील जंगले अजून इतकी घनदाट होती की तेथे शेतकी वसाहती होणे शक्यच नव्हते. त्यामुळे आर्यांच्या मुख्य वसाहती सारळी सारख्या अरुंद ओळीत हिमालयाच्या पायथ्याच्या कडेने दक्षिण नेपाळकडे सरकल्या. जमीन जाळून साफ करण्यात आली. गंगेच्या अधिक जवळच्या प्रदेशात हे शक्य झाले नसते. या पद्धतीमुळे मूळचा विस्तार गंडक नदीच्या पश्चिमेकडील पायथ्याच्या टेकड्यांपर्यंतच मर्यादित झाला. या पद्धतीचे स्पष्टीकरण 'शतप्रथब्राह्मणा'च्या एका विख्यात उताऱ्यात केलेले आहे. तो काळ इ. स. पू. ७००च्या आधीचा असावा परंतु पंचारण मधून दक्षिणेकडे वळण्याचा हेतू धातूंच्या खाणीपर्यंत पोहोचणे हाच होता. या खाणी या प्रचंड नदीच्या दक्षिणेकडील आर्यांची एकमेव वसाहत असणाऱ्या राजगीर टेकड्यांच्या पलीकडे होत्या.

पुराच्या गाळाने भरलेल्या प्रदेशात वसाहती करण्यात अडचणी असल्या तरी इतिहासात संपूर्ण सातत्य असलेली पहिली शहरे नदीच्या मार्गावरच आहेत. इंद्रप्रस्थ (दिल्ली) आणि 'कुरुभूमी'तील हस्तिनापूर, यमुनेवरील कोसांबी (संस्कृतमधील कौशांबी) आणि गंगेवरील बनारस (वाराणसी-काशी) ही शहरे प्रसिद्धीस आली. इ. स. पू. २००० च्या काळात ती वसविली गेली. याचे स्पष्टीकरण त्याच्याशी पूर्वीच्या काळात दुर्गम अरण्ये व दलदलीच्या प्रदेशात वेगाने वाहणाऱ्या या प्रचंड नद्यांवर चालणाऱ्या नौकानयनाच्या आधारे करता येते. ऋग्वेदातील एक सूचक श्लोक उचथ्य व ममता यांचा ब्राह्मण मुलगा 'दीर्घतमस्' याला त्याच्या वृद्धापकाळी नदीवरील वाटाड्या बनवितो. सर्वात प्राचीन वेदांमध्ये शंभर वल्ह्यांची जहाजे आणि सर्वात जवळच्या किनाऱ्यापासून तीन दिवसांचा जलप्रवास यांचा निसटता उल्लेख आहे. त्यावरून आर्यांना नावांची व्यवस्था कशी असावी हे माहीत होते. यांचे एकमेव स्पष्टीकरण एवढेच देता येणे शक्य आहे की या अज्ञात धाडसी संशोधकांनी इ. स. पू. १००० च्या सुमारास खनिजे शोधून काढली होती व ते समुद्रापर्यंत पोहोचले होते. एकदा खनिजांचा शोध लागल्यानंतर जेथपर्यंत जंगल वसाहतींच्या साखळीचा नदीपर्यंत प्रसार करणे सोपे झाले. हे अनुमान दिसते तितके बेताल नाही. नदी स्वत:च बेसुमार प्रमाणात मासे पुरवी तर तिच्या काठावरील अरण्ये शिकार पुरवीत. फक्त जरुरी होती ती निर्भय धाडसी वृत्तीची.

अगस्त्य वंश आणि आर्यांचे विंध्य पर्वताच्या दक्षिणेस घुसणे यांचा परस्पर संबंध आहे. परंतु त्याचा दक्षिणेकडील दगडी हत्यारांशी संबंध जोडण्याचा मोह होण्यासारखा असला तरी अद्याप ही गोष्ट पुराणकथेतच समाविष्ट आहे. म्हैसूर राज्यातील ब्रह्मगिरी येथील दगडी हत्यारांचा संबंध रायचूर जिल्ह्यातील नूतन अश्मयुगीन गुरे पाळणाऱ्या लोकांनी मागे ठेवलेल्या राखेच्या टेकाडांशी आहे. ती दगडी हत्यारे आणि मातीची भांडी यांचे अनुक्रमे हे सिद्ध करतात. रेडिओ कार्बन या साधनाने या राखेच्या टेकड्यांचा काळ सुमारे इ.स.पू.३००० असा निश्चित केला आहे. त्यांच्या करड्या रंगाच्या वस्तूंनी तसेच नर्मदेवरील इ.स.पू. २००० च्या सुमारास तुरळक साठ्यातील एका वेगळ्याच प्रकारच्या मातीच्या भांड्याबरोबर क्वचित आढळणाऱ्या ब्राँझच्या तुकड्याने काही प्राचीन वस्तुसंग्राहकांना इराणशी संबंध सूचित करण्यास उद्युक्त केले आहे. तसे असेल तर प्राचीन काळातील या एवढ्या प्रसाराचे कोडे उरतेच. जेव्हा ही नागरी संस्कृती अगदी शिखरावर होती तेव्हा सिंधू प्रदेशातून पाझरलेली एखादी 'प्रतिआर्यांची' शांततापूर्ण लाट होती काय ? नंतरच्या लाटेतील लोक युद्धात ब्राँझची शस्त्र वापरण्यास शिकले. तेव्हा देखील आर्य फक्त लूटमारच करीत होते काय ?

उलटपक्षी गंगेच्या प्रदेशातील इ.स.पू. १००० च्या सुमारास कसून केला गेलेला शोध पुराणवस्तुशास्त्रावरून दर्शविता येण्यासारखा आहे. रायचूर व म्हैसूर येथील 'उत्तरेकडील घुसखोरी'च्या काळातील थर हे निश्चितच नंतरच्या काळातील असून ते 'लोहयुगा'ची सुरुवात करतात. त्या उलट (पश्चिम बंगालमधील 'अजय' नदीवरचे) 'पंडू राजार धी बी' येथील साठ्यामध्ये सातत्याचा अभाव दिसतो. त्यांच्या सारख्याच असणाऱ्या नर्मदेवर सापडलेल्या वस्तूप्रमाणे तेही इ.स.पू. २००० च्या सुमारास संशोधकांच्या तुरळक तात्कालिक वसाहतींचा निर्देश करतात. हे संशोधक बहुधा आर्य असावे. परंतु 'अत्रजीखेर' ही मात्र कायम होती.

४.६ महाकाव्यांचा काळ

बनारस हे जरी सरतेशेवटी पावित्र्याचे केंद्र बनले व अजूनही ब्राह्मणांच्या दृष्टीने ते तसे आहे, तरी या छोट्या प्राचीन शहरांपैकी कुरुभूमीतील दोन शहरांनी (दिल्ली व मीरत) हिंदुस्थानी संस्कृतीवर कायमचा ठसा उमटविला आहे. पंजाब व उत्तर प्रदेश यातील विभाजन ऐतिहासिक काळात लष्करीदृष्ट्या महत्त्वाचे होते. दिल्ली ही जशी काही शतकांपासून हिंदुस्थानची राजधानी होती तशीच ती आजही आहे. कुरुभूमीतील पानिपत येथे अनेक युगांपासून लढल्या गेलेल्या अनेक निर्णायक लढायांनी देशाच्या संपूर्ण उत्तर भागांचे भवितव्य ठरविले आहे. 'महाभारत' या श्रेष्ठ भारतीय महाकाव्यांचा विषय कुरुप्रदेशातील, संपूर्ण नाश करणारी लढाई हाच आहे. ऐतिहासिक राजापर्यंत पोहोचणारी परंपरागत घराण्यांच्या नावाची संख्या मोजल्यास असे दिसते की, जर अशी लढाई खरोखरच झाली असेल तर ती फक्त इ.स.पू. ८५० सुमारासच झाली असणे शक्य आहे. या तथाकथित घटनेचे प्रमाण त्यावेळी लहानसे असले पाहिजे. परंतु तिचे वाङ्मयीन महत्त्व ग्रीक भाषेतील 'ट्रॉय'च्या लढाईउतकेच मोठे होते. कुरुभूमीतील हस्तिनापूर येथील मूळची वसाहत जुन्या वेदातील पुरू टोळीच्या एका छोट्या शाखेची होती. हस्तिनापूरची करड्या रंगातील रंगीत भांडी सरसकट आर्यांची गणली जाऊ नयेत तर ती पुरू-कुरूंची मातीची भांडी बनविण्याची कला मानली जावी. पांडव (म्हणजे पंडूचे पुत्र) नावाच्या दुसऱ्या शाखेने इंद्रप्रस्थ (बहुधा दिल्लीचा जुना किल्ला हे उपनगर) जंगल जाळण्याच्या जुन्या पारंपरिक पद्धतीने साफ केले. ही सफाई म्हणजे अग्निदेवाला वाहिलेला भव्य यज्ञ मानला गेला. ज्वाळांच्या वेढ्यातून निसटण्याचा प्रयत्न करणाऱ्या प्रत्येक जिवंत प्राण्याची कत्तल केली गेली आणि हा नवा प्रदेश नांगर शेतीसाठी तयार केला गेला. नंतर या दोन जवळ जवळच्या व नातेसंबंध असणाऱ्या राज्यांत परस्पर सर्वनाशाचे युद्ध लढले गेले. नंतरच्या काळात हीच लढाई लक्षावधी लोकांनी सर्व जगावर (म्हणजे भारतावर)स्वामित्व मिळविण्यासाठी लढली

गेल्याचे दाखविले गेले. तथापि त्या काळातील उत्पादन कोणत्याही मोठ्या सैन्याला पोसू शकले नसते. मग या तथाकथित प्रादेशिक राज्यांचा दिल्लीपर्यंतच्या दूर अंतरावर मोठ्या नियमित सुसज्ज फौजा पाठविण्यास समर्थ करणे तर दूरच राहिले. खरे पाहता अद्यापि एका कुरू सेनापतीच्या आधिपत्याखालील एक छोटे टोळीचे राज्य ६व्या शतकापर्यंत टिकून होते. परंतु नंतर लवकरच ते नष्ट झाले. नंतरच्या काळातील कवींच्या कल्पनेखेरीज अन्यत्र सबंध देशात कोठेही कुरूंचा प्रदेश कोणत्याही कुळात असण्याचा प्रश्न नव्हता. कुरूंचा एक वंशज परीक्षित याला तक्षिला येथे बादशाही थाटात राज्याभिषेक केला गेल्याचे मानले जाते. परंतु तक्षिला (तक्षशिला) हे चौथ्या शतकापूर्वी एखाद्या खेड्यापेक्षा क्वचितच मोठे असेल आणि त्या वेळेपर्यंत कोणाही परीक्षिताखेरीजच तक्षिला इतिहासात समाविष्ट झाली होती. महाभारतीय युद्धानंतर त्या कुळातील चौथा प्रमुख पुरामुळे हस्तिनापुरात हद्दपार झाला होता. याला पुरावस्तुशास्त्रात काही पुरावा आहे. त्याने पुरू-कुरूंची राजधानी नदी प्रवाहाच्या खालच्या बाजूला कोसांबी येथे हलविली.

काव्य म्हणून 'महाभारता'चा विकास हे या कपोलकल्पित युद्धाचे सर्वात महत्त्वाचे वैशिष्ट्य आहे. 'इलियड' प्रमाणे या ग्रंथाची सुरुवात त्या श्रेष्ठतर कुळाच्या नाशाबद्दल शोक व्यक्त करण्यासाठी झाली. तथापि जेते त्या वेळेपावेतो राज्य करीत होते त्यामुळे साहजिकच त्या गीतात बदल केला जाऊन त्यांचे काहीशा उपहासगर्भ जयगीतात रूपांतर झाले. अद्यापही त्या ग्रंथाशी ते नाव निगडित आहे. प्रत्येक उपाख्यानाच्या गायनाला बहुधा नेहमीच (त्यावेळच्या इतर देशातल्याप्रमाणे) एखाद्या पवित्र (जसे ग्रीसमध्ये होफ्या तसे येथे वेदातील) स्तोत्राची प्रस्तावना असे. त्या प्रयोगाला एखादा आश्रयदाता असेल तर त्याच्या वंशावळीचे स्तुतिपाठ गायले जात. या स्तोत्रामुळे ब्राह्मणांना परंपरेवर ताबा मिळविणे सोपे झाले. जेव्हा ब्राह्मणवर्गाने आपली उपाध्यायांची जात इतर आर्यांपासून फारशी वेगळी काढली नव्हती तेव्हा व्यावसायिक भाट हे त्यांचे मूळ कवी आणि गायक होते. जेव्हा ब्राह्मणांनी केलेली पुनर्रचनाच शिल्लक असून तिला आताचे स्वरूप इ.स.पू. २००० ते इ.स.पू. २०० च्या दरम्यान प्राप्त झाले असावे. आताचे स्वरूप म्हणजे काही गद्य उताऱ्यांसह ८०००० च्या वर श्लोकांचा संग्रह आहे असे आहे. प्रस्तावनेत स्पष्टपणे म्हणजे आहे की २४००० श्लोक असणारी पूर्वीची आवृत्ती त्यावेळी प्रचलित होती परंतु आता ती उपलब्ध होण्याच्या शक्यतेपलीकडे गेली आहे. विविध प्रकारच्या श्रोतृसमाजाला आकृष्ट करण्यासाठी नव्या संपादकांनी त्यात सुचतील त्या सर्व प्रकारच्या आख्यायिका व कल्पितकथांची भर टाकली. त्यात प्रत्यक्ष त्या युद्धाशी संबंध नसणारी अनेक उपाख्याने, निरनिराळ्या

पात्रांनी सांगितलेल्या गोष्टीतील गोष्ट अशा स्वरूपांत आढळतात. एका गोष्टीच्या चौकटीत बसवून ही बेसुमार वाढ स्वाभाविक बनविली आहे. राजा जनमेजय (तिसरा) याने नागांचा म्हणजेच नागासुरांचा संपूर्ण नाश करण्यासाठी एक प्रचंड यज्ञ केला. हे नागासुर इच्छेप्रमाणे सापांचे अगर मानवी रूप धारण करू शकत आणि त्यांच्यापैकीच एकाने जनमेजयाचा पिता परीक्षित (दुसरा) याला ठार केले होते. युद्धकथा व इतर हकिकत म्हणजे अशा दीर्घकाळ चालणाऱ्या यज्ञात सांगाव्या लागणाऱ्या चक्राकार फिरणाऱ्या कथा होत. म्हणजे आज जसे आहे ते 'महाभारत' ही प्रामुख्याने एका मोठ्या युद्धाची नव्हे तर एका प्रचंड यज्ञाची हकिकत आहे. 'महाभारता'च्या बेसुमार वाढीची प्रक्रिया ही इ.स.पू. २०० मध्ये मुळीच थांबली नाही तर थेट इ.स. च्या १९ व्या शतकापर्यंत चालूच राहिली. देशाच्या निरनिराळ्या भागांतील निरनिराळ्या पाठभेदांची तुलना करून सुमारे इ.स. ४ थ्या शतकातील असू शकेल अशी जवळ जवळ मूळच्या नमुन्याची सटीप प्रतिकृती मिळविणे शक्य होते. मूळच्या काव्याच्या यापेक्षा अधिक जवळचे असे काहीही मिळविण्याचा प्रश्नच नाही.

नंतरच्या काळात पडलेली बरीचशी भर धार्मिक स्वरूपाची असून तिचा संबंध वैदिक धार्मिक विधी व धर्म याखेरीज इतरच गोष्टींशी आहे. त्यामुळेच ब्राह्मणांना बौद्धधर्माने त्यांची प्राचीन प्रतिष्ठा कमी करून टाकल्यानंतर समाजात पुन्हा महत्त्वाचे स्थान मिळविता आले. यातील सर्वांत तेजस्वी भर म्हणजे 'भगवद्गीता' म्हणजे श्रीकृष्ण या देवाने युद्ध सुरू होण्याच्या काही क्षण अगोदर केलेले तथाकथित संभाषण – ही होय – खुद्द हा देवच नवीन होता. त्याचे सर्वश्रेष्ठ देवपण त्यानंतरही अनेक शतके मान्य केले गेले नव्हते. त्यात वापरलेली संस्कृत भाषा सुमारे इसवी सनाच्या तिसऱ्या शतकातील आहे. महाभारताच्या नवीन आवृत्तीच्या पहिल्या अवस्थेत कृष्णाला देवत्वाचा दर्जा प्राप्त होण्याच्या कितीतरी अगोदर महाभारताचे मुख्य कार्य त्याच्या चौकटीच्या गोष्टीने केले होते. वस्तुतः ही चौकटीची कथाच वाटते त्यापेक्षा जास्त खूपच महत्त्वाची आहे. तीत जनमेजयाच्या यज्ञालाच प्रत्यक्ष या युद्धापेक्षा जास्त प्राधान्य दिलेले आहे. त्या निवेदनानुसार तो यज्ञ अपुराच सोडून द्यावा लागला होता. त्या चमत्कारिक निर्णयाला ब्राह्मण पिता व 'नाग' माता यांचा तरुण पुत्र आस्तीक याची बुद्धिमत्ता कारणीभूत झाली. एवढेच नव्हे तर, जनमेजयाचा प्रमुख उपाध्याय सोमश्रवस् हा देखील तशाच मिश्र मातापित्यापासून जन्मलेला होता. ब्राह्मणांच्या कडक कायद्यानुसार ब्राह्मण पित्यास कोणत्याही जातीच्या मातेपासून झालेल्या अपत्यांना कधीही ब्राह्मण मानले जात नाही. त्यामुळे ह्या महाकाव्यात बेसुमार भर टाकणारे ब्राह्मण जर आर्यांच्या मर्यादेपलीकडील वंशपरंपरेवर न शरमता हक्क सांगू शकतील तर

नाग लोक देखील राक्षस किंवा खालच्या जातीचे नसून एक प्रकारे अत्यंत सन्माननीय लोक होते. आस्तीकाचे घराणे म्हणजे 'यायावर' (भटकणारा) वंश होय. या नावाचे घराणे इसवी सनाच्या ९ व्या शतकापर्यंत अस्तित्वात होते. या घराण्यात प्रसिद्ध संस्कृत कवी, नाटककार राजशेखर निर्माण झाला. तो ब्राह्मण नव्हता किंवा त्याने मराठा किंवा राजपूत सरदारांपैकी 'चाहमान' घराण्यातील ब्राह्मणेतर स्त्रीशी विवाह केला होता.

मग हे नाग होते तरी कोण ? सर्प – राक्षस असूनदेखील त्याच वेळी मानवही? खास प्रचंड यज्ञ करून नष्ट करण्याइतके दुष्ट आणि तरीही ज्यांच्या स्त्रियांपासून ब्राह्मणांना होणारी अपत्ये वैध व अत्यंत आदरणीय ठरू शकत असत? या प्रश्नाचे उत्तर अजूनही अस्तित्वात असलेल्या आधारावरून शोधता येईल. 'नाग' ही जंगलातील आदिवासींसाठी वापरली जाणारी एक व्यापक संज्ञा बनली हे उघड आहे. अर्थात हे आदिवासी एकमेकांशी संबंधित किंवा परस्पर नाते असणारेच असतील असे नाही. 'नाग' सर्प हे त्यांचे कुलचिन्ह होते किंवा ते अनेक हिंदुस्थानी आदिवासी (आणि फक्त आदिवासी नव्हे) अजूनही करतात त्याप्रमाणे नागाची पूजा करीत असत. आर्यांनी प्रथम कुरुभूमीत वसाहती केल्या त्यावेळी हे विशिष्ट नाग लोक शेजारच्या जंगलात होते. मोकळी व निमओसाड नद्यांची खोरी किंवा पंजाबातील पर्वत, पायथ्याजवळच्या टेकड्यांमधील प्रदेश यांच्यापेक्षा गंगेच्या अरण्यात अन्नसंग्रहण करणे खूपच सुलभ होते. याच घनदाट जंगलामुळे नागांना जिंकणे किंवा अन्य रीतीने पश्चिमेकडील 'दास' किंवा 'शूद्र' यांच्याप्रमाणे टोळीतील गुलामांच्या दर्जाप्रत आणणे अशक्य झाले. जोपर्यंत ते स्वतंत्र अन्नसंग्राहक राहिले तोपर्यंत खालच्या जातीच्या दर्जापर्यंत त्यांचे अवमूल्यन कधीच केले गेले नव्हते. खुद्द वेदातच असे दर्शविले आहे की, कोणत्याही आर्य टोळीने आश्रय न दिलेले गरीब ब्राह्मण शांतपणे अरण्यात जाऊन शक्य त्या मार्गाने – बहुधा अन्नसंग्रहणाला जोड म्हणून थोडी गुरे पाळून आपली उपजीविका करीत. जवळ जवळ ख्रिश्चन युगापर्यंत अस्तित्वात असलेल्या आणि प्रत्येक नवशिक्याला अशाच एखाद्या जंगल साफ करून मशागतीसाठी तयार केलेल्या जमिनीच्या तुकड्यावर स्थायिक झालेल्या शिक्षकांच्या हाताखाली बारा वर्षे उमेदवारी करावी लागे. त्यांची गुरे राखावी लागत. अलिखित वेद घोकून पाठ करावे लागत. धार्मिक विधींच्या सर्व तपशिलांच्या बाबतीत स्वतःला पूर्णत्व प्राप्त करून घ्यावे लागे आणि मग तो सरतेशेवटी स्वतः एक पूर्ण दीक्षा घेतलेला ब्राह्मण म्हणून बाहेर पडे. या गुरुकुलात शिकारही केली जात नसे वा शेतीही केली जात नसे. नाग आदिवासींशी केलेले अंतर्विवाह मान्य होण्याच्या दृष्टीने बराच अवधी होता. नंतरच्या काळात गुरुकुल स्थापन करण्याची पद्धती पक्की रूढ होईपर्यंत प्रथम पुढे जाणाऱ्या संशोधकांबरोबर त्याच्या स्वजातीय

स्त्रिया क्वचितच असत. त्यांचा 'नागांब' बरोबर संघर्ष होण्याचे काहीच कारण नव्हते. हे नाग आधुनिक आसामातील 'नागा' प्रमाणेच लढवय्ये नव्हते. हे नाग अन्नोत्पादकही नव्हते. त्यामुळे ते जंगलात अगदी तुरळकपणे विखुरलेले होते. (पहिल्या) हस्तिनापूरची कशीतरी भाजलेली, खालच्या दर्जाची, गेरूने रंगविलेली मातीची भांडी हे नंतरच्या काळातील नागांचे उत्पादन असण्याचा संभव आहे. जसजसे जंगल साफ केले गेले तसतसे 'नागा' लोक हळूहळू शेतीत समावले गेले. 'महाभारता'वरून असे दिसते की नागांच्या निदान एका वंशावळीचे तरी पंडूशी नसले तरी कुरूंशी मित्रत्व आणि काही खास संबंध होते. साहजिकच अशा नागांचे वंशज आपल्या मूळच्या पूजापद्धती टिकवून ठेवणारच व कुरूंच्या गतवैभवाची गाणी गाणाऱ्या पहिल्या भाटांशी मित्रत्वाचे नाते ठेवणारच. या प्रचंड महाकाव्याच्या मुख्य युद्धकथेशी नागांच्या वंशावळी व पुराणकथा पूर्णपणे विसंगत असल्या तरीही त्या महाकाव्याच्या पहिल्या वर्गात त्यांना महत्त्वाचे स्थान दिले आहे. याच्या अगदी उलट यदुवंशातील शूर नायक आणि देवतुल्य अशा कृष्णाचे 'पूर्ण देवत्वा'च्या दर्जापर्यंतचे उत्थान या महाकाव्यांच्या निरनिराळ्या थरातून अगदी स्पष्टपणे दिसण्यासारखे आहे. परंतु तरीही त्याची वीरकथा आणि वंशावळ मात्र एका पुरवणीमध्ये 'हरिवंशा'मध्ये ढकलली गेली आहे. नंतरच्या काळातील म्हणजे हिंदुस्थानातील मूर्तिपूजेच्या काळातील 'महानागा'ला निरनिराळ्या दर्जाची कामे असलेली आढळतात. तो सबंध पृथ्वीला पाण्यात बुडण्यापासून वाचविण्यासाठी आपल्या डोक्यावर धारण करतो असे मानले जाते. तो पाण्यात झोपणाऱ्या विष्णूची शय्या व छत्र बनतो व सरतेशेवटी कृष्ण हा विष्णूचाच अवतार बनला. नाग हा शिवाचा हारही आहे. गणेशाच्या हातातील शस्त्रही आहे व स्वतंत्र देवता असून त्याच्या साठी वर्षातला एक खास दिवस असतो. या दिवशी सनातनी लोकांना खणता येत नाही व धातूंचा वापर करता येत नाही. त्याचवेळी तो हिंदुस्थानी शेतकऱ्यांना आवडता 'शेतीचा राखणदार' (क्षेत्रपाल शिवाला देखील दिलेले एक नाव) आहे. हे प्रचंड महाकाव्य त्याच्यातील नगण्य व अत्यंत संशयास्पद ऐतिहासिक मजकुरापेक्षा सांस्कृतिक अन्योन्य देवघेवीच्या दृष्टीने निश्चितच जास्त मनोरंजक आहे.

'महाभारता'चे सांस्कृतिक महत्त्व व सामान्यतः चुकीचा लावला जाणारा अर्थ यामुळे त्याचा थोडक्यात गोषवारा देणे आवश्यक ठरते. या महाकाव्यातील सर्वात आधीच्या कथांची तीन स्पष्ट उगमस्थाने आहेत. पुरू - कुरू युद्धाचे पोवाडे, आदिवासींच्या पुराणकथा व यदूंच्या वीरकथा. त्या काळच्या एकत्र परंतु प्राचीन समाजाला अनुरूप होण्यासाठी या परस्पर विसंगत कथा कशातरी एकत्र जोडावयास हव्या होत्या. जेव्हा धातू - विशेषतः लोखंड ज्ञात होते परंतु त्यांचा पुरवठा फार कमी

होता, तेव्हा दिल्ली, मिरज, मथुरा हे क्षेत्र म्हणजे धातू वितळवण्याची मूसच होती. पुढच्या वेदकाळातील आर्य जंगली विभागातील 'नाग' अन्नसंग्राहक आणि कृष्णाचे नवीन वेदकाळातील गोपाळ यांनी केवळ परस्परांशी लढणे थांबविले असते तर ते सर्व मिळून एक अधिक कार्यक्षम अन्नोत्पादक समाज बनवू शकले असते. भोवतालची परिस्थिती व धातूचा तुटवडा यांमुळे या तिघांपैकी कोणाही एकास निव्वळ बळाच्या जोरावर इतरांना नमविणे शक्य झाले नाही. त्यामुळे या पुराणकथांना एकमेकात मिसळावे लागेल. मानवी घटकांच्या पुनर्मीलनास 'कश्यपां'नी मदत केली. या आख्यायिकांचे संपादन दुसऱ्या एका ब्राह्मण वंशाचे – भृगूंनी केले. ही सांस्कृतिक देवाण घेवाण इतकी परिणामकारक होती. 'महाभारत' यात भर पडणे आणि पुराणे त्याच नमुन्याबरहुकूम लिहिली जाणे सबंध मध्ययुगभर चालू राहिले. फक्त जेव्हा मिश्र अंधश्रद्धा यांच्या आधाराने लोकांचे गट पाडून अधिक उत्पादक समाज निर्माण करता येईनासा झाला तेव्हाच ही प्रक्रिया बंद पडली. हे अपयश तौलनिकदृष्ट्या अधिक सहजगत्या झालेल्या विजयामुळे जास्त स्पष्ट झाले. परंतु त्यावेळेपर्यंत 'जगा व जगू द्या' हे वचन (तर्कशास्त्र, वास्तविक सत्य, सत्य किंवा सारासार विवेकाच्या दृष्टीने) 'उपाध्याय' म्हणतील त्यावर विश्वास ठेवा या वचनाच्या समानार्थी बनले होते.

❑

प्रकरण ५

टोळीकडून समाजाकडे

५.१ नवे धर्म

हिंदुस्थानाबाहेरील कोट्यवधी लोकांच्या दृष्टीने हिंदुस्थान ही केवळ बुद्धाची भूमी आहे. आशियातील बहुसंख्य लोकांना कोणतीही राजकीय पद्धत किंवा एखाद्या वस्तूची निर्यात नव्हे तर, बौद्धधर्म हा हिंदुस्थानाचा सर्वात महत्त्वाचा शोध वाटतो. हिंदुस्थानी प्रभावाखाली विकसित झालेल्या, बौद्ध कलेच्या किंवा वाङ्मयाच्या वैशिष्ट्यांच्या अभावी ब्रह्मदेश, सयाम, कोरिया, जपान व चीनमधील व पर्यायाने जगातील देखील – कला फारच निकृष्ट झाली असती. प्राचीन मंगोलियन व तिबेटी वाङ्मयाचा बराच मोठा भाग बौद्ध धर्मग्रंथांनीच व्यापलेला आहे. तिबेटची संपूर्ण राज्ययंत्रणा इ.स. १९५९ पर्यंत काही बौद्ध विहार व त्यांचे नियुक्त प्रतिनिधी यांनीच बनलेली होती. सिलोन, ब्रह्मदेश, सयाम आणि इंडोचायना येथील लोक बौद्ध संप्रदाय (त्यांच्या समजुतीप्रमाणे) अनुसरतात. एवढेच नव्हे तर ते तो धर्म हा त्यांच्या भिन्न भिन्न इतिहासांच्या प्रभातकाळी सुधारणेस चालना देणारे प्रमुख नैतिक बळ आहे, असे मानतात. चीनच्या विशेषतः किनाऱ्याच्या पाठीमागील प्रदेशाच्या आर्थिक विकासामध्ये बौद्ध विहारांनी बजावलेली अपरिहार्य भूमिका व त्याचा प्रभाव अगदी अलीकडेच लक्षात आला आहे. हिंदुस्थानातील बुद्धाच्या जीवनातील घटनांशी संबंधित स्थळांना भेट देण्यासाठी अनेक दूरदूरच्या देशातील असंख्य यात्रेकरूंनी वाळवंटातील हवामानाची तीव्रता, उंच हिमाच्छादित पर्वत आणि महासागरातील तुफानांचा झपाटा यांना तोंड दिले आहे व अजूनही देत आहेत. त्या धर्माचा त्याच्या वैभवकाळात पश्चिमेकडे झालेला प्रसार पूर्वेकडच्या पेक्षा खूपच जास्त लक्षात येण्याजोगा होता – अफगाणिस्तानातील बमिआन येथील जिवंत खडकातून कोरून काढलेले ६० मीटर उंचीचे प्रचंड पुतळेच याचा पुरावा देतील. मध्य आशियातील नष्ट झालेले असंख्य स्तूप (सारकांचे अवशेष) त्याची आणखी साक्ष देतात. या धर्माने फक्त इराणमधील सैतानाला देवाप्रमाणेच अनंत मानणाऱ्या पंथावरच प्रभाव पाडला असे नाही तर त्यापूर्वी त्याने ख्रिस्ती धर्माच्या घडणीला देखील मदत केली असली पाहिजे. 'मृतसमुद्रा'वरील कागदाची भेंडोळी लिहिणारे विद्वान जरी चांगले 'ज्यू' असले तरी त्यांच्यात बौद्ध धर्मापासून निर्माण झाल्यासारखी वाटणारी वैशिष्ट्ये दिसतात. त्यांची जवळ जवळ

स्मशानाच्या अगदी वरच्या भागात असणाऱ्या मठात राहण्याची पद्धत बुद्ध धर्मीयांना जरी आवडण्यासारखी असली तरी ज्यू धर्मीयांना घृणास्पदच वाटेल. पॅलेस्टाईनमधील (बहुधा एका प्राचीन ज्यू पंथामधील) या लेखी दस्तऐवजामध्ये उल्लेखिलेल्या सिदाचरणाच्या उपदेशकाने अगदी बरोबर बुद्धाचेच नाव धारण केले आहे. त्यामुळेच त्या टेकडीवरचा धर्मोपदेशक प्रथमच ऐकणाऱ्या जुन्या कराराच्या अनुयायांपेक्षा बौद्धधर्मीयांना जास्त परिचित वाटावा यात काही आश्चर्य नाही. पाण्यावर चालण्यासंबंधी ख्रिस्ताच्या चमत्कारांपैकी काही बुद्धविषयक वाङ्मयात अगोदरच अस्तित्वात होते. त्याबद्दल बोलायचे झाले तर ख्रिश्चन संताची 'बरलाम आणि जोसेफत' या नावाची आख्यायिका हे सरळ सरळ बुद्धाच्या जीवनकथेचेच रूपांतर आहे. बगदादचा (अरबी भाषेतील सुरस कथांमुळे अमर झालेला) अब्बासिद खलिफ हरून-अल्-रशीद याच्या हाताखालील एका महत्त्वाच्या मंत्र्याचे 'वर्मिसाईड' नावाचे कुटुंब एकेकाळी 'नव-बाहार' येथील बुद्ध विहाराचे वंशपरंपरागत मठाधिपती (परमक) होते. नव्यानेच धर्मांतर करून इस्लाम धर्मीय बनल्यानंतर त्यांच्यावर त्यांच्या जुन्या धर्मातील काही पाखंडी मते अजून धरून चालल्याचा संशय घेतला जात होता.

या असामान्य प्रसाराची दोन ठळक परंतु परस्पर विसंगत अशी वैशिष्ट्ये आहेत. भारताबाहेरचा प्रसार शस्त्रबळ किंवा त्याला अनुरूप अशा हिंदुस्थानी प्रभावाची वाढ यांच्या शिवायच झाला. अशोकाच्या नावाला त्याच्या स्वतःच्या देशाबाहेर खूप दूरपर्यंत मान आहे. तो त्याच्या कोणत्याही विजयामुळे किंवा सामर्थ्याच्या दुसऱ्या एखाद्या प्रकारच्या प्रकटीकरणामुळे नव्हे तर तो मोठा बुद्धधर्मी सम्राट होता म्हणून. कुशाण मध्य आशियाच्या काही भागांवर व त्याचप्रमाणे हिंदुस्थानावरही राज्य करीत होते. परंतु त्यांनी बौद्धधर्माखेरीज हिंदुस्थानातील इतर अनेक धार्मिक पूजापद्धती व शिवासारखे देव यांना आश्रय दिला. तथापि शिवाच्या पूजेचा फारसा दूरवर प्रसार झाला नाही. हान वंशातील मिन-ती पासून सुरू झालेल्या चिनी सम्राटांच्या एका लांबच्या लांब ओळीने आपल्या चाकोरीबाहेर जाऊन बौद्धधर्मप्रसारकांना निमंत्रण दिले. परंतु फक्त हिंदुस्थानची ईशान्येकडील हद्द सोडली तर बौद्धधर्म खुद्द त्याच्या जन्मभूमीतूनच लुप्त झाला. बाहेरच्या यशाच्या उलट असणारे हे अंतर्गत खग्रास ग्रहण विलक्षण आहे. आज देखील जर सुशिक्षित भारतीयांना 'बौद्ध धर्म' ही त्यांच्या देशाने जगाला दिलेली प्रमुख देणगी आहे असे सांगितले तर ते सामान्यतः घाबरतील किंवा रागावतील. कारण ते बौद्ध धर्म म्हणजे तात्कालिक बुद्धभ्रंश होता असे मानतात. बौद्धधर्माचा उदय, प्रसार आणि ऱ्हास यांच्या १५०० वर्षांच्या संपूर्ण चक्राने हिंदुस्थानची टोळ्यांच्या अर्ध-मेंढपाळी जीवनापासून तो पहिल्या अनियंत्रित राजसत्तेपर्यंत व त्यानंतर सरंजामशाहीपर्यंतची

स्थित्यंतरे पाहिली. म्हणूनच भारतीय संस्कृतीची कोणतीही विचारपूर्ण चिकित्सा करताना या धर्माने आपल्या जन्मभूमीच्या अंतर्गत निरनिराळ्या स्थितीत वठविलेल्या विविध भूमिकांना अगदी महत्त्वाचे स्थान मिळाले आहे? त्याचबरोबर त्या धर्माच्या शिकवणुकीच्या या देशाच्या अंतर्भागात व बाहेर जो दुहेरी व आश्चर्यकारक विकास झाला त्याचे स्पष्टीकरण करण्याचा आपण प्रयत्न केला पाहिजे.

इ.स.पू. सहाव्या शतकाने चीनमध्ये कन्फ्यूशिअसचे तत्त्वज्ञान आणि इराणमध्ये झोरोस्टरच्या भरमसाट सुधारणा यांना जन्म दिला. गंगेच्या मध्यभागी त्यावेळी संपूर्णपणे नवी शिकवण देणारे अनेक जण असून बुद्ध हा त्याच्या स्वतःच्या काळातील सर्वात लोकप्रिय नव्हे तर केवळ त्यांच्यापैकी एक होता. त्याच्या प्रतिस्पर्धी सिद्धान्ताची माहिती बहुतांशी परस्परविरोधी धार्मिक दस्तऐवजामधील पूर्वग्रहदूषित अभिप्रायावरून कळते. तथापि जैनधर्म हिंदुस्थानात अजून टिकून आहे आणि त्याच्या बुद्धपूर्वकालीन संस्थापकांपर्यंत त्याच्या उत्पत्तीचा मागोवा घेता येतो. इसवी सनाच्या १४ व्या शतकापर्यंत 'आजीविक' टिकून होते असे म्हैसूर येथील शिलालेखावरून समजते (जरी जैनधर्मीय महावीरांपूर्वीच्या 'तीर्थंकरांची' दीर्घ परंपरा असल्याचा दावा करीत असले तरी त्यांच्यापैकी 'पार्श्व' हा ऐतिहासिक असणे संभवनीय आहे). या दोन पंथांच्या संस्थापकांपैकी अनुक्रमे महावीर आणि मक्खली गोशाल हे बुद्धाच्या अनेक समकालीनांपैकी दोघे असून ते जवळ जवळ त्याच ठिकाणी आपल्या शिकवणुकीचा प्रसार करीत होते. स्वतः बुद्धानेच 'कालाम' या टोळीतील 'अलार' व 'रामा'चा पुत्र 'उद्दक' या ज्येष्ठ समकालिनांची शिकवण स्वीकारली होती व प्रसारही केला होता.

म्हणून बौद्ध धर्माचा केवळ त्याच्या निःसंशय थोर संस्थापकाचे वैयक्तिक संपादन म्हणून विचार करता येत नाही आणि त्याच्या ऱ्हासालाही मानव जातीच्या उणिवा कारणीभूत नव्हत्या. हे उघड आहे की जनमनाची इतकी पकड घेणाऱ्या व महत्त्व प्राप्त झालेल्या इतक्या अनेक पंथांचा एकाच वेळी झालेला उदय पूर्वीच्या मतप्रणालींना पुरवता न येणारी एक सामाजिक गरज सूचित करतो. उपदेशकांच्या या सर्व नव्या मालिकांना सामाईक असणाऱ्या घटकांचा शोध घेऊन आणि त्यांच्या त्यांच्या अनुयायांच्या नवीन वर्गाची बारकाईने पाहणी करून या गरजेचे विश्लेषण करता येणे शक्य आहे. जर हा केवळ सातत्याचा आणि हळूहळू होणाऱ्या उत्क्रांतीचा प्रश्न असता तर हे नवीन धर्म एका थोर संस्कृतीच्या नष्टप्राय स्मृती बाळगणाऱ्या सिंधू प्रदेशात किंवा वैदिक संस्कृतीचे केंद्र असलेल्या आणि अनेक शतकांपर्यंत केंद्र म्हणून टिकून राहिलेल्या वायव्य प्रांतात किंवा 'महाभारताच्या' कथेचे अधिष्ठान असणाऱ्या व या थोर महाकाव्यात ओतप्रोत भरलेल्या नीतिमत्तेच्या दृष्टीने योग्य ठिकाण असलेल्या

कुरूभूमीत किंवा जेथून कृष्णाला परमेश्वर मानणाऱ्या नवीन आणि प्रभावी ग्रंथाचा सरतेशेवटी प्रसार झाला, त्या मथुरेत ह्या नवीन धर्माचा उदय व्हायला हवा होता. पूर्वेकडील सर्वात नवीन आणि काही सांस्कृतिक बाबतीत थोडासा मागासलेला प्रदेश धर्माच्या सर्वात विकसित स्वरूपात आघाडीवर कसा गेला ?

सहाव्या शतकातील गंगेच्या खोऱ्यातील नवीन वर्गाचे अस्तित्व नाकारता येण्यासारखे नाही. स्वतंत्र छोटे व मोठे शेतकरी हे एकच होते. टोळीच्या अंतर्गत असणाऱ्या वैश्यांच्या नववैदिक काळातील मेंढपाळांच्या वर्गाची जागा शेतकऱ्यांनी घेतली होती. त्यांच्या दृष्टीने टोळीचे अस्तित्व संपलेलेच होते. व्यापारी इतके श्रीमंत झाले होते की, सामान्यतः 'श्रेष्ठी' हाच पूर्वेकडील गावातील सर्वात महत्त्वाची व्यक्ती असे. पूर्वी अपरिचित असणारा हा शब्द 'श्रेष्ठ' म्हणजे 'अग्रगण्य' या शब्दावरून आला आहे. वस्तुतः श्रेष्ठी हा भांडवलदार किंवा सावकार कधी एखाद्या व्यापारी संघटनेचा प्रमुख असे. जरी राजकारणात त्यांना प्रत्यक्ष मताधिकार नसला तरी अगदी निरंकुश जुलमी राजेदेखील या 'श्रेष्ठी'ना मानाने वागवीत. तथापि 'गहपती' (संस्कृतमधील 'गृहपती') या शब्दाचे बदललेले महत्त्व हेच या नवीन वर्गाचे मुख्य निदर्शक आहे. शब्दाचा शब्दशः अर्थ 'घराचा स्वामी' असा आहे. यापुढे तो रोम 'कुटुंबप्रमुख' या शब्दाचा समानार्थी बनला. वैदिक आणि 'ब्राह्मण' वाङ्मयात त्याचा अर्थ कोणत्याही मोठ्या (परंतु राजाने केलेल्या नव्हे) यज्ञातील यजमान आणि प्रमुख यज्ञकर्ता असा होता. आता प्रथमच त्याचा अर्थ प्रामुख्याने आपल्या संपत्तीच्या जोरावर मान मिळवणारा कोणत्याही जातीच्या मोठ्या पितृसत्ताक कुटुंबाचा प्रमुख असा होऊ लागला. मग त्याने ही संपत्ती व्यापार, वस्तुनिर्मिती किंवा शेती यांपैकी कोणत्याही मार्गाने मिळविलेली असो. परंतु यापुढे संपत्तीचे फक्त गुरांच्या स्वरूपात मोजमाप होईनासे झाले. जरी 'गहपतीला' त्या कुटुंबातील व्यक्तीचे पालनपोषण करणे भाग असले व त्याच्या नातेवाईक गटांचे वारसाविषयक कायदे त्याच्यावर बंधनकारक असले तरी या नवीन मालमत्ताधारी वर्गाचा कार्यकारी सदस्य म्हणून त्याला आपल्या हाताशी असलेल्या संपत्तीचा वाटेल तसा उपयोग करता येत असे. ही नवीन वर्गरचना काही काळ जाती व नातेसंबंधाच्या औपचारिक बंधनांनी संदिग्ध बनली होती. परंतु नंतर क्रमाक्रमाने ती बंधने सैल झाली. आपसात अंतर्गत विवाह न करणारा वांशिक गट या अर्थाने पूर्वी वापरल्या जाणाऱ्या 'गोत्र' (गोठा) शब्दाचा अर्थ यानंतर 'गृहपती'चे विशाल पितृसत्ताक कुटुंब असा देखील होऊ लागला. परंतु 'गृहपती' या शब्दाचा पूर्वीचा अर्थ गळून पडला तरी 'गोत्र' या शब्दाचा पूर्वीचा अर्थ कायम राहिला. वैदिक यज्ञांच्या काळापूर्वी नियमित चालणाऱ्या सततच्या लढायांमुळे शेतकरी व व्यापारी या

उभयतांना त्रास होत असे. व्यापाऱ्याला आपली टोळी व राज्य यांच्या देशाबाहेरील लोकांशीही मित्रत्वाचे संबंध ठेवावे लागत. परंतु त्याला लुटारूंपासून मुक्त अशा सुरक्षित व्यापारी मार्गाचीही आवश्यकता असे. 'सर्वसाधारण राजसत्ताक' पद्धती म्हणजेच लहानसहान लढायांचा शेवट करून संपूर्ण खेडोपाडी स्थानिक बंदोबस्त ठेवणारे एकमेव शासनच ही गरज अंशतः पुरवू शकेल. परंतु व्यापार नेहमीच राजकीय सरहद्दीच्या पलीकडे वाढत गेला.

'गृहपती' व 'श्रेष्ठी' यांच्या अस्तित्वानेच निश्चितपणे सूचित होणारे स्वतंत्र कूळ किंवा स्वतःच्या मालकीची जमीन असणाऱ्या शेतकऱ्यांचे (कस्सक कर्षक) अस्तित्व पुस्तकांवरून स्पष्ट होते. पूर्वी स्पष्ट केल्याप्रमाणे गुलामांची सेवा मोठ्या प्रमाणावर उपलब्ध नव्हती. बहुतांशी इतरांनी त्यांच्या जमिनी काढून घेतल्यानंतरच ते अन्नोत्पादनाकडे खेचले गेले. सरंजामशाहीत आणि आधुनिक काळात हेच दुष्काळामुळे घडून आले (या शेवटच्या कारणाने 'हारी' सारख्या 'गुलाम' जातींच्या निर्मितीला मदत केली. आपले स्वातंत्र्य फक्त नियमित निर्वाहाच्या बदल्यात विकून टाकणाऱ्या आदिवासींमधूनच या जाती निर्माण झाल्या. मागच्या पिढीला ज्ञात असणारे त्यांचे काम अकार्यक्षम आणि अनुत्पादक होते). खरा शेतकरी वर्ग मुख्यतः अधिक प्रगत 'आर्य' टोळीवाल्यांमधूनच निर्माण व्हावयाचा होता. या टोळीवाल्यांनी उर्वरित नित्याचा संपर्क नसणाऱ्या टोळीशी लहान लहान गटांनी आपण होऊनच जमीन साफ करण्यास सुरुवात केली होती. आपल्याजवळील आधिक्याचा व्यापार करता येण्याची शक्यता हेच त्यांना जास्त उत्पादन करण्यासाठी एकमेव प्रोत्साहन होते. हेही अन्नाच्या आधिक्याचे हिस्से करण्याचे वांशिक बंधन नसेल. गुरे सामाईक मालकीची नसतील आणि जमिनीच्या तुकड्यांची टोळ्यांतील समित्यांकडून पुनर्विभागणी होणार नसेल तर एका शब्दात सांगायचे तर शेतीची जनावरे, जमीन व तिच्यातील उत्पन्न यांच्या स्वरूपातील खाजगी मालमत्ता असेल तरच हे शक्य होते. याबाबतीत पंजाब रूढमार्गवादीच राहिला (ब्राह्मणात वर्णन केल्याप्रमाणे लष्करी प्रमुख हाच राजा असे). जवळ जवळ त्याच पद्धतीने टोळ्यांचे जीवन बऱ्याच अंशी पूर्वीसारखेच चालू राहिले. यजुर्वेद काळातील राजा हा कुटुंबाच्या वैयक्तिक अमाप शेतकी उत्पादनाचे निरोधक असून तो शेतकरी वर्गावरचा न पेलणारा एक दुःसह भार होता. शांतता व कमी कर हे आवश्यक होते. यज्ञासाठी वाढत्या प्रमाणात गुरे व इतर जनावरांचा मोबदला न देताच मागणी केली जात असे. राजांनी केलेल्या यज्ञासंबंधीच्या पाली कथांतून हे दिसून येते. नियमित शेतीवरील हा ताण असह्य होता. फक्त अगदी थोड्या ब्राह्मण उपाध्यायांना कायमचा लाभ होत असे (उदाहरणार्थ, सहाव्या शतकातील पसेनदी व बिंबिसार

यांच्यासारख्या राजांकडून ज्यांना संपूर्ण खेडीच्या खेडी दान केली गेली ते ब्राह्मण). अशा रीतीने सर्व नवीन पंथांनी कोणत्याही – विशेषतः वेदातील – धार्मिक विधींची सत्यता साफ नाकारली हे स्वाभाविकच होते. यात 'पुराणकस्सप' आणि 'वेलथ्थीपुत्र संजय' यांचाही अंतर्भाव होता.

यजुर्वेदात मानवी बळींची यादी दिलेली असली तरी 'शतपथ ब्राह्मण'च्या काळापर्यंत नियमित नरयज्ञांची पद्धती ब्राह्मणात राहिली नव्हती. मात्र बालेकिल्ले व नगराचे दरवाजे अजिंक्य व्हावेत म्हणून व धरणे पुराच्या पाण्याने वाहून जाऊ नयेत म्हणून आवश्यक मानले जात असल्यामुळे तुरळक मानवी बळी देणे चालूच राहिले. अशा ठिकाणी बळींना या नवीन बांधकामाच्या पायांत पुरले जाई. परंतु हे अपवादात्मक बळी फारच विरळा असून त्यावर लोक संतापत व ते कधीही वैदिक रूढीप्रमाणे दिले जात नसत. अश्वमेधदेखील तसा विरळाच असे. वस्तुतः दुसऱ्या शतकात त्याची एक छोटीशी निष्फल पुनरावृत्ती झाली. तोपर्यंत गंगेच्या खोऱ्यात असा एकही अश्वमेध झाल्याची निश्चित नोंद झालेली नाही. वेदांतील प्रमुख यज्ञ हे पशुयज्ञ असत व ते प्रामुख्याने मेंढपाळांच्याच असणाऱ्या समाजात स्वाभाविकच होते. सहाव्या शतकातील सुधारणांनी ही पद्धत देखील किती संपूर्णपणे बंद पाडली हे हिंदूंमधील पशुहत्या व गोमांस-भक्षणावर अजूनही असणाऱ्या कडक निर्बंधावरून दिसून येते. परंतु हे निर्बंध आता निरर्थक, आर्थिकदृष्ट्या अव्यवहार्य आणि चराऊ कुरणांची कमतरता असणाऱ्या देशात जनावरांशी निष्ठुरपणाचे ठरणारे आहेत. आधुनिक काळातील सनातनी हिंदू गोमांस भक्षण हे नरमांस भक्षणासारखेच मानतात. उलट वेदकालीन ब्राह्मणात यज्ञबळींच्या गोमांसाच्या नियमित भक्षणाने गलेलठ्ठ झाले होते. 'शतपथ ब्राह्मणांत' एका सुप्रसिद्ध उताऱ्यात गाईचे व गाडीच्या बैलाचे (अनुदुह बैलाबद्दल काहीच म्हटलेले नाही) मांस का खाऊ नये याची धार्मिक रूढींच्या दृष्टीने कारणे दिलेली आहेत. ह्या सबंध परिच्छेदाच्या शेवटी याज्ञवल्क्याच्या नेतृत्वाखालील प्रमुख ब्राह्मण गटाने स्पष्टपणाचे पण आता अडचणीत आणणारे असे वक्तव्य केले आहे की, 'ते कसेही असो. परंतु जोपर्यंत माझ्या अंगावर ते मांस चढवते तोपर्यंत मी ते खातच राहणार.' 'जेव्हा या अनेक 'ब्राह्मण' ग्रंथांना जोड देण्यासाठी 'उपनिषदां'ची भर टाकली गेली तेव्हा कोणत्याही बदलाची प्रत्यक्ष दखल घेतली गेली नव्हती'. परंतु ब्राह्मणांच्या ग्रंथाचे विषयच संपूर्णपणे बदलले. आता 'यज्ञ' त्याच्या मूळच्या 'रक्त आणि आतडी' यांचा खेळ अशा स्वरूपात न राहता प्रामुख्याने सामान्यतः चमत्कारिक स्पष्टीकरण दिले जाणाऱ्या एखाद्या गूढ तत्त्वज्ञानाचा आधार बनला. सिंधूजवळच्या किंवा तिच्या पश्चिमेकडील प्रदेशांत ज्यांनी एकदा आपले अध्ययन पूर्ण केले आहे असे

उपनिषत्कालीन ब्राह्मण आता यज्ञाचे 'आंतरिक महत्त्व' शिकण्यासाठी 'अश्वपती कैकेय' आणि 'प्रवहण जैवली' यांच्यासारख्या क्षत्रियांकडे देखील जाऊ लागले. एका नवीनच कल्पनेचा - 'ब्रह्म' नावाच्या अवर्णनीय दैवी शक्तीचा आता उदय झाला. ब्रह्माची प्राप्ती इतर सर्व मानवी प्रयत्नांपेक्षा श्रेष्ठ गणली गेली. इतर बाबींत बोलावयाचे तर उपनिषदांनी हाताळलेले प्रश्न म्हणजे सहाव्या शतकातील इतर तत्त्वचिंतकांनी हाताळलेलेच प्रश्न होते. आत्मा असलाच तर त्याचे स्वरूप कोणते आहे ? मृत्यूनंतर मनुष्याचे काय होते? माणसाच्या दृष्टीने सर्वात चांगले काय? बौद्धधर्म किंवा इतर कोणत्याही ब्राह्मणविरोधी धार्मिक पंथाचा उल्लेख केला गेला नव्हता. यामुळेच अनेकजण प्राचीनतम उपनिषदे बौद्धधर्माच्या अगोदरच्या काळातील असावीत असे मानण्यास उद्युक्त झाले. परंतु नेहमीच हे खरे असू शकत नाही हे 'शतपथ ब्राह्मणाशी' संबंधित असणाऱ्या उपनिषदांत 'काशीचा अजातशत्रू' असा एका भूतपूर्व राजाचा उल्लेख आहे, त्यावरून दिसून येते. कारण तो राजा बुद्धाचा - वयाने त्यापेक्षा लहान असणारा समकालीन होता. पुढे उदयाला येणारी तत्त्वे सहाव्या शतकाच्या वातावरणातच होती.

गोमांस भक्षणावरील निर्बंधाचा आर्थिक पाया सिद्ध करण्यास दोन उतारे पुरेसे आहेत. बुद्धाचा संबंध जोडला जाणाऱ्या प्राचीन काव्यात असे म्हटले आहे की, 'गुरे ही आपले मित्र आहेत. अगदी आपल्या माता-पित्याप्रमाणे व आप्ताप्रमाणे आहेत. कारण शेती पिकविणे त्यांच्यावर अवलंबून आहे. ते आपणांस अन्न, शक्ती, कांतीचा ताजेतवानेपणा व सुख देतात. हे जाणून पूर्वीचे ब्राह्मण त्यांना मारीत नसत' (सुत्त-निपात २९५-६). या निर्बंधाच्या सुरुवातीच्या काळात गोमांसभक्षण म्हणजे पाप असे मानण्याचा प्रश्नच नव्हता. ह्यूनान मधील शेतकऱ्यांच्या उठावावरील माओ-त्से-तुंगचा मार्च १९२७ चा अहवाल म्हणतो, 'रोडावलेले बैल ही शेतकऱ्यांची संपत्ती आहे. व्यवहारदृष्ट्या या जन्मी गुरांची कत्तल करणारे स्वतःच पुढच्या जन्मी गुरे होतात.' हे धार्मिक तत्त्व असल्यामुळे गुरांची कधीही हत्या करता कामा नये. सत्तेवर येण्यापूर्वी शेतकऱ्यांजवळ गुरांची कत्तल थांबविण्याचे धार्मिक बंधनाव्यतिरिक्त अन्य कोणतेही साधन नव्हते. शेतकरी संघटनांचा उदय झाल्यापासून त्यांनी आपली हुकुमत गुरांपर्यंत वाढविली आणि शहरांमधून त्यांची हत्या थांबविली आहे. प्रांतांचे मुख्य शहर हसियांगटन येथील सहा गोमांसाच्या दुकानांपैकी आता पाच बंद झाली आहेत व उरलेल्या एकात फक्त आजारी व दुर्बल जनावरांचे मांस विकले जाते. संपूर्ण हेंगशान प्रांतात पशुहत्येवर बंदी आहे. एखाद्या शेतकऱ्याची गाय लंगडत असेल व तिचा पाय मोडला असेल तरी तिला ठार मारण्याचे धाडस करण्यापूर्वी त्याला 'शेतकरी संघटने'चा सल्ला घ्यावा लागेल...चिनी शेतकरी गाईचे दूध, लोणी, खवा किंवा दही वापरत

नसत. ही गोष्टी त्यांच्या व हिंदुस्थानातील शेतकऱ्यांच्या परिस्थितीतील फरक निश्चितपणे स्पष्ट करते.

काटेकोर एकात्म धार्मिक विधी असणारा सर्वसमावेशक एकमेव धर्म हाच सार्वत्रिक राजसत्तेच्या विकासाला समांतर होऊ शकला असता. आपल्या विचाराधीन असणाऱ्या समाजाच्या बाबतीत बळाचा प्रचंड वापर केल्याखेरीज हे अशक्य होते. गंगेच्या खोऱ्यातील अफाट अरण्ये एखाद्या निराळाच धार्मिक विधी सामाईक बंधन म्हणून अपरिहार्य मानणाऱ्या लोकांना आश्रय देऊ शकली असती. असे धार्मिक विधी झुगारून दिले आणि दुसरी जात कितीही हलकी असली तरी तिच्या हातचे शिजलेले अन्न किंवा विटाळलेल्या अन्नाचे उरले सुरले तुकडे खाऊन त्यांनी सर्वात कडक बंधनांचा भंग केला. बहुतेक बरेचसे भारतीय लोक भुकेने व्याकुळ होतील आणि कित्येकांनी विटाळलेले किंवा खालच्या जातीच्या माणसाने तयार केलेले अन्न खाण्यापेक्षा उपासमारीने मृत्यू पत्करलाही आहे, हे माहीत नसणाऱ्या कोणाही व्यक्तीला या शेवटच्या गोष्टीचा अर्थ समजावून देणे कठीण आहे. निरनिराळ्या नवीन पंथाचे नेते व त्यांचे साधूसदृश अनुयायी (अनभिज्ञ भक्त नव्हे) आपली उपजीविका बहुतांशी भिक्षेवरच करीत असत. मूलतः ही अन्नसंग्रहणाकडे उलटी चालत होती. अनेकांनी जंगलातील एकान्तवासाचे जीवन अधिक पसंत केले. ते कोणालाही ठार मारीत नसत व आपल्याला लागणारे अन्न वनस्पतीपासून मिळवीत. या पराकाष्ठेच्या विरक्तांना मानवी हातातून फक्त मीठच काय ते स्वीकरणीय असे. ब्रह्मचर्य व अपरिग्रह यांनी ह्या नव्या उपदेशकांना लाभाचाच विचार करणाऱ्या समाजातील लोभी अग्निहोत्र्यांच्या पेक्षा कमी खर्चिक बनविले. यजुर्वेदकालीन आणि त्यानंतरच्या काळातील ब्राह्मण अमर्याद प्रमाणात मौल्यवान देणग्यांची आशा करीत आणि अशा देणग्या पुराणोक्त प्राचीन राजांकडून आपणास मिळाल्या असल्याचा दावाही करीत. उदा. असंख्य हत्ती, गुरे, रथ, सुंदर दासी आणि कित्येक सुवर्णमुद्रा या नवीन विरक्तवादाचा ब्राह्मणांच्या सुद्धा आचरणावर उमटलेला खोल ठसा वज्रलेप होता. गरिबी व तपश्चर्या ही त्यानंतर नेहमीच उच्च आदर्श बनून राहिली. उपनिषदे देखील एका खालच्या जातीच्या माहुताकडून विटाळलेले अन्न स्वीकारणाऱ्या एका कृश झालेल्या ब्राह्मणाचे वर्णन करतात. असाच दुसरा एक ब्राह्मण कुत्रा कुलचिन्ह असणाऱ्या टोळीवाल्याकडून अन्न मिळविण्यासाठी त्यांच्या नाचगाण्याच्या वेळी टेहळणी करीत होता. पौर्वात्यांच्या दृष्टीने यज्ञाचा शेवट होऊन तो फक्त कल्पनेतच शिल्लक राहिला. तेथून पुढच्या काळातील ब्राह्मण सदा सर्वकाळ मुखाने वेदघोष करीत, अखेर सर्व जातींसाठी उपाध्यायांचे काम करण्यास व आपली उपजीविका करण्यासाठी नव्या नव्या पूजा जुन्या स्वरूपांशी मिळत्या जुळत्या करून

घेण्यास कबूल झाले.

५.२ मध्यममार्ग

नंतरच्या काळातील भारतीय तत्त्वज्ञानाची मुळे इसवी सन पूर्व सहाव्या शतकात स्पष्टपणे दिसून येऊ शकतात. 'केसकंबली' या टोपणनावाने ओळखल्या जाणाऱ्या अजितने अगदी पक्क्या आधिभौतिकवादी सिद्धान्ताची शिकवण दिली. परोपकारबुद्धी व सत्कर्म यांचा माणसाला शेवटी काहीही फायदा होत नाही. त्याने काहीही केले असले किंवा नसले तरी मृत्यूनंतर त्याचा देह मूलतत्त्वात विलीन होऊन जातो. मागे काहीही उरत नाही. चांगले व वाईट, परोपकार आणि दया यांचा माणसाच्या प्रारब्धाशी काहीही संबंध नाही. भारतीय आधिभौतिक वादामध्ये 'चार्वाका' चे नाव अग्रेसर असले तरी ज्या 'लोकायत' विचारप्रणालीपासून मागधी शासनयंत्रणेचे पाशवी वास्तववादी सिद्धान्त विकसित झाले, तिने या अजितकडून बरेच काही घेतले आहे. 'चार्वाक'च्या मूळ शिकवणुकीचा पत्ता लागत नाही. 'पशुकात्यायना'ने अविनाशी मूलतत्त्वांच्या यादीत (यात सामान्यतः पृथ्वी, आप, वायू, तेज यांचा समावेश असे) आणखी तिघांची भर टाकली. ती म्हणजे सुख, दुःख व जीवन. ही सुद्धा निर्माणही करता येत नाहीत व नष्टही करता येत नाहीत. एखाद्या जीविताचा शेवट करताना दिसणारा तलवारीचा वार म्हणजे केवळ मांस, कणांच्या व हाडांच्या मधून तलवार जाणे एवढेच. मनुष्यावर तिची शक्ती चालत नाही. हाच कदाचित नंतरच्या काळातील 'वैशेषिक' मतप्रणालीचा प्रारंभ असावा. आत्मा शरीरापासून निराळा असून शरीराला काहीही झाले तरी आत्म्यावर त्याचा काहीही परिणाम होत नाही, असे मानणाऱ्या 'सांख्य' तत्त्वाचा पाया 'कश्यप' ब्राह्मण 'गोत्रा'च्या पुराणाने घातला असावा. त्याच्या पाठोपाठ आलेले नंतर 'मक्खली गौशाला'च्या तत्त्वज्ञानात विलीन झाले. 'मक्खली गौशाला' हा प्रत्येक जन्मात त्या आत्म्याशी निगडित असणाऱ्या देहाने कोणतेही कर्म केले तरी आत्म्याला पुनर्जन्माच्या एका प्रचंड न बदलणाऱ्या पूर्वनियोजित चक्रातून जावेच लागते असा विश्वास बाळगणारा एक उपदेशक होता.

जैन महावीराने त्याच्या अगोदरच्या 'पार्श्व' याच्याशी संबंध जोडल्या जाणाऱ्या चार नियमांचे पालन केले. कोणाचीही हत्या न करणे (अहिंसा), दुसऱ्याची मालमत्ता न घेणे, स्वतःच्या मालकीची मालमत्ता न ठेवणे आणि खरेपणा यांत त्याने पाचव्याची – 'ब्रह्मचर्या'ची भर टाकली. क्षत्रियांच्या उच्च 'लिच्छवी' घराण्यात असला तरी महावीर कडक तपश्चर्या आणि सतत चिंतन यांच्या योगानेच त्याच्या ज्ञानाच्या अंतिम स्थितीपर्यंत पोहोचला. पार्श्वाने साधूंना तीन चादरीसारखा लांब झगा वापरण्यास संमती दिली असली तरी त्याने त्यांचाही त्याग केला व तो अगदी नग्नच राहू लागला. त्याचे

अनुयायी पाणीसुद्धा गाळल्याशिवाय पीत नसत. कारण तसे न केल्यास काही जीव नष्ट होण्याचा संभव ! निष्काळजीपणे टाकलेल्या पावलाखाली एखादा कीटक मारला जाईल, श्वास घेताना हवा सुद्धा फडक्याने गाळून घेतली पाहिजे – आरोग्यासाठी नव्हे तर हवेत तरंगणारा एखादा जीव वाचविण्यासाठी. तासन्तास कडक उन्हात व पावसात राहून स्वतःच्या शरीरालाच शिक्षा देण्याची फक्त जैनांचीच नव्हे तर इतर अनेक तत्कालीन उपदेशकांची व पंथांची पद्धत होती. गोशाल देखील नग्न राहात असे. परंतु तो मद्यपान करीत असे व निःसंशयपणे त्याच्या समकालीन प्राचीन फलन पंथातूनच उदयाला आलेल्या दारू पिऊन गोंधळ घालण्याच्या लैंगिक, धार्मिक विधींचे आचरण करीत असे – नंतरच्या काळातील 'तांत्रिक' विधी देखील असेच उत्पन्न झाले. परंतु त्यांचे नेहमीच व्यवहारात आचरण केले जात नसे. कारण बऱ्याच वेळा गूढ स्पष्टीकरणे व सूचक निरुपद्रवी पर्याय देऊन त्यांचे उदात्तीकरण केले जाई. चेटूकविद्या, फलनविधी आणि टोळ्यांतील गुप्त पंथ आवश्यक मानणारे काठावरील लोक नेहमीच अस्तित्वात होते हे कधीही विसरता कामा नये. पद्धतशीर सुसंस्कृत धर्मात असंतुष्ट असणाऱ्या लोकांनी युगायुगापासून थेट मुस्लिम काळापर्यंत, नंतरच्या काळात देखील हे गुप्त विधी शिकून घेणे व स्वीकारणे चालूच ठेवले. कारण त्यामुळे त्यांना काही खास शक्ती किंवा निदान पूर्णत्वात पोहोचण्याचा जवळचा मार्ग तरी प्राप्त होतो असा त्यांचा विश्वास होता. गोशालांच्या कृती त्याच्या स्वतःच्या काळात अश्लील आत्मरंजनाच्या मानल्या गेल्या, परंतु त्यासंबंधीचे अहवाल प्रतिपक्षांकडून आलेले आहेत. टोळीतील वैद्यकीय धार्मिक रूढींनी शिक्षा करण्याच्या उपचाराच्या रूपाने साधूंच्या जीवनावर आपल्या इतर खुणा ठेवल्या आहेत. उदाहरणार्थ : विश्वास बसणार नाही एवढ्या दीर्घकाळापर्यंत अन्न व पाणी संपूर्णपणे वर्ज्य करणे, श्वासनियंत्रण, अत्यंत पिळवटलेल्या अवस्थेत शरीर ठेवणे – ह्या सर्व व ह्यांसारख्याच इतर अनेक निरर्थक कसरती आपणांस असामान्य शक्ती देत असल्याचे मानले जाई. या सर्वातील खऱ्या प्रवीणांना हवे तेव्हा अदृश्य होता येई किंवा हवेतून उडता येई असे मानले जात असे. यातूनच नंतरच्या काळातील 'योगा'चे आचरण आणि शारीरिक आसने विकसित झाली. उष्ण हवामानातील स्नायूंचे परिश्रम व खूप शारीरिक कष्ट करावे न लागणाऱ्या लोकांच्या दृष्टीने मर्यादित प्रमाणात योग ही व्यायामाची उत्तम पद्धती आहे. त्यामुळे शरीराचे सामान्यतः प्रतिक्षिप्त असणाऱ्या कार्यावर थोड्या प्रमाणात नियंत्रण व चांगले आरोग्य एवढेच जास्तीत जास्त मिळविता येईल, परंतु कोणत्याही अतिमानवी शक्ती प्राप्त होणार नाहीत.

बौद्धधर्म या दोन टोकांच्या मध्ये होता. अनियंत्रित व्यक्तिप्रधान आत्मरंजन व

तितकेच व्यक्तित्ववादी परंतु हास्यास्पद तपोनिष्ठ शारीरिक क्लेश म्हणूनच त्याची सतत पुढे चाल राहिली व त्याचे नाव 'मध्यम मार्ग' पडले.

'अष्टविध आर्य मार्ग' हा बौद्धधर्माचा गाभा आहे. या आठ पायऱ्यांपैकी पहिली म्हणजे योग्य दृष्टी – अमर्याद इच्छा, लोभ, हाव आणि मानवाचा स्वार्थ यांच्यापासून निर्माण होणाऱ्या दुःखाने हे जग भरलेले आहे. या इच्छेची तृप्ती म्हणजे सर्वांना शांती मिळवून देण्याचा मार्ग होय. 'अष्टविधमार्ग' हाच या ध्येयाकडे नेणारा मार्ग होय. इतके सारे पहिल्या पायरीबद्दल – योग्य दृष्टीबद्दल झाले. दुसरी पायरी म्हणजे योग्य हेतू. इतरांचे नुकसान करून आपली संपत्ती व सत्ता न वाढविणे, चैनविलास व इंद्रिय सुखात मग्न न होणे. इतरांवर पूर्णपणे प्रेम करणे व इतरांचे सुख वाढविणे – हा योग्य हेतू आहे. तिसरी पायरी म्हणजे योग्य भाषण. असत्य वचन, निंदानालस्ती, निर्भर्त्सना, निरुपयोगी बडबड आणि अशाच प्रकारच्या जिभेच्या दुरुपयोगामुळे समाजाची घडण दूषित होते. भांडणे उत्पन्न होतात व त्यातून दंगल व हत्या होण्याचा संभव असतो. म्हणूनच योग्य भाषण हे सत्य परस्पर स्नेहास पोषक प्रेमभाव निर्माण करणारे व मोजके असले पाहिजे. चौथी पायरी म्हणजे योग्य कृती. हत्या, चौर्य, व्यभिचार आणि शरीराच्या अशाच प्रकारच्या कृती समाजात फार मोठे अनर्थ घडवून आणतात. म्हणून कोणालाही ठार मारणे, चोरी करणे, व्यभिचार त्यांच्यापासून दूर राहणे तसेच इतर लोकांचा फायदा होईल, अशी कृत्ये करणे आवश्यक आहे. पाचवी पायरी म्हणजे योग्य उपजीविका. कोणीही समाजाला घातक होईल अशा मार्गाने आपली उपजीविका करू नये. उदा – मद्याची विक्री, खाटीकखान्यासाठी जनावरांचा वापर इत्यादी. फक्त शुद्ध व प्रामाणिक मार्गांचाच अवलंब करावा. सहावी पायरी – योग्य मानसिक व्यायाम, मनात दुष्ट विचारांचा प्रवेश करू न देणे. मनात आधीच असलेले दुष्ट विचार काढून टाकणे, मनात दक्षतेने चांगले विचार निर्माण करणे आणि मनात अगोदरच असलेल्या चांगल्या विचारांची पूर्तता करणे अशा प्रकारचे सक्रिय मानसिक स्वयंशासन ही त्या आठांपैकी सहावी पायरी होती. सातवी पायरी म्हणजे योग्य जाणीव. शरीर हे अस्वच्छ पदार्थांचे बनलेले आहे या गोष्टीची सतत जाणीव देणे, शरीराला होणाऱ्या सुख व दुःख यांच्या संवेदनांचे सतत निरीक्षण करणे, स्वतःच्या मनाचे परीक्षण करणे, देहाची बंधने व मनाची आसक्ती यामुळे उत्पन्न होणारी पापे व त्यांचा परिहार करण्याच्या उपायांचा विचार करणे. आठवी पायरी म्हणजे योग्य चिंतन हे काळजीपूर्वक आखलेले एकाग्रतेचे मानसिक शिक्षण आहे. थोडक्यात ग्रीक संस्कृतीमध्ये देहाचे व्यायामाशी जे नाते आहे तेच चिंतनाचे बौद्धधर्माशी आहे.

हाच सर्व धर्मांत सर्वात जास्त समाजाभिमुख होता हे उघड आहे. त्याच्या

विविध पायऱ्यांचे उपयोग काळजीपूर्वक प्रकट केले आहे व त्यांचे विवरण बुद्धांशी संबंध जोडल्या जाणाऱ्या एका लांबलचक संभाषणमालेत केलेले आहे. विशेषतः साधूंसाठी ब्रह्मचर्यासारखी बंधने होती व ती सर्वसामान्य अनुयायांवर बंधनकारक नव्हती. बौद्धमुनीचा संघ सुसंघटित असे व ते त्यांच्या सभा अगदी बरोबर टोळ्यांच्या सभांबरोबर बरहुकूम पार पाडीत. बौद्धांच्या संघातच मुनींची संख्या एकूण त्या मुख्य उपदेशकाच्या आयुष्यात कधी ५०० च्या वर असणे शक्य नाही किंवा त्याचा मृत्यू होण्यापूर्वी ते सगळे कोणत्याही एका वेळी एकत्र जमले असल्याची विश्वसनीय नोंद कोठेही नाही. बौद्धांच्या कायद्यांत संघाच्या नियमांचा एक खास 'विनय'(शिस्त) विभाग असून या सर्व नियमांचा एक संबंध खुद्द बुद्धाशी जोडला जातो. कारण त्यामुळे त्याचा अधिकार त्यांच्यात संक्रमित होतो. परंतु हे अगदी उघड आहे की, त्यातला बराचसा भाग जरी बुद्धाच्या मृत्यूनंतर लवकरच व्यवस्थित रचला गेला असला तरी नंतरच्या काळात निर्माण झालेला आहे. त्याच्या आयुष्यात आणि नंतरही दीर्घकाळापर्यंत कोणाही पाच, सहा किंवा अधिक भिक्षुकांचा गट त्यांना वाटल्यास आपले स्वतःचे खास नियम तयार करू शके आणि आपली स्वतःची वेगळी शिस्त पाळू शके व त्यात संघ हस्तक्षेप करीत नसे - अर्थात ते मुख्य तत्त्वांचा आदर करीत असतील तरच साधूला भिक्षापात्र, पाण्याचे भांडे, अंगात घालण्यासाठी साध्या नक्षीकाम नसणाऱ्या वेलबुट्टीविरहित कापडाचे जास्तीत जास्त तीन तुकडे (शक्यतो फाटक्या कपड्यातून एकत्र शिवून घेतलेले), घेतलाचा चंबू, वस्तरा, सुई-दोरा आणि एक दंडा याच्या पलीकडे कोणतीही मालमत्ता बाळगण्याची परवानगी नव्हती. जास्त नाजूक असणाऱ्यांना साधी पादत्राणे वापरण्यास अनुमती असे. जरी तो आपल्या अन्नासाठी एखाद्या खेड्यात आणि गावात भिक्षा मागू शकत असला तरी त्याला आपले उरल्यासुरल्या तुकड्यांचे दिवसातील एकमेव जेवण रुचिसौख्य शक्य तितके कमी करण्यासाठी एकत्र कालवून मध्यान्हापूर्वी खावे लागे. भिक्षुकांना एखाद्या गृहस्थाच्या घरी एक रात्र देखील राहता येत नसे. नंतरच्या काळात हा नियम बदलून त्याला तीन किंवा त्यापेक्षा कमी रात्री राहण्याची मुभा देण्यात आली. त्याचा मुक्काम वस्तीच्या बाहेर, एखाद्या राईत, गुहेत (सुरुवातीला नैसर्गिक गुहेत), झाडाखाली किंवा जेथे पशुपक्ष्यांना खाण्यासाठी मृतदेह टाकून दिले जात किंवा कधी कधी त्यांचे दहन केले जाई अशा स्मशानात असला पाहिजे. ही ठिकाणे नेमकी अशी होती की जेथे अत्यंत घोर असे प्राचीन धार्मिक विधी केले जात - यात दैवी शक्ती प्राप्त करून घेण्यासाठी केलेले नरमांसभक्षण देखील अंतर्भूत असे. साधूला अशी आज्ञा होती की त्याने या भयानक दृश्यांनी आपले मन विचलित होऊ देता कामा नये. तर कठोर निश्चयाने

त्याने या संकटावर मात केली पाहिजे. त्याला पावसाळ्याच्या तीन किंवा चार महिन्यांत मुक्काम एकाच ठिकाणी करावा लागे किंवा लोकांना उपदेश करण्यासाठी पायी प्रवास करावा लागे (त्याने प्रवासासाठी रथ, हत्ती, घोडा, गाडी किंवा ओझ्याचे जनावर यांचा उपयोग करता कामा नये). खुद्द बुद्धासारखे सुरुवातीचे साधू निष्णात अन्नसंग्राहक होते. इतर माणसांकडून विटलेल्या अन्नाची भिक्षा मागण्यासंबंधीच्या त्यांच्या नोंदल्या गेलेल्या युक्तिवादावरून हे स्पष्ट दिसते. अरण्यातून केलेल्या लांबलांबच्या प्रवासाचा त्यांना त्रास होत नसे. सामान्यतः ते काफिल्याबरोबर प्रवास करीत. परंतु तरी देखील ते छावणीच्या बाहेरच रात्र काढीत. भिक्षा किंवा जंगलातून हिंसा न करता गोळा केलेल्या अन्नावरच निर्वाह करावा लागत असल्यामुळे बौद्ध साधूस नफ्यासाठी किंवा शेतासाठी कष्ट करण्यास मनाई होती. फक्त या रीतीनेच तो आपल्या सामाजिक कर्तव्यांवर सर्वांना योग्य 'मार्गा'कडे नेण्याच्या कर्तव्यावर लक्ष केंद्रित करण्यास मोकळा राहील. पुनर्जन्माच्या चक्रापासून मुक्तता, 'निर्वाण' हा त्याचा स्वतःचा मोक्ष होता. 'निर्वाण' या गूढ आदर्शाचे कधीच पूर्णपणे स्पष्टीकरण केले गेले नाही.

आत्म्याचे अस्तित्व आहे किंवा नाही या संबंधीच्या प्रश्नांचे उत्तर देण्यास बुद्ध नकार देई. तथापि पुनर्जन्माचा व देहांतरप्रवेशाचा (व्यक्तित्वाचा कोणता भाग पुन्हा जन्माला येईल याला महत्त्व नाही.) सिद्धान्त तत्कालीन समाजात नैसर्गिक वाटे – वेद आणि उपनिषदांत हे नव्हते. मृत व्यक्तीच्या कुलचिन्ह असणाऱ्या प्राण्यामध्ये पुनरागमनाची जी प्राचीन कल्पना होती त्याच्या पुढची ही एकच पायरी असली तरी ती पायरी अत्यंत महत्त्वाची होती. एकाच विशिष्ट कुलचिन्हाकडे पुनर्दशाप्राप्ती ही बंधनकारक होती. त्या व्यक्तीच्या इच्छेवर अवलंबून नव्हती. बौद्धांचा देहांतरप्रवेश 'कर्मा', खरे तर माणसाने आयुष्यभर केलेल्या वर्तनावर अवलंबून होता. पुण्य या अर्थी 'कर्मा'चे साम्य फक्त आपण मिळविलेल्या संपत्तीच्या किंवा पिकविलेल्या धान्याच्या साठ्याशीच होते असे नाही, तर जसे बीजापासून फळ प्राप्त होते किंवा कर्जाची मुदत भरते तसे 'कर्म' देखील योग्य वेळी फळाला येते. प्रत्येक प्राणी मृत्यूनंतर आपणास योग्य अशा देहात पुनर्जन्म मिळवून देणारे 'कर्म' आचरू शकतो. कर्म चांगले असेल तर अधिक चांगला देह आणि कर्म वाईट असेल तर क्षुद्र आणि अतिवाईट कीटकाचा म्हणा किंवा प्राण्याचा म्हणा, देह प्राप्त होईल. स्वतः इंद्रदेखील त्याचे पूर्वपुण्य संपुष्टात आले की, त्याच्या विशिष्ट स्वर्गातून खाली येऊ शकेल. एखाद्या सामान्य मानवाचा पुनर्जन्म देवांच्या जगात अगदी इंद्र म्हणून सुद्धा होऊ शकेल व तो खूप दीर्घकाळपर्यंत स्वर्गीय सुखांचा उपभोग घेऊ शकेल. पण कायमचे नव्हे. बुद्ध आणि खरोखरच ज्ञानी असलेले साधू एरवी अनंत असलेल्या जन्म-मृत्यू व पुनर्जन्म

यांच्या साखळीपासून मुक्त झालेले होते. हा 'अष्टविध' मार्ग आणि 'मध्यमार्ग' म्हणजेच कोणत्याही वस्तूवर मालकी न ठेवणारे व कोणतीही ऐहिक आसक्ती नसणारे, निःपक्षपाती आणि दयाशील परस्परविरोधी वैयक्तिक इच्छांच्या चक्रव्यूहातून योग्य मार्ग शोधून काढण्यास मानवजातीला मदत करण्यास वाहिलेले जीवन सर्वोत्तम भिक्षूला अंतिम मुक्ती प्राप्त करून देईल.

५.३ बुद्ध आणि त्याचा समाज

नंतरच्या आख्यायिकांच्या माऱ्याखाली गाडल्या गेलेल्या मूळ गाभ्यापर्यंत पोहोचण्यासाठीच नव्हे तर बुद्धकालीन सामाजिक चित्रासाठी देखील बुद्धजीवनाची थोडक्यात रूपरेषा काढण्याजोगी आहे. हा संस्थापक गौतम नावाने शाक्यांच्या छोट्याशा क्षत्रिय टोळीत जन्मास आला. नंतरच्या त्याच्या निःस्सीम भक्तांनी त्याचे नाव सिद्धार्थ असे सुधारले. 'शाक्य' लोक आर्य भाषा बोलत व आपण आर्य असल्याचा दावा करीत. या नावाचे अगदी बरोबर पाली रूप 'सक्क' हे एका जिंकलेल्या टोळीचे नाव असल्याचे सहाव्या शतकातील ॲकिमेनिडचा बादशहा 'पहिला डरायस' याच्या शिलालेखांच्या आवृत्तीमध्ये सांगितले आहे. कदाचित त्या दोहोंचे प्रत्यक्ष संबंध नसेलही परंतु शाक्यांचे मूळ आर्यवंशात असणे असंभवनीय ठरते. त्या टोळीच्या अंतर्गत ब्राह्मण नव्हते किंवा जाती–वर्गही नव्हते किंवा उच्च वैदिक विधींचे पालन 'शाक्य' करीत असल्याचा अभिप्राय कोठेही नाही. आवश्यक तेव्हा शस्त्रे वापरणारे 'क्षत्रिय' असून देखील 'शाक्य' शेतीचेही काम करीत. बुद्धाच्या पित्यासह सर्व शाक्य नांगर चालवीत. त्याशिवाय त्यांच्या स्वतःच्या प्रदेशाच्या बाहेर त्यांच्या काही व्यापारी वसाहती (निगम) होत्या. शाक्यांचा प्रमुख हा आळीपाळीने निवडला जाई–त्यातूनच बुद्ध जन्माने राजपुत्र असून अत्यंत वैभवशाली राजवाड्यांत सुखात जीवन व्यतीत करीत असल्याची कल्पित कथा रूढ झाली. खरे पाहता 'राजन्य' ही संज्ञा प्रमुख पदाच्या निवडणुकीस लायक असणाऱ्या कोणाही क्षत्रियाचा निर्देश करीत असे. सामान्यतः शाक्य आपापले व्यवहार सांभाळीत. परंतु त्यांना जीवन मरणाचा अधिकार नव्हताच. हा अधिकार त्यांचा सर्वाधिपती, कोसलांचा राजा (त्यावेळी 'पसनेदी' हा होता – संस्कृतमधील 'प्रसेनजित') याच्यासाठी राखून ठेवलेला होता. त्याची अधिसत्ता शाक्यांनी मान्य केलेली होती. याबाबतीत ते मल्ल व लिच्छवी या संपूर्णतः स्वतंत्र असणाऱ्या आर्य टोळ्यांपेक्षा निराळे होते. या दोन लढवय्या अल्पलोकसत्ताक टोळ्यांचे तत्कालीन ग्रीक प्रजासत्ताकांशी साम्य होते – त्यांच्यावर कोणीही बाहेरच्या राजांची सत्ता नसे आणि तेही आपल्या अधिकाऱ्यांची आळीपाळीने निवड करीत. बुद्धाची जन्मतारीख आपल्या कालक्रमासाठी एक अमोल गमक आणि संदर्भबिंदू झाला असता.

तो ८० वर्षांचा असताना मृत्यू पावला. एका भारतीय परंपरेनुसार त्याचा मृत्यू इसवी सन ५४३ मध्ये झाला असे मानले जाते. परंतु या नोंदीमध्ये एक साठ वर्षांची फट राहते. तिचे स्पष्टीकरण झाले नाही आणि हिंदुस्थानातील व इतर काही आशियाई लोक आपली वर्षे मोजण्यासाठी वापरतात, त्या साठ वर्षांच्या कालचक्राशी ही फट मिळतीजुळती आहे. ४८३ हे वर्ष नंतरच्या काळातील घटनांच्या कालक्रमाशी बरेचसे सुसंगत असल्याचे दिसते आणि हिंदुस्थानी ताडपत्रातील हस्तलेखांत बुद्धाच्या मृत्यूनंतर प्रतिवर्षी दिलेल्या एकेक ठिपक्याच्या स्वरूपात असून तो हस्तलेख एका ज्ञात चिनी वर्षी कँटनला नेला गेला होता.

शाक्यांचा हा छोटासा प्रदेश प्राचीन व अत्यंत अप्रगत असून तो बस्ती व गोरखपूर जिल्ह्यांच्या कडेकडेने असणाऱ्या सध्याच्या भारत नेपाळ सीमेच्या दोन्ही बाजूंना पसरलेला होता. शाक्यांचे शेजारी कोलीय यांनी सुद्धा बुद्धाला मानले होते आणि त्याच्या उत्तरक्रियेनंतर त्याच्या अस्थींच्या हिश्श्यावर आपला अधिकार सांगितला होता. तरीसुद्धा त्यांच्यापैकी अनेकजण त्यावेळी टोळीच्या जीवनाच्या अगदी प्राथमिक अवस्थेत होते व 'कोल' हे वृक्ष त्यांच्या टोळीचे कुलचिन्ह होते. त्यांच्यापैकी काही वृषभ कुलचिन्हाच्या वैयक्तिक रूढी पाळत. त्यामुळे एकंदरीत सगळ्या कोली यांची गणना अनेकदा 'नागा' या व्यापक नावाखाली येणाऱ्या अगदी मूळच्या टोळ्यांत केली जाई. साहजिकच रोहिणी नदीच्या पाण्यावरून त्यांच्याशी लढणाऱ्या शाक्यांना आर्यांमधील युद्धनीतीच्या विरुद्ध जाऊन ते पाणी विषमय करण्याबद्दल पश्चात्ताप होत नव्हता. बुद्ध स्वत: मातृदेवता लुंबिनी हिला पवित्र वाटणाऱ्या शाल-वृक्षांच्या राईमध्ये जन्मला होता. त्याच्या आईने जवळच्याच शाक्यांच्या पवित्र अभिषेक पुष्करामध्ये (कृत्रिम कमळांच्या तळ्यांमध्ये) स्नान करून आल्यावर थोड्याच वेळात त्याला जन्म दिला होता. 'शाल' वृक्ष हे शाक्यांचे कुलचिन्ह होते. त्यामुळे गौतमाची आई माया हिने त्यावेळी रूढ असणाऱ्या सर्व पद्धतीप्रमाणे ज्याप्रमाणे बहुतेक भारतीय स्त्रिया कोणत्याही वर्गातील किंवा ऐतिहासिक काळातील असल्या तरी अशा परंपरा पाळतात त्याप्रमाणेच - पाळल्या होत्या. गौतमाच्या जन्मानंतर एका आठवड्यानंतरच त्याची आई मरण पावली. बुद्धाला पूर्णपणे विसरलेले लोक त्या देवतेची पूजा अद्यापही त्याच जागी आणि जवळ जवळ त्या पूर्वीच्या नावासारख्या नावाने (रुक्मिणीदेवी) करतात.

छोट्या गौतमाला सर्वसामान्य शाक्य क्षत्रियांचे हत्यारे वापरण्याचे घोडे व रथ चालविण्याचे आणि टोळीच्या पद्धतींचे शिक्षण मिळाले. 'कच्चाना' नावाच्या एका शाक्य स्त्रीशी त्याचा विवाह होऊन त्याला राहुल नावाचा मुलगा झाला. परंतु नवीन

तत्त्वज्ञानांचा परिणाम म्हणून जीवनातील समस्या सोडविण्याची मानवजातीच्या दु:खाचे मूळ व दु:खी नाहीसे करण्याचे उपाय शोधण्याची निकड निर्माण झाली. वयाच्या २९ व्या वर्षी राहुलच्या जन्मानंतर लवकरच गौतमाने आपले घर व टोळी सोडली. आपले केस कापून टाकले. संन्याशाचा वेश धारण केला आणि मानवजातीच्या मुक्तीसाठी आपला शोध सुरू केला. सुरुवातीला निरनिराळ्या उपदेशकांकडून मार्गदर्शन मिळविण्याच्या प्रयत्नात व नंतर प्रत्यक्ष प्रयोग करण्यात जवळ जवळ सहा वर्षे गेली, परंतु त्याचे समाधान झाले नाही. समंजस भिक्षुकाचे जीवन सोडून लवकरच त्याने उग्र शारीरिक तपश्चर्या – कधीकधी सर्व मानवजातीपासून पूर्णपणे दूर अत्यंत घोर अरण्यात – सुरू केली. त्याला अंतिम सत्याचा शोध नेरंजरा नदीच्या काठावरील गयेजवळ एका पिंपळवृक्षाखाली बसला असताना लागला. पूर्वी बहुधा अगदी सामान्य धार्मिक स्थान असणारे हे ठिकाण त्यानंतर मोठे यात्रास्थान बनले. त्या वृक्षाच्या फांद्या सिलोन व कदाचित चीनसारख्या देखील दूरवरच्या ठिकाणी नेऊन लावल्या गेल्या. आपला पहिला धर्मोपदेश त्याने बनारस जवळच्या सारनाथ (इशिपतन) येथे आपल्या पूर्वीच्या शिष्यांना केला. त्याने कडक तपश्चर्या सोडून दिल्यानंतर या पूर्वीच्या शिष्यांनी त्याचा त्याग केला होता. आपल्या आयुष्याची उरलेली पंचेचाळीस वर्षे त्याने आपल्या नवीन शोधाचा उपदेश करण्यासाठी पायी हिंडून खर्च केली – त्याला अपवाद फक्त पावसाळ्यातील सक्तीच्या विश्रांतिकाळाचा होता. अधून मधून एखाद्या महत्त्वाच्या सामाजिक समस्येच्या उत्तरावर विचार करण्यासाठी तो संपूर्ण एकांतवासात राहात असे. त्याच्या आयुष्याच्या नंतरच्या काळात त्याचा तरुण शिष्य आनंद याच्या आयुष्याच्या नंतरच्या काळात त्याचा त्याच्या साध्या दैनंदिन जीवनक्रमांत शक्य असेल तेवढी त्याच्या व्यवस्था ठेवण्यासाठी त्याच्याबरोबर राहात असे. बुद्धाच्या उपदेशाची अनेक संभाषणे आठवून त्यांची पुनरावृत्ती करण्याचे श्रेय या आनंदाला देण्याची परंपरा आहे. या संभाषणांपैकी एकही थोर उपदेशकांच्या आयुष्यात लिहून काढले गेले नाही. या धर्मोपदेशकाची शिकवण इतर कोणत्याही ठिकाणापेक्षा कोशलांच्या 'सावथ्थी' या राजधानीच्या शहरात जास्त दिली गेली. बुद्धाचा प्रवास कोसांबीच्या फारसा पलीकडे झाला असणे शक्य नाही आणि बुद्धाने जरी कुरुप्रदेशास एकापेक्षा अधिक वेळा भेट दिली असली तरी बहुधा यमुनेवरील मथुरेपर्यंतही तो गेला नसावा. उलट दिशेला तो नियमितपणे राजगीर व गयेमधून जात असे आणि गंगेच्या दक्षिणेस जवळच मिर्झापूरजवळील नुकत्याच साफ केलेल्या दखिनागिरी प्रदेशाला भेट देत असे. त्याची समकालीन चित्रे नव्हती आणि वस्तुत: बुद्धाचे प्रतिनिधित्व त्याच्या मृत्यूनंतर अनेक शतकांपर्यंत फक्त एका झाडाने त्याच्या पाऊलखुणांनी किंवा 'भारहूत' सारख्या खोदीव

शिल्पातील 'कायदाचक्र' यांनीच केले आहे. त्याचे फिरते जीवन, साधा व मित आहार यांनीच त्याला त्याच्या दीर्घायुष्यात आरोग्य लाभले आणि त्याला कोणताही आजार झाल्याची नोंद केली गेली नाही. तो गमतीने आपले वयोवृद्ध शरीर 'एखाद्या जुन्या पुराण्या खिळखिळ्या झालेल्या गाडीसारखे कसेबसे एकत्र बांधलेले' असल्याचे बोलत असला तरी तो वयाच्या ७९ व्या वर्षी पाटण्याजवळ गंगानदी पोहून ओलांडून गेल्याचे आढळते. त्यावेळी त्याचे कमी कणखर शिष्य मात्र पलीकडे तरून जाण्यासाठी होड्या व तराफे शोधत बसले होते. राजगीरहून सावथ्थीला येत असताना वाटेत 'मल्लां'च्या 'कुशिनारा' या ठिकाणी त्याला मृत्यू आला.

त्याच्या जीवनातही साहसे आणि धोके होतेच. 'दखिनागिरी' (म्हणजेच दक्षिणेकडील पर्वत) येथे आणि मथुरेजवळ निर्दय 'यक्ष' धर्मपंथाचे लोक होते. ते नवख्या माणसांना पकडून त्यांना कूटप्रश्न विचारीत आणि त्याचे समाधानकारक उत्तर न मिळाल्यास त्याचा बळी घेत. या यक्षांपैकी काहींना (म्हणजे त्यांच्या मानवी प्रतिनिधींना हे उघडच आहे) रक्तहीन यज्ञ करण्याकडे वळविण्यात बुद्धाने यश मिळविले. राजाने या प्रतिष्ठित दिसणाऱ्या व मनोवेधक देहयष्टी असणाऱ्या या तरुण भिक्षुकाला हा एक प्रशिक्षित क्षत्रिय आहे याची खात्री पटल्यानंतर तरुण आणि त्याकाळी अज्ञात असणाऱ्या बुद्धाला मगधाच्या सैन्याचे आधिपत्य देऊ केले. ते त्याने नाकारल्यानंतरही बुद्ध आणि राजा हे दोघे परस्परांचे स्नेही बनून राहिले. एका मार्गदीय ब्राह्मणाने जातीचा, ब्रह्मचर्य व्रताचा विचारही न करता आपली सुंदर कन्या बुद्धाला लग्नात देऊ केली. या वेळच्या नकाराने मात्र या नाकारलेल्या सौंदर्याला त्याचा आजन्म शत्रू बनविले. या सुंदरीने एका राजपुत्राशी विवाह केला व आपल्या अपमानाचा सूड घेण्याचा प्रयत्न केला. त्याच्या प्रतिस्पर्धी उपदेशकांनी त्याला खोटी दूषणे दिली व धडधाकट माणसाने शेती किंवा दुसरा एखादा उत्पादन व्यवसाय करावा असे मानणाऱ्यांनीही त्याच्याबद्दल तिरस्कार प्रकट केला. अंगुलीमाल नावाच्या क्रूर दरोडेखोराला त्याने पकडलेल्या प्रत्येक प्रवाशाला ठार मारण्याबद्दल हद्दपार केलेले होते. बुद्धाला भिवविण्यात अपयश आल्यानंतर त्याने धर्मांतर केले व आयुष्याच्या अखेरीस साधूचे शांततामय जीवन जगण्यासाठी त्याने धर्मोपाध्यांच्या वर्गात प्रवेश केला. त्यावेळचा सर्वात श्रीमंत दानशूर व्यापारी सुदत्त ('अनाथपिंडिक म्हणजे अनाथांना पोसणारा म्हणून ओळखला जाणारा') याने बुद्ध व त्याचे अनुयायी यांना पावसाळ्यात विश्रांतिस्थान मिळवून देण्यासाठी राजपुत्र येत जात त्यांची सावथ्थीच्या बाहेरील वृक्षवाटिका, तिच्यातील जमीन चांदीच्या नाण्यांनी आच्छादून टाकली. 'कर्म व पुनर्जन्म यांच्या प्रभावाखाली राहण्यास समाधान मानणाऱ्या सामान्य नागरिकांसाठी बुद्धाने आखून दिलेल्या कर्तव्याकडे खास

काळजीपूर्वक लक्ष देऊन ऐकणारे व्यापारी व सुस्थितीतील गहपती वर्गातील इतर अनेक स्त्री-पुरुष होते. खूप वर्षे आनंदाने संसार केलेल्या एका जोडप्याला बुद्धाने केलेल्या उपदेशाबद्दल एक फार मनोरंजक कथा आहे. या जोडप्याने फक्त पुन्हा पतिपत्नी म्हणूनच आपला पुनर्जन्म व्हावा, मग तो कोणत्याही परिस्थितीत होवो एवढेच मागणे मागितले. सदाचरणी कौटुंबिक जीवनातील अधिक साधीसुधी कर्तव्ये पार पाडून ते कसे साध्य करता येईल हे त्यांना सांगितले गेले. बुद्धाच्या स्वत:चा जीवनकाळातील त्याचे प्रमुख शिष्य सारीपुत्र व मोग्गल्लान हे ब्राह्मण जेव्हा संजयाचे अनुयायित्व सोडून धर्मोपाध्यायांच्या वर्गात सामील झाले तेव्हा खरे पाहता त्यांच्या 'उपदेशकापेक्षा तेच जास्त प्रसिद्ध आहेत. बौद्धाच्या 'संघा'ची वाढ सुरुवातीचे तत्त्वज्ञान आणि संघटना यांचे श्रेय त्यांच्याकडेच जाते परंतु जीवनाच्या सर्व क्षेत्रांतून आलेले इतर शिष्य होते. 'संघा'च्या आश्रयदात्यांच्या परंपरेच्या ओळीतील परंपरा सुरू होण्याच्या आधीची पहिली व्यक्ती म्हणजे उपाली नावाचा हलका न्हावी होय (हा देखील एक शाक्यच होता हे जवळ जवळ नक्की आहे). बुद्धाचा शाक्य चुलत भाऊ देवदत्त याला साधूंसाठी कमी सामाजिक संबंध असणारी जास्त कडक शिस्त हवी होती. इतका समाजविरोधी नियम नाकारणाऱ्या आपल्या सर्वश्रेष्ठ नेत्याचा खून करण्याचा प्रयत्न केल्याचा दोषारोप त्याच्यावर केला जातो. स्वत: बुद्धाने दीक्षा दिलेले एक झाडूवाला, एक श्वान-भक्षक व सर्वात खालच्या जातीतील लोक हे सुद्धा अत्यंत आदरणीय साधू बनले. बौद्ध संन्यासिनींचाही एक स्वतंत्र धर्मोपाध्याय वर्ग होता. त्यांची स्वत:ची स्वतंत्र संघटना होती. जे आता केवळ टोळीप्रमुख राहिले नव्हते तर पूर्णार्थाने राजे होते. अशा त्या काळातील सर्वात मोठ्या दोन राजांनी सन्मानपूर्वक आश्रय देऊ केला. 'चुंड' नावाच्या लोहाराने वयोवृद्ध झालेल्या बुद्धाला अळिंब्याचा बनविलेला खास पदार्थ खावयास दिला. त्यामुळे त्याला अगोदरच झालेला आमांशाचा आजार उलटला व तोच या धर्मोपदेशकाचा अखेरचा आजार ठरला. परंतु त्याच्याशीही झालेल्या नीतीविषयक संभाषणात त्याच्याकडे बुद्धाने अगदी सर्वात श्रीमंत व्यापाऱ्याकडे किंवा अत्यंत सद्‌गुणी राजपुत्राकडे द्यावे तितके लक्ष दिले.

'सुत्तनिपात' या प्राचीन बौद्ध धर्मविषयक ग्रंथातील एक कथा बौद्ध धर्माचा प्रसार व तत्कालीन हिंदुस्थान यांच्याविषयी जी माहिती पुरविते, त्यासाठी अगदी तपशीलवार सांगण्याजोगी आहे. बावरी नावाच्या कोसल देशीय ब्राह्मणाने दक्षिणेकडील व्यापारी मार्गाने (दखिखणापथ म्हणजेच आधुनिक 'दख्खन') जाण्यासाठी राजधानी (सावत्थी) सोडली होती. काही तरुण शिष्यांसह तो नुळा व गोदावरी या नद्यांच्या संगमाजवळ 'अश्शकां'च्या प्रदेशात स्थायिक झाला. तेथे तो अन्नसंग्रहण करून रानटी

धान्य, झाडांची फळे व कंदमुळे खाऊन राहात असे. हळूहळू त्याच्या जवळपास एक बऱ्यापैकी मोठे खेडे (ग्राम) उदयास आले. या खेड्यातील आधिक्यातून जे काही जमविता येईल त्यातून बावरीने वैदिक पद्धतीप्रमाणे प्रमुख यज्ञांपैकी एक यज्ञ करण्याची तयारी केली. सर्व दानधर्म पूर्ण झाल्यानंतर आलेल्या ब्राह्मणाला द्यावयास काहीच न उरल्यामुळे त्याचे चिडून तो समारंभ उधळून टाकला व बावरीला शाप दिला. नंतर बावरीने आपल्या ब्राह्मण सहकाऱ्यांपैकी सोळाजणांना उत्तरेकडे बुद्धाला प्रश्न विचारण्यासाठी पाठविले. बुद्धाची कीर्ती या व्यापारी मार्गावरून खाली दूरवर पोहोचली होती आणि तोच त्या शापाचे निर्मूलन करण्यास आपणास समर्थ बनवू शकेल अशी एकमेव व्यक्ती असल्याचे दिसत होते. सहकारी प्रथम 'दक्षिणापथ' या व्यापारी मार्गाचे टोक असणाऱ्या 'पैठण'ला गेले – (हा दक्षिणापथ त्या आश्रमाच्या आग्नेयेला होता) नंतर बहुधा ते एखाद्या व्यापारी काफिल्याबरोबर औरंगाबादवरून नर्मदेवरील महेश्वर उज्जैन गोनघ (हे ओळखू येत नसले तरी गोंड देशातील ठिकाण आहे)–भिलसा–कोसांबी साकेत (फैजाबाद)–सावथ्थी या मार्गाने गेले असणे संभवनीय आहे. तेथे ते उत्तरेकडील व्यापारी मार्गाच्या (उत्तरापथ) पूर्व विभागाला मिळाले व सेतव्य कपिलवस्तू (शाक्यांची राजधानी), कुशीनारा व पावा (दोन्ही 'मल्लां'ची शहरे), भोगनगर, वैशाली (आधुनिक बसार व त्याकाळचे लिच्छवीचे मुख्य शहर) राजगीर मार्गाने पुढे गेले. तेथे त्यांना शहराबाहेरील दगडी चैत्याजवळ बुद्ध आढळला. त्यांनी विचारलेले काही प्रश्न असे होते. – हे जग कशाने आच्छादलेले आहे ? त्याच्यावर सावली कोण धरतो? जीवनाच्या उलट–सुलट प्रवाहातून माणसाला कोण बाहेर काढू शकेल ? जगातील सर्वात समाधानी माणसे कोण ? ऋषी, क्षत्रिय, ब्राह्मण आणि इतर लोक यांना कशामुळे देवासाठी यज्ञ करणे भाग पडते ? जगातील अनेक दुःखांचे मूळ कोणते ? तत्त्वज्ञानविषयक माहिती असणारा व वैदिक धार्मिक विधींवर स्वामित्व असणारा या पैकी खरा साधू कोण ? इच्छा व संशय यांच्यापासून स्वतःची सोडवणूक करून घेणाऱ्यास मिळणाऱ्या मुक्तीचे स्वरूप कसे असते ? अशा प्रकारचे हे प्राचीन उपनिषदांचे प्रश्न हे वैशिष्ट्य आहे.

हे प्रश्न त्या काळाची मनोवृत्ती कथन करतात. आमच्या माहितीप्रमाणे पैठण ते सावथ्थी या दक्षिणेकडील व्यापार–मार्गाची बाह्यरेषा तपशीलवार काढली आहे. त्याकाळी मगधपेक्षा कोसलाला जास्त महत्त्व होते आणि कोसांबी ते बनारस व त्यापुढे आणखी पूर्वेकडे अशी थेट वाहतूक मग ती जमिनीवरून असो की नदीतून असो, फारशी लोकप्रिय नव्हती. सहाव्या शतकाच्या मध्यापर्यंत गोदावरीच्या काठी शेती होत नव्हती हे स्पष्ट आहे. त्यानंतर बहुधा लोखंड व लोखंडाच्या वस्तू बनविण्याचे

ज्ञान तसेच उत्तरेकडील अवजड नांगर नुकताच या प्रदेशापर्यंत पोहोचल्यामुळे खेड्यांच्या वसाहती झपाट्याने वाढल्या. अशा रीतीने बुद्धाच्या जीवनाच्या संदर्भात 'दखखन'च्या इतिहासपूर्वकाळातून उदयाची जवळ जवळ अगदी बरोबर कालनिश्चिती करता येते. हेही प्रसंगावशात नर्मदेवरील महेश्वर व प्रवरा–मुळा मिश्र प्रवाह आणि गोदावरी यांच्या संगमाजवळील नेवासा या ठिकाणी झालेल्या उत्खननाशी मिळते जुळते आहे. त्यामुळे दक्षिणेकडील उत्खननातील 'आगंतुकपणे घुसलेल्या' थरांचेही स्पष्टीकरण मिळते. नेवाशापासून प्रवरासंगमापर्यंतचा प्रदेश सर्व ऐतिहासिक नोंदीमध्ये दक्षिणी ब्राह्मणांना पवित्र वाटणारा म्हणूनच नोंदला गेलेला आहे. याच ठिकाणी महाराष्ट्रीय संत ज्ञानेश्वर यांनी इसवी सनाच्या १३ व्या शतकाच्या अखेरीस त्यांच्या आळंदीच्या ब्राह्मण सहकाऱ्यांनी केलेल्या छळामुळे आपले भगवद्‌गीतेचे ओवीबद्ध भाषांतर व भगवद्‌गीते वरील भाष्य लिहिण्यासाठी आसरा घेतला. या ग्रंथाने मराठी भाषेला आकार दिला व सर्व जातींच्या संतांच्या एका दीर्घ मालिकेला स्फूर्ती दिली. परंतु ही नवीन भाषा व शेतकी वसाहती या दोहोंना उत्तरेकडून व तेही विशेषतः ख्रिस्तपूर्व सहाव्या शतकात मिळाले होते व या दोहोंखेरीज गीता आणि तिचे भाषांतर हे दोन्हीही या प्रदेशांत अनावश्यक ठरले असते.

बौद्धांचे धर्मग्रंथ जाती, सांपत्तिक स्थिती व व्यवसाय यांचा विचार न करता गृहस्थाची व शेतकऱ्याची कर्तव्ये नेमून देतात. ब्राह्मणांचा आढ्यतेखोरपणा व धार्मिक विधींमधील तज्ज्ञतेच्या विरुद्ध ते अत्यंत कौशल्यपूर्णपणे परंतु अत्यंत साध्या शब्दांत युक्तिवाद करतात. सामाजिक भेद म्हणून जाती अस्तित्वात असल्या तरी त्या शाश्वत नाहीत. त्यांना आंतरिक समर्थन नाही. – तसेच धार्मिक विधींच्या बाबतीतही म्हणता येईल. धार्मिक विधी हे विसंगत व चांगल्या जीवनासाठी अनावश्यक आहे. हे जवळ जवळ सर्व धर्मविषयक लेखन बुद्धाच्या संभाषणातून व संवादातून घेतल्याचे समजले जाते व ते सर्व अगदी दैनंदिन भाषेतील व साध्या शैलीतील असूनही त्यांत कोणताही गूढवाद किंवा दीर्घसूत्री कल्पना नाहीत. धार्मिक वाङ्मयाचा हा नवा प्रकार असून तो फक्त थोड्या विद्वान शिष्यांसाठी व प्रवीण लोकांसाठी राखून ठेवलेला नसून संपूर्ण तत्कालीन समाजाला संबोधत होता. सर्वात महत्त्वाची गोष्ट म्हणजे बुद्धाने किंवा त्याच्या सुरुवातीच्या एखाद्या अनामिक शिष्याने सर्व सत्ताधारी राजासाठी नवीन कर्तव्ये सुचविण्याचे धाडस केले. तत्पूर्वी दरोडेखोर व समाजविरोधी घटकांनी त्रस्त केलेल्या प्रदेशातून केवळ कर गोळा करणारा राजा आपले कर्तव्य पूर्ण करीत नव्हता. दरोडेखोरी व भांडण ही कधीही बळाने व कठोर शिक्षेने दडपली जाऊ शकत नव्हती. दारिद्र्य व बेकारी हे सामाजिक कुकर्माचे मूळ आहे. दानधर्म व देणग्या, लाच देऊन ते नाहीसे

करता येत नाही. त्यामुळे दुष्कृत्यांना बक्षीस मिळते व आणखी उत्तेजन मिळते. शेती करून व गुरे पाळून उपजीविका करणाऱ्यांना बी-बियाणे व अन्न पुरविणे हा योग्य मार्ग होता. व्यापारावर जगणाऱ्यांना आवश्यक ते भांडवल पुरविले जावे. राज्यातील नोकरांना योग्य व नियमित वेतन दिले जावे म्हणजे ते 'जनपदां'ना मिळण्याचे मार्ग शोधणार नाहीत. अशा रीतीने नवीन संपत्ती निर्माण होई व जनपदांची 'लुटारू' व फसव्यांपासून मुक्तता होईल. नागरिकाला आपली मुले टंचाई व मिती व यांच्यापासून मुक्त अशा सुखात व आनंदात आणि अशा प्रकारच्या उत्पादक व संतुष्ट वातावरणात वाढविता येतील. जास्तीचा साठा मग तो ऐच्छिक असो, खाजगी देणग्यांतून झालेला असो किंवा तिजोरीतला असो, खर्च करण्याचा सर्वोत्तम मार्ग म्हणजे विहिरी खणणे, जलाशय बांधणे व व्यापारी मार्गावर वनराई लावणे यांसारख्या सार्वजनिक कामात खर्च करणे हा होय.

हा राजकीय अर्थव्यवस्थेसंबंधीचा अगदी आश्चर्यकारक असा अद्ययावत दृष्टिकोन आहे. वैदिक यज्ञाच्या काळात मूळच्या जंगलावर नुकतीच मात करू लागणाऱ्या समाजापुढे तो दृष्टिकोन मांडणे म्हणजे सर्वश्रेष्ठ दर्जाचे बौद्धिक यश होते. या नवीन तत्त्वज्ञानाने माणसाला स्वतःवर ताबा मिळवून दिला. सर्व मानवजातीला ज्याच्या फायद्यात वैयक्तिक आणि सामाजिक गरजेप्रमाणे वाटा मिळू शकेल असे निसर्गावरील शास्त्रीय व तांत्रिक नियंत्रण मात्र ते देऊ शकत नव्हते.

जेव्हा बुद्ध त्याचा एकमेव शिष्य त्याची शुश्रूषा करीत असताना एका अज्ञात खेड्याजवळ मृत्यू पावला तेव्हा त्याच्या स्वतःच्या शाक्य टोळीचे शिरकाण झालेले होते. त्यांचे दोन्ही मोठे आश्रयदाते राजे दयनीय परिस्थितीत मरण पावले होते. सारिपुत्त व मोग्गल्लाण यांना अगोदरच 'निर्वाण' प्राप्ती झाली होती. तथापि या मताचा प्रसार होत राहिला कारण वेगाने उत्क्रांत होत असलेल्या समाजाच्या गरजेशी ते अत्यंत सुसंगत होते.

५.४ यदूंचा नायक : कृष्ण

बौद्धधर्म नव्हे, तर कृष्णाची भिन्न प्रकारे केली जाणारी पूजा हाच हिंदुस्थानातील लक्षावधी लोकांचा 'खरा धर्म' म्हणून विसाव्या शतकापर्यंत टिकून राहणारा धर्म होता. कृष्ण हा दुःखप्रसंगी साहाय्य मिळावे म्हणून ज्याच्या जवळ प्रार्थना करता येईल असा एक व्यक्तिगत देव होता. तशी बुद्ध या मानवी उपदेशकांजवळ प्रार्थना करता येत नसे. नंतरच्या काळात कृष्णाच्या नावावर फसवून खपविलेल्या शिकवणुकीचा बराचसा भाग बौद्ध धर्मातून चोरून उसना घेतलेला असला तरी त्या दोहोंमध्ये पावलोपावली फरक आहे. त्या विषयी बोलायचे म्हटले तर त्याची काही गुणविशेषणे,

भगवंत, नरोत्तम, पुरुषोत्तम होती. बुद्ध ही एक ऐतिहासिक व्यक्ती होती तर ज्यांच्याबद्दलच्या पुराणकथा व आख्यायिकांच्या सरमिसळीतून सर्वेश्वर कृष्णाने आकार घेतला. त्या असंख्य कृष्णांपैकी एकाबद्दलही ऐतिहासिक म्हणता येईल असे काहीही नाही. नंतरच्या काळात कल्पित कथांच्या वाढत्या थरांमुळे व त्या उपदेशकाला चढत्या क्रमाने दैवी दर्जा दिला गेल्यामुळे बौद्धधर्माचा ऱ्हास झाला. कृष्णपूजा ही सर्वस्वी त्याच्या देवत्वाच्या एकत्रित कल्पितकथांवरच आधारलेली असून त्याच्यामुळेच तिचे महत्त्व वाढत गेले. सुरुवातीच्या काळातील बुद्धाच्या संभाषणाचे वैशिष्ट्य असणारे अगदी साध्या शब्दात केलेले प्रसन्न व स्पष्ट विवेचन लबाडीने कृष्णाच्या तोंडी घुसडून देण्यात आलेल्या शिकवणुकीत आढळत नाही. अत्यंत तेजस्वी संस्कृत भाषा व अत्युत्कृष्ट विसंगती असणारी 'गीता' म्हणजे असे एक पुस्तक आहे की जे वाचकाला परिणामाची जबाबदारी झटकून टाकून जवळ जवळ कोणत्याही कृतीचे समर्थन करण्यास संमती देते. दैवी व लोभस बालक, खोडकर गवळीपुत्र, गोकुळातील सर्व गवळणींचा प्रियकर, असंख्य देवतांचा पती, भेदाभेदरहित सर्वात सशक्त शय्यासोबती तरीही गूढ समागमामध्ये एकट्या राधेशीच एकनिष्ठ असणारा, शिवाय साधुवृत्तीने करावयाच्या त्यागाचे विवरण करणारा, चिरशांतीचे अंतिम स्वरूप, परंतु त्याचवेळी आपल्या स्वतःच्या मामाला - कंसाला - मारताना, दुसऱ्याच कोणाच्या तरी यज्ञप्रसंगी सन्मान्य पाहुणा म्हणून आलेल्या शिशुपालाचा शिरच्छेद करताना, अत्यंत आडदांड धटिंगण बनणारा, सर्व नीतिमत्तेचे मूळस्थान तरीपण ज्या महायुद्धात त्याने एकाच वेळी अंतराळवासी देवाची व सारथ्य करणाऱ्या सेवकाची अशा दोन्ही भूमिका वठविल्या. त्या युद्धात अगदी निर्णायक क्षणी त्याने केलेला उपदेश-सभ्यता, न्याय किंवा दिलदारपणाच्या प्रत्येक नियमाविरुद्ध होता. कृष्णाची संपूर्ण कथा हे खरा भक्त काय काय पचनी पाडू शकतो याचे एक उत्कृष्ट उदाहरण आहे. गीतेच्या दिखाऊ वादविवादासाठी संधिसाधुपणाची अगदी परिपूर्ण अशी मांडणी आहे. तौलनिकदृष्ट्या प्राचीन पातळीवरील उत्पादन असणारा एक अत्यंत संमिश्र समाज व त्याचा धर्म यांच्यातील संबंध ती प्रतिबिंबित असते. ती संपूर्ण कथा कमीतकमी इसवी सनाच्या बाराव्या शतकापर्यंत व 'रामानुज' या थोर आचार्यांच्या वैष्णव पंथापर्यंत जाईल. आपण सध्या फक्त इ.स.पू. ४ थ्या शतकापर्यंतची कथा घेऊ. कृष्णाबद्दलची संपूर्ण पुराणवस्तुशास्त्रीय माहिती त्यांच्या पारंपरिक शस्त्रावरून - चक्राकार क्षेपणास्त्रावरून मिळते. हे चक्र फेकता येत असे व शत्रूचा शिरच्छेद करण्याइतके ते तीक्ष्ण होते. ते वेदकालीन नाही व बुद्धाच्या बऱ्याच पूर्वी प्रचारातून बाजूला पडले. परंतु मिर्झापूर जिल्ह्यातील (खरे म्हणजे बौद्धांच्या दक्षिणागिरीतील) एका गुहेतील चित्रामध्ये एक

रथाधिष्ठित वीर अगदी मूळच्या (ते चित्र काढणाऱ्या) लोकांवर असल्याच एका चक्राने हल्ला करीत असल्याचे दाखविले आहे. त्यामुळे हा काळ इ.स.पू. ८०० च्या सुमारचा म्हणजे बनारसजवळ पहिली वसाहत स्थापन झाली त्या सुमारचा होता. ते रथाधिष्ठित वीर नदीपलीकडील प्रदेशाचे लोह धातुकासाठी संशोधन करणारे आर्य असावेत आणि या उच्च दर्जाच्या लोहधातुकाच्या साहाय्यानेच गुहेतील ती चित्रे काढलेली होती. उलट ऋग्वेदातील कृष्ण हा एक राक्षस असून तो इंद्राचा शत्रू होता. त्याचे नाव म्हणजे आर्यांपूर्वीच्या प्रतिपक्षीय कृष्णवर्णीयांसाठी वापरली जाणारी व्यापक संज्ञा होती. कृष्ण हा शूर नायक होता व पुढे सर्वात प्राचीन वेदातील आर्यांच्या पाच प्रमुख टोळ्यांपैकी (पंजजनाः पैकी) एक असणाऱ्या यदू टोळीतील लोकांना तो ईश्वरतुल्य होता. ह्या गोष्टीवरच कृष्णाची आख्यायिका आधारलेली आहे. पंजाबमधील टोळ्यांत सतत चालणाऱ्या लढायांमधील सध्याच्या समेटावरून असे दिसते की, स्तोत्रे गाणारे लोक यदूंना आलटून पालटून शिव्याशाप देत अगर त्यांचे गोडवे गात. कृष्ण हा एक 'सात्वन', 'अंधकवृष्णी' देखील असून त्याचा मामा कंस याच्यापासून त्याला वाचविण्यासाठी त्याला गोकुळात (गोपालकाच्या राज्यात) वाढविले गेले. या अदलाबदलीमुळे त्याचा 'आभीर' या ख्रिस्त युगाच्या आरंभीच्या ऐतिहासिक व ग्रामीण लोकांशी संबंध जुळला. कंस हा आपल्या देवकी नावाच्या बहिणीच्या (काही ठिकाणी मुलीच्या असे म्हटले आहे) मुलाकडून मारला जाईल असे भविष्य होते. त्यामुळे देवकीला तिचा पती वसुदेव याच्यासह कैदेत ठेवले होते. तिचा मुलगा कृष्ण - किंवा वासुदेव (म्हणजेच वसुदेवपुत्र) गोकुळात वाढला, त्याने इंद्रापासून गायीगुरांचे रक्षण केले, कालिया नावाच्या अनेक डोकी असणाऱ्या विषारी नागाला पादाक्रांत करून हाकलून दिले - परंतु ठार मारले नाही. कालियाने यमुना नदीतील मथुरेजवळच्या एका सोईस्कर डोहाकडे जाण्याचा मार्ग अडविला होता. नंतर कृष्ण व त्याच्यापेक्षा बळकट असणाऱ्या बलरामाने ती भविष्यवाणी खरी करण्यापूर्वी कंसाने पाठविलेल्या मारेकऱ्यांना आखाड्यात जमीनदोस्त केले. हे लक्षात ठेवले पाहिजे की, काही प्राचीन समाजामध्ये लष्करी प्रमुखाचा भाचा हाच त्याचा वारस असतो आणि बऱ्याच वेळा प्रमुखाला त्याच्या वारसाने मारावेच लागते. कंसाचा मृत्यू हा प्राचीन वहिवाटीला चांगली पुष्टी देणाराच आहे आणि त्यावरून असेही दिसते की, ओडिपसची आख्यायिका मातृसत्ताक समाजात घडली असणे संभवनीय आहे.

कृष्णाची आपल्या टोळीबाहेरील पुढची चाल मातृदेवतांबरोबरची होती. तो अगदी लहान असताना पुतना नावाच्या एका - (बहुधा नंतरच्या काळातील 'देवी'च्या रोगाची देवता मानल्या गेलेल्या) मातृदेवतेला त्याने ठार मारले होते. तिने आपले

विषारी दूध त्याला पाजण्याचा प्रयत्न केला होता. ठार मारल्यानंतरही ती इंद्राशी झालेल्या चकमकीनंतर जिवंतच राहिलेल्या 'उषस्'प्रमाणे जिवंतच राहिली असली पाहिजे, कारण मथुरा प्रांताच्या एका भागाला पुतनेचेच नाव चालू राहिले. कृष्णाला (कंसापासून वाचविण्यासाठी) जेथे वाढविले गेले ते गोकुळ मथुरेपासून नदीपलीकडील एका वनराईत हलविले गेले. 'वृंदावन' या नावाचा अर्थ 'वृंदा देवीचे वन' असा होता. अद्यापही दरवर्षी एका विशिष्ट तिथीला कृष्णाचे या देवतेशी – तिचे प्रतिनिधित्व करणाऱ्या पवित्र 'तुळशी'च्या रोपट्याशी लग्न लावले जाते. या समारंभाची वार्षिक पुनरावृत्ती हेच दर्शविते की त्या देवीच्या मानवी प्रतिनिधीच्या लग्नाच्या सोबत्याला मुळात बळी दिले जात असे – ही प्रथा कृष्णाने बंद पाडली हे उघड आहे. या उत्साही वीराची मातृदेवतांशी विवाह करण्याची व अप्सरांशी रममाण होण्याची सवय अमर्याद वाढली. त्याच्या अधिकृत पत्नींची संख्या (वृंदा व राधा सोडून) १६१०८ अशी दिली जाते. त्यांच्यापैकी काही जणी जुन्या परकीय टोळ्यांचे प्रतिनिधित्व करी. उदाहरणार्थ : 'जांबवती' ही अस्वल घराण्याच्या प्रमुखाची कन्या होती, 'रुक्मिणी' (सुवर्णमयी) 'भोजां'शी संबंधित होती ('भोज' हेही त्यावेळी रानटी होते). या अनामिक 'पत्नीं'पैकी हजारो केवळ 'अप्सरा' म्हणजे जलदेवता होत्या. याचा परिणाम असा झाला की, कृष्णपूजेला स्थानिक पूजापद्धतीवर शांततापूर्ण आक्रमण करणे शक्य झाले. तथाकथित 'महाभारतीय' युद्धानंतर ३६ वर्षांनी यदूंनी अगदी अखेरच्या माणसापर्यंत एकमेकांना मारून टाकले. त्यानंतरही बराच काळ हे चालूच राहिले. हे ज्ञातच आहे की इसवी सनापूर्वी ६व्या शतकाच्या सुमारास मथुरा 'शूरसेना'नी पादाक्रांत केली. मध्ययुगीन 'यादव' किंवा 'जाधव' हे एकदम उच्चपदाला चढलेले असून कृष्णाच्या यदूंशी त्यांना संबंध जोडण्यासाठी ज्यांना पैसे दिले होते अशा ब्राह्मणांनी त्यांना नेहमीची बनावट वंशावळ करून दिली होती. तथापि 'शूरसेनां-चा' 'यदू'शी संबंध नव्हता. तरीही त्यांनी मथुरेत केंद्रित झालेली कृष्णपूजेची परंपरा चालू ठेवली. या काळात देवाची लग्ने ही पितृसत्ताक आर्यांचे काही आर्यपूर्व मातृसत्ताक लोकांशी सामीलीकरण करण्याकडे टाकलेले एक पाऊल होते. हे नेहमी लक्षात ठेवले पाहिजे की, फक्त अन्नसंग्राहकांची अन्नोत्पादनापर्यंत प्रगती होते असे नव्हे तर परिस्थितीमुळे आर्यांचीसुद्धा अन्नसंग्राहक बनण्यापर्यंत अवनती होऊ शकली. या दोन्ही अवस्थांत या दोन्ही जनसमूहांचे एकीकरण शक्य झाले व परस्परांनी एकमेकांच्या पूजापद्धतीचा स्वीकार केल्यामुळे ते सोपे झाले. देवतांचे विवाह मानवी संबंध प्रतिबिंबित करतात. याचा परिणाम म्हणून झालेला संमिश्र समाज भोवतालच्या परिस्थितीवर अधिक चांगले स्वामित्व मिळविल्यामुळे अधिक उत्पादक बनला.

कृष्णाच्या उदयाला अधिक चालना देणारा त्याचा सुरुवातीचाच आणखी एक पराक्रम होता. त्याने इंद्रापासून गोकुळातील गायीगुरांचे रक्षण केले. या लढाईला तीन बाजू असल्याचे दिसते. कारण कृष्णाने व कुरूंच्या छोट्या पांडव शाखेने जेव्हा जेव्हा शक्य होईल तेव्हा ठेचलेल्या 'नागांपैकी' बऱ्याच जणांना इंद्राने वाचवले. कृष्ण हा महाभारताला खरोखरच परका असून तो त्या महाकाव्यात नंतर घुसलेला आहे. अशी आख्यायिका आहे की जमीन साफ करण्यासाठी खांडववन जाळून टाकण्यात पांडवांना त्याने मदत केली. आणखी एक पायरी असावी ज्याप्रमाणे परस्पर विसंगत 'नाग' कथा या स्पष्टपणे आर्य व तेथील मूळचे आदिवासी लोक यांच्या पुनर्मिश्रणाच्या दिशेने टाकलेले पाऊल आहे. त्याचप्रमाणे यदूंचे ऋग्वेदातील संदिग्धस्थान व कृष्णाचा काळा वर्ण ही देखील त्याच्याच पुढची आणखी एक पायरी असावी. श्रोतृसमुदायात दोन्ही प्रकारच्या लोकांमधून आलेले अंश असल्याखेरीज एकाच महाकाव्यात दोन्ही प्रकारच्या गोष्टी स्वीकारण्यात आल्या नसत्या. इंद्राबरोबरच्या संघर्षाचा एक ठळक परिणाम झाला. चौथ्या शतकाच्या उत्तरार्धात स्वारी करणाऱ्या ग्रीकांना असे आढळले की, हिंदुस्थानातील एका दैवी अवताराची पूजा ही पंजाबच्या मैदानातील प्रमुख पूजापद्धती होती – या अवताराला त्यांनी ताबडतोब त्यांच्या स्वतःच्या 'हेराक्लिस' प्रमाणे मानले – तर 'डायोनिसोस'ची पूजा डोंगराळ प्रदेशात चालूच होती. हा 'हेराक्लिस' म्हणजे निश्चितच हिंदुस्थानातील 'कृष्ण'च होता. हा ग्रीक नायक परंपरेप्रमाणे एक अद्वितीय मल्ल होता. तो उन्हामुळे रापून काळा झाला होता. त्याने हैद्राला (कालियासारख्याच अनेक डोक्यांच्या नागाला) ठार मारले होते व अनेक अप्सरांवर बलात्कार केले होते किंवा त्यांच्याशी विवाह केले होते. एवढेच नव्हे तर ज्या पद्धतीने कृष्णाचा मृत्यू झाला ती भारतीय पुराणकथांपेक्षा ग्रीक पुराणांना जास्त परिचित आहे. ह्या यदुकुळातील अवतारी पुरुष 'जरस्' नावाच्या बेफाम शिकाऱ्याने त्याच्या टाचेत मारलेल्या बाणामुळे मरण पावला – (खरे पाहता 'जरस्' हा त्याचा सावत्र भाऊच होता) असली एखादी जखम प्राणांतिक कशी होऊ शकते हे भारतीयांना अजून देखील कळू शकत नाही. 'अचीलिस्'ची कथा व इतर अनेक प्राचीन ग्रीक पुराणकथा असे दाखवून देतात की, हा मृत्यू विषारी बनविलेल्या विशिष्ट हत्याराने विधिपूर्वक केलेल्या हत्येमुळे झाला असावा – हे शस्त्र बऱ्याच वेळा बळी गेलेल्या शूरवीराच्या भावाने (किंवा वारसाने) चालविलेले असे. 'डायोनिसोस'ला जिंकणारा म्हणून ग्रीकांनी मानलेला दुसरा भारतीय देव म्हणजे ज्याच्या खूप पिणाऱ्या व बेफाम लढाया करणाऱ्या व्यक्तिमत्त्वाने सबंध ऋग्वेदात प्रचंड गोंधळ उडविलेला आहे, असा वेदातील इंद्रच असू शकेल. या ग्रीक अहवालाचे प्रचंड महत्त्व मात्र दुर्लक्षिले गेलेले आहे. हा अहवाल असे दाखवून देतो

की, जरी यदू नष्ट झालेले असले तरी कृष्णाच्या पूजा पद्धतीने इंद्राच्या पूजेला पंजाबच्या उत्तम शेतीच्या भागातून अगोदरच हद्दपार केले होते. एवढेच नव्हे तर जरी (ग्रीक अहवालाप्रमाणे) इंद्र डायोनिसोसनी त्याच्या विजयानंतर प्रथम लोखंड व धातूंचे ज्ञान, शेतीसाठी बैलाचा वापर आणि घरे बांधण्याची कला हिंदुस्थानात आणली असली तरीही हे घडले.

कृष्णाने केलेल्या इंद्राच्या उचलबांगडीचे ऐतिहासिक टप्पे, कालक्रम आणि अगदी तंतोतंत तपशील दुर्दैवाने नाहीसे झालेले आहेत. परंतु या बदलाचे कारण मात्र उघड आहे. मेंढपाळजीवनाची जागा शेतकी जीवन घेऊ लागले होते. वेदातील यज्ञ व अविरत लढाया मेंढपाळ जीवनाला साजेशा असल्या तरी शेतकी जीवनात ते महागडे, असह्य व त्रासाचेच झाले असेल. कृष्ण हा गुरांचा रक्षणकर्ता असून जसे इंद्र, वरुण व इतर वैदिक देवतांना नियमित आवाहन केले जात असे तसे ज्या यज्ञात प्राणी अर्पण केले जातात. अशा यज्ञात कृष्णाला कधीही आवाहन केले जात नसे. यदूंनी एखाद्या संस्थापक देवाला कितीही यज्ञ समर्पण केले असले तरी इतर टोळ्यांनी ते चालूच ठेवावयाचे काहीच कारण नव्हते. उलट शेतीकडे वळू लागलेल्या मेंढपाळ टोळ्या निश्चितच इंद्रापेक्षा कृष्णालाच अधिक पसंत करतील. त्याप्रमाणे ज्या आर्य-पूर्व लोकांनी कळपवाल्या लोकांकडून शिकण्यास व त्यांच्याशी विवाह सबंध जोडण्यास सुरुवात केली होती, परंतु अद्यापही असंख्य स्थानिक देवतांपैकी एकीची पूजा करणे चालूच ठेवले होते. त्यांनाही कृष्णपूजाच अधिक पसंत होती. त्यांनी सोईस्करपणे काही स्थानिक देवतांचे विवाह कृष्णाशी जुळवून टाकले. पंजाबातील शेतकऱ्यांची जरा हळूहळूच प्रगती होत होती. त्यांचे कृष्णाच्या बलराम नावाच्या महाकाय भावाने समाधान केले. तो संकर्षण या नावानेही ओळखला जाई. नांगर हे त्याचे विशेष गुणधर्मनिदर्शक असे खास शस्त्र होते. तर वर्तुळाकार तीक्ष्ण क्षेपणास्त्र (चक्र) हे कृष्णाचे. कृष्णाचा भाऊ हा केवळ नांगरधाऱ्यांचा सयुक्तिक देवच नव्हता तर आदिवासी नागांचा देखील त्याच्यामुळेच स्वीकार केला गेला. बऱ्याच वेळा बलरामाला प्राक्कालीन प्रचंड नागांचा अवतार मानले जाते. हा नाग पृथ्वीला आपल्या डोक्यावर ठेवून तिला अथांग समुद्राच्या पाण्याच्या वर ठेवतो असे समजतात. (बौद्ध आख्यायिकांना सुद्धा मानवी दैवी किंवा नाग स्वरूपांतील 'नागां'च्या कल्पनेचा त्याग करता आला नाही. बुद्धाने नागा टोळीवाल्यांचे धर्मांतर केले. विषारी सर्पांना माणसाळविले. 'मचिलिंदा'सारख्या दैवी 'नागा'नी त्याने निसर्ग कोपापासून रक्षण केले आणि बुद्ध स्वतः पूर्वजन्मी केव्हातरी प्रेम व द्वेषभावनांनी युक्त असणारा 'चांगला नाग' होता. नालंदा व संकश्य यांसारख्या प्रमुख बौद्ध विहाराचे मूळ नागांच्या पूजास्थानातच आहे. कधीकधी मूळचा 'नाग'

काही विशिष्ट दिवशी एका दयाशील नागाच्या रूपाने तेथील साधूकडून अन्नाची देणगी स्वीकारण्यासाठी आलेला दिसे. एक प्रश्न उरतो : अनोळखी टोळ्यांनी स्वतःचा नसणाऱ्या देवाची पूजा का सुरू करावी? यदू व इतर टोळ्यांमधील सख्य व त्याचबरोबर मथुरेकडून आलेल्या टोळीवाल्यांचे पश्चिमेकडे विखुरले जाणे हेच त्यांचे उत्तर दिसते. हे टोळीवाले पूर्वेकडे असणाऱ्या मगधाच्या हल्ल्यापासून निसटण्यासाठी पळून जात होते असे मानले जाते.

आपणच आर्य आहोत असे मानणाऱ्या लोकांतील महत्त्वाचे फरक अगोदरच दिसू लागले होते. ब्राह्मण व क्षत्रिय, यज्ञ, ब्राह्मण–मंत्र, योग्य आर्य पद्धती, वैद्यक आणि शुद्ध संस्कृत इत्यादींच्या उच्च शिक्षणासाठी गंगाप्रदेशातून 'उत्तरपथ' या व्यापारी वर्गाच्या मार्गाच्या वायव्य टोकापर्यंत (तक्षिला व त्याच्याही पलीकडे) जात असत. कारण पूर्वेकडील लोकांनी आपल्या व्यापारी मार्गावर आर्यभाषेवर आधारित परंतु संस्कृत व्याकरणाची भयंकर गुंतागुंत व वैदिक स्वराघात नसणारी अशी अधिक साधी 'संपर्कभाषा' सुरू केली होती. त्यांचे बोबडे उच्चार, गचाळ वाक्यरचना, गावंढळ स्वराघात आणि बऱ्याच वेळा रानटी शब्दसंग्रह ही सर्व पश्चिमेकडील भागातील लोकांना अगदी अवर्णनीय हास्यास्पद धेडगुजरी भाषा वाटली असली पाहिजे. तरी देखील हे प्रांतिक विद्यार्थी तक्षिला व शेजारच्या प्रदेशांत चांगले विद्यार्थी म्हणून जात, वंशावळ यांची फार खोल चौकशी न करता स्वीकारले जात. याला उपनिषदांच्या व बौद्धांच्याही पुस्तकांची साक्ष आहे. सरहद्दीजवळील श्रेष्ठवर्गीय लोक गौरवर्ण होते. ते असे मानीत की 'बाजारपेठेत काळ्या घेवड्याच्या ढिगासारखा बसलेला दिसणारा' काळा माणूस ब्राह्मण आहे असे समजण्याची चूक कोणाकडून होण्याची शक्यता नाही. त्याचवेळी पूर्वेकडील ब्राह्मणांच्या वाचनात 'बृहदारण्यक' उपनिषदातील काळ्या कातडीच्या परंतु बुद्धिमान पुत्राच्या जन्माची विचित्र निरर्थक गोष्ट येई. एकदा जातीचे अडथळे नाहीत असे मानल्यानंतर मग वर्णभेद राहात नसे. कोणत्याही वर्णाची कातडी असणाऱ्या स्त्रीच्या सौंदर्याची (युरोपात कोणत्याही रंगाच्या केसांची होते तशी) प्रशंसा होत असे. उलट सीमाप्रदेशात वर्णभेद इतके शिथिल बनले होते की, पूर्वेकडील लोक मद्र, गांधार व कंबोज प्रदेशातील लोकांना स्वैराचारी व रानटी मानू लागले. अगदी वायव्येकडील प्रदेशात फक्त दोनच खऱ्या जाती होत्या– 'आर्य' म्हणजे स्वतंत्र मानले जाणारे व 'दास' म्हणजे गुलाम. एका जातीचा कोणीही सदस्य फारशी निरर्थक गडबड न होता दुसऱ्या जातीत जाऊ शके. या दूरच्या अधिक थंड हवामानाच्या प्रदेशात अन्नसंग्रहण अगदी अवघड व वस्तुनिर्मिती अत्यंत आवश्यक होती. तेथे काही बाबतीत प्राचीन ग्रीस – रोम मधील गुलामगिरीशी साम्य असलेली गुलामगिरी विकसित झाली

होती. त्याचवेळी पूर्वेकडे मात्र कोणत्याही प्रकारची गुलामगिरी विकसित झाली नव्हती. परंतु तेथे विविध उद्योगधंद्यांसाठी क्रमाक्रमाने अधिक कठोर जातिभेद पाळले जात होते. कुरू प्रदेशाच्या पूर्वेकडील ब्राह्मणांनी काही मर्यादेपर्यंत नागांशी आंतरजातीय विवाह मान्य केले असते किंवा निदान क्षम्य मानले असते. परंतु जेव्हा 'पैशावर' किंवा बल्ख येथील एका माणसाने त्याचा एक भाऊ शेतकरी, त्याच कुटुंबातील एक जण योद्धा अथवा न्हावी असताना ब्राह्मणाचे काम केले तेव्हा ते दुखावले गेले – न्हावी ही अत्यंत खालची व्यावसायिक जात होती. असले भाऊ त्यांच्या निरनिराळ्या कामांची देखील वाटेल तेव्हा निर्लज्जपणे अदलाबदल करतील. सीमाप्रदेशांतील स्त्रियांच्या वागणुकीत मर्यादा नव्हती. अनोळखी माणसासमोर त्या लाजत नसत किंवा कुटुंबातील वडीलधाऱ्या पुरुषांच्या उपस्थितीत त्या नम्रतेने वागत नसत. आज देखील सुसंस्कृत भारतीय आपल्या स्त्रियांकडून अशा वर्तनाची अपेक्षा करतात. स्त्री–पुरुष दोघेही मांसभक्षण करीत व कडक मद्य पीत. ते नग्नस्थितीत सार्वजनिक मिश्रनृत्यही करीत. अशा प्रकारचे जीवन पूर्वेकडील ब्राह्मणाच्या दृष्टीने अत्यंत अश्लील होते. वायव्येकडे रूढ असलेली (हुंडा देण्याच्या बरोबर उलट अशी) नवऱ्या मुलीची किंमत घेण्याची प्रथा, तसेच महाभारतात कृष्णाच्या लोकांनी अवलंबिलेली व ऐतिहासिक काळातील अभिरांनी चालू ठेवलेली वधूचे अपहरण करून विवाह करण्याची पद्धत पूर्वेकडील लोकांना हीन दर्जाची वाटे. या दोन्ही प्रकारच्या विवाहांना अखेर ब्राह्मण धर्मग्रंथांनी 'अनार्य' म्हणून मनाई केली. तथापि मद्र आणि बाहलिक स्त्रियांचे, प्रेमळ स्वभाव आणि सालस पातिव्रत्य हे प्रसिद्धच राहिले. त्या प्रदेशातील योद्ध्याची विधवा पतीच्या मृतदेहाबरोबर स्वतःचे बलिदानदेखील करीत असे. 'सती'ची ही भयंकर पद्धत पूर्वेकडे संपूर्णपणे अज्ञात होती आणि सरंजामशाहीच्या सुरुवातीपर्यंत म्हणजे इसवी सनाच्या सहाव्या शतकापर्यंत अज्ञातच राहणार होती. पश्चिमेकडील लोकांना शिष्टपणाने फटकून राहणाऱ्या परंतु जरा खेडवळच असणाऱ्या त्यांच्या पौर्वात्य नवशिक्या सहकाऱ्याबद्दल नक्की काय वाटत असे हे अद्याप टिकून असलेल्या नोंदीत आढळत नाही. परंतु हे ज्ञात आहे की खालच्या जातीतील अधिक धाडसी तरुण पूर्वेकडे प्रवास करून ब्राह्मणांच्या युक्त्यांची पोतडी आत्मसात करून शेवटी (त्यांचे मूळ कोणालाही माहीत नसेल अशा ठिकाणी) स्वतः ब्राह्मण म्हणून वावरत असत. सीमाप्रांतातील त्यांच्या विद्वान शिक्षकांनी व्यवसायावर बंधने घालण्याकडे फार थोडे लक्ष दिल्यामुळे – अर्थात हा खरोखर प्राचीन वर्गभेदच होता – हे सहज शक्य झाले.

'उत्तरापथा'वरील वाहतूक विरुद्ध दिशेलाही तितक्याच जोरात चाले. त्या थोर उपदेशाला पूर्णज्ञान प्राप्त झाल्यानंतर फक्त आठ आठवड्यांनी भेटलेले अनुयायी

म्हणजे प्यूकोलाओटिस किंवा बल्खमधून आलेले, ओरिसाहून राजगीरला जाताना बोधिगयेजवळून चाललेले दोघे प्रवासी व्यापारी होत. या दोन भावांची नावे तपुस्स व भल्लुक अशी दिलेली असून ती अनुक्रमे शिसे किंवा कथिल आणि तांबे या धातूंच्या व्यापाराशी संबंध सूचित करतात. कफिखान नावाचा वैशिष्ट्यपूर्ण सडपातळ व उंच नाकाचा एक काश्मिरी क्षत्रिय पूर्वेकडील सर्वात सुरुवातीच्या बौद्ध साधूंपैकी एक होता. त्याच्या नावावर असणाऱ्या पाली काव्यांना वैराग्याच्या शिकवणीपेक्षा ग्रीकमूर्तिपूजेचाच जास्त वास येतो. पुक्कुश नावाच्या तक्षिलेच्या एका राजाने दूर अंतरावरील बिंबिसाराशी देणग्यांची देवाण-घेवाण केली होती. तो बुद्धाला भेटण्यासाठी आला असता वृद्धापकाळातील त्याच्या पहिल्या आणि शेवटच्याच भेटीच्या वेळी तो मरण पावला. त्या भेटीनंतर आठच दिवसांनी ही घटना घडली. अशी गोष्ट सांगितली जाते की, एका गायीने त्याला शिंगाने भोसकल्यामुळे त्याचा मृत्यू झाला.

इतका वैविध्यपूर्ण समाज एकत्र संघटित करून ठेवणारे त्याला एक टोळ्यांचा समूह बनविण्याऐवजी समाज बनविणारे बंधन म्हणजे समान धार्मिक विधी आणि समान भाषा हे नव्हते. तर परस्परांतील देवाणघेवाणीने पुरविल्या जाणाऱ्या समान गरजांचा समुदाय हे होते. पौर्वात्य तत्त्वज्ञानांचा प्रसार निश्चितपणे 'उत्तरापथ' व 'दक्षिणापथ' या व्यापारी मार्गावरून होत राहणाऱ्या परस्पर संपर्कामुळेच झाला. भोवतालच्या परिस्थितीतील फरकांमुळे जरी वैदिक भाषा व धार्मिक विधी एकमेकांपासून दुरावत चालले होते, तरी नवीन देव व धर्मतत्त्वे माणसांच्या मनांना भुरळ घालू लागली होती. त्या काळात दूरवर फेकल्या गेलेल्या आर्यांना व त्यांच्या मिश्र शाखांना वस्तुनिर्मितीनेच एकत्र बांधून ठेवले होते.

५.५ कोसल व मगध

टोळीच्या कक्षेपलीकडे एक सिद्धान्त निर्माण करणाऱ्या आणि त्याची शिकवण देणाऱ्या इसवी सनापूर्वीच्या सहाव्या शतकातील तत्त्वज्ञानाचे दुसरे एक राजकीय अंग होते. त्यावेळी सर्व समाजासाठी एकच सार्वत्रिक शासन असावे या दिशेने एक समांतर चळवळ अस्तित्वात होती. धार्मिक व धर्मनिरपेक्ष अशा दोन्ही चळवळींचा पाया एकच होता - तो म्हणजे 'गहपती'. व्यापारी व शेतकऱ्यांच्या नवीन गरजा मोठमोठ्या मठातील साधूंच्या वर्गाच्या संस्थापकांना, विशेषतः जैन व बुद्धांना टोळ्यांसारखी संघटना अगदी सोयिस्कर आणि त्यांच्या स्वतःच्या संघाच्या दृष्टीने संपूर्णतः नैसर्गिक वाटत होती. तर शासकीय उपपत्तिकारांना टोळ्यांचा आत्यंतिक एकाधिकार नाहीसा करण्याचा एकच उपाय सुचतो - निरंकुश हुकूमशाही राजसत्ता. प्राचीन ग्रीकांनी याला होमर-कालीन 'बॅसिल'च्या धार्मिक काटेकोरपणाकडून अथेन्स येथील

'पेसिट्टेसच्या' हुकूमशाहीकडे झालेले संक्रमण मानले असते. निरंकुश सत्तेसाठी चाललेल्या या दीर्घकालीन झगड्याच्या मागे एक थंड, कठोर, भयंकर मतलबी, तर्कशुद्धपणे रचलेला व काळजीपूर्वक ऊहापोह केलेला राजकीय सिद्धान्त होता. त्यात कधीही थोडेदेखील नैतिकतेचे ढोंग किंवा इतरांचे हित साधण्याचे वरपांगी निमित्त नव्हते. या नवीन राज्यघटनेचे उपपत्तिकार हे त्यांच्या परीने समकालीन धार्मिक नेत्याइतकेच महत्त्वाचे आणि समर्थ विचारवंत होते. कौटिल्याच्या 'अर्थशास्त्र' ह्या एकाच पुस्तकात त्यांची नावे टिकून राहिली आहेत. हा त्यांच्या मालिकेतील सर्वात थोर व शेवटच्या विचारवंताने लिहिलेला सारग्रंथ असून पुढच्या प्रकरणात त्याचा विचार केला जाईल. त्यांची सूची अगदी मनावर ठसणारी आहे. – भारद्वाज, कात्यायन, पराशर, उशना आणि बृहस्पती हे चांगली ब्राह्मण नावे धारण करणारे आहेत. त्यांच्यापैकी काही – जण त्यावेळच्या जुन्या धर्मपंथाप्रमाणे प्रत्येकी एका संपूर्ण पारंपरिक विचारसंप्रदायाचे प्रतिनिधित्व करतात. 'बहुदंतीचा एक पुत्र' किंजल्कण, कौन, पदन्त, पिशुन, विलालाक्ष वातव्याधी आणि दीर्घचारायण हे क्षत्रिय असावेत. क्षत्रिय परंपरेतील महत्त्वाचा प्रमुख संप्रदाय आंभीच्या नावावर आहे. येथे दिलेली ही यादी कोणत्याही अर्थाने परिपूर्ण नाही. कोणाचीच संपूर्ण शिकवण अस्तित्वात राहिली नाही. परंतु सुसंगत असेल तेथे 'अर्थशास्त्रा'मध्ये प्रत्येकाचा दृष्टिकोन उद्धृत केला गेला आहे व एखाद्या कायदेपंडिताने कायद्याच्या तत्त्वाविषयीच्या अगोदरच्या निश्चित विधानांचा परामर्श घ्यावा, तशाच विश्लेषणात्मक पद्धतीने चर्चिला गेला आहे. त्यांचा ऐतिहासिक संदर्भ कधीच दिला गेला नाही किंवा 'दीर्घ'चारायण सोडून इतरांचा ऐतिहासिक संदर्भ अन्य मार्गानेही ज्ञात झालेला नाही. ही अप्रसिद्धी स्वाभाविक आहे. धर्मोपदेशकांना बहुसंख्य लोकांना आपले म्हणणे पटवून द्यावे लागते व जीवनाच्या सर्वक्षेत्रातून उघड व दूरवर फैलावणाऱ्या उपदेशांनी लोकांना जिंकून घ्यावे लागते. तर शासनाच्या धोरणांविषयीचा सल्ला केवळ गुप्त अगदी थोड्या निवडक लोकांसाठी राखून ठेवला तरच परिणामकारक ठरू शकतो. सहाव्या शतकातील हे थोर धार्मिक भिक्षुक–शिक्षक अगदीच सामान्य परजीवी भिकारी आणि नंतरच्या काळातील मंदबुद्धी संप्रदायप्रमुख यांच्यापेक्षा फारच वरच्या दर्जाचे होते, कारण त्यांनी संपूर्णपणे नवीन प्रकारच्या समाजाच्या घडणीमध्ये भाग घेतला. युद्ध, कारस्थान, खून यांत आणि सहाव्या शतकात आपण होऊन उघडकीस आलेला ढासळलेला विश्वास व नंतरच्या काळातील सिंहासनावर घटनात्मक निर्बंध नसणाऱ्या अनियंत्रित हुकूमशाहीतील अशा सारख्याच घटना यांच्यात अगदी बरोबर हाच फरक आहे. सहाव्या शतकातील एकसत्ताक पद्धतीची राज्ये एका पूर्णपणे नवीन सामाजिक अवस्थेच्या घडणीला अनुरूप

ठरणारी पहिली नवीन पद्धती होती. मध्ययुगीन 'पौर्वात्य जुलमी राजवटी' म्हणजे अगदी वरच्या थरातील बदल होते. बऱ्याच काळापासून स्पष्ट झालेल्या खालच्या सामाजिक थरांवर त्यांचा काहीच परिणाम झाला नाही.

इसवी सनापूर्वीच्या ७ व्या शतकात कदाचित त्यापूर्वीही एखादे शतक असेल, सोळा परंपरागत प्रमुख 'जनपदे' (प्रांत) होते. सहाव्या शतकाच्या अखेर व पाचव्या शतकाच्या सुरुवातीस झालेल्या अंतिम सत्तास्पर्धेत सोळांपैकी फक्त चारांचेच काही थोडेतरी महत्त्व टिकून राहिले. त्यापैकी दोन शक्तिशाली टोळ्यांची 'अल्पलोकसत्ताक' राज्ये असून त्यांत कोणीही एक अनियंत्रित सत्ताधारी नव्हता. ही दोन राज्ये म्हणजे 'लिच्छवी' किंवा 'वज्जी' (म्हणजेच भटके मेंढपाळ – यावरून ते जरा उशिरानेच स्थायिक झाल्याचे दिसते) आणि 'मल्ल' ही होत. ही दोन राज्ये आपला राज्यकारभार टोळ्यांतील 'विधीमंडळाद्वारे' करीत आणि सतत लष्करी कवायतींचा सराव करीत. दोन्ही राज्यांत टोळ्यांच्या घटना असून त्या न्याय व समता यांच्यासाठी प्रसिद्ध होत्या. परंतु दोहोंमध्ये कनिष्ठ शेतकरी लोकांच्या वरचे उच्चकुलीनांचे गट विकसित होत होते, (हे सगळेच कनिष्ठ वर्गीय शेतकरी त्या टोळीचे सदस्य होते असे नाही.) तर अल्पसंख्य सत्ताधारी देखील खाजगी मालमत्तेमुळे आपापसात आणखी विभक्त होते. लिच्छवींचे प्रमुख शहर आणि भेटण्याचे ठिकाण 'वैशाली' (सध्याचे बसार) हे होते. मल्लांच्या अनेक शाखा असून त्यांची छोटी प्रमुख ठिकाणे असणारी शहरे 'पावा' व 'कुशिनारा' येथे त्यापैकी दोन टोळ्या होत्या. प्रत्येक टोळी जरूर तेव्हा रणक्षेत्रात प्रचंड सैन्य पाठवू शके. त्यांनी पाचव्या शतकाच्या सुरुवातीस एक प्रचंड आक्रमक संघ निर्माण केला होता. त्याने दुसरा प्रदेश जिंकला तरी पाहिजे किंवा स्वतःचे स्वातंत्र्य तरी गमावले पाहिजे. परंतु त्या संघाकडे दुर्लक्ष करता येणे शक्य नव्हते कारण या दोन गटांनी 'उत्तरापथ' व्यापारी मार्गाच्या नेपाळच्या सीमेपासून चंपारण्य जिल्ह्यातून खाली गंगेपर्यंत आणि नंतर नदीपलीकडे प्रत्येकासाठी लोखंड आणि तांबे निर्माण करणाऱ्या खाणीपर्यंत जाणाऱ्या विभागाची नाकेबंदी केली होती. त्याच्या वायव्येस कोसल देश होता तर दक्षिणेस व आग्नेयेस मगध देश होता – ही दोन्ही राज्ये अनियंत्रित राजसत्ताक होती. कोसल व मगध (सोळा 'जनपदांतील उरलेल्याप्रमाणेच') अगोदर टोळ्या होत्या. हे त्या देशांचा उल्लेख करताना नेहमी केल्या जाणाऱ्या अनेकवचनांच्या वापरावरून दिसून येते तथापि बौद्धांच्या किंवा जैनांच्या नोंदीपैकी कशातही एखाद्या कोसल अगर मागध टोळीबद्दल किंवा टोळ्यांच्या सभा अगर परिषदांबद्दल कसलीही नोंद केली गेलेली नाही. 'मागध' शब्दाचा अर्थ प्रथम भाट असा होता. नंतर 'व्यापारी' असा अर्थ झाला, यावरून त्या मूळच्या टोळीतून दोन खास व्यावसायिक संघटना

विकसित झाल्याचे दिसते. दुसरे म्हणजे ब्राह्मणांचे धर्मग्रंथ 'मागध ही एक मिश्र जात असल्याचा उल्लेख करतात.' 'जनपद' याचा शब्दशः अर्थ 'टोळीचा पायाभूत आधार' असून पुढच्या काळात तो शब्द देश, राज्य किंवा जिल्हा यासाठी देखील वापरला. यावरून गंगेच्या खोऱ्यातील विकासाचा क्रम कसा होता हे बऱ्याच स्पष्टपणे दिसून येते.

या आर्य व नंतर आर्यांत मिसळलेल्या टोळ्यांची तुलना इसवी सनापूर्वीच्या सहाव्या शतकातील ग्रीक टोळ्यांशी करता येईल – फक्त एक महत्त्वाचा फरक आहे. 'आरगिव्ह', 'बोईशियन', 'ॲसिडिमेनियन' इत्यादी लोकांनी त्यावेळी आपल्या मर्यादित आणि तुलनेने कमी सुपीक जमिनींच्या स्वरूपात मालमत्ता विकसित केली होती. हिंदुस्थानातील टोळ्यांच्या जमिनी नेहमी विस्ताराने भरपूर मोठ्या असतात आणि बहुधा बदलत्या पिकाखाली असून जमीन ही मालमत्ता म्हणून राहण्यापेक्षा प्रदेश म्हणूनच राहात असे. दीर्घकाळापर्यंत एकाच कुटुंबाने एखाद्या जमिनीची तुकड्यात शेती केली असली तरी देखील टोळीच्या विधानसभेत अधिकृतपणे जमिनीच्या मालकीवर शिक्कामोर्तब करावेच लागे. याच्या उलट अनियंत्रित राजसत्ताकांचे प्रत्यक्ष अस्तित्व कायम निश्चित केलेल्या खाजगी जमिनींच्या मालकांकडून नियमितपणे गोळा केलेल्या करांवर अवलंबून असे.

या दोन मोठ्या प्रजासत्ताकांपैकी कोसल हे अधिक प्राचीन होते व सहाव्या शतकाच्या सुरुवातीस निश्चितपणे अधिक बलशाली होते. कोसलाची ६ व्या शतकातील राजधानी 'सावथ्थी' येथे असली तरी त्यापूर्वीच्या अधिक प्राचीन राजधानी त्याच्या दक्षिणेस 'साकेत' येथे होती. 'साकेत' म्हणजेच पारंपरिक 'अयोध्या' (म्हणजे अजिंक्य) शहर होय. येथूनच पुराण कथातील महाकाव्याचा नायक 'राम' स्वेच्छेने हद्दपार होऊन त्यावेळी दुर्गम असणाऱ्या जंगलातून गेला होता. हा हद्दपारीचा समजला गेलेला मार्गच विकसित होऊन व पुढे वाढविला जाऊन दक्षिणेकडील व्यापारी मार्ग 'दक्षिणापथ' बनला व त्याचेच नाव आधुनिक 'दख्खन' ला दिले गेले. बावरीच्या वृत्तांतावरून असे दिसते की (सावथ्थी) हे ६ व्या शतकातील या दोन प्रमुख मार्गांच्या संगमावर होते. शिवाय कोसलाने एका दीर्घ युद्धमालिकेनंतर व काशी (बनारस) जिंकल्यावर गंगेवरही स्वामित्व मिळविले होते. हा विजय सातव्या शतकात झाला असावा. कारण या 'काशी' टोळीबद्दल कधीच काही कानावर येत नाही. फक्त 'काशी' चा चांगला राजा ब्रह्मदत्त याच्याबद्दलच्या काही आख्यायिकांवरून असे दिसते की, या ठिकाणाला काही पारंपरिक महत्त्व होते– या ठिकाणाचा काळ म्हणजे पहिल्या हजार वर्षातील सुरुवातीचा काळ असल्याचे आता पुराणवस्तुशास्त्राने सिद्ध

केले आहे. त्यानंतर त्या राज्याला काशी कोसल असे जोडनाव मिळाले. नदीवरील बंदर म्हणून बनारसला इतके महत्त्व होते. सुती, रेशमी (टसर) आणि बनारसची इतर उत्पादने अगोदरच प्रसिद्ध होती. काशीच्या सुप्रसिद्ध 'नारिंगी - तपकिरी', 'काषाय' रंगानेच बौद्धांच्या लांब झग्यांना तो रंग प्राप्त झाला. त्या रंगाची लोकप्रियता अजूनही जवळ जवळ त्याच प्रसिद्ध बनारस कथ्थाई या नावाने टिकून आहे. अगोदरच अत्यंत धाडसी नाविक काशीपासून समुद्रापर्यंत जात असत. कधी कधी त्रिभुज प्रदेशाच्या पलीकडेही व्यापार करीत व आपला अगदी सुरुवातीचा आणि सर्वात निश्चित फायदेशीर व्यापारी माल म्हणून निःसंशयपणे मिठावर अवलंबून राहतो.

मगध या व्यापारी मार्गावर थोडे गैरसोयीच्या जागेवर, नदीच्या पलीकडे व त्या मार्गाच्या टोकाला - जेथे तो मार्ग गुर्म जंगलात लुप्त झाला होता - वसले होते असे दिसते. परंतु हे हिंदुस्थानचे पहिले सार्वत्रिक राजसत्ताक आणि साम्राज्य होणार असल्याचे भाकीत होते. व्यापारी मार्गापेक्षादेखील खूप अधिक महत्त्वाचे काहीतरी त्यांच्या ताब्यात होते - (ते म्हणजे धातूंचा साठा). 'राजगीर' (राजगृह म्हणजे राजाचे घर) ही राजधानी म्हणजे त्या नदीच्या दक्षिणेस असणारी प्राचीन आर्यांची एकमेव वसाहत होती व त्याला एक मोठे कारण होते. राजगीरजवखील टेकड्यांच्यामध्ये धारवाडच्या खडकांचा सर्वात उत्तरेकडील भाग आहे - हे खडक म्हणजे ज्यातून सहजगत्या लोखंड काढता येते अशी एक भूस्तरीय घडण असते. त्यांत मोठमोठे थर चढविल्यासारखे लोह भस्माचे छिलके असून ते सुरुंग वगैरे न लावता अगदी सहजगत्या खडकापासून छिनून काढता येतात. जळाऊ कोळशाच्या साहाय्याने तापवून, लाल करून, हातोडीने ठोकून हत्यारे किंवा भांडीकुंडी यांत त्याचे रूपांतर करता येते. राजगीरला आणखी एक सोय लाभली होती - आहे - ती म्हणजे त्याच्या भोवती अगदी सहजगत्या संरक्षण करणारे टेकड्यांचे वर्तुळ व भिंतींनी सुरक्षित केलेल्या आतील शहराला वेढणाऱ्या अगदी पूर्वीपासून बांधलेल्या २५ मैल लांबीच्या बाहेरील प्रचंड भिंती. खुद्द राजगीर या सुमारे १ चौरसमैलाच्या शहराला आणखी एक तिसरी अंतर्गत तटबंदी होती. या सुरक्षित जागेत गरम व थंड अशा दोन्ही प्रकारच्या झऱ्यांपासून होणारा उत्कृष्ट पाणी पुरवठा आहे व भिंतीच्या मधील उत्कृष्ट कुरणे लक्षात घेता हे शहर प्रतिकूल परिस्थितीत प्रदीर्घ काळापर्यंत टिकाव धरू शकत असावे. त्याच्या आग्नेयेस गया ही प्राचीन मगधातील वसाहत आहे. गयेच्या पलीकडे प्राक्कालीन जंगल असून आग्नेयेकडील टेकड्यांमधील भारतातील सर्वात समृद्ध असणारे तांबे व लोखंड धातुकांचे साठे शोधण्यासाठी या जंगलातून धीट संशोधक गेले होते. हे अशुद्ध धातू खाणीतून काढून तेथेच शुद्ध केले गेले व ते गंगेच्या खोऱ्यात व्यापारासाठी आणले

गेले. याचे कारण असे की, ही खाणींची डोंगराळ जमीन शेतीच्या दृष्टीने नद्यांजवखील गाळांच्या जमिनीइतकी फायदेशीर नाही. अर्थातच हे मगधाचे मोठे शक्तिस्थान होते. कारण या राज्याने जमीन साफ करण्यासाठी व ती शेतीखाली आणण्यासाठी या धातूचा अगदी पद्धतशीर उपयोग केला.

फक्त ही सोळा 'जनपदे' व राष्ट्रेच विचारात घेण्याजोगी होती असे मुळीच नाही. त्या प्रदेशाचा अधिक मोठा भाग व्यापणाऱ्या जंगलात दगडी कुऱ्हाडी (पाषाण – मुग्गर) अद्याप वापरणाऱ्या अन्नसंग्राहकांच्या विरळ लोकसंख्येचा संचार होता आणि जसजसा काळ पुढे जाईल तसतसे ते व्यापाऱ्यांच्या काफिल्यांना अधिकाधिक धोकादायक होण्याचा संभव होता. या दोन प्रमुख मार्गांवर देखील या जंगलाने 'जनपदे' एकमेकांपासून अलग केलेली होती व ही मधील दूर अंतरे संरक्षकांना सावधगिरीने, सहसा प्रचंड लवाजमा घेऊनच काटावी लागत. 'शाक्या' सारखी लहानशी टोळी आपणास ज्ञात होण्याचे कारण म्हणजे तिच्यातून एक थोर पुरुष निर्माण झाला हे होय. 'अल्लकप्पाच्या बुळी' लोकांसारखे इतरही त्यावेळी बुद्धाच्या अस्थीवर अधिकार सांगण्याइतके व त्या मिळण्याइतके महत्त्वाचे होते. परंतु त्या एकमेव उल्लेखापलीकडे त्यांच्याबद्दल काही माहिती मिळत नाही. मिथिला हे एका शहराचे व 'जनपदा' चे नाव होते. परंतु ती टोळी लुप्त झालेली होती. त्याचा शेवटचा राजा इक्ष्वाकुवंशातील सुमित्र हा बुद्ध जन्माच्या सुमारास मरण पावला. मिथिला कोसलाकडून जिंकली जाण्यापूर्वी तिने विदेह खालसा करून आपल्या राज्यास जोडला असो की कोसलाने दोघांनाही जिंकल्यानंतर विदेहास मिथिला जोडली असो, दोघांपैकी एकालाही सहाव्या शतकाच्या मध्याच्या सुमारास स्वतंत्र अस्तित्व नव्हते. पूर्वेस नदीच्या दोन्ही बाजूस असणारे 'अंग' हे राज्य मगधाने आपल्यात समाविष्ट करून घेतले होते. त्याची एक नगण्य खेडे बनलेली 'चंपा' ही राजधानी मगधाचा राजा बिंबिसार याने एका ब्राह्मण याज्ञिकाला दान करून टाकली होती.

सामान्य टोळीवाल्यांपेक्षा सामान्यतः 'सथ्थवाह' (म्हणजे तांड्यातील व्यापारी) किंवा वैदेहिक या नावाने ओळखले जाणारे व्यापारी अधिक महत्त्वाचे होते. यापैकी दुसऱ्या नावाचा – वैदेहिक या शब्दाचा – अर्थ विदेह टोळीतील माणसे असा आहे. जरी आता सगळे व्यापारी कोणत्याही एका टोळीचे अगर 'जनपदा' चे राहिलेले नसले व विदेह टोळी लुप्त झालेली असली तरी हे नामकरण एखाद्या विशिष्ट टोळीच्या व्यवसाय – संघाप्रमाणेच त्या व्यवसायाचा उगम दर्शविते. व्यापारी काफिल्यांच्या गटांची एक दीर्घ साखळी तक्षिलेपासून अगदी मगधाच्या टोकापर्यंत पसरली होती. त्यापैकी अधिक धीट असणारे कोणत्याही ज्ञात 'जनपदा' च्या

मर्यादेपलीकडे विशेषतः दक्षिणेकडील मार्गावर गेले. आता यापुढे व्यापार हा पुरातन पद्धतीप्रमाणे फक्त व्यापारी मित्रापुरताच मर्यादित राहिला नव्हता. कदाचित जंगलातील कोणा मागासलेल्या लोकांनी ही संस्था अजून टिकवून धरली असेल तर त्यांचा अपवाद सोडावा लागेल सापडलेल्या नाण्यांवरून असा तर्क करता येतो की, व्यवस्थित नाणेपद्धती सातवे शतक संपण्यापूर्वीच वापरात आली होती. मगधातील ३.५ ग्रॅम वजनाचे 'कार्षापण' हे पूर्वेकडील चांदीच्या नाण्यांसाठी वजनाचे प्रमाण होते. कोसलाचा एकमेव ज्ञात साठा ३/४ कार्षापण परिमाणाइतका होता. हे वजन सिंधूच्या खोऱ्यातील संस्कृतीमागे जाते – वस्तुतः त्यांनीही बरोबर याच परिमाणांची अगदी अचूक कापलेली दगडाची वजने तयार केली होती. तक्षिलेच्या चलनाचे ११ ग्रॅम पेक्षा थोडेसे जास्त असलेले एक परकीय वजन प्रमाण मानले होते. ते जवळ जवळ इतिहासकालीन भारतीय रुपयाच्या वजनाइतके होते. 'कार्षापण' हे ३२ परिमाणांइतक्या वजनाचे होते. मुळात ही नाणी म्हणजे स्वतः व्यापाऱ्यांनीच दिलेली चांदीची कोरी नाणी असत तर सीमाप्रदेशातील वाकलेल्या पट्टीसारखे नाणे १०० परिणामाइतक्या वजनाचे होते आणि ती प्रचारात असतानाच नियमितपणे त्यांची वजने व्यापाऱ्यांच्या व्यावसायिक संघाकडून तपासली जात. ह्या तपासणीच्या खुणा नाण्याच्या एका बाजूला पाडलेल्या खुणेच्या भोकावरून दिसून येत. व्यावसायिक संघाच्या या खुणांचे संकेत जाणणाऱ्या सर्वांना त्या खुणा नाण्याचे वजन व शुद्धता यांच्याबद्दल ग्वाही देत. या खुणांच्या भोकांचा प्रसार 'उत्तरापथ' च्या पलीकडे अफगाणिस्तान व इराणमध्येही झाला होता. कधीकधी या खुणा काही प्राचीन इराणमधील सुवर्ण मुद्रांवरही आढळतात. कदाचित अशा नाण्यांचा 'गंधार' देशात प्रसार झाला असावा. या भोकांच्या खुणांपैकी काही खुणा सिंधू प्रदेशातील अक्षरावरून बहुधा आम्ही पूर्वी जाता जाता उल्लेखिलेल्या व नामनिर्देश केलेल्या 'पणी' च्या वंशातील नाण्यावरून आल्या आहेत. या चांदीच्या चकत्यांची दुसरी बाजू मुळात त्यांच्या निर्मितीच्या वेळी कोरी असे. सहाव्या शतकाच्या सुमारास राजे या क्षेत्रात उतरले व ते नाण्यांच्या पूर्वी कोऱ्या असलेल्या बाजूवर आपल्या निर्मितीच्या खुणा उमटवू लागले. 'कोसला' साठी चार खुणा व मगध व इतर देशांसाठी पाच खुणा अशी ही ठराविक पद्धत होती. या खुणांमुळे आपण निरनिराळी राजघराणी ओळखू शकतो व प्रत्येक घराण्यात सुमारे किती राजे होते सांगू शकतो. परंतु त्या राजाचे वैयक्तिक नाव घेणे अजून सोपे नाही. सहसा ते अनुमानानेच ठरवावे लागते. सत्तेवरील घराण्यातील मोठे बदल दुसऱ्यांदा शिक्के मारलेल्या नाण्यावरून स्पष्ट होतात. नवीन राजा पदच्युत राज्यकर्त्याच्या खजिन्यातील नाण्यावर पुन्हा शिक्के मारून ती प्रचारार्थ बाहेर पाठविण्यापूर्वी आपल्या स्वतःच्या

खुणा करी.

नाण्यांची वजने आधुनिक यंत्रनिर्मित नाण्यांइतकीच अचूक असत. त्यात जरासुद्धा कमीजास्तपणा खपत नसे. या प्रकारची नाणेपद्धती, एवढेच नव्हे तर नियमित नाणेपद्धतीचे केवळ अस्तित्व देखील अत्यंत उत्कृष्टपणे विकसित झालेली वस्तुनिर्मिती सूचित करते. बुरूड, कुंभार, लोहार, विणकर यांच्या सारख्यांनी वसविलेल्या (विशेषतः बनारस जवखील) खेड्यांबद्दल आपण वाचतो. हे कारागीर म्हणजे नातेवाइकांचे गट असले तरी सामान्यतः व्यावसायिक संघ निर्माण करीत. हे संघ म्हणजे स्वाभाविकपणेच त्यांच्या स्वतःच्या भूतकाळाचा वारसा घेऊन आलेल्या टोळीसारख्याच संघटना असत. ही प्रक्रिया अद्यापही टोळीवाल्यांच्या प्रदेशांत दृष्टीस पडते. उदाहरणार्थ – आसाम. एक संघटना म्हणून व्यवसायसंघाजवळ अनेकदा बरीच संपत्ती हाताशी असे. ती कोणाही एका सदस्याची खाजगी मालमत्ता नसे. परंतु संघटनाप्रमुख किंवा संघाचे सल्लागार मंडळ जरूर तेव्हा ही संपत्ती एखाद्या सदस्यास किंवा बाहेरच्या व्यक्तीस किंवा संस्थेस देऊ शकत असे. ही हिंदुस्थानातील गरीब व्यावसायिक जातींमध्ये अजून आढळणारी प्रथा आहे. या जातींच्या मूळ स्वरूपाचा स्पष्ट मागोवा या किंवा या आधीच्याही काळापर्यंत घेता येतो. वैदिक काळाच्या अखेरीस कारागीर हा 'सामान्यतः ग्रामा' चा सदस्य असे व बहुशः वैश्य जातीचा असे. कारागिरांचे सर्व उत्पादन अगदी जवळच्या गावी खपत नसे. कारण सातव्या किंवा सहाव्या शतकातही शहरे फार लहान होती. कापड व धातूंच्या बनविलेल्या वस्तूंसारख्या पुष्कळ वस्तू दूर अंतरापर्यंत प्रवास करीत. नैसर्गिक उत्पादनांपैकी पंजाबातील मिठाच्या टेकड्यांप्रमाणे बिहारात मीठ सहजगत्या खणून काढता येत नसे. त्यामुळे त्याचे संशोधन (अगदी समुद्रापर्यंत) आणि दूरवर वाहतूक आवश्यक असे. बांबू हे खास जंगलातील उत्पादन होते व ती टोपल्या, बांधकाम इत्यादी सारख्या कामासाठी एक आवश्यक चीज होती. चंदनाचा लेप हा अनेकांपैकी एक शीतोपचार व स्वच्छतेचा उपाय होता. त्याला (चैनीची वस्तू म्हणून नव्हे तर उष्ण हवामानातील एक गरज म्हणून) विशेषतः अद्यापपर्यंत साबणाचा शोध लागलेला नव्हता म्हणून स्नानासाठी खूप मागणी होती. हे सर्व साहित्य आणि व्यापारी वस्तू एकेका वेळेला ५०० किंवा अधिक बैलगाड्यांतून व्यापारी तांडे घेवून जात. त्या गाड्यांना आरीचे चाके व कच्च्या कातड्याच्या धावा असत. त्या 'उत्तरापथा' च्या मऊ जमिनीला योग्य होत्या.

'दक्षिणापथा' चा प्रदेश डोंगराळ असून त्यात अवघड खिंडी, भंगलेली व खडकाळ जमीन होती. उत्तरेकडच्या प्रमाणे रुंद व स्पष्ट मार्ग तेथे अभावानेच होते. तेथे जनावरांनी ओढावयाच्या गाड्या व वेळप्रसंगी डोक्यावरून ओझे वाहून नेणारे

हमाल कामावर ठेवावे लागत. वस्तूंच्या मोबदल्यात देण्यासाठी धान्याचे, कातड्यांचे वगैरे लक्षणीय आधिक्य असावे लागे. आणि ते खात्रीने मिळण्यासाठी (जमीन, जनावरे इत्यादीच्या स्वरूपातील) खाजगी मालमत्ता व संघटित कामगार सामान्यतः शूद्रांपैकी – मग ते रोजंदारीवरील कामगार असोत किंवा प्रासंगिक गुलाम असोत – यांची आवश्यकता असे. ओसाड प्रदेशात व्यापार टोळीप्रमुखांमार्फतच करावा लागे. कारण तोच व्यापारासाठी आधिक्य एकत्र करू शके. अशा प्रकारचे प्रमुख किंवा 'व्यापारी मित्र' या भूमिकेतून विकसित झालेले गट या नव्याने कमावलेल्या मालमत्तेमुळे टोळीच्या उरलेल्या भागापासून स्वतंत्र होत. त्यामुळे अधिक जवळजवळच्या टोळ्यांचे प्रागतिक विसर्जन त्या पाठोपाठ झाले. आता घोड्याच्या पाठीवर स्वार होऊन रपेट करणे सुरू झाल्यामुळे घोडा ही मौल्यवान व्यापारी चीज बनली. 'दखखन' मध्ये ती सहाव्या शतकापूर्वीच पोहोचली होती. हत्ती त्यापेक्षा जास्त खूपच मौल्यवान होता. परंतु तो म्हणजे एखादी सामान्य व्यापारी वस्तू नसून राजघराण्याच्या व सैन्याच्या उपयोगासाठी राखीव होता. त्याकाळचा समाज पुढील बारा शतकांत उत्क्रांत झालेल्या, जातींचे वर्चस्व असणाऱ्या, असाहाय्य, उदासीन खेड्यांनी व्यापलेली व त्याला शोभणारी परिस्थिती यापेक्षा फार वेगळी होती. तरीसुद्धा आक्रमणाचे फायदे अगोदरच आकृष्ट करण्यास पुरेसे होते. एवढेच नव्हे तर वस्तूंचा अप्रतिहत प्रसार व अदलाबदल खात्रीपूर्वक होण्यासाठी अगदी अनिवार्य शक्तीचे पाठबळ असणाऱ्या एखाद्या अधिकारी व्यक्तीची वाढती गरज होती. त्यासाठी स्वाभाविकपणे गटागटातील परस्परसंबंधाचे कायद्याने नियमन करण्याची आवश्यकता असे.

तात्त्विक परिस्थिती विचारात घेण्यासाठी आपण थोडेसे विषयांतर करू. नवीन अवस्थेत आवश्यक होत गेलेले अनिवार्य हत्यार म्हणजे एक शक्तिशाली, चांगली प्रशिक्षित आणि योग्य रीतीने संघटित केलेली सुसज्ज धंदेवाईक सेना हे होय. या सेनेच्या भरती व हालाालीवर टोळीचा विशेषाधिकार होता. कायदे किंवा निष्ठा यांची बंधने पडता कामा नयेत तर उलट तिने टोळीच्या संकुचित जीवनात ज्याची ओळख पटत नाही अशा टोळीच्या मर्यादेबाहेरील समाजाची सेवा केली पाहिजे. अशी सेना म्हणजे टोळीच्या प्रमुखाने एखाद्या हंगामी मोहिमेसाठी जरूर वाटेल तेव्हा बोलवावा असा युद्धसाहित्य गोळा करून युद्धासाठी जमणारा टोळीतील सैनिकांचा जथा नव्हे तर तिला काळजीपूर्वक शिस्तबद्ध केले पाहिजे, सतत कवायत करावयास लावली पाहिजे, नियमित पगार दिले पाहिजेत, राज्याच्या खर्चाने सुसज्ज केले पाहिजे आणि लष्करीदृष्ट्या महत्त्वाच्या ठाण्यामध्ये योग्य रीतीने राहण्याची सोय करून दिली पाहिजे. हे सर्व नियमित करांशिवाय अशक्य होते व टोळ्यांतील अल्पसंख्य सत्ताधारी ही गोष्ट

सहसा मानत नाहीत. 'लिच्छवी' किंवा 'मल्लां' पैकी कोणीही अशा प्रकारच्या निव्वळ आपल्या पगारावरच जगणाऱ्या सैनिकांच्या स्वतंत्र सुसज्ज सेवेची व्यवस्था करण्याचा प्रयत्न केला नाही. स्वतःला नेहमीच अधिक अधिक विशाल व सर्वस्वी मालमत्तेच्या हक्कावर आधारित समाजाचे निष्ठावंत सदस्य न मानणाऱ्या निरनिराळ्या संलग्न गटांमधील अडथळ्यातून मार्ग काढणे हे केवळ कायद्याचा अडथळा न जुमानणाऱ्या अनियंत्रित राजसत्ताधाऱ्यालाच शक्य आहे. 'मॅकिवेली' ने हा मार्ग एका वेगळ्या संदर्भात सुचविला होता. त्याने 'त्याच्या पुस्तकात' म्हणजे आपापसात लढणाऱ्या शहरांना आपल्या अमलाखाली आणून त्यांचे एका राष्ट्रात एकत्रीकरण करण्याचा राजपुत्राला दिलेला सल्ला आहे. मॅकिवेली तेथेच थांबला, तो किंवा त्याच्या मर्जीतील उमेदवार 'सीझर बोर्जिया' किंवा इतर कोणाही इटालियन माणसाला 'पुनरुज्जीवनाने' कलाक्षेत्रांत १७ – १८ व्या शतकातील विशिष्ट ढंगदार शैलीच्या युगात अगोदरच प्रवेश केला असला तरी सुद्धा सरंजामशाही इटलीचा उत्पादक पाया बदलून टाकण्याची आवश्यकता भासली नाही. परंतु देशाचा चेहरामोहराच बदलून टाकण्याचा त्यांचा प्रमुख उद्देश त्यांनी उघडपणे जाहीर केला होता. दाट जंगल साफ करणे व सगळी पडिक जमीन शेतीखाली आणणे हे त्यांच्या राजाचे प्रमुख कार्य व राज्याच्या फायद्याचा मार्ग होता आणि खाणकाम व धातूंचा शासकीय एकाधिकारी यांची त्या कामी मदत होती. अशा प्रकारच्या राजसत्तेला टोळीतील विशेषाधिकार, मालमत्तेतील भागीदारी आणि एकांतिकितेचे सर्व अडथळे जमीनदोस्त करावे लागले. पुढच्या काळात हुकूमशाहीने शेतीच्या संपूर्णपणे विकसित झालेल्या अवस्थेत अगोदरच पोहोचलेल्या खालच्या पातळीवरील निष्क्रिय लोकांवर केवळ राज्य केले. या चर्चेचा सारांश काढायचा तर एक प्रकारची आधुनिक साम्ये दाखविता येतील. काही विशिष्ट पूर्वयुरोपीय देश, चीन – आफ्रिकेतील नव्याने स्वतंत्र झालेले भाग आणि अरब जग यांमध्ये काही नेते ठासून सांगतात की, देश नव्या समाजवादी किंवा उच्चमध्यमवर्गीय लोकशाही अवस्थेत नेण्यासाठी हुकूमशाहीची आवश्यकता असे. लॅटिन अमेरिकेतील प्रजासत्ताक राज्यांनी अलीकडे क्युबातील क्रांती होईपर्यंत सामान्यतः दुसऱ्या पद्धतीची हुकूमशाही अनुसरली. तिच्यामुळे वर्ग स्थितीत बदल झाला नाही परंतु रोमन बादशहांनी केल्याप्रमाणे राज्यकर्त्या वर्गाची हाव नियंत्रित केली.

सहाव्या शतकातील मगध व कोसल देशातील राजांनी बराचशा गरजा पूर्ण केल्या होत्या. दोघेही जन्माने हलक्या जातीचे होते व त्यामुळे त्यांच्यावर नियंत्रण ठेवणारी टोळी व टोळीची परिषद नव्हती. मगधाच्या बिंबिसार राजाची वंशावळ 'पाली नोंदीत दिलेली नाही.' परंतु संस्कृत पुराणे यांचा संबंध 'शिशुनाग' घराण्याशी

जोडतात. हे निश्चित आहे की, ते राजघराणे व वंश यांचा शेवट 'शिशुनाग' नावानेच सुमारे दहा पिढ्यांनंतर झाला. नद्यांच्या शेवटी 'नाग' जोडणे वैदिक पद्धतीत अशक्य आहे, असावे. कारण तेथे त्या नावाने आदिवासी रक्त किंवा निदान आदिवासी पूजापद्धती सूचित झाली असती. ब्राह्मण धर्मग्रंथ त्या घराण्याचा उल्लेख तिरस्काराने क्षत्रियातील सर्वात खालो क्षत्रिय बंधू - असा करतात. याचाच अर्थ असा की, विजयासाठी केलेला एखादा प्रासंगिक 'यज्ञ' सोडला तर ते वैदिक रूढींकडे फारच थोडे लक्ष देत. खरोखर 'राजगीर' चा बुद्धपूर्वकालीन सर्वात महत्त्वाचा मठ काही नाग पूजापद्धतींना वाहिलेला होता आणि त्याचे हे स्वरूप ती जागा ओसाड पडेपर्यंत शतकानुशके टिकून होती. मगधाच्या बिंबिसार राजाचे सैनिक म्हणजे 'सैन्याचा' असे खास गुणविशेषण होते. यावरून हे दिसते की, कोठल्याही टोळीशी संबंधित नसलेली खडी फौज बाळगणारा तो सर्वप्रथम राजा होता. कोसल देशाचा 'पसेनदी' वेदातील कीर्तिमान राजा इक्क्षावाकू याचा वंशज असल्याचा दावा करतो. परंतु त्याचा हा दावा त्याच्याच काळात व देशात मान्य केला नव्हता. जरी शाक्याच्या जीवन - मरणावर त्याची सत्ता असली व ते सुद्धा त्याच इक्क्षवाकू राजाच्या वंशातील असल्याचा दावा करीत असले तरी जेव्हा त्याने शाक्य मुलीला लग्नासाठी मागणी घातली तेव्हा या मागणीमुळे शाक्य गोंधळून गेले. अखेर महानाम शाक्याला 'नागमुंडा' दासीपासून आलेली सुंदर मुलगी 'वासम - खत्तिया' हिला त्यांच्याकडे पाठवून त्यांनी त्याला फसविले. तिच्या आईचे नाव देखील तिचा आदिवासी कुळातील जन्म दर्शविते. हे कपट पुढे उघडकीस आले. परंतु या संबंधातून जन्मलेला मुलगा 'विदुम' हाच वारस म्हणून टिकून राहिला. पसेनदीची पट्टराणी 'मल्लिका' ही एका फुलमाळ्याची मुलगी म्हणजे अर्थातच तांत्रिक दृष्ट्या खालच्या जातीची होती. परंतु त्या वेळेला काही ब्राह्मण सोडल्यास पूर्वेकडील जातिव्यवस्था देखील फारशी ताठर नव्हती.

पसेनदीने बिंबिसाराच्या पुढे एक पाऊल जाऊन आपला मुलगा व वारस यासाठी सेनाप्रमुखाचा 'सेनापती' हा हुद्दा निर्माण केला. त्याच्या मुलाचा नेहमी 'विदुम सेनापती' असाच उल्लेख केला जातो. त्याच्या पूर्वीचा कोणी 'सेनापती' (म्हणजे लष्कराचा स्वामी) ज्ञात नाही. राजाला पूर्वीच्या टोळीप्रमुखाप्रमाणेच व्यक्तिशः आपल्या सैन्याचे नेतृत्व व व्यवस्था करावी लागे. तथापि कोलाच्या सेनेवर 'मल्लबंधुला' चे अक्षरशः सर्वश्रेष्ठ स्वामित्व होते आणि राजसत्ता काबीज करण्याचा हेतू असल्याच्या संशयावरून पसेनदीच्या आज्ञेवरून विश्वासघाताने त्याचा वध करण्यात आला, हे अनुमान चुकीचे होते. याचे विशेष कारण म्हणजे 'बंधुला' चा पुतण्या 'दिघकारायण' याला मात्र त्याच्या ज्येष्ठ मंत्रिपदावर तसेच राहू दिले गेले. हा मंत्री म्हणजे संस्कृतमध्ये

'दीर्घ (लांब) चारायण' म्हणून उल्लेखली गेलेली, राजनीतीवर प्रभुत्व असणारी व्यक्तीच हे निःसंशय. (उच्चाराच्या या फरकाच्या बाबतीत इतर उदाहरणेही साक्ष देतात – उदाहरणार्थ अशोकाची राणी 'चारीवाची' हिचे नाव 'काळुवाकी' असेही दिलेले आढळते.) एवढेच नव्हे तर काश्मिरी 'क्षेमेन्द्र' हा त्याच्या 'अवदानकल्पलता' ह्या कथनात्मक बौद्ध काव्यात हे नाव चारायण असेच देतो. तथापि त्या काळापुरते तरी कोसल किंवा मगध यापैकी कोणीही युद्धाची ठिणगी पाडली नाही. दोन्ही राजे सापेक्षतः अनाक्रमक वृत्तीचे होते. दोघांनीही नवीन धार्मिक तत्त्वचिंतकांना आनंदाने आश्रय दिला. त्यांची गाढ मैत्री असून ते दोघे बुद्धाचेच चाहते नव्हे तर त्या काळच्या सर्व प्रमुख धर्मपंथाचेसुद्धा – वैदिक ब्राह्मणांसकट – उदार आश्रयदाते होते असे सांगितले जाते. त्यांच्यात विवाहजन्य नातेसंबंध देखील होता कारण पसेनदीची बहीण बिंबिसाराची पट्टराणी होती व काही वृत्तान्त त्याची कन्या बिंबिसाराची सून असल्याचे सांगतात. तथापि दोन्ही सैन्ये जंगलातील रानटी माणसे व कदाचित छोट्या आर्य टोळ्यांच्याही विरुद्ध कारवाया करण्यात सतत गुंतलेली असत. दोन्ही राजे युद्धातील विजयासाठी खर्चिक यज्ञ करीत. याज्ञिकांना दक्षिणा म्हणून ते सबंध गावेच्या गावे देऊन टाकीत असल्याचे उल्लेख आढळतात. राजाच्या यज्ञात बळी देण्यासाठी शेतकऱ्यांकडून असंख्य जनावरे – अर्थातच मोबदला दिल्याशिवाय ताब्यात घेतली जात. त्या वेळचे त्यांचे दुःख व निराशा यांची हुबेहूब वर्णने अजूनही टिकून आहेत. अशा रीतीने प्रमुख राजे देखील नवीन वर्गाधिष्ठित समाजाला अनुरूप न राहिलेल्या वैदिक दुष्ट रूढींपासून अद्याप पूर्णपणे मुक्त झाले नव्हते.

अटळ विरोधाच्या दिशेने पहिले पाऊल बिंबिसाराचा मुलगा अजातशत्रू याने टाकले. ह्या राजपुत्राने, नक्कीच कोणातरी अज्ञात राजनीतीच्या पाठिंब्याने स्वतःच्या पित्यास कैद केले आणि सरतेशेवटी वृद्ध व सुस्वभावी बिंबिसाराला एका अंधारकोठडीत मरेपर्यंत उपाशी ठेवले. बौध्दलोककर्त्यांच्या पितृहत्येने अंगावर काटा येत असला तरीअजातशत्रू हा न्यायी व समर्थ राजा असल्याचे कबूल करतात. एका प्रमुख 'उपनिषदात' तो एक तत्त्वज्ञानी राजा असल्याचे दिसते हे आमच्या लक्षात आहे. पसेनदीने यावर प्रतिक्रिया म्हणून आपल्या बहिणींच्या हुंड्यातील भाग असणाऱ्या काशी 'जनपदा'तील एका गावाची देणगी रद्द केली. हे इतके महत्त्वाचे होते की, ते हातचे जाऊ देणे योग्य नव्हते. कारण गंगेवरील पुलाच्या एका टोकाला असणाऱ्या ह्या नाक्यावरून नदीपलीकडील मगधाला गंगा व तिची उपनदी यावरील व्यापारी मार्गाची नाकेबंदी करणे शक्य होत असे. एका पाठोपाठ एक झालेल्या सर्व लढाया अजातशत्रूने जिंकल्या व त्या जनपदावरील मगधाचा ताबा कायम राहिला.

कोसलात याची प्रतिक्रिया होण्यास वेळ लागला नाही. मुख्यमंत्री 'दीर्घकारायण' याने आपल्या ताब्यातील राजाची सन्मानचिन्हे 'विदुम' याच्याकडे सुपूर्त केली, सैन्य अगोदरच त्याच्या अधिकाराखाली होते. राजपदावर त्याची त्वरेने स्थापना करण्यात आली. एका दासीखेरीज सर्वांनी परित्याग केलेला पसेनदी आश्रयासाठी आपल्या पुतण्याकडे पळून गेला. हा निर्वासित राजा 'राजगीर'च्या वेशीपाशी आला तेव्हा वेशीचे दरवाजे रात्रीसाठी बंद झाले होते. दुसऱ्या दिवशी सकाळी ते उघडण्यापूर्वीच मगधाच्या त्या राजधानीच्या तटबंदीबाहेरच पसेनदी थकव्याने मरण पावला होता. अजातशत्रूने – आपल्या मामाचा अंत्यविधी मोठ्या इतमामाने पार पाडला व त्यानंतर कोसलाच्या सिंहासनावर आपला हक्क सांगितला.

त्या हक्काचा त्याचक्षणी आग्रह धरता येणार नव्हता. केवळ विदुमच नव्हे तर मल्ल व लिच्छवींसारख्या शक्तिशाली स्वतंत्र टोळ्यांना देखील नामोहरम करावयास हवे होते. कोणाही राजाच्या प्रगतीला अशा टोळ्या लोकशाहीचे अवशेष म्हणून व प्रचंड लष्करी अडथळे म्हणूनही तुलनेने अधिक धोकादायक होत्या. विदुमाने शाक्यांची कत्तल करून याला समांतर असाच मार्ग स्वीकारला. त्याची ही कृती बाह्यतः आपल्या वाडवडिलांच्या अपमानाचा सूड घेण्यासाठी म्हणून केलेली दिसत असली तरी प्रत्यक्षात 'उत्तरापथावरील' स्वतंत्र टोळ्यांचा शेवट करण्याच्या सर्वसाधारण मोहिमेचा तो एक भाग होता. यावेळपर्यंत लिच्छवींनी उत्तरेपासून गंगेपर्यंत आपला अंमल वाढविला होता आणि या प्रचंड नदीवरील सगळ्या व्यापारावर जकात बसविली होती. हे टोळीवाले व या नदीवर आपलाही संपूर्ण हक्क सांगणारा मगधराजा हे दोघेही वसूल करीत असलेल्या दुहेरी करांविरुद्ध व्यापाऱ्यांनी जोरदार तक्रार केली होती. त्यामुळे गंगेवरील पाटलीपुत्र (पाटणा) येथे गंगा गंडक व शोण (इ. सनाच्या १५ व्या शतकापर्यंत ही नदी गंगेला याच ठिकाणी मिळत असे) यांच्या त्रिवेणी संगमाजवळ एक लष्करी बंदोबस्त केलेला मेढेकोट उभा केला गेला. बुद्धाने आपल्या अखेरच्या प्रवासात या अद्याप अपूर्ण असलेल्या योजनेचे ठिकाण ओलांडले. त्याने या ठिकाणचे भवितव्य उज्ज्वल असल्याचे भाकीत केल्याचे मानले जाते. १०० वर्षांनंतर बदललेल्या शासकीय गरजांच्या दृष्टीने राजगीर हे ठिकाण गैरसोयीचे होऊ लागल्याने जेव्हा पाटणा हे शहर मगधाची राजधानी बनले, तेव्हा ते खरे ठरले. लिच्छवींनी अजातशत्रूच्या डावपेचावर मात करण्यासाठी मल्लांबरोबर एक करार केला. मगधाच्या राजनीतीविषयक एका मोठ्या ग्रंथांत काळजीपूर्वक वर्णिलेल्या एका तंत्राच्या साहाय्याने लिच्छवी टोळी आणि त्यांची ऐक्यपूर्ण संघटना आतूनच पोखरली गेली. अजातशत्रूचा एक ब्राह्मणमंत्री बदनाम झाल्याचे ढोंग करून (पहिला डरायस याचा झोपायरस हा मंत्री बॅबिलोनी

लोकांकडे गेला होता त्या प्रमाणे) लिच्छवीकडे गेला. लिच्छवी व मल्ल यांच्या टोळ्यांत ब्राह्मण नसले व कोणत्याही ज्ञात वैदिक पद्धतीचे आचरण करीत नसले तरी या पाहुण्याचा दर्जा, प्रतिष्ठा यामुळे व त्याला मगधाच्या राजाचे हेतू माहीत नसल्याचे मानले जात असल्याने त्याचे स्वागत झाले. या विश्वासाचा उपयोग करून त्याने एका सरदाराला दुसऱ्या विरुद्ध चिथावले. प्रत्येक लिच्छवीला आपल्या नेमलेल्या हिश्श्यापेक्षा जास्तीवर अधिकार सांगण्यास प्रोत्साहन दिले आणि त्या टोळीला टोळ्या सभा, सामुदायिक लष्करी सराव व टोळीची न्यायसभा यांच्याकडे दुर्लक्ष करण्यास उद्युक्त केले. खंडणी व कर म्हणून अल्पसंख्य सत्ताधिकाऱ्यांनीच स्वतःसाठी ठेवून घेतलेल्या संपत्तीचा परिणाम म्हणून झालेला टोळीचा अंतर्गत ऱ्हास पराकोटीला गेलेला नसता तर अशा प्रकारची 'आतून पोखरणी' शक्य झाली नसती.

लिच्छवींमध्ये झालेला महावीरासारख्या असामान्य धार्मिक उपदेशकाचा उदय आणि मल्लांचे 'बंधुला' व 'चारायण' यांनी टोळीबाहेर नोकरी पत्करणे यावरूनच अजातशत्रूच्या हेरगिरीपूर्वीच अंतर्गत फाटाफूट झाली होती हे सिद्ध झाले आहे. सर्वोत्तम स्वतंत्र टोळ्यातील जीवन देखील त्यातील अत्यंत शक्तिमान लोकांना सुद्धा पूर्णतः समाधानकारक राहिले नव्हते. सरतेशेवटी हा ऱ्हास इतका प्रगत होत गेला की, हे लिच्छवी लोक टोळीच्या परिषदेसाठी किंवा टोळीच्या कामासाठी नियमित एकत्र जमेनासे झाले. नंतर अजातशत्रूला त्याच्या गुप्तहेराने संदेश धाडला. मग अचानक अजातशत्रूने स्वारी केली व असंघटित शत्रूवर सहजासहजी विजय मिळविला. मल्लांच्या अंतिम पराभवाचा तपशील ज्ञात नाही. परंतु त्यानंतर लवकरच त्यांचा नाश झाला हे निःसंशय आहे. हा नाश इतका पूर्णपणे झाला की, मल्ल शब्दाचा फक्त 'पैलवान' किंवा मुष्टियोद्धा एवढाच अर्थ त्या मूळच्या टोळीच्या व्यायामाच्या आवडीमुळे होऊ लागला. सुमारे १५० वर्षांनंतर मध्य सिंधू प्रदेशात अॅलेक्झांडरच्या सैन्याने पश्चिमेकडील एक मल्ल टोळीची कत्तल केली – मग ही टोळी गंगेच्या खोऱ्यातील मल्लांशी संबंधित असो वा नसो, तथापि अजातशत्रूच्या मोहिमेनंतरही काही लिच्छवी लोक शिल्लक राहिले. म्हणजे हे युद्ध त्या टोळीवाल्यांना नाहीसे करण्यासाठी नव्हते तर जे ज्या प्रकारचे टोळीजीवन जगत होते त्याचा शेवट करण्यासाठी होते. मगधाच्या त्या धूर्त ब्राह्मण मंत्र्याचा उल्लेख नुसत्या त्याच्या 'वस्सकार' (वश करणारा) या टोपण नावाने केला जातो. हे नाव त्याच्या नेत्रोद्दीपक कूटकारस्थानावरून पडले. राजनीतीच्या थोर अधिकारी व्यक्तींपैकी तो एक होता, हे निःसंशय. त्याची मते व धोरणे अर्थशास्त्र या ग्रंथांत त्याच्या अधिकृत नावाखाली उद्धृत केली गेली असली पाहिजेत.

मगधाच्या दृष्टीने सुदैवी अशा एका अनपेक्षित घटनेने कोसलाचा प्रश्न

निकालात निघाला. विदुम अत्यंत निष्काळजी असून त्याने आपले सैन्य राप्ती नदीच्या कोरड्या वालुकामय पात्रातच ठेवले होते. प्रवाहाच्या वरच्या भागात अचानक मुसळधार पाऊस झाल्याने कोसलाच्या संपूर्ण सैन्याचा तळ वाहून गेला व हे शाक्यांच्या कत्तलीचे प्रायश्चित्तच मानले गेले. त्यानंतर कोसलाच्या रिक्त सिंहासनावरच्या अजातशत्रूच्या हक्कास विरोध करण्यास कोणी राजा किंवा सशस्त्र दल राहिलेच नाही.

या साऱ्या उपाख्यानावरून असे मानता कामा नये, की अस्तित्वात असलेले सर्व पुरावे एक सलग ऐतिहासिक निवेदन सादर करतात. अनेक निरनिराळ्या कथा व आख्यायिका यांतून मिळणाऱ्या तुकड्यातुकड्यांचे प्रथम वर्गीकरण केले पाहिजे व मग ते एखाद्या संभाव्य क्रमाने निश्चित केले पाहिजे. खेड्यापाड्यांच्या प्रदेशाची कोणतीही वर्णने वा लढाई यांचा वृत्तांत आता शिल्लक उरलेला नाही. अजातशत्रूने आपला अंमल कुठपर्यंत वाढविला हेही आपणास ज्ञात नाही. हे निश्चित की, त्याच्या वारसदारांना पुष्कळच गोष्टी करावयास शिल्लक होत्या. अवंतीचा प्रद्योत राजा मगधावर स्वारी करण्याच्या बेतात होता असा एक ओझरता उल्लेख आहे. त्यामुळेच अजातशत्रूचे उच्च मंत्री 'वस्सकार' व 'सुनिध' यांनी राजगीर या राजधानीचा पुन्हा लष्करीदृष्ट्या बंदोबस्त केला. अवंतीचे राज्य समृद्ध व बलशाली असून ते सोळा 'महान जनपदांपैकी' एक होते. वस्तुतः त्याची उज्जैन ही राजधानी दक्षिणेकडील व्यापारी मार्गावर होती. सरतेशेवटी मगधाने तिचा पराभव केला. परंतु तो कसा व कोणत्या राजाने विशिष्ट राजाने केला हे ज्ञान नाही. यमुनेवरील 'कोसांबी' चे 'वत्स' (वंश) राज्य देखील त्या सोळांच्या यादीतील एक होते. त्यांचा राजा उदयन त्याच्या उज्जैनशी चालणाऱ्या सतत भांडणांमुळे आणि त्याच्या 'वासवदत्ता' या मोहक राणीशी संबंधित अशा प्रणयकथांच्या आकर्षक संपूर्ण संचाचा नायक म्हणून प्रसिद्ध आहे. परंतु या सर्वांवरून ते राज्य किती काळ टिकले किंवा मगधाने अखेर ते केव्हा जिंकले हे सांगता येत नाही. कुरू–शूरसेन–मत्स्य ही सर्व टोळींची राज्ये त्या सोळांच्या यादीतील होती – (व कदाचित ऋग्वेदातील 'दाशराज्ञ युद्धा' तून निर्माण झालेलीही असतील) जरी मथुरेचे 'शूरसेन' लोक यांच्या ख्यातीमुळे ग्रीकांना ठाऊक असले तरी ही सर्व राज्ये चौथ्या शतकाच्या नंतर टिकली नाहीत.

इ. स. पू. ४७० च्यानंतर असू शकणार नाही व ह्याच्या ६० वर्षांपेक्षा जास्ती आधी नव्हे अशा काळात (प्राचीन भारतीय कालगणनेतील हा अचूकपणा केवढा आश्चर्यकारक आहे) मगध ही गंगेच्या खोऱ्यातील सर्वश्रेष्ठ नसली तरी प्रमुख प्रबळ सत्ता बनली. निरंकुश राजसत्ता व धातूच्या सर्वात समृद्ध साठ्यावर आणि दोन प्रमुख व्यापारी मार्गांच्या ईशान्येकडील टोकावर संपूर्ण ताबा असणाऱ्या या राज्याला अद्याप

एका प्रचंड कार्यास तोंड द्यावयाचे होते, ते म्हणजे प्रचंड जंगलास मागे हटविणे व अधिक जमीन नांगराच्या साहाय्याने लागवडीखाली आणणे. आता त्याला कोणी महत्त्वाचा लष्करी प्रतिस्पर्धी राहिला नव्हता. परंतु पुष्कळ छोट्या टोळ्या अजून पराभूत व्हावयाच्या राहिल्या होत्या. उत्तरेकडील हिमाच्छादित पर्वतांपासून 'चतुःसागरा'पर्यंतची संपूर्ण पृथ्वी – भारतीयांच्या दृष्टीने सबंध देश हीच संपूर्ण पृथ्वी होती – एका अमलाखाली आणेपर्यंत आक्रमणाची ही गती थांबू शकत नव्हती. या 'स्पष्ट प्रारब्धा'ची परिपूर्ती होण्यास आणखी दोन शतके लागली. त्यानंतर एक अगदी वेगळीच समस्या निर्माण झाली. नागरिक अत्यंत सभ्य नीती संकेतानुसार राहात असत, शासन किती काळ सर्व कायदे व नीतितत्त्वांचे कठोरपणे उल्लंघन करीत राहू शकेल? या वरवरच्या विसंगतीमागील आर्थिक वस्तुस्थिती म्हणजे शासन व व्यापारी तसेच खाजगी उद्योगधंदे व शासनाच्या प्रत्यक्ष देखरेखीखालील उत्पादन यांच्यामधील हितसंबंधाचा झगडा होता. शेतीप्रधान समाजाकडे संक्रमण करण्याची पूर्वीची समस्या यावेळपर्यंत इतकी पूर्णपणे सोडवली गेली होती की, कधी काळी ही समस्या होती हे देखील लोक विसरून गेले.

❏

प्रकरण ६

विशाल मगधातील शासन व धर्म

६.१ मगधाच्या विजयाची परिपूर्ती :

इसवी सनापूर्वीचे ४ थे व ५ वे शतक भारतीय पुराणवस्तुशास्त्रज्ञ 'उत्तरेकडील काळ्या सुबक भांड्याचा उत्कर्षकाळ' म्हणूनच ओळखतात. यावरून सहाव्या शतकाच्या सुमारास प्रथम व्यापारी दृष्टीने (बहुधा मद्य व तेलासाठी) बनविल्या गेलेल्या मातीच्या भांड्याच्या उत्कृष्ट दर्जाचे वर्णन मिळते. ख्रिश्चन युगाच्या सुरुवातीपूर्वीच एकदोन शतके ही भांडी कालबाह्य ठरली. या दोन शतकांबाबतचे कोणतेही वाङ्मय, नोंदी किंवा स्पष्ट कालनिर्देश केलेले शिलालेख आता अस्तित्वात नाहीत. परंतु इ. स. पू. ३२७ मध्ये सिकंदराने पंजाबवर केलेल्या स्वारीमुळे प्रथमच निश्चित ऐतिहासिक काल दिला गेला आहे. हिंदुस्थानातील जीवन, संस्कृती किंवा इतिहास यावर कोणतेही फारसे टिकाऊ परिणाम न करणाऱ्या या हल्ल्याने, हिंदुस्थानातील देखावा ग्रीकांना कसा दिसला यासंबंधीच्या अहवालामार्फत, संदर्भाची एक अटळ चौकटही उपलब्ध करून दिली आहे. हे नेहमी लक्षात ठेवले पाहिजे की ग्रीक निरीक्षकांच्या दृष्टीने पुष्कळशा विदेशीयांप्रमाणेच हिंदुस्थान हा एक परकीय इतकेच नव्हे तर एक विलक्षण देश होता. तेथे हत्तीसारखे असामान्य व विश्वास न बसण्यासारखे परंतु तरीही माणसाळविता येणारे प्राणी होते. झाडावर लोकर (कापुस) वाढत असे. हिंदुस्थानात राक्षसी बोरू (बांबू) होते आणि या देशात मधापेक्षा गोड असणारे पांढरे स्फटिक (साखर) निर्माण केले जात. भारतीय ज्यांना नाला म्हणतील अशा छोट्या ओढ्यांजवळ राहणाऱ्या त्या लोकांवर (नाईलच्या तुलनेने सुद्धा) विश्वास बसणार नाही इतक्या मोठ्या आकाराच्या, वेगवान प्रवाहाच्या अद्याप लांबीचा शोध न घेतला गेलेल्या आणि अथांग खोलीच्या नद्यांचा फार प्रभाव पडला. ग्रीकांना टेकड्यांच्या उतारावरील जमिनीतून एक पीक काढण्यासाठी पाठ मोडेतो काम करावे लागे, तर येथील जमीन कमीतकमी श्रमात दरवर्षी दोन किंवा तीन भरघोस पिके देई. गुलामांच्या स्वरूपातील मालमत्ता असल्याखेरीज भारतीयांचे कसे भागते हे पाहून ते गोंधळून जात अशा तऱ्हेचे संस्थेशिवाय अस्तित्वात राहू शकणारे एखादे नगर-राज्य प्लेटोसारख्या सर्वश्रेष्ठ दर्जाच्या ग्रीक तत्त्ववेत्त्याच्या कल्पनेतसुद्धा नव्हते. कोणत्याही प्रकारचा लेखी स्वाक्षरी केलेला व साक्षीदारांसमोर केलेला करार नसताना देखील,

केवळ तोंडी कराराचा पूर्णपणे मान राखण्याची भारतीयांची लक्षणीय समर्थता ग्रीकांच्या नागरी जीवनातील लबाडी व अनंत खटले यांच्या अगदी विरुद्ध होती. ऑरियन म्हणतो, 'खरोखरच कोणीही भारतीय कधी खोटे बोलल्याचे ज्ञात नाही.' नोंदीचा अर्थ लावताना या सर्व गोष्टी लक्षात घेतल्या पाहिजेत. विशेषतः जेव्हा 'डिओडोरस सायक्यूलस' सारखा तत्त्वज्ञानी आदर्श समाज निर्माण करण्यासाठी उदाहरणाचा शोध घेत असताना एक ग्रीक प्रवाशांच्या शब्दांचा चुकीचा अर्थ लावतो. सामान्यतः संशयखोर असणारे ग्रीक हिंदुस्थानाबद्दल मात्र काहीही सांगितले तरी विश्वास ठेवतील.

सिंधूच्या पश्चिमेकडील प्रदेश सुमारे इ.स. पू. ५१८ मध्ये पहिल्या डरायसने जिंकल्यापासून तो पर्शियन साम्राज्याचा विसावा प्रांत बनला होता. अॅकेमेनिड प्रांतामधील तो सर्वात फायदेशीर होता असे दिसते. हेरोडोटेसच्या म्हणण्याप्रमाणे सोन्याच्या कणांचे वार्षिक उत्पन्न ३६० टॅलेंट इतके म्हणजे जवळजवळ नऊ टन होते – ही थक्क करून सोडणारी संपत्ती सिंधूच्या वरच्या प्रवाहातील वाळूतून काढली जाई व तिबेट आणि काश्मीरच्या डोंगराळ मुलुखात नद्यांच्या प्रवाहातील या मौल्यवान धातूचे कण असणाऱ्या वाळू व रेतीतूनही ती काढली जाई. या प्रांतातील व त्याच्या जवळपासच्या प्रदेशातील लोकर व लोकरीचे उत्कृष्ट कापड हिंदुस्थानात देखील प्रसिद्ध होते. काही स्थानिक फौजेच्या तुकड्या 'झेरक्सस'च्या सैन्यात लढल्या होत्या. त्यामुळे ग्रीकांना हिंदुस्थानाबद्दल अॅलेक्झांडरच्या बरीच अगोदरपासून माहिती होती. त्या प्रांताचे प्रमुख व्यापारी शहर 'पुष्करावती' म्हणजेच आधुनिक 'चारसद्दा' ग्रीकांना 'प्लूकेलाओटिस' नाव दिलेले शहर होय. 'पुष्करावती' या नावाचा अर्थ कृत्रिम कमळांच्या सरोवरांनी (पुष्करांनी) युक्त' असा होता. 'पुष्करांचा' माग आपण सिंधू संस्कृतीपर्यंत लावलेला आहे. या शहराच्या एका ज्ञात असणाऱ्या, भारतीय – ग्रीक काळातल्या व त्यांनीच बनविलेल्या एका नाण्याने प्राचीन स्मृती जपून ठेवलेली आहे.त्याच्या एका बाजूवर एक प्रचंड वशिंडाचा भारतीय बैल असून त्याच्या उलट बाजूला हातात कमळ धरलेली 'अंबी' ही पुष्करावतीची मातृदेवता दाखविलेली आहे. सिंधूच्या पूर्वेला, परंतु त्याच टोळीच्या गंधार जनपदांचा एक भाग असणारे तक्षिला (तक्षशिला) हे मोठे सांस्कृतिक व व्यापारी केंद्र होते. तक्षिला येथील उत्खननात सापडलेल्या छिद्राच्या खुणा असलेल्या नाण्यांच्या साठ्यावरून असे दिसते की, मगधाची नाणेपद्धती हीच अॅलेक्झांडरच्या काळातील वायव्य सरहद्दीवरदेखील बहुतकरून सर्वात जास्त वापरली जाणारी नाणेपद्धती होती. अजातशत्रूच्या नंतर झालेल्या राजांच्या कारकिर्दीत या नाण्यांचा दर्जा, उत्कृष्ट गुणवत्ता व सर्वात मोठी संख्या या दृष्टीने सर्वोच्चतेला पोहोचला होता. या साठ्यांचा अभ्यास केला असता

असे दिसते की मगधाने इसवी सनापूर्वीच्या ५ व्या शतकाच्या अखेरीच्या सुमारास संपूर्ण 'उत्तरापथा' वरील व्यापारावर वर्चस्व गाजविण्यास सुरुवात केली होती.

अलेक्झांडरला ॲकेमेनिड साम्राज्यावरील विजय त्याच्या अखेरच्या सरहद्दीपर्यंत म्हणजे सिंधू पर्यंत पूर्ण करावयाचा होता. इराणमध्ये सहज मिळालेल्या विजयांची मालिका आणि नदीपलीकडील विलक्षण देशाची उघड दिसणारी संपत्ती यांनी त्याच्या सर्वभक्षक महत्त्वाकांक्षेला आणखी धार चढली असावी. कारण पर्शियन खजिन्यात साठवून ठेवलेल्या संपूर्ण संपत्तीचे पाठबळ असणारी अतुलनीय लष्करी सामग्री त्याच्या हुकमतीत होती. 'चारसद्दा' तीस दिवसांच्या वेढ्यानंतर जिंकले गेले. त्याच्या भोवतीचे खंदक म्हणून काढणाऱ्या पुराणवस्तुशास्त्रज्ञांनी वेढ्याला तोंड देण्यासाठी केल्या गेलेल्या बचावात्मक उपाययोजनांची खात्री करून घेतली आहे. कोणताही विरोध न होता सिंधू नदी ओलांडल्यानंतरचे पहिले अनुभव अतिशय उत्साहजनक होते. तक्षिलेचा राजा अंभी याच्यावर हल्ला न करताच शरण आला. त्यावेळी त्याने खंडणी देताना असे उद्‌गार काढले की, 'येथे दोघांना पुरेसे आहे मग भांडायचे कशाला?' तक्षिलेची संस्कृती व समृद्धी अद्याप घरांमध्ये व शहरी बांधणीमध्ये प्रतिबिंबित झाली नव्हती. ते शहर म्हणजे जवळ जवळ अगदी अलेक्झांडरची मॅसिडोनियातील राजधानी पेल्ला त्या वेळी अशी असेल तसेच खोपट्यांच्या एखाद्या दरिद्री समुदायासारखे होते. जरी सैन्याला विश्रांती मिळाली असली तरी तिला एक परिपूर्ण पुरवठा तळ मिळाला असला आणि तक्षिलेचे लोक ग्रीकांच्या बाजूने लगेच त्यांच्या स्वतःच्या बलाढ्य भारतीय शेजाऱ्यांविरुद्ध लढले असले तरी त्यानंतर लगेच अडचणी सुरू झाल्या. टोळ्यांची स्वतंत्र शहरे एका पाठोपाठ एक अशी जिंकावी लागली. युद्धसाहित्याच्या बाबतीत ग्रीक लोक अत्यंत वरचढ असले तरी प्रत्येक लढाई म्हणजे अगदी निकराची झुंज होती. भारतीय सैनिक अद्यापही युद्धात रथ वापरीत. परंतु मॅसिडोनियाच्या घोडदळाच्या २१ फूट लांबीच्या भाल्यापुढे (सरिस्स) ते हतबल होत. ॲलेक्झांडर सीमाप्रदेशातून पुढे सरकल्यानंतर युद्धातील रथ क्वचित एखाद्या उच्च अधिकाऱ्याचा दर्जा दाखविण्यासाठी वापरला जाई. एवढा अपवाद वगळता रणक्षेत्रातून लुप्तच झाला. हल्लेखोर सैनिक ब्रान्झचे चिलखत घालत. त्यांच्या तुलनेने धातूंचा तुटवडा असल्यामुळे भारतीयांना एक ढाल व एक कातड्याचे उरस्त्राण आणि क्वचित एखादे शिरस्त्राण यांखेरीज दुसरे कोणतेही संरक्षणाचे साधन न घेताच लढावे लागे. भारतीय हत्ती योग्य रीतीने हाताळल्यास केवढ्याही मोठ्या पायदळ सैन्यात घुसू शके. हे हत्ती हाताळण्याचे कौशल्य महत्त्वाचे होते. कारण बिथरलेला जखमी हत्ती शत्रूप्रमाणेच आपल्या स्वतःच्या बाजूच्या सैन्यातील माणसांनाही तुडवून

टाकण्याचा संभव असतो. हल्ला करणाऱ्या हत्तीला तो शत्रुसैन्याच्या अगदी जवळ जाईपर्यंत घोडदळ, तिरंदाज व पायदळ यांच्या चांगल्या आडोशाचे संरक्षण द्यावे लागे. एका बाबतीतील भारतीयांची श्रेष्ठता उघड दिसणारी होती – ती म्हणजे धनुष्य हे सहा फूट लांबीचे शस्त्र, धनुष्याचा अचूक नेम लागला की बाण ढालीतून व छातीवरील कवचातून आरपार जाऊन शस्त्रसज्ज ग्रीक योद्ध्याला गतप्राण करी. अलेक्झांडरला झालेली सर्वात गंभीर जखम अशाच एका जवळून मारलेल्या बाणाने झाली होती.तो बाण त्याच्या चिलखतातून आरपार जाऊन त्याच्या बरगडीत खोल घुसला होता. ही जखम फार वेदनाकारक व जवळजवळ मरणांतिकच होती. हिंदुस्थानातील या टोळ्या हल्लेखोरांविरुद्ध एकत्र येत नव्हत्या. परंतु लढाई ही त्यांची नेहमीची करमणूक होती. यावेळीपर्यंत दुसऱ्याच्या शहरांची पैशाच्या मोबदल्यात सेवा करू लागलेल्या क्षत्रियांची त्यांना मदत होत असे. अखेर अलेक्झांडरने आपले अभयवचन मोडले व एका तहानंतर सन्मानाने परत जाणाऱ्या या व्यावसायिक सैन्यविभागावर अचानक हल्ला करून त्यांची अगदी शेवटच्या माणसापर्यंत कत्तल केली. या विश्वासघाताबद्दल त्याच्या चरित्रकारांनी त्याला कधीच क्षमा केली नाही.

सिंधू प्रदेशातील दुसरी नदी हल्लीची झेलम (ग्रीकांच्या भाषेत 'हिडॅस्पिस') ही वैदिक काळापासून ह्या प्रदेशात राहणाऱ्या पुरूंच्या प्राचीन प्रदेशाची सीमा होती. हल्लेखोरांकडून त्यांच्या टोळ्यांच्याच नावावरून 'पौरस' म्हणून ओळखल्या जाणाऱ्या त्यांच्या राजाने ग्रीकांच्या भारतातील आक्रमणांविरुद्ध त्यांना प्रतिकार करण्यासाठी एकट्याने मोठी फौज रणक्षेत्रात उभी केली. अलेक्झांडरने युक्तीने नदी ओलांडली आणि पुरूंच्या सरदारांनी या हल्लेखोराचा मोड करण्यासाठी आपले रथ दौडविले. परंतु घोडदळाच्या एकाच जोरदार हल्ल्याने त्यांचा नाश करण्यात आला. पोरस राजाविरुद्ध झालेली मुख्य व घनघोर लढाई एक संपूर्ण दिवस टिकली. पुरूंची कत्तल होण्यात व भयंकर जखमी झालेल्या रणक्षेत्रात अत्यंत हताश झालेल्या महाकाय भारतीय सेनापतीच्या प्रतिष्ठापूर्ण शरणागतीत या लढाईचा शेवट झाला. प्लुटार्चच्या शब्दांत या लढाईच्या परिणामांचे सर्वोत्कृष्ट वर्णन असे केले आहेः 'परंतु या लढाईने मॅसिडोनियन लोकांच्या धैर्याची धारच बोथट केली व त्यांची हिंदुस्थानातील पुढील प्रगती कुंठित केली, कारण फक्त वीस हजार पायदळ व दोन हजार घोडदळासह रणक्षेत्रात उतरणाऱ्या शत्रूचा पराभव करणे इतके अवघड असल्याचे आढळल्यानंतर त्यांना असे वाटले की, त्यांना गंगा ओलांडून पलीकडे नेण्याच्या अलेक्झांडरच्या हेतूला विरोध करण्यास त्यांना पुरेसे कारण आहे. त्यांना असे सांगितले गेले होते की, गंगा नदी बत्तीस फर्लांग रुंद व सहाशे फूट खोल असून तिच्या पलीकडील काठावरील

प्रदेशात अगणित शत्रू आहेत. कारण त्यांनी असे ऐकले होते की 'गंगारिदन व प्रीसिअन्स' चा ('प्राच्य' म्हणजे पूर्वेकडील लोक) राजा ८०,०००, घोडदळ, २०,०००, पायदळ व ८,००० सशस्त्र रथ आणि ६,००० लढाऊ हत्तींसह त्यांची तेथे वाट पाहात होता. ही केवळ त्यांचा उत्साहभंग करण्यासाठी पसरलेली मोठी माहिती नव्हती. कारण त्यानंतर बऱ्याच काळानंतर त्या भागात राज्य करणाऱ्या 'सद्रुकोत्तोस' (चंद्रगुप्त मौर्य) राजाने अलेक्झांडरच्या मृत्यूनंतर त्याने जिंकलेला पूर्वेकडील प्रदेश ताब्यात घेणाऱ्या त्याच्या सेल्यूकस या सेनापतीला एकदम अचानक ५०० हत्तींची देणगी दिली व ६०,००,००० सैन्याच्या बळावर सबंध हिंदुस्थान ताब्यात आणला.

गंगेच्या खोलीबद्दल अतिशयोक्ती केलेली आहे. परंतु पावसाळ्यांत पुराने फुगलेल्या गंगेची रुंदी मात्र मैलांनी मोजावी लागते. त्याकाळी यमुना व गंगा या नद्या पूर्वेकडील संपूर्ण खोऱ्याचे अवजड वाहतुकीचे प्रमुख मार्ग असून ते एकाच वाढत्या शक्तिशाली साम्राज्याच्या ताब्यात असल्यामुळे टोळ्यांच्या आपसातील स्पर्धांनी विभागल्या गेलेल्या पंजाबातील कोणत्याही नदीपेक्षा त्यांचे अधिक चांगल्या रीतीने संरक्षण केले जात असले पाहिजे. पोरसाशी झालेले युद्ध हा त्या बुद्धिमान सेनापतीला मिळालेला अखेरचा दुःखद धडा होता. तो कितीही महत्त्वाकांक्षी असला तरी त्याचे बंडखोर सैनिक युद्धाला कंटाळले होते. अलेक्झांडरने पोरसाच्या ताब्यातील सिंधू नदीच्या हिंदुस्थानातील बाजूस एक नवीन राज्यपाल निर्माण केला. सिंधू नदीतून तराफ्यावरून आणलेल्या पाईनवृक्षांच्या साहाय्याने एक लहानसे आरमार बांधले गेले आणि विस्मृतीत गडप झालेल्या सिंधू संस्कृतीच्या प्राचीन व्यापारी मार्गाने ग्रीक सैन्य निघून गेले. या सबंध संयुक्त मोहिमेत टोळ्यांच्या फौजाशी लढावेच लागले आणि टोळ्यांची छोटीशी शहरे प्रचंड मनुष्यहानीनंतरच जिंकता आली. या वैतागलेल्या विजेत्याने आपल्या अत्यंत थकलेल्या फौजा इराणच्या जीवघेण्या किनाऱ्याने बाबिलोनकडे नेल्या. तोपर्यंत त्यातल्या निम्म्या फौजेचा वाळवंटातच निकाल लागला. बाबिलोन येथे अतिमद्यपान व हिवताप यांमुळे इतिहासातील सर्वात नेत्रदीपक लष्करी कारकिर्दीपैकी एकीचा शेवट झाला. परंतु अलेक्झांडर आपल्या उल्केसारख्या अल्पकालीन परंतु दीप्तिमान जीवनाने आख्यायिका व अद्भुतरम्य कथांमधील अमर व्यक्तींच्या पंक्तीत जाऊन बसला होता.

ही स्वारी इतकी क्षणभंगुर होती की, तिला हल्लाच म्हणावे लागेल. विदेशी इतिहासकारांच्या एका विशिष्ट मतप्रणालीनुसार जरी ती प्राचीन भारतीय इतिहासातील एकमेव महत्तम घटना असली तरी भारतीय परंपरेवर तिचा काहीही परिणाम झाला नाही. तिचा ताबडतोब झालेला अत्यंत महत्त्वाचा अनपेक्षित परिणाम म्हणजे त्यामुळे

मौर्यांनी संपूर्ण देश जिंकून घेण्याच्या घटनेला वेगाने चालना मिळली. प्रत्येक लहान लहान जनपदासाठी निकराची लढाई करीत. एकामागून एक दुर्दान्त टोळ्यांना पराभूत करीत. पश्चिम पंजाब जिंकण्याच्या अवघड कामातून मगध सैन्याची सुटका झाली. मॅसिडोनियाच्या हल्ल्यामुळे आणि युद्धात सैन्याच्या कष्टाच्या कामासाठी व विक्रीसाठी शक्य तितके गुलाम घेण्याच्या पद्धतीमुळे हा गुंतागुंतीचा अडथळा पुष्कळअंशी नष्ट झाला होता. पश्चिम पंजाबातील गुरे हल्लेखोरांनी युद्धातील लूट म्हणून व अन्नासाठी नेली होती. या गुरांच्या अभावी या हल्ल्यानंतर टोळ्यांचे मेंढपाळांचे जीवन कठीण झाले. अलेक्झांडरने माघार घेतल्यानंतर जवळ जवळ पाच वर्षांनी पौरस त्याच्या नवीन प्रांताधिकारपदावरून विस्मृतीत फेकला गेला. ऋग्वेदातील पुरू टोळी अखेर इतिहासातून अदृश्य झाली. चंद्रगुप्त मौर्याने तक्षिलेसह संपूर्ण पंजाब घेतला. इ.स.पू.३०५ च्या सुमारास आणखी थोड्या लढाईनंतर अफगाणिस्तानात दूरवर असलेला गंधार सेल्यूकस निकेटरकडून हिसकावून घेतला गेला. सेल्यूकस व विजयी मौर्यराजा यांच्यामधील एका विवाहसंबंधाची नोंद आहे. हा संबंध 'प्लूटार्च'ने सांगितलेल्या ५०० हत्तींच्या देणगीचे स्पष्टीकरण करतो. अलेक्झांडरने जिंकलेल्या प्रांत आपापसात वाटून घेणाऱ्या त्याच्या सहकारी सेनानीविरुद्ध युद्ध करण्यास सेल्युकस स्वतंत्र होता. परंतु त्यानंतर त्याला अगदी एकट्यालाच हिंदुस्थान सोडून जावे लागले. येथे वेळोवेळी उल्लेखिलेले हिंदुस्थाना विषयीचे ग्रीकांचे अहवाल बहुतांशी सेल्युकसच्या पाटलीपुत्राच्या (पाटणा) दरबारी असणाऱ्या वकिलाकडून मिळालेले आहेत. मेगॅस्थिनीस नावाच्या या वकिलाने लिहिलेल्या माहितीचे काही थोडे अंश इतर ग्रंथातील उद्धृत केलेल्या उताऱ्याच्या स्वरूपात शिल्लक आहेत. मूळचे लिखाण पूर्णपणे नाहीसे झालेले आहे. असे सांगितले जाते की, सेल्युकसची मुलगी वधू म्हणून चंद्रगुप्ताचा मुलगा बिंदुसार याला दिली होती. यावर दोन आक्षेप घेतले जातात एक म्हणजे ग्रीकांचे विवाहविषयक नियम व हिंदुस्थानातील जाती परंतु तरीही हे असंभवनीय नाही. मॅसिडोनियन लोक हे निश्चितपणे अथेन्स सारख्या ग्रीक नगरराज्याचे नेहमीच कायदे न पाळणारे मुद्दाम 'कुंपणावरचे ग्रीक' होते. अलेक्झांडरने दोन पर्शियन राजकन्यांशी विवाह करून उदाहरण घालून दिले होते. जातीच्या नियमांची मगधाच्या राजांना किंमत नव्हती व मौर्य जरी आर्यांत मिसळले असले तर आदिवासी किंवा मिश्रवंशातील असल्यामुळे त्यांना तर मुळीच नव्हती. 'मौर्य' हे नाव पाली भाषेतील 'मोरिय' मोर या कुलचिन्हाचे निदर्शक आहे व ते वैदिक आर्यांच्यातील असणे शक्य नाही. अशोकाची पहिली राणी ही 'सांची' किंवा 'मिलसा' जवखील एका व्यापाऱ्याची मुलगी होती. (काही दिवस गिरनारचा राज्यकारभार करणारा वैश्य पुष्यगुप्त हा

अशोकाचा 'राष्ट्रीय' होता. राष्ट्रीय या शब्दाचे भाषांतर इतरत्र केले जाते तसे 'राष्ट्राचे कर गोळा करणारा' असे न करता 'मेहुणा' असे केले पाहिजे.) अशोकाला एक मॅसिडोनियन किंवा इराणी ग्रीक सावत्र आई असणे हे अगदी सहज शक्य आहे. परंतु याची आई यवन स्त्री असणे अगदी असंभवनीय आहे.

चंद्रगुप्ताच्या व नंतर त्याचा मुलगा बिंदुसार याच्या फौजांनी जेथे येथे अनुकूल भूप्रदेश होता, तेवढा संबंध देश पादाक्रांत केला. फक्त म्हैसूरच्या पठाराच्या टोकाकडील कूर्ग व वेनाडच्या जंगलांनी त्यांना थोपविलेले दिसते. म्हैसूरमधील प्रचंड प्राचीन दगडी स्मारकांची उभारणी चालूच राहिली. एवढेच नव्हे तर मौर्यांनी तो प्रदेश जिंकल्यानंतर त्यांचा आकार देखील वाढला. याचा अर्थ हाच होतो की, तेथील स्थानिक टोळ्यांनी लोखंडाच्या उपलब्धतेमुळे नव्याने शोध लागलेल्या शेतकी जीवनाचा ताबडतोब स्वीकार केला नाही. केरळातील 'टोपीकल' म्हणजे टोपीसारखी दगडी स्मारके म्हैसूरच्या प्रचंड दगडी स्मारकांच्या थोडीशी नंतरची आहेत. यावरून मौर्यांनी जिंकण्याजोगे अगदी दक्षिणेस काही नव्हतेच. याच्या बरेच अगोदर या द्वीपकल्पाला गलबतातून प्रदक्षिणा घातली. 'सोपारा' (हेच कदाचित बायबलमधील 'ओफिर' असावे) आणि भडोच (भृगुकच्छ ग्रीक भाषेतील बॅरिगझ) ही बंदरे व त्यांच्यातून चालणारा सागरापलीकडचा बहुमोल व्यापार मगधाच्या ताब्यात होता. त्यामुळे प्रसंगवशात 'पाटण' हे आंतरराष्ट्रीय बंदर बनले. बिहारच्या आग्नेयेस तांव्याच्या बंदरातून चाले. ब्रह्मदेश व इंडोनेशियन बेटे यांच्याबरोबर नक्कीच समुद्रमार्गाने अमर्याद प्रमाणावर व्यापार चाले. अलेक्झांड्रियामधून निर्यात होणाऱ्या व लोकांकडून प्रचंड मागणी असणाऱ्या भूमध्य समुद्रातील पोवळ्यांप्रमाणेच चीनची रेशमी वस्त्रे (बल्खच्या लोकरी वस्त्रांसारखीच) जमिनीवरील मार्गाने मगधाच्या व्यापारात दिसत. आसामातील चांदीचा यापूर्वीच शोध घेतला गेला होता. कारण पश्चिमेकडून होणारी या धातूची आयात नाण्यांसाठी खूप वाढलेली मागणी पुरवण्यास पुरेशी नव्हती. याउलट बंगाल साफ केला गेला होता व फक्त नदीतून जेथे जाता येईल अशा काही तुकड्यातच शेती केली गेली होती. ओरिसा (कलिंग) जेव्हा इ.स.पू. २७० च्या सुमारास चंद्रगुप्ताचा नातू अशोक याने एका विनाशकारी युद्धानंतर घेतला, तेव्हा तो अगदी या विजयास योग्य असाच बनलेला होता. कारण त्याचा एक राज्य म्हणून विकास झाला नव्हता.

निश्चितच हे एक संमिश्र साम्राज्य होते. कारण त्याच्या अमलाखाली अश्मयुगीन रानटी मनुष्यापासून ते ॲरिस्टॉटली मूळची संभाषणे ऐकलेल्या व समजू शकणाऱ्या लोकांपर्यंत सर्व प्रकारचे लोक होते. सामान्यतः राजप्रतिनिधी म्हणून सत्तेवरील घराण्यातील राजपुत्राच्या अधिकाराखाली असणाऱ्या किमान दोन दुय्यम

राजधान्या तक्षिला व उज्जैन येथे प्रशासकीय हेतूने निर्माण केल्या गेल्या. अशोकाने आपला पिता बिंदुसार याच्या हाताखाली राजप्रतिनिधी असताना तक्षिला येथील लोकांचे एक बंड मोडून काढल्याचे सांगितले जाते. त्या प्रदेशात पाणिनी हा भाषाशास्त्राच्या अभ्यासात असामान्य ठरलेला थोर संस्कृत व्याकरणकार निर्माण झाला. परंतु नंतर लवकरच या प्रदेशात संस्कृती केन्द्र म्हणून असलेले आपले श्रेष्ठत्व गमावले. साहजिकच तक्षिला येथील अत्यंत महत्त्वाकांक्षी बुद्धिमान लोक पाटणा या राजधानीकडे जाऊ लागले. व्यापाराच्या बाबतीत तक्षिलेचा वैभवकाळ पुढे भविष्यकाळात कुशाणांच्या अमलाखाली यावयाचा होता. तरी काही काळपर्यंत व्यापाराची पिछेहाट झाली. 'दक्षिणापथा' मुळे फायद्याच्या फार मोठ्या संधी मिळवून दिल्या. जरी चांदी व तांबे यांचा तुटवडा होता तरी त्यामुळे सोने व लोखंड यांची लयलूट होणारी होती. येथे सैन्याच्या खूप आधी पुढे गेलेल्या व्यापारी व साधूंनी अद्याप नांगरटीखाली न आलेल्या प्रदेशात वस्तूची अदलाबदल व शेती यांच्या पहिल्या मोठ्या विकासाला उत्तजेन देण्यास सुरुवात केली. कार्ला येथील मोठ्या 'चैत्य' गुहेतील लाकूडकामाचा काळ रेडियो कार्बन या उपकरणाने इ.स.पू. २८० हा ठरविला आहे, तर आता कोसळलेल्या अवस्थेत असणाऱ्या त्या मठातील सुरुवातीच्या गुहा त्याच्याही अगोदर १०० वर्षे खोदल्या गेल्या असाव्यात. साधूंच्या या आश्रमस्थानाबरोबरच बुद्धग्रीक व्यापाऱ्यांची एक वसाहत जवळच्याच एका त्यावेळी/ 'धेनुकाकट' म्हणून ओळखल्या जाणाऱ्या खेड्यात होती. अशोकाच्या बुद्ध धर्मप्रचारकांपैकी एकजण अफगाणिस्तानच्या पलीकडून आलेला 'धम्म – रिक्षित' नावाचा ग्रीक होता. ही काही फक्त अलग अलग उदाहरणे नाहीत, हे निरनिराळ्या बौद्ध गुहातील मठात असणाऱ्या स्त्रीचे डोके असलेल्या सपक्षसिंहाच्या कोरलेल्या आकृतींच्या संपूर्ण मालिकांवरून दिसून येते. यांपैकी सर्वात बोधपर मालिका कार्ले येथे एका खांबावर असून ती एका धेनुकाकाट नावाच्या ग्रीकाने अर्पण केलेली आहे. ही मालिका म्हणजे अलेक्झांडियाहून आलेल्या एखाद्या छोट्या पुतळ्याची किंवा चित्राची नक्कल आहे हे उघड आहे. नंतरच्या काळात इसवी सनापूर्वीच्या दुसऱ्या शतकाच्या सुरुवातीस हल्ला करणाऱ्या मिनांडर नावाच्या आणखी एका ग्रीकाने त्यातील सातत्य टिकवून धरले. त्याचा जन्म अलेक्झांड्रियात झाला असला तरी त्याने बौद्ध धर्मोपदेशकांना उत्तेजन दिले व आपल्या नाण्यावर त्याने स्वतःला 'धम्मक' असेही संबोधले. या ग्रीक व पाली अशा दोन्ही शब्दांचा अर्थ 'न्यायी' असा आहे. 'मिलिन्द – प्रश्न' (मिलिंद पन्हो) नावाच्या एका पाली पुस्तकाने त्याला अमर केले आहे. हे पुस्तक म्हणजे बौद्ध तत्त्वासंबंधीचे बरेच बुद्धिवादी संवाद आहेत. त्याच्या नावाचे

भारतीय रूप 'मिलिंद' हे नाव 'धेनुकाकट' नावाच्या नावाच्या एका वैद्याने धारण केले होते. त्याने देखील कार्ले येथील एक स्तंभ अर्पण केला होता. अजूनही एखाद्या भारतीय मुलाला हे नाव ठेवले जाते. ग्रीक व भारतीय संस्कृतीचे परस्परांवर होणारे परिणाम स्पष्ट करण्यास याची मदत होईल.

तर्कशुद्ध परिसीमांपर्यंतच्या संपूर्ण देशातील विजय आणि ढोबळ सांस्कृतिक शिरकाव इ.स.पू. तिसऱ्या शतकाच्या आरंभापर्यंत पूर्ण झाला होता. हे ध्येय साध्य करण्यासाठी पद्धतशीरपणे उपयोगात आणले गेलेले कठोर राजकीय सिध्दान्त आता आपणास जास्त जवळून पारखून घ्यावयास पाहिजेत.

६.२ मगधाची राजनीती

गंगेच्या खोऱ्यातील राजांनी सहाव्या शतकातील सर्व नव्या धर्मांच्या उपदेशकांचे म्हणणे सहानुभूतीने व गुणग्राहकतेने ऐकून घेतले असले तरी यामुळे अजातशत्रूसारखा राजपुत्र स्वतःच्या पित्याला ठार मारण्यापासून परावृत्त होऊ शकला नाही. त्याचप्रमाणे सर्वांना पूर्णवेळ कामधंदा पुरवून राज्य करण्याचा तसेच शेतकऱ्यास गुरे व बी – बियाणे आणि व्यापाऱ्यास भांडवल पुरविण्याचा चक्रवर्ती राजाला केलेला हितकर उपदेश इ.स.पू.चौथ्या व पाचव्या शतकातील वाढत्या मगध राज्याच्या प्रत्यक्ष आचरणापेक्षा फारच वेगळा होता. ज्या प्रमाणग्रंथावर राजांचे हे धोरण आधारलेले होते त्याचे विश्लेषण करणे या पुढच्या भागात आवश्यक ठरेल. या पुस्तकाबद्दल ए.बी.कीथने असे म्हटले आहे – 'प्लेटोचे रिपब्लिक' किंवा ॲरिस्टॉटलो 'पॉलिटिक्स' किंवा पूर्वी सैनीफोनच्या नावाशी जोडल्या गेलेल्या अथेन्सच्या राज्यघटनेवरील त्या प्रदेशातील लेखकाची अगदी साधी व्यावहारिक अक्कल व ऐहिक शहाणपणा यांच्या तुलनेने हेच जर हिंदुस्थानातील सर्वोत्कृष्ट पुस्तक असेल तर ही खरोखर दुःखदायक गोष्ट ठरेल'. हा अप्रासंगिक बढाईखोरपणाचा एक नमुना आहे. ॲरिस्टॉटलाा राजवंशीय शिष्य अलेक्झांडर याने आपला विद्वान गुरू ॲरिस्टॉटल याच्या राजकीय कल्पना प्रत्यक्षात आणल्या नाहीत. अथेन्समधील लोकशाही, तिच्या घटनेत सर्व तथाकथित शहाणपणा असूनही निश्चितपणे प्लेटोच्या जिवलग मित्रामुळेच अयशस्वी झाली. हे मित्र म्हणजे निकियास अल्कि बिआडिझ, क्रिटीयस आणि इतर उमराव हे असून ते सर्व सॉक्रेटिसच्या Dialogues नावाच्या पुस्तकात नेहमी त्याचे शिष्य व चाहते असलेले दिसतात. परंतु त्यांनी सॉक्रेटिसचे आदर्श प्रजासत्ताक अस्तित्वात आणण्यासाठी काहीच केले नाही. उलट आम्ही वर्णिलेले भारतीय शासन सुरुवातीच्या मूळ लहान स्वरूपापासून आपल्या इच्छित पूर्णाकारापर्यंत अप्रतिहासपणे वाढत गेले. ग्रीकांची पुस्तके वाचण्यास उत्कृष्ट आहेत. भारतीय पुस्तक आपल्या स्वतःच्या स्थळकाळाच्या

मानाने व्यवहारात त्याच्यापेक्षा खूपच उजवे ठरले.

'अर्थशास्त्र' हे संस्कृत भाषेतील पुस्तक हे शासकीय धोरण व राज्य व्यवस्था यांच्याबद्दल माहिती मिळण्याचे मुख्य साधन आहे. अनेक शतकांच्या संपूर्ण ग्रहणानंतर इ.स. १९०५ मध्ये या पुस्तकाचा पुन्हा शोध लागला. त्याचा लेखक 'चाणक्य' किंवा 'कौटिल्य' हा इ.स.पू. ४ थ्या शतकाच्या अखेरीस चंद्रगुप्त मौर्याचा एक ब्राह्मण मंत्री होता. परंपरेनुसार त्याचेही शिक्षण तक्षिला येथेच झाले. नंतरच्या आख्यायिकेत व अद्‌भुतरम्य कथेत तो चंद्रगुप्ताला अढळपणे मगधाच्या सिंहासनावर बसविणारा कारस्थानाचा संतापी सूत्रधार म्हणून प्रसिद्धीस आला. इसवी सनाच्या ४ थ्या शतकाच्या उत्तरार्धात विशाखदत्ताने लिहिलेले 'मुद्राराक्षस' हे नाटक या गुंतागुंतीच्या कटासंबंधीचा अगदी उघडउघड बनावट व असंभाव्य तपशील सांगते. त्यानुसार एका मारल्या गेलेल्या 'नंद' राजाच्या उत्कृष्ट मंत्र्याला, चंद्रगुप्त मौर्याच्या नवीन राजवटीस पाठिंबा देण्यासाठी वश करून घेतले आहे. चंद्रगुप्त ही त्या नाटकातील एक अत्यंत निर्जीव असलेली व्यक्तिरेखा आहे. चाणक्याच्या पुस्तकात चित्रित केलेले राज्य दुसऱ्या कोणत्याही काळात सर्वज्ञात राज्यापेक्षा इतके निराळे आहे की 'अर्थशास्त्रा' च्या सत्यतेबद्दला शंका घेतली गेली. दीर्घचर्चेनंतर या शंका जरी नाहीशा झाल्या तरी दोन मुद्द्यांचा खास उल्लेख केला पाहिजे. सदर लेखक मौर्य साम्राज्याच्या राज्यकारभाराचे वर्णन करीत नाही, तर शासनाच्या तत्त्वांचा व सिद्धान्तांचा ऊहापोह करीत आहे. 'हे पुस्तक राजनीतीसंबंधीच्या शिक्षकांची निरनिराळी पुस्तके जमवून नंतर संपूर्ण पृथ्वीवर (सार्वभौम) सत्ता मिळविण्याच्या व ती टिकविण्याच्या हेतूने लिहिले गेले आहे.' दुसरे म्हणजे आपल्याला सध्या उपलब्ध असणारे हे पुस्तक म्हणजे मूळच्या प्रबंधातील चौथा किंवा पाचवा भाग नष्ट होऊन उरलेला भाग आहे. कोणताही एक विभाग नाहीसा झालेला नाही तर मूळ पुस्तकाच्या प्रत्येक भागातील छोटे छोटे तुकडे परत नक्कल करून घेताना गळून गेलेले आहेत. नंतरच्या काळात शासन व सैन्य यांच्या स्वरूपात इतका बदल झाला की, या पुस्तकात दिलेल्या प्रशासकीय व लष्करी युक्त्या राहिल्या नाहीत. पुष्कळशा पारिभाषिक शब्दांचे अर्थही समजत नव्हते. सेनेचे संघटन व डावपेच यावरील विभागांचे सर्वात जास्त नुकसान झाले आहे. मगधातील नियमित रोख पगार दिले जाणारे सेवक, सैनिक आणि अधिकारी यांची प्रचंड फौज इ.स.पू. दुसऱ्या शतकानंतर लुप्त झाली. नंतरच्या काळातील डावपेचाचे प्रकारही पूर्णपणे वेगळे होते.

'अर्थशास्त्र' या नावाचा अर्थ 'भौतिक लाभाचे शास्त्र' व्यक्तीसाठी नव्हे तर एका अगदी खास प्रकारच्या राज्यासाठी. साध्य अगदी स्पष्ट होते. ते प्राप्त करून

घेण्यासाठी अवलंबिण्यात येणाऱ्या साधनांचे समर्थन करण्याची आवश्यकता नव्हती. तेथे नीतिमत्ता किंवा निःस्वार्थीपणा यांचे ढोंग काडीमात्रही नाही. ज्या काही थोड्या अडचणींचा ऊहापोह केलेला आहे, त्या कितीही घोर व विश्वासघातकी असेनात, त्या अगदी व्यावहारिक आहेत. तसेच त्यांचा खर्च व नंतरचे संभाव्य परिणाम यांचाही योग्य परामर्श घेतला आहे. उलटपक्षी नागरिकांवर अत्यंत कठोर कायद्याचा अंमल होता व या कायद्यांची अंमलबजावणी प्राचीन भारतीय इतिहासातील इतर कोणत्याही कालखंडापेक्षा जास्त चांगल्या प्रकारे होत होती. 'अर्थशास्त्रा'तील अगदी स्पष्ट कारणमीमांसा व ओबडधोबड गद्यभाषा यांसाठी प्रमुख विद्वानांनी त्याचे वाचन इसवी सनाच्या बाराव्या शतकापर्यंत चालूच ठेवले असले तरीही त्याच्या या दुहेरी निकषांमुळे मधूनमधून ते व्यवहारातून बाजूला पडण्यास औपचारिक सबब मिळाली होती. सांकेतिक भाषेपासून संपूर्ण मुक्तता व दिखाऊ विचारसरणीचा अभाव यांमुळे हे पुस्तक सर्व भारतीय वाङ्मयीन अद्वितीय होऊन राहिले आहे. या पुस्तकाची अखेर उपेक्षा होण्याचे खरे कारण म्हणजे ज्यात त्या पद्धती आता अगदी निरुपयोगी ठरतील, अशा एका संपूर्णतः वेगळ्या समाजाची घडण होत गेली हे होय. (असा समाज मगध राजनीती – यशस्वी झाल्यामुळेच अस्तित्वात आला होता).

प्रत्येक राज्य कोणत्यातरी वर्गपद्धतीवर आधारलेले असते. 'ब्राह्मण' ग्रंथातील टोळीचे राज्य व त्यातील अतिविकसित 'यज्ञ'विधींना प्रमुख क्षत्रियांच्या नातेसंबंधित गटांचा आधार होता. हे गट वैश्य व शूद्रांना दडपण्यासाठी आणि इतर टोळ्यांशी लढण्यासाठी आपल्या राजाला पाठिंबा देत. नंतरच्या काळातील मध्ययुगीन भारतातील सरंजामशाही राज्ये एका सामर्थ्यवान जमीनधारी वर्गावर आधारलेली होती. हा वर्ग कर गोळा करी, सैन्याला घोडदळ व अधिकारी पुरवी व प्रत्यक्ष वैयक्तिक निष्ठांच्या एका पक्क्या साखळीने एकत्र बांधलेला होता. त्यायोगे सेवकाची सरदाराशीरयता – मालकांशी व सरदाराची राजाशी बांधिलकी राही. अर्थशास्त्राची तत्त्वे व्यवस्थित रचली गेली. त्यावेळी जमिनीच्या स्वरूपातील खाजगी मालमत्तेच्या अंतर्गत दडपणामुळे आर्य मेंढपाळांच्या टोळ्या विस्कळित होऊ लागल्या होत्या, तरी अद्याप नष्ट केल्या जावयाच्या होत्या. प्राचीन निबीड अरण्य अजून साफ करावयाचे होते. साहजिकच त्याने व्यापलेल्या जमिनीला खाजगी मालक नव्हते. कौटिल्याचे राज्य आज इतके विलक्षण वाटते की, याचे कारण म्हणजे जमीन साफ करणारी प्रमुख यंत्रणा, बहुधा सर्वात मोठा जमीनमालक जड उद्योगधंद्याचा प्रमुख मालक आणि सर्वात मोठा वस्तुनिर्माता देखील ते राज्याचे होते.

राज्यकर्ता वर्ग वस्तुतः राज्याने स्वतःसाठी निर्माण केलेला नसला तरी निदान

राज्यकारभाराचा एक भाग म्हणून खूप वाढविला गेला. ज्येष्ठ व कनिष्ठ नोकरशाही (इ.स.पू.३०० च्या सुमारास) सर्व जातींच्या व वेगवेगळी मूळस्थाने असणाऱ्या अधिकाऱ्यांसह सुमारे ५००० माणसांची अगडबंब फौज आणि या दोहोंइतकीच महत्त्वाची परंतु हेर व गुप्त प्रतिनिधींची छुपी सेना – हे त्या नवीन राज्याचे प्रमुख आधार होते. खुद्द 'अर्थशास्त्रा'वरून हे स्पष्ट होते की, नोकरशाहीचे हे दोन विभाग संख्येने मोठे होते. ग्रीकांनी दिलेल्या वृत्तांतानुसार त्यांच्या जाती बनल्या होत्या. अर्थात जातीय समाजात हे अटळच असते. मगध साम्राज्यात या दोन अधिकृत जाती टिकल्या नाहीत तथापि कायस्थांची जात काही शतकानंतर राज्यासाठी नोंदकाम व कारकुनी करणाऱ्या बहुजिनसी आवश्यक घटकातून निर्माण झाली होती.

हेरगिरी व (शत्रूच्या) प्रतिनिधींना चिथावणी देण्याच्या तंत्राचा सतत वापर यांची अर्थशास्त्राची प्रचंड व विश्वव्यापी प्रमाणावर शिफारस केली आहे. राज्याची सुरक्षितता व फायदा हाच प्रत्येक कृतीचा एकमेव हेतू होता. या संपूर्ण पुस्तकात नीतिशास्त्रविषयक कल्पित प्रश्न कोठेही उकरून काढले किंवा चर्चिले नाहीत. खून, विष, खोटे आरोप, विध्वंस या गोष्टी राजाच्या प्रतिनिधींनी जरूर तेव्हा पद्धतशीरपणे व मागे पुढे न पाहता वापराव्यात. त्याचवेळी सामान्य माणसांसाठी कायदा व सुव्यवस्था यांचे सर्वसाधारण तंत्र अत्यंत दक्षतेने व कठोरपणाने चालू ठेवावे. अशा प्रकारच्या राज्याला आपल्या स्वतःच्या राज्यकारभाराशिवाय दुसरा आधार असू शकणार नाही – व तो सुद्धा गुप्तहेरांकरवी अत्यंत काळजीपूर्वक निरीक्षणाखाली असला पाहिजे. लाचखोर राज्यसेवकांच्या विरुद्ध घ्यावयाच्या सर्व आगाऊ खबरदाऱ्यांचा तपशील दिल्यानंतर चाणक्य खेदपूर्वक मान्य करतो की, राज्याच्या महसुलात एखाद्या अधिकाऱ्याने हात किती ओले करून घेतले आहेत हे ओळखणे पोहणारा मासा किती पाणी प्याला हे शोधून काढण्यासारखे आहे. 'अर्थशास्त्रा'तील राज्य म्हणजे अशा एखाद्या समाजाचा गुणविशेष नव्हता की ज्यात एखाद्या नवीनच वर्गाने राज्ययंत्रणा ताब्यात घेण्यापूर्वी अगोदरच खरी सत्ता मिळविली होती.

भारत व चीन यांमधील घटनाक्रमातील एक महत्त्वाचा फरक लक्षात घेण्याची हीच योग्य जागा दिसते. पहिला चिनी सम्राट चिन–हसी–व्हांग–ती (इ.स.पू.३२१) याचा प्रधानमंत्री एक व्यापारी होता. व्यापारी वर्गाचा दर्जा नंतर घसरला. मुलकी सेवेत प्रवेश केलेल्या आपल्या काही घटकांमार्फत थोडी तरी सत्ता तो वर्ग गाजवीतच राहिला. चिनी मुलकी सेवेसाठी एक नियमित परीक्षापद्धती होती. भारतातील 'गहपती'च्या शेतकरी व्यापारी वर्गाने गंगा खोऱ्यातील राज्य अस्तित्वात आणले परंतु श्रेष्ठींच्या श्रीमंतीमुळे जरी त्यांना मान दिला जात असला तरी मंत्रिपरिषदेत त्यांचे

प्रतिनिधी नव्हते. त्यांना मिळणारा मान हा त्यांच्या सरंजामशाहीतील वंशजांना मिळत नसे.

राजा हा राज्याचा सर्वश्रेष्ठ प्रमुख, प्रतीक व आविष्कार होता. त्या काळी राजपदासाठी असामान्य गुणांची आवश्यकता असे. राज्यकर्त्याच्या विविध शासकीय कामासाठी दिवस व रात्रीच्या प्रत्येक मिनिटाची सोयिस्कर कालखंडात विभागणी केलेली असे. ही कामे म्हणजे सार्वजनिक गुप्त अहवाल, मंत्रिपरिषद, खजिनदार व सैन्यप्रमुख यांच्याशी सल्लामसलती ही होत. विश्रांती, झोप, जेवणखाण, मनोरंजन किंवा जनानखान्यातील सुखोपभोग यांच्यासाठी मिळणाऱ्या सवडीवर देखील कामांच्या आखणीची व वेळापत्रकाची कडक बंधने असत. 'पौर्वात्य चैनविलासात लोळणे' तर दूरच उलट 'अर्थशास्त्रा'तील राजा म्हणजे त्याच्या राज्यातील सर्वात कामसू व्यक्ती असे. प्रत्येक राजाला ही गती यांच्यापासून अत्यंत काटेकोरपणे सावधगिरी घ्यावी लागे. परिणाम राजवाड्यांत होणाऱ्या क्रांती व सत्तेवरील घराण्यातील बदल यांची साक्ष छिद्रांच्या खुणा असलेली नाणी देतात. अजातशत्रूचा वंश दोन पिढ्यांतच लोकांच्या उठावामुळे पदच्युत झाला. नवीन राजा 'सुसुनाग' (संस्कृतमधील 'शिशुनाग') याने स्वतःची नाणी चालू केली व त्याबरोबर अस्तित्वात असलेल्या नाण्यांवर पुन्हा शिक्के मारले. त्याच्यानंतर सत्तेवर आलेल्या राजांनी छिद्रांकित नाण्याचा मोठा कालखंड सुरू केला. यानंतरच्या काळात मगधातील व्यापार व चलन यांचे 'उत्तरपथा'वर वर्चस्व होते ते तक्षिला येथील साठ्यावरून दिसून येते. नंतरच्या काळातील एक शांततापूर्ण बदल म्हणजे त्याच 'सार्वभौमत्वाच्या चक्रा'बरोबरच एक कनिष्ठ परंतु नातेसंबंधातीलच घराणे राज्यावर आले. ते म्हणजे नंद किंवा 'नंदिन' यांचे होय. त्यांचा उत्कर्षही त्यानंतर एक म्हणच होऊन राहिली. त्यावेळपर्यंत म्हणजे बुद्धाच्या मृत्यूनंतर १००वर्षांनी राजधानी पाटण्याला हलवली गेली होती. पाटणा हे जगातील सर्वात मोठे शहर बनले (आणि तसे ते एक-दोन शतके राहिले). एकदम मोठेपणाला चढलेल्या एका समर्थ पुरुषाने बळजबरी न करताही सिंहासन बळकावले. त्याचे संभाव्य नाव 'महापद्म नंद' असे दिले जाते. महापद्माच्या शेवटच्या मुलाच्या खुनामुळे राजमुकुट चंद्रगुप्त मौर्याकडे आला.

सिंहासनासाठी चालणारी धडपड म्हणजे राजपदाची किरकोळ व्यावसायिक जोखीम असे चाणक्याने मानले होते. नीतिमत्तेचा आदर व पुत्रास शोभेल अशी धार्मिकता यांचा कोठेही प्रश्नच नाही. तो आपल्या पूर्वीच्या एका लेखकाची म्हण उद्धृत करतो ती अशी – 'राजपुत्र हे खेकड्यासारखे पितृभक्षकच असतात.' त्याचा पूर्वीच्या उपदेशकांच्या विविध मतांचा पुढील बाबतीत निःपक्षपातीपणे विचार केलेला

आहे. राजपुत्राला शिक्षण देण्याच्या त्याच्या अपरिपक्व महत्त्वाकांक्षांची चाचणी घेण्याच्या त्याच्या गुप्त दुर्गुण व इच्छांवर गुप्तपणे नजर ठेवण्याच्या आणि आवश्यक तेव्हा त्याच्यावर नियंत्रण ठेवण्याच्या पद्धती, पुढच्याच प्रकरणात हद्दपार केल्या गेलेल्या (अपरुद्ध) युवराजाला त्याच्या सिंहासनावर लवकर येण्याच्या प्रयत्नांविरुद्ध त्याच्या वडिलांनी घेतलेल्या सावधगिरीच्या उपाययोजनांना, वळसा कसा घालावा याबद्दल सल्ला दिला आहे. कोणतीही नावे किंवा ऐतिहासिक उदाहरणे दिलेली नाही. तथापि संदर्भावरून हे स्पष्ट होते की, 'अपरुद्ध' राजपुत्राला पूर्वीच्या लहान टोळ्यांच्या राज्यांप्रमाणे आता केवळ हद्दपार केले जात नसे. निरंकुश राजसत्तेचा व नवीन राजसत्ताकांच्या प्रदेशातील वाढीचा अर्थ असा होता की आता त्या व्यक्तींवर नियंत्रण ठेवण्यासाठी रोमन कायद्याखाली केले जात असे, त्याप्रमाणे पदावनती करून त्याला एकांत – बंदिवासात ठेवले जाई अगर त्याचे सर्व नागरी हक्क काढून घेऊन त्याला हद्दपार केले जाई.

राजघराण्यातील कोणत्याही बदलाचा मगधाच्या सतत होणाऱ्या विस्तारावर थोडादेखील परिणाम झाला नाही. कोणत्याही यादवी युद्धाने राज्याच्या बाह्य अगर अंतर्गत धोरणात खंड पडला नाही किंवा राजवाड्यात काहीही घडले असले तरी असा काही खंड पडेल असा विचारही 'अर्थशास्त्रा'त आलेला नाही. त्यादृष्टीने ते राज्य फारच एकसंघ होते. 'अर्थशास्त्रा'चे अकरावे पुस्तक (यात बहुधा स्थलांतराच्या गडबडीत काटछाट झाली असावी.) अद्याप निरंकुश राज्ये बनण्याइतके अवनतीला न गेलेल्या स्वतंत्र शक्तिशाली व सशस्त्र अन्नोत्पादक टोळ्यांचा पद्धतशीरपणे मोड करण्याच्या मार्गाच्या विचारालाच वाहिलेले आहे. त्यांनी आतूनच मोडकळीस यावे म्हणून त्यांचे बळ खच्ची करणे टोळीवाल्यांना वैयक्तिक खाजगी मालमत्तेवर आधारलेल्या वर्गीय समाजाचे सदस्य बनविणे हे त्याचे मुख्य तंत्र होते. म्हणूनच टोळीचे नेते व सर्वात कार्यशील घटक यांना रोख लाच देऊन, अत्यंत कडक दारूचा भरपूर पुरवठा करून किंवा त्यांच्या व्यक्तिगत अभिलाषेला उत्तेजन देऊन त्यांना भ्रष्ट केले पाहिजे. कलहाची बीजे हेर, गुप्त प्रतिनिधी, ब्राह्मण व ज्योतिषी, घरंदाज दिसणाऱ्या स्त्रिया, नर्तकी, नट, गायक आणि वारांगना यांच्या मार्फत घेता येतील. टोळीच्या ज्येष्ठ सदस्यांना टोळीच्या ऐक्त भोजन समारंभात ('एकपात्रम') जेवण्यापासून व आपल्या कनिष्ठांशी आंतरविवाह करण्यापासून परावृत्त करावे, तर या उलट त्या कनिष्ठांना सार्वजनिक भोजन समारंभाचा व आंतरविवाहाचा आग्रह धरण्यास फूस द्यावी. सर्व प्रकारच्या अंतर्गत चिथावण्यांनी टोळीमधील सर्वमान्य घडी उद्‌ध्वस्त करावी. ज्यांना टोळीच्या जमीन व महसुलाचे लहान हिस्से नेमून दिलेले असतील

अशा तरुण लोकांना राजाचे प्रतिनिधी डिवचून आपल्या हिश्श्याबद्दल जाब विचारावयास लावीत. दबा धरून, अचानक हल्ला करून किंवा विषप्रयोगाने टोळीतील माणसांना (ज्यायोगे टोळीतीलच त्यांच्या ज्ञात शत्रूंवर दोषारोप येईल अशा पद्धतीने) मारणे किंवा त्यांच्या लष्करी प्रमुखांना शत्रूकडून लाच मिळाल्याच्या अफवा पसरविणे यामुळे देखील संघर्ष सुरू होण्यास मदत होईल. यानंतर 'अर्थशास्त्रा'तील राज्याचा राजा सशस्त्र बळाच्या जोरावर सरळ हस्तक्षेप करील. टोळीचे तुकडे पाडले जाऊन टोळीवाल्यांना दूरच्या प्रदेशांत स्थायिक होण्यासाठी पाच ते दहा कुटुंबाच्या गटागटांनी स्थलांतरीत करावयाचे, तेही एकमेकांपासून इतक्या दूर की, त्यांना त्या क्षेत्रातील डावपेचांच्या व्यूहावर स्वामित्व मिळविणे अशक्य व्हावे. तेथे प्रत्यक्ष नावे दिलेल्या टोळ्या दोन प्रकारच्या आहेत. शस्त्रे चालविणाऱ्या आणि शेती व्यापार करणाऱ्या 'कंबोज' व 'सुराष्ट' क्षत्रियांसारख्या टोळ्या आणि 'लिच्छवी', 'वृज्जी', 'मल्ल', 'मद्र', 'कुकर', 'कुरू', 'पंचाल' इत्यादींसारख्या केवळ (लढाऊ) क्षत्रिय अल्पलोकसत्ताक (व लढण्यापेक्षा खालच्या दर्जाच्या व्यवसायाबद्दल आदर न बाळगणाऱ्या) टोळ्या. 'लिच्छवी' किंवा 'वृज्जी' यांचे टोळी म्हणून अस्तित्व अजातशत्रूने अगोदरच संपविले होते. परंतु त्यांचे पूर्ण निर्मूलन केले नव्हते. नेपाळमधील काही शिलालेखांवरून तेच लोक पुढे जवळजवळ एक हजार वर्षे होते असे दिसते. इसवी सनाच्या चौथ्या शतकातील गुप्त घराण्याचा पहिला चंद्रगुप्त याने कुमारदेवी नावाच्या लिच्छवी राजकन्येशी केलेला विवाह हाच त्याचा कुलीनतेवर गर्वाने सांगता येण्याजोगा एकमेव अधिकार होता. ब्राह्मणांच्या 'पुराणात' मगधाचा सम्राट महापद्म नंद याने क्षत्रिय नावायोग्य असा एकही क्षत्रिय शिल्लक न ठेवता सगळ्यांचा नाश करून टाकल्याबद्दल शोक व्यक्त करणारी कडवट ओळ आहे व हा उल्लेख फक्त कुरू, पंचाल व पूर्व पंजाबातील नववैदिक टोळ्यांचाच असू शकतो. या टोळ्यांबद्दल फक्त आख्यायिका व काव्य सोडून इतरत्र कोठेही काही ऐकू येत नाही – उरलेले काम बहुतांशी अलेक्झांडरनेच करून टाकले. मद्र व कंबोज टोळ्यांचा मगध राज्याशी प्रत्यक्ष संबंध खुद्द चाणक्याच्या काळापर्यंत येणार नव्हता परंतु तो सीमाप्रदेशातील तक्षिला येथील ब्राह्मण असल्याने त्याने ह्या टोळ्यांना जवळून पाहिले असले पाहिजे. त्यामुळे या पुस्तकात दीर्घकाळापासून आजपर्यंत प्रचलित असलेल्या तत्त्वाचा – अजातशत्रूचा ब्राह्मण मंत्री 'वस्सकार' याने प्राचीन लिच्छवी विरुद्ध वापरल्याप्रमाणे – प्रत्यक्ष वापरल्या गेलेल्या पद्धतींवर आधारित असा सारांश दिलेला आहे. मौर्यांची प्रचंड व अप्रतिहत सेना जरी रणक्षेत्रावर विरुद्ध पक्षाला अगदी भुईसपाट करू शकली असती तरी सुरुवातीच्या मगधराजांना असे आढळून आले की, सावधगिरीमुळे

मनुष्यहानी व वित्तहानी कमी होते. याशिवाय, एकाच प्रदेशात कायम न राहणारे भटके मेंढपाळ, टोळीवाले शेतीही करीत नसत किंवा लष्करी संकट वाटण्यासारखे पुरेसे सशक्तही नसत. ते तसेच टिकून राहिले. मेगॅस्थिनिसने असे लिहिले आहे की, इ.स.पू. तिसऱ्या शतकातील हिंदुस्थानच्या लोकवस्तीतील सात प्रमुख वर्गांपैकी एक या मेंढपाळाचा होता. 'अर्थशास्त्रा'तील काही पद्धती (कडक मद्य व विषप्रयोग यांच्यासकट) बहुतांशी प्राचीन मगधात ज्या कारणासाठी वापरल्या जात त्यासाठी अमेरिकेतील संयुक्त संस्थानानीही 'ताम्रवर्णीया'विरुद्ध वापरल्या होत्या.

६.३ जमिनीची व्यवस्था :

हिंदुस्थानातील खेड्यांचा प्रदेश यांच्या नंतरच्या स्वरूपातच जे डोळ्यांसमोर आणतात, त्यांना 'अर्थशास्त्र' चमत्कारिक व खोटेच वाटणार. 'जनपद' हे राज्यकारभाराचे घटक होते. जनपद याचे भाषांतर आता 'जिल्हा' असे करता येईल. 'एखाद्या टोळीचे अधिष्ठान' हा त्याचा मूळ अर्थ आता लागू होत नाही. स्थायिक होणारे टोळीवाले बहुधा बऱ्याच मोठ्या असणाऱ्या शेतकरी वर्गात विलीन झाले. जिल्हे एकमेकांना लागून नव्हते तर मोठमोठ्या अरण्यांनी ते परस्परांपासून अलग झालेले होते आणि या अरण्यात फक्त अन्नसंग्रहण करणाऱ्या 'आटविक' नावाच्या रानटी लोकांचीच वस्ती होती. एकाच जनपदातील खेड्यांच्यामधील जंगलातून इंधन, इमारती लाकूड, वाळलेले गवत, शिकार, खाद्य उत्पन्न व चारा यांचा पुरवठा होई परंतु सामान्यतः धोकादायक मानव त्यात नसत. प्रत्येक जनपदाच्या सीमांवर हल्ल्यांविरुद्ध जबरदस्त संरक्षणव्यवस्था असे – मग तो रानटी लोकांचा हल्ला असो अगर परकीयांची स्वारी असो. रानटी लोकांच्या हालचाली व हेतूंवर खास प्रतिनिधींची टेहळणी असे. हे प्रतिनिधी बहुधा साधूंच्या वेषात असत. जंगलातील टोळ्या जर फारच बलाढ्य परंतु अन्नोत्पादनाकडे वळण्याइतक्या परिपक्व झालेल्या असतील तर मागील विभागात सांगितल्या पद्धतीप्रमाणे त्यांचा विध्वंस करता येई. राज्याच्या या विस्कळित जनपदांच्या अंतर्गत सीमा इ.स.पू. तिसऱ्या शतकापर्यंत राज्याच्या इतर राज्यांबरोबरच्या सीमांइतक्याच महत्त्वाच्या होत्या. जनपदांच्या मधून मधून प्रवास करणाऱ्या व्यापारी काफिल्यांना प्रवेशाच्या व बाहेर पडण्याच्या ठिकाणीही जकात कर द्यावा लागे. 'जनपदा'ची सीमा ओलांडणाऱ्या प्रत्येक व्यक्तीला रीतसर शिक्के मारलेला अधिकृत परवाना दाखल करावा लागे व हा परवाना फक्त योग्य कारणासाठीच जबर शुल्क देऊन मिळवावा लागे. 'जनपदा'चा कारभार करणारे उच्चपदस्थ मंत्री व स्थानिक अधिकारी मंडळे त्याच जनपदातील असत. चंद्रगुप्त मौर्याच्या हाताखालील 'तुशाफा' सारखा क्वचित एखादा मुख्य प्रांताधिपती परकीय असल्याचे आढळते.

परंतु नंतरच्या काळात वेगाने भारतीय बनत गेलेल्या परदेशी व्यक्तींची एक दीर्घ मालिका गिरनार येथे याच पदावर असलेली दिसते. याचे कारण बहुधा त्या भागात इराणी लोकांची बलाढ्य वसाहत होती हेच असावे.

प्रत्येक 'जनपदा'ची राज्यव्यवस्था दुहेरी होती. सर्वात उच्च अधिकाऱ्यांना राजाच्या मंत्र्याचा दर्जा असे. त्यांच्या खालचेच अधिकारी मंडळात बसत - ('बहुमुख्या' अशी ग्रीकांची नोंद आहे). उच्च पदावर नेमण्याच्या माणसांची काळजीपूर्वक निवड होई व त्यांची बुद्धिमत्ता, प्रामाणिकपणा, धाडस, निष्ठा आणि पैसा, स्त्रिया, व्यसने किंवा महत्त्वाकांक्षा याबाबतीतील दौर्बल्य यांची गुप्त चिथावणीखोरांमार्फत योग्य प्रलोभने दाखवून परीक्षा केली जाई. प्रत्येकाचे खास गुण व दोष यांची थोडक्यात नोंद केली जाई. प्रत्येक अधिकाऱ्यावर त्याच्या संपूर्ण सेवाकाळात गुप्त देखरेख ठेवली जाई. श्रीमंत माणसे, पश्चात्तापी माणसे किंवा सामान्य नागरिक यांच्या वेषातील गुप्त लोकमताची खात्री करून घेत आणि जरूर तेव्हा ते घडविण्यास मदतही करीत. काही आधुनिक देशांमधील वृत्तपत्रांच्या संपादकीय मोहिमा आणि सार्वजनिक मतमोजणी यांचा हा पर्याय आहे. कनिष्ठ नोकरशाहीचा विस्तार प्रत्येक खेड्याच्या किंवा शहरातील रस्त्यांच्या गटाच्या नोंदणी अधिकाऱ्यांपर्यंत झाला होता. असल्या प्रत्येक पालकाला ('गोप') आपल्या कक्षेतील प्रत्येक जन्म-मृत्यू व कोणाही व्यक्तीचा आपल्या नोंदपुस्तकातील प्रवेश किंवा बहिर्गमन यांची नोंद ठेवावी लागे. अनोळखी व्यक्ती व पाहुणे 'भटके प्रवासी' व्यापारी कोणाही व्यक्तीला अचानक मिळालेली संपत्ती किंवा एखाद्याची संशयास्पद वागणूक यांची ताबडतोब खबर द्यावी लागे व त्यावर बारकाईने नजर ठेवावी लागे. प्रत्येक व्यापारी काफिल्यात गुप्तहेर असत. राजा सर्वज्ञ असे. राजप्रतिनिधींच्या नजरेतून काहीही सुटू शकले दिले जात नसे. कुतूहलाची किंवा महत्त्वाची बाब असणारी बातमी ताबडतोब निरोप्याकडून किंवा संदेशवाहक कबुतराकरवी मुख्य ठाण्यास कळविली जात असे आणि योग्य अधिकाऱ्याला त्याच पद्धतीने हुकूम पाठविले जात.

जनपदातील जमिनीचे स्पष्टपणे दोन प्रकार पडत. 'राष्ट्र' कर भरणाऱ्या जमिनी आणि प्रत्यक्ष राजाने ठरविलेल्या तसेच त्याच्या निरीक्षणाखाली पिकविल्या जाणाऱ्या जमिनी. पहिल्या प्रकारातील जमिनी अगोदरच्या टोळ्यांच्या वसाहतीतून विकसित झाल्या होत्या. सामान्यतः त्यांचे स्वतःचे मुख्य ठाणे असणारे शहर असे व त्याच्या सभोवतालच्या जमिनींमधून त्याला जरूर ती उत्पादने पुरविली जात. या ठिकाणचा कारभार परंपरागत मार्गांनी चालू दिला जाई. मात्र तेथील कोणत्याही पद्धती सम्राटाच्या सत्तेला धोकादायक असता कामा नये. या राष्ट्रकरदात्यांमध्येच ग्रीकांनी नोंद केलेली

'मुक्त शहरे' होती. या शब्दाचा अर्थ लोकांच्या अनुमतीने थोड्या लोकांच्या हाती सत्ता असणाऱ्या 'ॲरिस्टॉटल'च्या 'मुक्तराज्या'प्रमाणे घेतला जाई. मौर्यांच्या नेतृत्वाखाली त्यांच्यापैकी काही राज्ये त्यांची स्वतःची नाणीही काढीत. या नाण्यांवर केंद्रीय कोषागाराच्या टाकसाळीच्या खुणा असत. राजांच्या नाण्यावर दिसणाऱ्या सार्वभौमत्वाचे प्रतीक असणाऱ्या चक्राची जागा बारीक मानवी आकृती किंवा एक ढाल व बाण यांनी घेतली. 'राष्ट्र'कर देखील जरी राजाचा खास मंत्री गोळा करीत असला तरी पूर्वीच्या परंपरांवर आधारलेले होते. काही खेडी एकच सामुदायिक कर भरीत व प्रत्येकाचा त्यातील व्यक्तिगत हिस्सा आपापसांत ठरवीत. कराची मुख्य आकारणी उत्पन्नाच्या सहाव्या हिश्श्याइतकी असे. 'सैन्याच्या शिध्यासाठी' असणारा कर टोळ्यांतील देणग्यांवर आधारलेल्या स्थानिक कराचे प्रतिनिधित्व करी. टोळीतील 'यज्ञ'प्रसंगी राजाला द्यावयाच्या परंपरागत देणग्यांमधून 'बळी' विकसित झाला. काही कर टोळीप्रमुखाला पुत्रजन्म प्रीत्यर्थ किंवा सर्वसाधारण विधान परिषदेच्या सभा प्रसंगी इत्यादी द्यावयाच्या भेटीमधून उत्पन्न झाले. टोळीचा प्रमुख आणि (स्वयंसेवी परंतु सरावलेली) टोळीची सेना बऱ्याच वेळी अदृश्य झालेली असे. तथापि ते नवीन राज्य नियमितपणे प्रत्येक प्रकारचा जुना कर वसूल करी. राज्य फळबागांवर देखील कर बसवी व जनावरांकडून पिकांच्या होणाऱ्या तथाकथित नासाडीबद्दल नुकसान भरपाईदाखल एक नाममात्र कर घेतला जाई. सरकारी खर्चाने शहरातील पाणी पुरवठ्याच्या सोयी (धरणे, कालवे, जलाशय) करण्यासाठी एक कर आकारला जाई. यापैकी काही करांची खात्री शिलालेखांवरून पटते. अशोकाने 'लुम्मिणी' खेड्याला 'बळी' करातून मुक्त केले आणि उत्पन्नाच्या सहाव्या हिश्श्यापासून आठव्या हिश्श्यापर्यंत कर कमी केले. (कारण बुद्ध येथे जन्मला होता). व्यक्तिगत देणग्या इत्यादी पुन्हा सरंजामशाहीकाळात उद्भवले किंवा जहागीरदाराचे विशेषाधिकार म्हणून चालूच राहिले.

'सिता' जमिनींची परिस्थिती पूर्णतः निराळी होती. लवकरच शेतीखालील जमिनीचा एवढा भाग या प्रकारात मोडू लागला की, सर्व जमीन भारतीय राजाच्या मालकीची असते असे ग्रीक प्रवाशांना वाटते – (हे प्रवासी पाटण्यापर्यंत हळूहळू ओसाड बनत गेलेल्या 'उत्तरापथ' या जमिनीवरील मार्गाने न जाता गंगेच्या काठाकाठाने गेले असले पाहिजेत). तेथे वस्ती करून राहणारे लोक त्या 'जनपदा'च्या बाहेरून तेथे वसाहत करून राहण्यासाठी खास प्रलोभन देऊन आणलेले स्थलांतरित असतील किंवा राजाच्या स्वतःच्या ताब्यातील प्रदेशातील सक्तीने हद्दपार केलेली शूद्र कुटुंबे असतील – हे प्रदेश म्हणजे अतिगर्दीच्या शहरातील घाणेरड्या वस्त्या असतील

किंवा अतिरिक्त लोकसंख्येची खेडी असतील. नवीन जिंकलेल्या प्रदेशातील अशी काही कुटुंबे सक्तीने नेऊन त्यांचे पुनर्वसन केले होते हे आपणास ठाऊक आहे. कारण अशोकाने कलिंगाच्या स्वारीचे वर्णन करताना अगदी बरोबर ('अपवह') हेच क्रियापद वापरले आहे. तथापि हे खेडूत गुलाम नव्हते किंवा दासही नव्हते, तर स्वतंत्र रहिवासी होते – यामुळे सरकारी महसुलाचे नुकसान होईल अशाच त्यांच्या कृतिस्वातंत्र्यावर बंधने असत. ही नवीन खेडी एकमेकांपासून सुमारे तीन मैल अंतरावर असत आणि जमीन साफ केलेली असो अगर नसो, त्यांच्यामधील सीमारेषा काळजीपूर्वक निश्चित केलेल्या असत. एका खेड्यातील वस्तीचे प्रमाण प्रत्येकी सुमारे १०० ते ५०० शूद्र शेतकरी ('कर्षक') कुटुंबाइतके असे व त्याचे असे गट केलेले असत की, खेडी परस्परांचे रक्षण करू शकतील. प्रत्येक १००, २००, ४०० आणि ८०० खेड्यांच्या गटासाठी शासकीय मुख्य ठाणी असत व तेथे बहुधा ठाण्याची शिबंदी असे. कदाचित 'शिशुपाल गट' हे या शेवटच्या प्रकारचे म्हणून निर्माण केलेले गाव असावे. अद्याप त्याचे तपशील 'अर्थशास्त्रा'शी ताडून पाहावयाचे आहेत परंतु पुराणवस्तुशास्त्राने निश्चित केलेला त्याचा काल इ.स.पू. तिसरे शतक असा आहे.

राज्याच्या स्वतःच्या ताब्यातील जमीन प्रत्येक धारकाला फक्त त्याच्या आयुर्मर्यादेपर्यंत नेमून दिलेली असे. जर ती प्रथम त्यानेच साफ केलेली असेल तर ती पुन्हा दुसऱ्याला दिली जात नसे, तर तिची योग्य मशागत केल्यास ती त्याच्या वारसांना नेमून दिली जाई. त्याला जमीन नेमून दिली असेल त्याला ती खास परवानगीखेरीज दुसऱ्याकडे हस्तांतरित करता येत नसे. शेतीची मशागत नीट न केल्यास ती जमीन दुसऱ्या कोणाला तरी देऊन टाकली जाऊ शके. जमीन नव्यानेच साफ केली असल्यास व ती वसाहत नवीनच असल्यास किंवा संकटकाळात 'सिता' कर माफ केला जाई. इतर वेळी ते 'राष्ट्र' मधील करापेक्षा खूपच जास्त असते. त्यातील कमीतकमी कर उत्पन्नाच्या एक पंचमांश इतका असे. तर राज्याने पाणीपुरवठा केलेल्या जमिनीवर तो उत्पन्नाच्या एक तृतीयांशपर्यंतही असे. हत्तींची जंगले साफ केली जात नसत. कोणी हत्तीला ठार मारल्याची खात्री पटल्यास त्याला ठार मारले जाई. सैन्यासाठी हत्ती अगदी अपरिहार्य असे. फक्त लढाईतच नव्हे तर जड वाहतूक, पूल बांधणे आणि इतर अवजड कामात मदत करण्यासाठीही – शिवाय प्रतिष्ठेच्या दृष्टीनेही त्याचे महत्त्व होतेच. अधिकारी, पशुवैद्य आणि वैद्य, सरकारी संदेशवाहक व यांसारख्या इतर लोकांना त्यांच्या सेवाकाळापुरती 'सिता' जमिनींपैकी काही जमीन नेमून दिली जाई. परंतु त्यांना मालकी हक्क नसे किंवा त्यांना ती गहाण देखील ठेवता येत नसे. दीर्घकाळपर्यंत पिकांखाली असणारी जमीन जर मोकळी राहिली तर राजाचा जमिनींचा

(त्या विशिष्ट 'जनपदा'चा) मंत्री स्वतः भाडोत्री मजूर किंवा शिक्षा झालेल्या गुलामाकरवी ती करत असे. शिक्षा झालेल्या गुलामांना अशा रीतीने काम करून त्याची शिक्षा किंवा दंड भरून काढण्यास परवानगी असे. तेथे मोठ्या प्रमाणावर गुलाम, मजूर असे नव्हते. परंतु शिक्षा झालेले गुलाम त्यांच्या शिक्षेच्या मुदतीपुरते विकता येत असत. शेती व केलेल्या जमिनी सामान्यतः ज्यांच्याजवळ शारीरिक कष्टाशिवाय देण्यासारखे काहीच नसे अशांना अर्ध्या हिश्श्याच्या बोलीवर नेमून देता येत असत. बियाणे वजा केले जाई आणि सरकारच्या वाट्याचे धान्य साफ करण्याचे काम ती जमीन ज्याला नेमून दिली असेल, त्याच्या बायकामाणसांना करावे लागे. अशा बाबतीत सरकारी प्रतिनिधी, अवजारे व बैल यांचीही व्यवस्था करून देई हे स्पष्ट दिसते. प्रसंगवशात ही अर्ध्या हिश्श्याच्या बोलीवर शेती करण्याची पद्धत सरंजामशाहीत देखील टिकून राहिली आणि जेथे जेथे ती परंपरेने मान्य केली होती, तेथे ब्रिटिशांनी तिला जमीन मालकांचा विशेषाधिकार म्हणून मान्यता दिली. त्या पद्धतीच्या टिकून राहण्यामुळे हिंदुस्थानात काहीच बदल झाला नाही असा दृष्टिकोन निर्माण झाला. मौर्यांच्या काळात किंवा त्याच्या आधी शेतकरी व सरकार यांच्या दरम्यान कोणी सरंजामी मध्यस्थ नव्हते. ह्या गोष्टीकडे मात्र कानाडोळा केला जातो. 'सिता' जमिनीमध्ये दिली जाणारी जवळ जवळ एकमेव सवलत म्हणजे सैनिक किंवा 'सेवानिवृत्त' सैनिक सरकारला एकपंचमांश हिस्सा देऊन सुद्धा जमीन घेऊ शकत नसतील तर त्यांना त्यापेक्षा सवलतीच्या अटीवर जमिनी दिल्या जात. अशा लोकांवर सरंजामशाही काळात देखील मेहरबानी केली जाई व सरतेशेवटी त्यांचा सैन्यांत नवीन भरतीसाठी सैनिक पुरविणारा एक खास वर्गच बनला.

राजा, अनाथ बालके, वृद्ध, दुर्बल, विधवा आणि ज्यांना कोणी रक्षणकर्ता नसेल अशा गरोदर स्त्रियांची काळजी घेई. या प्रकारचे संरक्षण म्हणजे पित्याने आपल्या मुलांना द्यावे तसे संरक्षण नसून गुराख्याने आपल्या गुरांना द्यावे त्या प्रकारचे होते. नातेवाइकांचा गट ('सजात') असलाच तर तो किंवा आवश्यक सार्वजनिक काम (धरणे, सांडपाण्याचे नाले, इत्यादी) यांच्या खेरीज कोणत्याही प्रकारचा जमाव करण्यास 'सिता' खेड्यांत परवानगी नसे. त्या प्रांतच्या सक्तीच्या मजूरकामासाठी जो योग्य वेळी श्रम किंवा बैल पुरविणार नाही त्याला दंड केला जाई. एरवी कोणत्याही कामगार संघटना किंवा व्यापारी संघ कोणीही नवीन धर्मोपदेशक व धर्मांतर करणारे यांना राज्याच्या खेड्यांत प्रवेश करण्यास परवानगी नसे. फार तर धर्मोपदेश न करणारा एखादा बैरागी खेड्यामधून ये-जा करी (यामुळेच बुद्ध किंवा जैन कथांमध्ये 'सिता' खेड्याचा मुळीच उल्लेख नसतो. बुद्ध व महावीर 'राष्ट्र' काळात किंवा जमिनीवर

टोळ्यांची मालकी असणाऱ्या काळात होऊन गेले. त्यांच्या नंतर अशोकापूर्वीच्या दरम्यानच्या दोन शतकात जेव्हा त्यांच्या अनुयायांना राजाच्या प्रदेशात जाण्यास बंदी होती, त्यावेळी प्रत्यक्ष सरकारकडून होणारी पिळवणूक अगदी कळसास पोहोचली होती.) 'सिता'मधील कोणाही खेडुतास आपल्यावर अवलंबून असणाऱ्यांची व्यवस्था केल्याशिवाय आपल्या मालमत्तेची वाटणी केल्याशिवाय संन्यासी ('परिव्राजक') होण्यास मुभा नसे. संन्यासिनीचे आयुष्य जगण्यासाठी कोणाही स्त्रीला कधीही धर्मांतर करता येत नसे. कोणीही कर देणारे खेडे सोडून करमुक्त खेड्यांत स्थायिक होण्यास जाऊ शकत नसे. मग ते करमुक्त खेडे 'राष्ट्र' प्रकारचे असो अगर पडित जमिनीतील (फार थोड्या) खास वृक्षवाटिकांमधील असो – या वृक्षवाटिका ब्राह्मणांना त्यांचे अध्ययन व उपजीविका यांसाठी करमुक्त करून दिल्या जात. कोणीही भाट, नर्तकी, विदूषक, शाहीर, गावोगाव फिरणारे कवी किंवा इतर कोणत्याही प्रकारच्या मनोरंजन करणाऱ्या व्यक्ती राजाच्या खेड्यात प्रवेश करू शकत नसत. खरे पाहता सार्वजनिक सभा, नाटके किंवा खेळ यांच्यासाठी सोयिस्कर अशी इमारत बांधली जाऊ शकली नाही. चाणक्य म्हणतो 'खेड्यांची असहायता व माणसांची त्यांच्या शेतातील संपूर्ण व्यग्रता' यांनी सरकारी खजिन्यासाठी महसुलाची वाढ व सक्तीची मजुरी (विष्टी) धान्य, तेल आणि इतर द्रव उत्पादनांची वाढ रोखली गेली. चौथ्या शतकातील ग्रीक निरीक्षकांनी आश्चर्यचकित होऊन अशी नोंद करून ठेवली आहे की, या शेतकऱ्यांच्या नजरेसमोर दोन फौजांत घनघोर युद्ध चालले असले तरी ते मूर्खपणे तिकडे दुर्लक्ष करून आपल्या शेतात नांगरत राहतात यात काहीही आश्चर्य नाही. कारण युद्धाच्या नियमांनी संपूर्णपणे निःशस्त्र असणाऱ्या शूद्र शेतकऱ्याला व्यक्तिगत संरक्षण दिलेले असे आणि कोणीही जिंकले तरी त्यांच्या जीवनपद्धतीत काहीही बदल होत नसे. हे सुद्धा बदलणाऱ्या 'पूर्वेचे' वैशिष्ट्य मानले गेले आहे. वास्तविक ग्रामीण जीवनातील मूर्खपणा प्राचीन शासकीय धोरणाने हेतुपूर्वक जोपासला होता. उदासीन खेडे त्याला निर्माण करणाऱ्या शासनाच्या स्वरूपापेक्षा देखील जास्त टिकून राहिले. इतकेच नाही तर त्याने शासन नष्ट केले व देशावर एक कायमचा ठसा उमटविला.

शासन हे काही एकटेच जमीन साफ करीत नव्हते. कोणताही गट आपण होऊन बहुधा संघ (श्रेणी) बनवून जंगलात जाई व तात्पुरते किंवा कायम राहण्यासाठी जंगल साफ करी. ते 'राष्ट्र' किंवा 'सिता' म्हणून मान्य झालेल्या पैकी अनुक्रमे ज्या प्रदेशात असतील त्या प्रमाणात त्यांच्यावरील कर असे किंवा तेथे सतत वाढत जाणाऱ्या कोणत्याही 'जनपदा'च्या सीमांपलीकडे असतील तर त्या काळापुरते ते राजाच्या अधिकारक्षेत्राच्या बाहेर असत. याचाच अर्थ त्या जंगलातील रानटी लोकांच्या

('आटविक') विरुद्ध शस्त्रे उपसणे किंवा प्रत्यक्ष बोलणी करणे दोन्ही गोष्टी शक्य होत्या. कारण त्या 'श्रेणी' सामान्यतः व्यापारात व बऱ्याचवेळी उत्पादनातही मग्न असत. त्या एखाद्या मोहिमेत लष्करी सेवेसाठी भाड्याने सैनिकांच्या तुकड्याही पाठवीत. 'आटविकां'च्या विकासाला त्यांनी कितपत उत्तेजन दिले हा तर्काचा भाग आहे. परंतु आटविक सुद्धा शत्रूंची टेहळणी करणारे हेर म्हणून व फौजेसाठी मदतगार म्हणून भाड्याने घेण्याची 'अर्थशास्त्रा'ची प्रथा होती व तिचा परिणाम त्यांच्या सुधारणेकडे होणाऱ्या वाटचालीवर निश्चितच झाला असला पाहिजे.

'अर्थशास्त्रा'ने आंतरराष्ट्रीय करार युद्ध, विष प्रयोग, बंडास चिथावणी देणे व अंतर्गत पाडाव या शेजारच्या राजांवर आक्रमण करण्यासाठी व्यापाराचा उपयोग करण्याच्या सर्व पद्धती दिल्या आहेत. एकेकाळी केवळ तोंडच्या शब्दांनी केलेले तहसुद्धा पवित्र मानले जात असत. ते आता सोयीप्रमाणे व काही कारण नसताना देखील मोडले जात. परंतु आक्रमणाचे फळ प्रत्यक्ष खंडणी हे नसे – प्राचीन काळी इतरत्र खंडणी हाच आक्रमणाचा सामान्य हेतू असे. पराभूत राजा जर समंजस असेल (नसेल तर तो टिकाव धरणेच अशक्य) तर त्याला आपला पूर्वीचा महसूल व अधिकारी जसेच्या तसे राहून आपले सिंहासनही शाबूत राखता येई. विजेता फक्त पीडित जमिनीवरील ताब्याचा व तेथील सफाई, वसाहती आणि खाणकाम या गोष्टी विजेत्यामार्फत व्हाव्यात याचा आग्रह धरी. शक्य तर, हा हक्क युद्ध न करता केवळ शेजारच्या राजाशी करार करूनही मिळवावा. इ.स.पू. पाचव्या व चौथ्या शतकातील मगध हे राजकीय अर्थव्यवस्था म्हणजे एक शास्त्र असल्याची स्पष्ट समजूत असणारे एकमेव राज्य होते. इतर राज्ये करांसाठी आपल्याच प्रजेला खायला उठत – 'अर्थशास्त्रा'तील राजा आपली मिळकत स्वतंत्ररीत्या उभी करून हे टाळत असे. ग्रीकांनी असा शेरा मारला आहे की भारतीयांना, म्हणजे पंजाबमधील भारतीयांना धातुविद्या व औद्योगिक कलाशास्त्र यांची काहीच माहिती नसून पाणी पुरवठ्यासाठी पाणचक्की वापरण्याच्या बाबतीत देखील अनभिज्ञ आहेत. त्या काळातील मगधाबाबत विदेशीयांच्या मतप्रदर्शनात (असे कोणतेही टिकून राहिले नाही) अशा प्रकारची कोणतीही निंदानालस्ती असू शकली नसती. अर्थशास्त्रातील राज्यात खाणकाम आणि प्रत्येक प्रकारचा पाणी पुरवठा अगदी डोळ्यांत भरण्याजोग्या उच्च पातळीवर विकसित झालेला होता. याचे निश्चित कारण हेच की राजाच्या प्रत्यक्ष अधिकाराखाली असणाऱ्या 'सिता' जमिनीपासून कमाल आर्थिक नफ्यासाठी जास्तीत जास्त उत्पन्न काढले जाई.

मौर्यांच्या नंतरच्या काळात परंतु या बदलाचा निश्चित काळ ज्ञात नाही,

परंपरागत मुख्य कर म्हणजे उत्पन्नातील 'राजाचा सहावा हिस्सा' हा होय. 'राष्ट्र' व 'सिता' जमिनीतील फरक फार लवकर नाहीसा झाला. 'राष्ट्र' शब्दाचा अर्थ 'देश' किंवा 'राष्ट्र' (चालू अर्थाने) असा होऊ लागला. शासनाला त्याचा महसूल 'राष्ट्र'च्या प्रमाणात प्रत्यक्ष त्या शेतकऱ्याकडून अगर जमीन मालक या नव्याने निर्माण झालेल्या मध्यस्थांच्या वर्गाकडून मिळत राहिला. जमीनदारांच्या बाबतीत कूळ म्हणून राहणारा शिकारी 'सिता' जमिनी एवढा किंवा अगदी निम्म्या प्रमाणात कर देत. ही रक्कम व शासनाला द्यावयाचा सहावा हिस्सा यांमधील फरकावर जमीनदाराची मालकी असे. या पद्धतीचे मूळ मौर्यकाळात आढळते. परंतु नंतरच्या काळातील शासनाच्या यंत्रणेचा आधार म्हणजे मध्यस्थी करणाऱ्या जमीन मालकांचा हा नवीन वर्ग होय. या वर्गाची जडणघडण एकसारखी नव्हती. परंतु त्यांचे अधिकार व्यवहारात स्पष्टपणे मान्य केले होते व शासनाला आधार देण्याची खास जबाबदारी त्याच्यावर होती. बाह्यत: हे शासन म्हणजे तीच निरंकुश राजसत्ता असली तरी आता ते त्यांचे राज्य होते.

६.४ शासन व वस्तूंचे उत्पादन

'अर्थशास्त्रा'तील राज्य भारतात किंवा अन्य ठिकाणी इतर कोणत्याही ज्ञात राज्यापेक्षा आणखी एका लक्षणीय तपशिलाच्या बाबतीत वेगळे होते. मोठ्या प्रमाणावर उपभोग्य वस्तूंच्या उत्पादनात ते भाग घेत असे. राज्याचे मुख्य उत्पन्न आपण पाहिल्याप्रमाणे 'सिता' जमिनीपासून मिळत असे. या जमिनी आपल्या उत्पन्नापैकी एक चतुर्थांश किंवा त्यापेक्षा जास्त उत्पन्न राज्याच्या कोठीत जमा करीत. 'राष्ट्र' करांचा दर कमी असला तरी ते सुद्धा मुख्यत: धान्यरूपानेच गोळा केले जात. हे धान्य उपयोगात आणण्यापूर्वी सडावे लागे, क्वचित दळावेही लागे, तेलबियांपासून कोणाला तरी तेल गाळावे लागे, कापूस पिंजावा लागे व त्यापासून धागा काढावा लागे. लोकरीची प्रतवारी लावून त्यावर प्रक्रिया करून त्यापासून घोंगड विणावी लागत असे. इमारती लाकूड कापून त्याच्या फळ्या व तुळया तयार कराव्या लागत. राजाच्या कोठीवरील अधीक्षक या सर्व गोष्टी शासनाच्या देखरेखीखाली करवून घेई. यासाठी तो बहुतांशी शेतात फारशी कामे नसतील तेव्हा स्थानिक मजूर (स्त्रिया व पुरुष) तात्पुरते कामावर घेई. त्यांना अन्न व त्याचबरोबर अल्प मासिक वेतन दिले जाई. 'अर्थशास्त्रा'त या क्रियांच्या संपूर्ण मालिकेचे अगदी प्रक्रियेच्या प्रत्येक अवस्थेत प्रत्येक प्रकारच्या वस्तूची होणारी घट, कार्यक्षम मजुरांचे सरासरी काम, तयार वस्तूचे अंतिम वजन किंवा माप इत्यादी गोष्टींसह अगदी पायरी पायरीचे वर्णन दिले आहे. आपण राजनीतीवरील पुस्तक वाचीत नसून एखाद्या कारखान्याची उत्पादन पुस्तिकाच वाचत आहोत असे वाटेल. अशा नोंद करण्याच्या पद्धतीमुळे फसविणे अवघड जात

असावे. अकार्यक्षम अधिकाऱ्याला त्याच्या निष्काळजीपणामुळे महसुलाचे नुकसान होईल, त्या प्रमाणात त्याला दंड केला जाई, तर अंदाजपत्रकात नवे मार्ग शोधून काढून किंवा नवीन काटकसरीचे मार्ग व कामाच्या अधिक कार्यक्षम पद्धतींनी अंदाजापेक्षा जास्त मिळकत दाखविणाऱ्या हुशार अधिकाऱ्यास बक्षीस दिले जाई. इतकेच नव्हे तर शासनाच्या कोठ्या अंदाजपत्रक करण्याच्या दृष्टीने अत्यंत महत्त्वाच्या असत व त्यांच्या पैकी प्रत्येकीत एक पर्जन्यमापक असून त्याच्या नोंदी महसुलाच्या अंदाजासाठी जमिनीचे वर्गीकरण करण्यास मदत करीत.

अंतिम उत्पादनाची विक्री केली जाई. त्यापैकी पुष्कळसा मार्ग शासकीय सेवेच्या सैन्यासारख्या इतर शाखांकडे जाई. परंतु संपूर्ण हिशोबाने विक्री करूनच त्याचे स्थानांतर होई. शासन आपल्या सैनिकांना अगदी भरपूर वेतन देई. परंतु या वेतनापैकी शक्य तितके एखाद्या मोहिमेत व्यापाऱ्यांच्या वेषातील पगारी शासकीय प्रतिनिधींमार्फत परत घेतले जाई. हे व्यापारी आपला माल सैन्याच्या छावण्यांमध्ये दुप्पट किमतीत विकत व किमतीतील जास्तीचा फरक सरकारी तिजोरीत भरत. प्रत्येक शासकीय सेवकास रोख वेतन दिले जाई. अगदी संपूर्ण तपशिलासह दिलेल्या वेतन− श्रेणी वाचून मन थक्क होते. राजाचा मुख्य उपाध्याय, उच्च मंत्री, पट्टराणी, राणीची आई, युवराज व सेनापती यांना सर्वोच्च वेतन म्हणजे प्रत्येकी दरसाल ४८००० 'पण' इतके असे. किमान वेतन दरसाल ६० 'पण' असे व ते घरगडी व छावण्या व राज्याच्या कामास काबाडकष्ट करणारे मजूर यांना दिले जाई. सरंजामशाहीत 'विष्टी' याच शब्दाचा अर्थ बळजबरीने विनावेतन करावयास लावलेले, नाखुषीने केलेले कष्टाचे काम असा होता. शेतकरी व कारागिरांना कराच्या बदल्यात किंवा कराखेरीजही राजाला किंवा स्थानिक जहागीरदारास जरूर वाटेल तेव्हा बाह्यत: सार्वजनिक हितासाठी ते करावेच लागे. अशा कामापैकी बरेचसे काम त्रासदायक प्रदेशातील हमाली, रस्ते करणे, कालवे किंवा बंदोबस्ताचे खंदक खणण्यासाठी व बंधारे बांधण्यासाठी आवश्यक असे. यावरून ६० चांदीचे तुकडे ही अत्यंत कष्टाचे शारीरिक काम करणाऱ्यास वर्षभर कसेबसे जिवंत राहण्यास व क्वचित आपल्यावर अवलंबून राहणाऱ्यासाठी त्यातलेच काही थोडे खर्चण्यास किमान आवश्यक असणारी रक्कम होती (ही एवढी नाणी म्हणजे दरमहा १७.५ ग्रॅम चांदी असे प्रमाण पडते व जवळ जवळ हेच वेतनाचे प्रमाण हिंदुस्थानातील सर्वात खालच्या मजुराला अठराव्या शतकाच्या सुरुवातीस ब्रिटिश इस्ट इंडिया कंपनीकडून मिळे). सुतार व कारागिर यांना शासनाकडून १२० 'पण' मिळत. अवजड शस्त्रे वापरणाऱ्या सैनिकाला त्याचे प्रशिक्षण पूर्ण झाल्यानंतर ५०० 'पण' मिळत. शासकीय सेवेतील कारकून व हिशेब ठेवणारे (सेनानी, ज्येष्ठ

अधीक्षक इत्यादींना साहजिकच पुष्कळच जास्त वेतन मिळे). कुशल खाण कामगार व इंजिनिअर यांना वर्षास १००० 'पण' वेतन मिळे त्याचप्रमाणे स्वत: निरनिराळे वेष घेऊ शकणारा उत्कृष्ट प्रतीचा गुप्तहेर व सामान्यत: इतरांना संशय न येऊ देता गृहस्थ, व्यापारी किंवा धर्म पुरुष म्हणून राहणारा गुप्तहेर यांना मिळे. या हेरांनी ज्याचा वेष घेतला असेल त्यांच्या वर्गाच्याच सर्वसाधारण मनोरंजनाचे मार्ग स्वीकारावेत अशी अपेक्षा असल्यामुळे त्यासाठी जादा भत्ते मिळत नसत. यावरून दरसाल १०० 'पण' हे मगधातील गहपतीच्या सर्वसाधारण दर्जाच्या व व्यवस्थित पद्धतीच्या राहणीला लागणारे किमान उत्पन्न मानता येईल. त्यापेक्षा खालच्या दर्जाचे गुप्तहेर म्हणजे मारेकरी, खुनी व विषप्रयोग करणारे भिकारणींच्या वेषातील हेर (त्यांना राजवाड्यापासून तो सामान्य घरांपर्यंत, सर्व स्त्रियांच्या खोल्यांपर्यंत मुक्त प्रवेश मिळत असे.) यांना ५०० 'पण' मिळत. तेच वेतन आपल्या ताब्यातील खेडे किंवा खेडी यांच्या बातम्या देणाऱ्या कुलसचिवालाही मिळत असे. राजदूतांना प्रवासाच्या अंतराच्या प्रमाणात निश्चित वेतनश्रेणी मिळे तर दूर अंतरावर जाणाऱ्या जासूदांना दुप्पट प्रमाणात वेतन मिळे. शासकीय सेवेत असताना अपंग झालेल्यांसाठी आणि सेवेत असताना मृत्यू पावलेल्या नोकर व अधिकारी यांच्यावर अवलंबून असणाऱ्या असाहाय्य व्यक्तींसाठी नियमित निवृत्तिवेतने होती. दीर्घ सेवेसाठी तांदूळ व अन्नधान्यांचे भत्ते आणि कापड व तत्सम वस्तूंच्या भेटी यांच्यातील स्वरूपातील देणग्या दिल्या जात. ज्यामुळे राज्याचा महसूल कायमचा कमी होईल असे काहीही देऊन टाकले जात नसे. जर रोख रक्कम कमी पडली तर राजाने आपल्या भांडारातून त्याला आवडेल त्या कोणत्याही भेटवस्तूंची भर घालावी परंतु जमीन किंवा संपूर्ण खेडी देऊन टाकलेली पाहात असताना चाणक्यासारख्या ब्राह्मण मंत्र्याने अशी आज्ञा करावी हे चमत्कारिक देखील आहे. पसेनदीने प्रसंगी आपल्या एखाद्या राजपुत्राला किंवा लष्करी अधिकाऱ्याला देखील एखादे खेडे दिले. 'अर्थशास्त्रा'ने अशा प्रकारच्या वंशपरंपरा देणग्या देण्याच्या विरुद्ध स्पष्टपणे इशारा दिला आहे. नंतरच्या काळात सरंजामशाहीमध्ये अशा देणग्या देणे ही अगदी सामान्य रूढी बनली. मगध राज्याच्या सेवकाने जास्तीत जास्त अपेक्षा 'सिता' जमिनीच्या एखाद्या तुकड्याची तीही इतरांना कोणालाही मिळेल त्याच अटीवर जर तो सेवक शासकीय सेवेत असताना अपंग झाला असेल किंवा म्हातारपणामुळे सेवानिवृत्त झाला असेल तरच करांचे दर कमी केले जावेत. परंतु ती जमीन कसली गेलीच पाहिजे व कर नियमित भरले गेले पाहिजेत.

मगधाचे राज्य बळकट रोख अर्थव्यवस्थेवर चाललेले होते हे ओघानेच आले. 'पण' किंवा 'कार्षपण' या शब्दांनी थोडा गैरसमज निर्माण झाला आहे. 'कार्षापण'

याचा अर्थ नंतरच्या काळात तांब्याचे नाणे असा होऊ लागला. 'अर्थशास्त्रातील' पण हा चांदीचा होता हे खुद्द त्या पुस्तकातीलच सूचनांवरून व त्या काळातील सापडलेल्या अनेक पुराणवस्तुशास्त्रातील वस्तूंवरून दिसून येते. त्या काळातील ३.५ ग्रॅम प्रमाणित वजनाच्या चांदीच्या नाण्यांचे पुष्कळ साठे आढळतात. परंतु सोन्याची नाणी मुळीच नाहीत व तांब्याची नाणी फारच थोडी आहेत. चंद्रगुप्ताचे सैन्य किंवा नुसत्या त्याच्या छावणीतील एखाद्या मोठ्या विभागातील चाकर 'विष्ठी'चे मजूर आणि सेवक लक्षात घेतले तरी चलनाला प्रचंड मागणी असली पाहिजे हे लक्षात येते. शासनाच्या ताब्यातील सर्व प्रदेशातील खाणकाम शासनाच्याच ताब्यात होते या मुद्द्यावर जोर दिला पाहिजे. धातूंच्या खाणी शोधून काढण्यापासून तो धातूच्या शुद्धीकरणापर्यंतच्या प्रत्येक गोष्टीचे दिग्दर्शन करणाऱ्या खाण अधिकाऱ्याला मिळणाऱ्या उत्कृष्ट वेतनावरून दिसून येते. शासनाचा एकाधिकार चाणक्याच्या पुढील वचनावरून प्रतिबिंबित झाला आहे. 'शासनाचा खजिना खाणींवर आधारलेला आहे. सैन्य खजिन्यावर अवलंबून आहे आणि ज्याच्याजवळ सैन्य व खजिना आहे, तो या संपूर्ण विशाल पृथ्वीवर जय मिळवू शकेल.' अवजड उद्योगधंद्याचे हे मूलभूत स्थान जरी पंजाबातील भारतीयांना कळले नाही किंवा सामान्यतः भारतीय राजकारणपटूंना कदाचित आजतागायत समजले नाही तरी ग्रीकांना ते समजले असणार. कच्च्या धातूचे रूपांतर करणे व धातू आटविणे यासाठी देखील थोडक्यात परंतु काळजीपूर्वक सूचना निरनिराळ्या दर्जातील फरकांसह 'अर्थशास्त्रा'त दिल्या आहेत. शासनाने वापरातील हत्यारे, भांडीकुंडी व दागिने बनवावेत असे कोठेही सुचविलेले नाही. शासन या धातूंपैकी बरेचसे व्यापारी कारागिरांचे संघ आणि व्यक्तिगत निर्मात्यांना विकून टाकत असे. चांदीची नाणी देखील एखाद्या व्यक्तीला खाजगीरीत्या बनविता येत. परंतु या चकत्या टाकसाळीत न्याव्या लागत. तेथे धातूंचे मिश्रण व वजन तपासले जाई व त्या चकत्या जर प्रमाणशीर असतील तर त्यावर छिद्रांच्या खुणांचे योग्य शिक्के मारले जात आणि त्यानंतर ते नाणे कायदेशीर होई. बनावट नाणी करणाऱ्यास जबरदस्त शिक्षा मिळे. कापड, भांडी, टोपल्या इ. वस्तूंची निर्मिती व व्यापार बहुतांशी खाजगीरीत्याच चाले. खाजगी वस्तुनिर्माता व शासन यांचे परस्परसंबंध कसे होते ?

किरकोळ व घाऊक व्यापारी जे मिळेल ते शासनाकडून किंवा इतर कोठल्याही ठिकाणाहून खरेदी करीत. प्रत्येक शेतकरी आपल्या जवळील आधिक्य असेल तर कोणाही खरेदीदारास विकण्यास किंवा त्याच्या उपयोगाच्या कोणत्याही वस्तूशी त्याची अदलाबदल करण्यास स्वतंत्र असे. बिकट प्रसंगांना तोंड देता यावे म्हणून प्रत्येक जनपदातील राजभांडारांना फक्त धान्ये व अन्नपदार्थाचाच नव्हे तर दोर, इमारती,

लाकूड, हत्यारे व तत्सम वस्तूचाही कायमचा साठा ठेवावा लागे. दुष्काळ, पूर किंवा साथीमुळे अत्यंत त्रासाचे ठरलेले वर्ष अगर या सारख्या संकटकाळी सार्वजनिक मदत या भांडारातून देता येई. या राखीव साठ्यांखेरीज इतर काहीही विकता येई. घाऊक व्यापाऱ्याचा त्रास खरेदीनंतर सुरू होई. तेथे कडक नियम होता. 'कोणतीही व्यापारी वस्तू (खाजगी घाऊक व्यापाऱ्याला) तिच्या मूळ ठिकाणीच विकता येणार नाही.' यावरून असे सूचित होते की विकत घेतलेल्या पदार्थावर काहीतरी प्रक्रिया झाली पाहिजे व सामान्यतः तो दूर पाठविला गेला पाहिजे. व्यापाऱ्याला त्याचे माल निर्मिती अगर स्थलांतराने वाढवावे लागे. माल, पैसा यांचे अभिसरण समाधानकारक पातळीवर ठेवण्यासाठी स्थलांतर हे अत्यंत महत्त्वाचे होते. विक्रीचा सर्व माल व साठे यांच्या तपासणीबरोबरच (परवानाशुल्कासह) वजने व मापे यांचीही ठराविक कालांतराने तपासणी होई. काफिल्यातील प्रत्येकाला एका – 'जनपदा'कडून दुसऱ्या जनपदाकडे जाताना रानटी लोकांनी भरलेल्या जंगलातून जावे लागे व त्यांच्यापासून आपले संरक्षण करण्यासाठी त्या काफिल्यास शस्त्र बाळगावी लागत. दुसऱ्या जनपदाची हद्द ओलांडताच योग्य शुल्क देऊन परवाना काढण्यासारखे काही खास कारण नसेल तर ही शस्त्र तेथील शासकीय शस्त्रागारात ठेवावी लागत. कोणाही खाजगी व्यक्तीला जनपदाच्या सीमांमध्ये अशा परवान्याखेरीज सशस्त्र फिरता येत नसे. प्रत्यक्ष पहाऱ्याच्या कामावर नसणाऱ्या सैनिकांना देखील त्यांची शस्त्रे शहरात आणता येत नसत. काफिल्यांना 'जनपदा'मध्ये प्रवेश करताना व ते सोडून जाताना मालावरील जकात कर भरावे लागत. मालाची चोरून ने-आण करणे व खोटी किंमत सांगणे धोक्याचेच नव्हे तर अत्यंत अवघडही होते कारण काफिल्यातील किमान एक व्यापारी तरी चांगले वेतन मिळणाऱ्या गुप्त सेवेतील हेर असे आणि त्याला काफिल्याचा प्रत्येक व्यवहार माहीत असे. कित्येकदा माहिती अगोदरच पुढे पाठवलेली असे. त्यामुळे सीमारक्षकाचा कप्तान, त्या व्यापाऱ्यांनी त्यांचा औपचारिक जकात – जाहीरनामा देण्याची वाट न पाहताच त्या काफिल्याने नक्की कोणता माल आणला आहे हे सांगू शके. आयात केलेला माल ठरलेल्या सार्वजनिक बाजाराचे ठिकाणी त्यांना चांगला नफा मिळवून देणाऱ्या पण त्यापेक्षा जास्त नसलेल्या किमतीत विकावा लागे. विकल्या न गेलेल्या वस्तू स्थानिक अधिकाऱ्याकडून त्याच्या अचूक माहितीवर आधारित व त्यांना रास्त वाटणाऱ्या किमतीत विक्रीसाठी ठेवल्या जाऊ शकत. आधुनिक व्यापाऱ्यांच्या उलट त्या व्यापाऱ्यांना इतरत्र जास्त चांगला सौदा करण्याच्या आशेने किंवा सवलतीत विक्रीच्या नावाखाली जास्त किमतीने विकण्यासाठी कोणत्याही गरजेच्या वस्तू दडपून ठेवता येत नसत.

उत्पादक व्यापाऱ्यावरील बहुधा सर्वात महत्त्वाचे बंधन म्हणजे त्याच्या कुशल कामगारांच्या पुरवठ्यावरील मर्यादा हे असावे. कारागीर स्वतंत्र असून सामान्यतः समर्थ व्यावसायिक संघात संघटित झालेले असत. स्वतंत्र म्हणून जगणाऱ्या कोणाही शूद्राला गुलाम म्हणून विकता येत नसे. ज्या प्रमाणे भारतीयांना सीमाप्रदेशात व ग्रीकांच्या देशात आर्य व दास एवढाच भेद आहे असे वाटे त्याचप्रमाणे ग्रीकांनाही हिंदुस्थानात कोणत्याही स्वरूपात गुलामगिरी ओळखता आली नाही. शिक्षा झालेल्या गुलामांचा उल्लेख पूर्वी केला गेलेला आहे आणि विकत घेतल्या गेलेल्या घरगुती नोकर, खुशमस्करे व तत्सम गुलामांचा एक संपूर्ण वर्गच होता. परंतु त्यापैकी कोणालाही मानभंग करणारी किंवा घाणेरडी सेवा करण्याची सक्ती करता येत नसे. बलात्कारी किंवा निर्दयप्रमाणेच अशा प्रकारच्या कोणत्याही सक्तीची परिणती तत्काळ मुक्ततेत होई. गुलामांची व स्वतंत्र व्यक्तीचीही मुले स्वतंत्र असत, विकता येत नसत. गुलामांच्या मालकीची कोणतीही मालमत्ता मालकाला काढून घेता येत नसे. गुलामाला आपले स्वातंत्र्य विकत घ्यावयाचे असेल तर त्याच्या किंवा तिच्या कामाची किंमत कायद्याने प्रस्थापित केल्याइतकीच मानली जाई. वेतनावर काम करणाऱ्या कामगारांना करारासंबंधीच्या अत्यंत न्याय्य कायद्याने संरक्षण दिलेले होते. हा कायदा त्यांना व त्यांच्या सेवेसाठी करार करणाऱ्यांनाही बंधनकारक असे. ज्याला धाडस असेल अशा कोणालाही आसरा देणाऱ्या अफाट जंगलाची त्यात भर घाला. तेथे नेहमी अन्नसंग्रहण करून व तेथील रानटी लोकांची मैत्री संपादणाऱ्या लोकांना एखादा जमिनीचा तुकडा जनपदाचा विस्तार होईपर्यंत करांचा काहीही त्रास होत नसे. ज्या बाबतीतील व्यापाऱ्यांचे हितसंबंध राजहिताविरुद्ध नसतील तेवढ्या बाबतीत त्यांना भरपूर संरक्षण दिले असे. तथापि कायद्याचा एकंदर दृष्टिकोन असा होता की व्यापारी हा निसर्गतःच लबाड असतो व त्याच्यावर काळजीपूर्वक नजर न ठेवल्यास, नियंत्रण न ठेवल्यास व त्याला वारंवार शिक्षा न ठोठावल्यास तो समाजाचा शत्रू बनेल. बौद्धांच्या दृष्टिकोनापेक्षा इतक्या ठळकपणे भिन्न असणाऱ्या दृष्टिकोनाची कल्पनाच करता येणार नाही.

दंडाच्या तक्त्यात प्रत्येक वस्तूच्या किमतीचे प्रतिबिंब उमटलेले आहे. 'अर्थशास्त्रा'च्या एका आदर्श भाषांतराच्या अनुक्रमणिकेत या यादीने साडेनऊ रकाने भरलेले आहेत व एरवी पाप किंवा दुर्वर्तन मानले गेले असते अशा पुष्कळ कायदेभंगांचा परामर्श घेतला आहे. एखादा ब्राह्मण याज्ञिक देखील दुसऱ्या एखाद्या करार करणाऱ्या पक्षाप्रमाणेच, एखादा धार्मिक विधी करण्याच्या त्याच्या कराराला बांधलेला असे. जर बैराग्याजवळ एखाद्या किरकोळ कायदेभंगासाठी दंड भरण्यास आवश्यक पैसा नसेल तर त्याच्या दंडाची आकारणी राजासाठी करावयाच्या प्रार्थनेच्या स्वरूपात

केली जाई. वेश्या व्यवसाय हा गुन्हा नव्हता अगर पापही नव्हते. तर एक शासकीय व्यवसाय असून त्यासाठी एक खास मंत्री होता. वेश्यांसाठी असणारे कायदे व्यापारी माल अगर कमी वैशिष्ट्यपूर्ण दर्जाच्या सेवांसाठी असणाऱ्या कायद्याइतकेच परिपूर्ण होते. त्यांनी एकदा ठराविक रक्कम मिळविली की त्या निवृत्त होऊन सन्मान्य होत. कारण हा व्यवसाय नंतरच्या काळातल्या इतका अप्रतिष्ठित नव्हता. परंतु शासनाचे देणे द्यावेच लागे. वयोवृद्ध झालेली वारांगना स्वतः क्रमाने शासकीय सेवेत अधीक्षक – स्त्री म्हणून काम करू लागे. मद्यासाठी देखील एक स्वतंत्र मंत्रालय असून ते मद्याच्या निर्मितीपासून विक्रीपर्यंत सर्व गोष्टीची काळजी घेई. जुगाराचे सर्व अड्डेदेखील शासनच एका विशिष्ट अधीक्षकाच्या अधिकाराखाली चालवी. नागरी जीवनाच्या काना–कोपऱ्यातून रोखीच्या अर्थव्यवस्थेचा शिरकाव झाल्याचे यापेक्षा चांगल्या प्रकारे दाखविणारी दुसरी वैशिष्ट्ये असणे शक्य नाही. फक्त हे लक्षात घेतले पाहिजे की, लोकसंख्येचा फार मोठा भाग 'सिता' खेड्यातून राहात असे व तेथे ते जमिनीवर काबाडकष्ट करण्यातच गुंतून राहतील याची संपूर्ण सावधगिरी घेतली जाई. वारांगना, मद्याचे दुकान व जुगार अड्डा या गोष्टी शहरात प्रतिष्ठेच्या मानल्या जात, सामान्यतः ग्रामीण प्रदेशात नव्हे. जेव्हा आपण असे म्हणतो की, मगधराज्य व त्यातील समाज प्रत्येक गोष्टीची पैशांत किंमत करीत असे तेव्हा ते म्हणजे मुख्यतः शहरी जीवन, काफिल्यातील व्यापारी व शासकीय अधिकारी यांना लागू पडते. राजाच्या जमिनीवर वसाहती करण्यासाठी हद्दपार केलेल्या साध्या शेतकऱ्याला नाही.

६.५ अशोक आणि मगध साम्राज्याचा कळस

अशोक (संस्कृतमध्ये 'अशोक' म्हणजे शोकरहित) हा बिंदुसाराचा मुलगा व चंद्रगुप्त मौर्याचा नातू असून त्याने इ.स.पू. २७० च्या सुमारास साम्राज्याच्या सिंहासनावर आपला हक्क प्रस्थापित केला. त्याच्या स्वतःच्या आज्ञा म्हणजेच आतापर्यंत प्रयत्नपूर्वक अर्थ लावता आलेले सर्वात प्राचीन भारतीय शिलालेख होत. त्याच्या जीवनाचे इकडे तिकडे विखुरलेले तपशील, अर्धवट आख्यायिकांसारख्या स्वरूपात जतन करून ठेवले गेलेले असून ते एक हकिकत म्हणून गोळा करण्याइतक्या पात्रतेचेही नाहीत. अशोकाने सिंहासन मिळविण्यासाठी आपल्या सावत्र भावांना ठार मारले व आपल्या कारकिर्दीची पहिली आठ वर्षे अत्यंत कठोरपणे व जुलमाने राज्य केले असे मानले जाते. त्याची कारकीर्द जवळपास ३६ वर्षांची होती. 'पृथ्वीवरील नरक' म्हणून ओळखले जाणारे एक कल्पित ठिकाण त्याने कैद्यांचा छळ करण्यासाठी मुद्दाम तयार करवून घेतलेले म्हणून त्यानंतर अनेक शतकांपर्यंत प्रवाशांना पाटण्याजवळ दाखविले जाई. 'पृथ्वीवरील नरक' या शब्दाने फक्त मगधाच्या तुरुंगातील सर्वसामान्य

कडकपणा सूचित होतो. ज्याचा गुन्हा संशयातीत आहे असा एखादा शिक्षा झालेला गुन्हेगार उद्दामपणा किंवा विशेष हटवादीपणा करू लागल्यास त्या तुरुंगात सक्तमजुरीला यातनांची जोड दिली जाई. सरंजामशाहीच्या सुरुवातीस यातनांचा वापर बंद केला गेला. परंतु पुन्हा नंतर सरंजामशाहीच्या अखेरच्या काळात तो पुन्हा सुरू झाला. इ.स.पू. पाचव्या शतकात अशोक नावाचाच राजा होऊन गेल्यामुळे अनेक वृत्तान्त या दोन अशोकांमध्ये गल्लत करताना दिसतात. या अशोकाची नाण्यावरील छिद्रांची खूण जवळ जवळ दोनशे वर्षांनंतरच्या या थोर अशोकाच्या खुणेसारखीच आहे. दुसऱ्या अशोकाच्या काळात नाण्यांचे दोन्ही संच प्रचारात होते. त्यामुळे स्वाभाविकपणेच 'शिशुनाग' राजाला – कालाशोक 'म्हणजे प्राचीन काळातील अशोक' हे नाव दिले. मौर्यवंशीय अशोकाने स्वतःला पियदसी (प्रसन्न चर्येचा) देवाचा आवडता असे बिरुद लावून घेतले. यापैकी दुसरा हुद्दा (देवानाम पिय) सर्वसामान्यपणे राजांना लावतात परंतु राजपद दैवीहक्काने मिळण्यासंबंधी काहीही सूचित केलेले नाही. कारण तो शब्द 'मूर्ख' किंवा 'अर्धवट' या अर्थाने देखील वापरला जातो. 'मस्की' (म्हैसूर राज्य) व गुज्जर येथील त्याच शैलीतील शिलालेखांच्या शोधामुळे त्या आज्ञांचा लेखक कोण असावा, हा प्रश्न सुटला आहे. त्या शिलालेखांनी पियदसी म्हणजेच अशोक असे स्पष्टपणे नामनिर्देशांसह स्पष्टीकरण केले आहे. बौद्धांच्या लेखांमध्ये (संस्कृत, पाली व चिनी भाषेतील) ते नाव कल्पित असले तरी त्या सम्राटाने बौद्ध धर्म स्वीकारल्यामुळे व त्या धर्मपीठाला सढळ हाताने देणग्या दिल्यामुळे ते अमर झाले. अगदी परवापर्यंत या थोर सम्राटाची नाणी ओळखली गेली नव्हती. कारण त्यावर कोणाचेही नाव किंवा आख्यायिका नाही तर फक्त छिद्रांकित नाण्याप्रमाणे नुसती प्रतीके आहेत.

अशोक स्वतःच त्याच्या राज्याभिषेकानंतर आठ वर्षांनी झालेल्या कलिंगाच्या (ओरिसाच्या) शोकांतिक मोहिमेनंतर आपल्यात एकदम बदल झाल्याने सांगतो. एक लाख लोक लढता लढता मरण पावले, त्याच्या कित्येक पट लोक युद्धानुषंगिक कारणांनी मृत्युमुखी पडले. १,५०,००० लोकांना हद्दपार केले गेले – येथे वापरलेले 'अपवह' हे क्रियापद 'अर्थशास्त्रा'त राजाच्या जमिनीवर जबरदस्तीने वसाहती करण्यासाठी केलेल्या हद्दपारीकरिता वापरलेले क्रियापद ही दोन्ही एकच आहेत. हा विजय म्हणजे मौर्यांच्या बाबतीत मोठ्या युद्धाचा शेवटचा प्रसंग होता. त्यानंतर कलिंगाचे लोक – जे काही शिल्लक राहिले ते – जणूकाही अशोकाची मुलेच असावीत अशा प्रकारे त्याच्या खास संरक्षणाखाली होते. याच सुमारास अशोक मगधातील धार्मिक उपदेशकांचे म्हणणे लक्षपूर्वक ऐकू लागला व स्वतः बौद्ध बनला. या धर्मांतराची

तुलना वारंवार रोमच्या कॉन्स्टन्टाईन या बादशहाने इ.स. ३२५ मध्ये ख्रिश्चन बनण्यासाठी केलेल्या धर्मांतराशी केली जाते. परंतु त्याने शासनाशी संबंधित असे संघटित प्रार्थनामंदिर निर्माण केले नाही किंवा ख्रिश्चन धर्माने रोमच्या साम्राज्यातून मूर्तिपूजा निपटून काढली. त्याप्रमाणे हिंदुस्थानातील इतर धर्म नष्ट केले नाही. उलट अशोकाने व त्याच्या वारसांनी ब्राह्मणांना तसेच जैन व आजीविक यांनाही उदार देणग्या दिल्या. त्या थोर सम्राटाचा आपल्या राज्यातील आदरणीय वयोवृद्धांना भेटण्याचा नियम असून तो आपल्या मनात सतत असणाऱ्या चालू पाहणीच्या दौऱ्याच्या वेळी ब्राह्मणांच्या व सर्व प्रकारच्या साधूंच्या मुलाखती घेत असे व कोणत्याही धार्मिक पंथाच्या लायक व्यक्तींना पैसे किंवा इतर भेटी देऊन मदत करी. एका भारतीय राजाने प्रथमच आपल्या प्रजेबद्दलची जी वृत्ती पुढील शब्दात दाखविली तितका हा महत्त्वाचा बदल धार्मिक नव्हता. तो म्हणतो : 'मी जे जे परिश्रम करतो त्यात मी सर्व सजीव प्राण्यांचे जे देणे लागतो, त्यातून फक्त कर्जमुक्त होण्यासाठी प्रयत्न करतो.' हा राजेपणाचा अगदी विलक्षण नवा व स्फूर्तिदायक आदर्श होता व तो राजाला शासनाच्या निरंकुश सामर्थ्याचे प्रतीक मानणाऱ्या मगधाच्या पूर्वीच्या राजनीतीला संपूर्णपणे अनोळखी होता. अर्थशास्त्रातील राजा कोणाचेही काही देणे लागत नव्हता. कार्यक्षमता हा एकच अंतिम निकष असून समजून राज्याच्या फायद्याच्या दृष्टीने राज्य करणे हेच त्याचे एकमेव काम होते. अशोकाच्या कारकिर्दीत सहाव्या शतकात मगधातील धर्मामध्ये व्यक्त झालेल्या सामाजिक तत्त्वज्ञानाचा अखेर शासकीय यंत्रणेत शिरकाव झाला.

त्याप्रमाणे अशोकावर बौद्धधर्माच्या उन्नतीसाठी किंवा प्रचारासाठी आपल्या आज्ञा प्रसिद्ध आरोप केला गेला आहे. बौद्धधर्माने ज्यांच्या दांभिकपणाची हवा काढून घेतली होती, ते ब्राह्मण व सर्व बौद्धधर्मीयांनी धर्मशास्त्राइतक्या प्रखरपणे ज्यांना अत्यंत निंद्य मानले हाते, ते जैन व आजीविकांचे दोन समांतर पंथ यांच्यासह इतर सर्व पंथांना त्याने जाहीरपणे दिलेला आधार पाहता, ह्या दृष्टिकोनाचे समर्थन करता येणार नाही. तथापि हा सम्राट स्वतःला बौद्ध मानीत होता हे खरे आहे. पवित्रस्थानी बांधलेल्या स्मारकांप्रमाणेच बुद्धाच्या अस्थींवर स्तूप बांधल्याचे श्रेय त्याला दिले जाते. पुराणवास्तुशास्त्राने बऱ्याच मोठ्या प्रमाणावर याची खात्री करून घेतली आहे. स्तंभावरील व खडकावरील त्याच्या आज्ञा समकालीन प्रमुख व्यापारी मार्गावरील महत्त्वाच्या आडव्या रस्त्यावर किंवा नवीन शासकीय केंद्राजवळ ठेवल्या होत्या. बुद्धाच्या आयुष्यातील अत्यंत महत्त्वाची घटनास्थळे दाखविणाऱ्या आज्ञादेखील बहुतांशी जुन्या 'उत्तरापथा'वरच होत्या. 'उत्तरापथ' हा व्यापारी मार्ग गंगाप्रदेशातील

वसाहतींच्या वाढत्या विस्तारामुळे अधिकाधिक दुर्लक्षित होत गेला. मतभेदासंबंधी एक आज्ञा बौद्ध धर्मपीठाला संबोधणारी आहे. ती साधूंना कोणतेही खास हक्क देत नाही तर फक्त त्यांना अभ्यास व वर्तन याविषयी उत्कृष्ट सल्ला देते. बाह्यतः जलद वाढ व थोरामोठ्यांना आश्रय यांच्या परिणामामुळे धर्मपीठास थोडे शैथिल्य येऊ लागले होते. परंपरेनुसार अशोकाच्या कारकिर्दीत झालेली तिसरी बौद्ध परिषद व अशोकाने मध्य-आशिया व बहुधा चीन देखील या सर्व शेजारी देशांमध्ये धर्मप्रसारक पाठविणे या दोन्ही गोष्टी ऐतिहासिक असल्याचे दिसते. अस्तित्वात असलेल्या सर्वात प्राचीन स्वरूपातील पालीभाषेतील बौद्धांचा नियम बुद्धाच्या मृत्यूनंतर लगेच रचला गेल्याचे मानले जाते परंतु त्याचे सध्याचे स्वरूप त्याला अशोकाच्या काळात किंवा त्या सुमारास दिले गेले असल्याचा फार संभव आहे. सिलोन, ब्रह्मदेश व सयाम येथे तो अजून टिकून आहे.

त्या आज्ञा केवळ बौद्धधर्माच्या वैयक्तिक आवडीपेक्षा अधिक खोलवर जाणाऱ्या आहेत. कारण त्या शासनाच्या बाजूने पूर्णपणे बदललेले धोरण सूचित करतात. ('स्तूपां'खेरीज देखील) शासनाला कोणतेही उत्पन्न न मिळवून देणारी सार्वजनिक कामे हे त्याचे पहिले प्रमुख चिन्ह आहे. अशोकाचा 'पाटलीपुत्र' येथील भव्य राजवाडा व तत्सम इमारती कोणीही राजाने बांधल्या असत्या तशाच सुखसोयी व डामडौल यांच्यासाठी असू शकतील. 'अर्थशास्त्रा'तील राजवाडा मुख्यतः वापरासाठी व वैयक्तिक सुरक्षिततेसाठी असून त्यात लाकूडकाम होते तर अशोकाने आरशासारखी वैशिष्ट्यपूर्ण सफाई असणाऱ्या दगडांचा मोठ्या प्रमाणावर उपयोग केला. त्याच्यानंतर हिंदुस्थानातील खांबासाठी मोठ्या प्रमाणावर वापरली गेलेली धाटणी, गुळगुळीतपणा व अशोककालीन सुंदर घंटाकार वरचा कंगोरा या सर्वांचे मूळ प्राचीन ग्रीक इमारतींमध्ये आहे असे मानले जाते. पहिल्या डरायसचा 'अपदन' राजवाड्याचा नमुना व कारागीरही अशोकाने वापरले होते असे समजले जाते. तो डरायसचा राजवाडा २००० मैल अंतरावर व इ.स.पू. ५०० च्याही पूर्वी बांधला गेला होता व इ.स.पू. ३३० मध्ये अलेक्झांडरच्या आनंदोत्सवात जाळला गेला होता. त्यामुळे हे म्हणणे अक्षरशः खरे मानता येणार नाही. अशोककालीन कलेमध्ये सांचीचे प्रचंड दरवाजे जरी थोडे नंतरच्या काळातील असले तरी, मी अंतर्भूत करतो. ही कला म्हणजे एका अत्यंत विकसित अशा लाकूडकामाच्या परंपरेचे अगदी सरळ दगडी रूपांतर असल्याचे दिसते. कार्ले कोंडाणे व इतर गुहांमधील विहार असे दर्शवितात की, त्या अनेक मजली इमारती लाकडीच होत्या. ही वैशिष्ट्यपूर्ण 'बौद्धाची कमान' देखील मुळात लाकडाचीच होती. नंतरच्या काळातील मौर्यांचे सभागृह हे एकदा चुकीने अशोकाचा प्रचंड

राजवाडाच असल्याचे मानले गेले होते. त्याचे अनेक अवशेष पाटण्याचे उपनगर कुमरहर येथे खणून काढण्यात आले होते. त्यातील जमीन, छत, छप्पर, खालचा सांगाडा आणि गटारे देखील जड इमारती लाकडाची होती. त्याचे छान गुळगुळीत केलेले दगडी खांब जमिनीत मातीच्या थरावर उभ्या पुरलेल्या जड ओंडक्यावर अगदी सुरक्षितपणे उभे केलेले होते. दुर्दैवाने आता निर्वृक्ष बनविल्या गेलेल्या या प्रदेशात लाकूड मुबलक होते. कारण झाडांच्या खोडांचे किंवा कापून सारख्या केलेल्या ओंडक्याचे बनविलेले कित्येक मैल लांबीचे रस्ते बिहार मध्ये इसवी सनाच्या सातव्या शतकात देखील होती. पाटण्याच्या तटबंदीचा जास्तीत जास्त भाग मातीने आच्छादलेल्या इमारती लाकडाचा आहे.

सिंधु खोऱ्यातील बांधकाम लक्षात घेतले तरी सुद्धा हिंदुस्थानातील कला व वास्तुविद्या अशोकापासून सुरू झाल्या असे म्हणता येईल. त्यांचे भारतीय संस्कृतीतील स्थान कमी महत्त्वाचे नाही. पाटणा येथील अशोकाचा राजवाडा हा प्रतिभाशाली व अलौकिक कलाकारांचे काम असल्याचे दिसते. त्याचे अवशेष अद्यापही मनावर छाप टाकणारे आहेत असे इ.स. ४०० मधील चिनी प्रवाशांना आढळले. अशोकाने शासनाला फायदा मिळवून न देणाऱ्या यापेक्षा खूपच जास्त महत्त्वाच्या सार्वजनिक कामासाठी बराच खर्च केला आह. संपूर्ण साम्राज्यावर माणसे व जनावरे यांच्यासाठी सरकारी खर्चाने विनामूल्य वैद्यकीय सेवा पुरविणारे दवाखाने त्याने उभारले. सर्व प्रमुख राजमार्गावर एकेक योजनेच्या अंतरावर छायापूर्ण वनराई, पाण्यापर्यंत उतरत जाणाऱ्या पायऱ्या असलेल्या विहिरी, फळबागा व विश्रांतिस्थाने निर्माण केली होती. (योजन म्हणजे ५ ते ९ मैलांचे अंतर. या मूळ शब्दातून दीर्घ प्रवासात गाडीच्या बैलांना गाडीला जुंपल्यापासून परत त्यांच्या मानेवरील जू काढीपर्यंत जेवढ्या अंतरापर्यंत गाडी सुरक्षितपणे हाकता येईल तेवढे अंतर हा अर्थ व्यक्त होतो.) केवळ अशोकाच्या अधिकारातील प्रदेशातच नव्हे तर त्याच्या सीमांपलीकडे देखील उभारलेल्या या नवीन इमारती, विशेषतः त्यापैकी बऱ्याच स्थानकावर वैद्य व पशुवैद्य उपलब्ध असल्यामुळे अगदी स्वर्गातून अवतरल्याप्रमाणेच वाटत असल्या पाहिजेत. बौद्धांच्या संभाषणात उल्लेखिलेल्या परोपकारी 'चक्रवर्ती' सम्राटाच्या कर्तव्याशी हे अगदी मिळते जुळते आहे. ह्या बौद्धांच्या संभाषणांचा उल्लेख मागील एका प्रकरणात केला गेला आहे. 'अर्थशास्त्रा'ने अशा प्रकारची कामे आपल्या पैशाचा काही रोख मोबदला मिळत असल्याशिवाय दृष्टीसमोर ठेवली नव्हती. तथापि हा कठोर ग्रंथ देखील वृद्ध, अपंग व पोरकी मुले यांना मदत करण्याच्या आवश्यकतेवर जोर देतो.

याचा अर्थ असा नव्हे की, धर्मादाय कामे, धार्मिक कामे यांच्यापुढे

अशोकराजाने प्रशासकीय कामाकडे दुर्लक्ष केले. त्याचे नियमित अहवाल काही काळापर्यंत राजकीय नित्यक्रमाबाहेर गेल्याची नोंद कितीतरी शब्दात केली आहे. चंद्रगुप्ताच्या व्यापक मोहिमा, बिंदुसाराची सतत चाललेली सफाईची कामे व संपूर्ण उपखंडात झालेला साम्राज्याचा विस्तार पाहता हे अगदी स्वाभाविकच आहे. अशोक म्हणतो, 'मी अधिकृत अहवालांचा स्वीकार व विचार कोणत्याही वेळी करीन, मी अगदी भोजनस्थानी, अंतःपुरात (राणीवशात), शय्येवर, प्रसाधनालयात, कवायतीची पाहणी करण्याच्या कामात, राजोद्यानात किंवा इतर कोठेही असलो तरी लोकांच्या स्थितीसंबंधीच्या बातम्या माझ्याकडे आणल्या जाव्यात.' 'अर्थशास्त्रा'तील राजाच्या दुर्लक्षित झालेल्या कार्यक्रमपत्रिकेची अंमलबजावणी आता पुन्हा सुरू होत होती. त्यात गमावलेला वेळ भरून काढण्याचा खास प्रयत्न होता. तथापि चाणक्याच्या प्रशासनात महत्त्वाचे बदल केले गेले होते (बिंदुसाराच्या कारकिर्दीच्या प्रारंभी चाणक्य सेवानिवृत्त झाल्याचे परंपरेनुसार मानले जाते पण त्यास आधार नाही.) आता राजा स्वतःच दर पाच वर्षांनी आपल्या सबंध राज्यात पाहणीसाठी संपूर्ण दौरा करी. असला दौरा त्या पाच वर्षांतील बराचसा वेळ घेत असला पाहिजे. म्हणजेच यातून पावसाळ्याखेरीज इतर वेळी सतत प्रवास सूचित होतो. अशा प्रकारचे पूर्वीचे सगळे राजांचे प्रवास शिकारीसारख्या व्यक्तिगत चैनीसाठी किंवा लष्करी मोहिमेसाठीच झाले होते. त्याचप्रमाणे प्रत्येक उच्च अधिकाऱ्याला त्याच्या स्वतःच्या हुकमतीखालील संपूर्ण मुलखात असाच पंचवार्षिक दौरा करण्याची आज्ञा असे. त्याखेरीज अधिकारी व खास निधी यांच्यावर नियंत्रण असणाऱ्या सर्वाधिकारी पर्यवेक्षकांचा एक नवीनच वर्ग निर्माण केला गेला होता. त्याचा हुद्दा 'धर्म-महामात्र' असा असून त्याचे भाषांतर 'नीति-व्यवहार-मंत्री' असे करता येईल. नंतर तो 'धर्मादाय व धार्मिक बाबी यांचा ज्येष्ठ नियंत्रक' होई. अशोककालीन अवस्थेत त्याचे योग्य भाषांतर 'न्याय उच्चायुक्त' असे होईल. न्यायबुद्धी हे औपचारिक संहितेतील कायदा व सामान्य कायदा यांच्या पलीकडील तत्त्व असून कायदा व न्याय हे दोन्ही त्याच्यावर आधारलेले असल्याचे मानले जाते. हे 'धर्म' शब्दाच्या प्राचीन अर्थाशी अत्यंत मिळते-जुळते असून त्यामुळे मिनँडरने 'धम्मक'चे ग्रीक भाषेत जे भाषांतर केले ते समर्थनीय ठरते. कायद्यानुसार चालणाऱ्या गट व पंथांच्या तक्रारीची परीक्षा करणे, त्यांना न्यायाने वागविले जाईल असे पाहणे हा त्या नवीन उच्चायुक्ताचा कर्तव्याचा एक भाग होता. तसेच अशा सर्व गट व पंथ यांच्या मतांची व तत्त्वांची खात्री करून घेणे हे त्याचे काम असे. हे काम सम्राट स्वतःच आपल्या तपासणीच्या वेळी साधून घेई. प्राचीन सामूहिक कायदा व सामूहिक – धर्म यांची फारकत करता येत नाही. 'अर्थशास्त्रीय जनपदातील, विशेषतः

खेड्यातील लोक निश्चितच प्राचीन होते. सुरुवातीच्या नांगरटीपासून ते अखेर धान्य पाखडण्यापर्यंत शेतीविषयक प्रत्येक कामाला धार्मिक विधीची प्रस्तावना (आताप्रमाणेच त्यावेळी देखील) आवश्यक मानली जात असे. त्याबरोबरच अनेक पद्धतींचा वारसा पुष्कळदा अन्नसंग्राहक समाजाकडून घेतलेला असे. या संकुचित व कधीकधी परस्परविरोधी श्रद्धा अन्नोत्पादन करणाऱ्या मोठ्या समाजाशी मिळत्या-जुळत्या करून घेणे ही एक समस्या होती. हे देखील बौद्धधर्माचे एक ध्येय होते. तथापि त्याने यज्ञबळी विधीसाठी व धार्मिक विधीसाठी केल्या जाणाऱ्या सर्व प्रकारच्या हत्यांना दोष दिला, तर 'अर्थशास्त्राने' यज्ञाकडे पूर्णपणे कानाडोळा केला असून जादूटोण्याचा उपयोग 'जनपदा'स सर्व उंदीर किंवा रोगराई यांच्याकडून मुक्त करण्यासाठी केला आहे.

अशोकाने सर्व प्राण्यांच्या हत्येवर बंदी घतली नाही तर पशू व पक्ष्यांची एक फक्त खास यादी अज्ञात कारणासाठी किंवा कदाचित कुलचिन्हे असल्यामुळे असेल, रक्षिली गेली होती. बैल, गाय संरक्षित नाही - याला अपवाद फक्त 'संडक' बैलाचा होता. तो पाहिजे तेथे चरावयास मोकळा सोडलेला असे व पवित्र मानला जात असला तरी फक्त पैदाशीसाठीच त्याचा उपयोग असे. गोमांस दुसऱ्या कोणत्याही मांसाप्रमाणेच अद्याप उघडपणे बाजारात व चौकाचौकात विकले जात असे. सम्राटाने राजगृहातील मांसाचा वापर जवळजवळ शून्यावर आणून शाकाहाराचे उदाहरण आपल्या राजवाड्यातच घालून दिले. 'यज्ञ' व अनिर्बंध नाचरंगाचे ('समाज') काही प्रकार यास कायद्याने मनाई केली होती. अनिर्बंध नाचाच्या प्रकारातून अतिमद्यपान, सार्वजनिक मेजवान्या व दारू पिऊन घातलेला धांगडधिंगा, गुन्हे व किळसवाणे अतिरेक उद्भवत. या बाबतीत सुद्धा 'समाजा'चे काही प्रकार वाईट नाहीत तर आवश्यक आहेत हे सम्राट मान्य करतो. यापैकी एक प्रकार अद्याप टिकून आहे हे लक्षात आले आहे. तो प्रकार म्हणजे 'होळी'चा वासंतिक सण होय. या सणातीलही अत्यंत अश्लील गोष्टी कायदा व लोकमत यांच्यामुळे सौम्य झाल्या आहेत. शिकार मारण्याच्या दृष्टीने जनावरांना हाकण्यासाठी किंवा जमीन साफ करण्यासाठी जंगल जाळण्यास संपूर्ण मनाई होती. ही काही एखादी बुद्धधर्मातील लहर नव्हती तर ते वसाहतींचे संरक्षण करण्यासाठी नैसर्गिक संपत्ती टिकवून धरण्यासाठी जरुरीचे होते. ब्राह्मणांच्या 'महाभारता'त नंतर भर पडली. त्यात देखील हाच हुकूम मरणोन्मुख भीष्माच्या तोंडी घातलेला आहे. तो जंगले जाळणे हे एक महत्पाप आहे असे वर्णन करतो. त्याच महाकाव्याचे तेजस्वी शूर नायक पांडव यांनी दिल्लीचा प्रदेश याच प्रकारे कृष्णाच्या मदतीने साफ केला होता, त्यामुळे त्या संदर्भात तो उपदेश विसंगत दिसतो.

त्याचा खरा अर्थ हा की, प्राचीन वैदिक आर्यांची जीवनपद्धती आता काळाच्या पोटात गडप झाली होती. समाजाने शेतीच्या साहाय्याने अन्नोत्पादन करण्याकडे निश्चित संक्रमण केले होते. त्यामुळे मेंढपाळाच्या युगातील आडदांड पद्धती आता योग्य वाटत नव्हत्या. न्याय-उच्चायुक्तांना कैद्यांच्या कल्याणाची काळजी घेण्याच्या खास आज्ञा दिलेल्या होत्या. त्यावेळी शिक्षा झालेले पुष्कळसे कैदी त्यांची शिक्षा संपल्यावर देखील बंधनात ठेवले जात. त्यांना सोडले गेले. तुरुंगातील इतर कैद्यांवर अवलंबून असणाऱ्या व्यक्तींना मदत करण्याचे काम या नवीन आयुक्तावर सोपविले होते. देहान्त शासन झालेल्या कैद्यांना त्यांच्या व्यवहाराची व्यवस्था लावण्यासाठी तीन दिवसांची सवलत दिली जाई. परंतु देहान्ताची शिक्षा नष्ट करण्याचा प्रश्न नव्हता.

अशोकाच्या आज्ञांमध्ये प्रथमच राजावर घटनात्मक बंधनाची म्हणजेच नागरिकांच्या पहिल्या हक्कविषयक विधेयकांची स्पष्टपणे तरतूद केलेली आहे. वर्षातून कमीत कमी तीनदा या आज्ञा प्रचंड लोकसमुदायापुढे वाचून दाखवाव्यात व त्यांचे काळजीपूर्वक स्पष्टीकरण करावे अशा ज्या खास सूचना अधिकाऱ्यांना दिल्या गेल्या होत्या, त्यावरून हे स्पष्ट होते. थोडक्यात ज्या प्रश्नांचा विचार करावयाचा आहे तो हा की, त्या असामान्य बदलाची काय आवश्यकता होती?

अशोकाची सुधारणा हे संख्यात्मक बदलाबरोबरच अंतिम गुणात्मक बदलाचे चांगले उदाहरण आहे – 'जनपदा'चा आकार, त्यातील कुटुंबे, शेतकरी व कारागिरांची संख्या यात इतकी वाढ झाली होती. जमीन महसुलाची आकारणी करणाऱ्या 'रज्जका'ला ब्रिटिश काळातील एखाद्या जिल्हाधिकाऱ्याप्रमाणे लक्षावधी माणसांवर पूर्ण नियंत्रण ठेवण्याचा अधिकार प्राप्त झाला. आता 'जनपदा'च्या सीमा परस्परांपासून फार अंतरावर राहिल्या नाहीत किंवा व्यापारी मार्गही पूर्वीप्रमाणे नुसत्या घनदाट जंगलातून जाणाऱ्या अरुंद वाटा राहिल्या नाहीत. तुलनेने आता थोडे राहिलेले जंगलातील रानटी लोक म्हणजे खरोखरचे संकट न राहता फक्त त्रासदायक होऊ लागले. अशोकाने आपल्या सरहद्दीपलीकडच्या देशातल्याप्रमाणे त्यांच्याकडेही 'धम्म' प्रचारक पाठविले. धाडसी व्यक्ती मोठ्या प्रमाणावर जंगलात शिरू लागल्या व जंगलातील जमिनीला साफ केलेल्या व पिकाखाली आलेल्या भूभागाचे अनेक कोंब फुटले. या जमिनीचे 'राष्ट्र' व 'सिता' यांमध्ये वर्गीकरण करणे अवघड होते. मगधाची प्रचंड सेना आता अनावश्यक असून तिच्या पूर्वीच्या प्रमाणावर ती ठेवणे आता फार महागात पडू लागले. खरोखर अशोक म्हणतो त्याप्रमाणे त्याच्या 'न्यायाच्या शासना'नंतर सेनेचा उपयोग फक्त कवायती व सार्वजनिक जाहीर प्रदर्शनासाठीच होत असे.

देशाचे परस्परापासून संपूर्णपणे भिन्न प्रकारचे तीन प्रमुख विभाग पडले. पंजाब व साम्राज्याचा पश्चिम विभाग हा सहज हल्ला होऊ शकेल असा असल्यामुळे त्याला एक किंवा अधिक स्थानिक अधिकारी असणारी सज्ज सेना असणे आवश्यक होते. स्थानिक सेनापतीला स्वाभाविकपणे स्वतःच्या बळावर राजा बनण्याचा मोह होणार किंवा त्याला ग्रीक, शक किंवा इतर मध्य आशियाई लोक हुसकावून लावतील. या दोन्ही घटना अशोकाच्या मृत्यूनंतर सुमारे ५० वर्षांनी घडल्या. दुसरा प्रदेश म्हणजे गंगेच्या खोऱ्याचा मध्यभाग – जोपर्यंत पंजाब शत्रूच्या ताब्यात जात नाही तोपर्यंत या दुसऱ्या विभागाला सैन्याची आवश्यकता नव्हती. तो अद्याप सुपीक व संपन्न होता, तथापि शासनाचा धातूवरील एकाधिकार हळूहळू नाहीसा होत होता. बिहारमधील तांब्याच्या खाणी पाण्याच्या पातळीपर्यंत पोहोचू लागल्या होत्या. तेव्हा पाणी उपसून टाकण्याचे पंप नव्हते. मगधातील खाणीत मिळे त्यापेक्षा खूपच जास्त प्रमाणात लोखंडाची आवश्यकता होती. (बावरीच्या गोष्टीत सांगितल्याप्रमाणे) उत्तरेकडील खाजगी उद्योजकांनी मगधाने दक्षिणेत स्वारी करण्याच्या बऱ्याच अगोदर दख्खन मध्ये लोखंडाच्या नवीन खाणी शोधून काढल्या होत्या व काही प्रमाणात विकसित केल्या होत्या. अलेक्झांडरच्या पूर्वी १०० अगर त्याहून जास्त वर्षांपूर्वी भारतीय पोलादाच्या उत्कृष्ट तलवारी प्राचीन ग्रीक दरबारासही पुरविल्या गेल्या होत्या. उच्चधातूविद्येच्या या उत्पादनाच्या अखंड मागणीला तोंड देण्यासाठी अत्युकृष्ट खाणी खाली आंध्र व म्हैसूरमधील जंगलात विखुरलेल्या असून मगध राज्याला आपल्या जड हाताच्या नोकरशाहीची हुकूमत त्या खाणसंशोधकांवर बसविणे फार खर्चाचे वाटत असावे. हा तिसरा विभाग म्हणजे द्वीपकल्प होय. मगधातील 'सिता' जमिनीप्रमाणे त्याच पद्धतीने या विभागात वसाहती स्थापन करणे शक्य नव्हते. कारण तेथील जमीन विखुरलेल्या तुकड्यांत केंद्रित झालेली होती व मगधातील जमिनीपेक्षा वेगळ्या प्रकारची होती. मगधाच्या साम्राज्याच्या या तिसऱ्या विभागाचा भावी विकास म्हणजे स्थानिक लोकभाषा व राज्ये यांची वाढ होय. अशोकाच्या काळात दुसऱ्या कोणत्याही घराण्याचे राज्य नव्हते तर त्याच्या आधिपत्याखाली नसणाऱ्या हिंदुस्थानात सर्वत्र फक्त रानटी व अर्धरानटी टोळ्याच होत्या. त्याने दिलेली नावे फक्त त्याच्या पश्चिमेकडील सरहद्दीपलीकडील ग्रीकांचीच आहेत. कलिंगात खारवेल नावाचा विजयी राजा झाला. अखेर मगधात देखील जंगलतोडीची परिणती, वाढते पूर व कमी कमी होत जाणारे उत्पन्न यात झाली. तेथे उत्कृष्ट जमिनी प्रथम साफ केल्या गेल्या व उरलेल्यांना पाणीपुरवठा करणे कठीण होते. पूर, रोगराई किंवा अल्पवृष्टी यांच्यामुळे आलेल्या एखाद्या खराब हंगामामुळे वाढत्या विस्ताराच्या प्रदेशातही महसुलाचे पूर्ण

नुकसान होई व त्याबरोबरच मदतीच्या उपाययोजनेसाठी होणाऱ्या खर्चाचा तेवढ्या प्रमाणात जास्त बोजा सरकारी खजिन्यावर पडे. कमालीच्या केंद्रीभूत प्रशासनाच्या इतर सर्व समस्यांबरोबरच ही देखील समस्या मंद वाहतूक व प्रचंड अंतरे यामुळे कठीण झाली होती.

अशोकाच्या नाण्यावरून हे दिसून येते की, ही पुनर्रचना काल्पनिक नाही. मौर्यकालातील चंद्रगुप्तानंतरचे छिद्रांकित 'कार्षापण' त्याच्या अगोदरच्या नाण्याइतक्याच वजनाचे होते. परंतु त्यात तांबे जास्त होते व त्याची घडण ओबड-धोबड होती. त्याच्या वजनात इतकी तफावत होती की, त्याचा उत्पादक उतावळा असला पाहिजे हा दडपणाचा पुरावा व नाण्यांची मागणी पुरविली न जाणे, याबरोबरच हिणकसपणा (चलनवाढ) आणि नाण्यांच्या दुसऱ्या बाजूवरील प्राचीन व्यापारी व्यवसायसंघाच्या निदर्शक चिन्हाचा लोप हेही आले. त्याला अनुसरूनच नवीन व्यापाऱ्यांवर नियंत्रण ठेवणे अवघड होते. कारण दख्खनचे खरोखरच कमी नाण्यांत भागत असे. तेथे वजनाने अधिक हलकी चांदीची नाणी व शिशाचे आणि काशाचे बिल्लेही असत. यावरून प्रचंड प्रमाणात वाढलेला व्यापाराचा विस्तार व टोळीवाल्यांशी वस्तूची अदलाबदल करणाऱ्या व्यापाऱ्यांना होणारा प्रचंड नफा सूचित होतो. नाण्याचे अवमूल्यन प्रथम करण्याचे श्रेय चाणक्याला दिले जाते. त्याने परंपरेनुसार बनल्या जाणाऱ्या नाण्यांच्या आठपट नाणी तेवढ्याच चांदीतून बनविली. परंतु जेव्हा सरकारी खजिना अडचणीत येईल तेव्हा दुसऱ्या उपाययोजनांची 'अर्थशास्त्रा'ने शिफारस केली आहे. आर्थिकदृष्ट्या अडचणीत आलेल्या राजाने – फक्त एकदाच, वारंवार नाही – लोकांचे भांडवल, साठविलेला माल, धान्य इत्यादीवर विशेष कर आकारावेत. गुप्तवेषांत सर्वत्र असणाऱ्या शासकीय प्रतिनिधींनी 'स्वेच्छेने' देणग्या देण्यास पुढे येऊन लोकांनाही तसे करण्यास उत्तेजन द्यावे. 'नाग' किंवा 'पिशाच्चे किंवा त्यासारख्याच नवीन पंथांचा' शोध लावावा, 'गुप्तप्रतिनिधींनी अशा रीतीने सहज फसविलेले भोळसट लोक देणग्या देतील त्या चोरट्या मार्गाने खजिन्यात जमा कराव्यात. कौटल्यासारख्या ब्राह्मण मंत्र्याने ही पद्धत सुचवावी हे विचित्र वाटते. परंतु पुष्कळसे ब्राह्मण तिसऱ्या शतकापर्यंत प्राचीन, वैदिकेतर श्रद्धांकडे तिरस्काराने पाहात. वैयाकरणी पतंजली सहज जाता जाता म्हणतो की, मौर्यांनी असले पंथ पैशासाठी काढले. शेवटी राष्ट्रीय ऋण व शासकीय कर्जे यांच्या ऐवजी 'अर्थशास्त्रा'ने व्यापाऱ्याविरुद्ध खास उपाययोजनांची शिफारस केली आहे. योग्य वेषांतर केलेल्या गुप्तहेरांनी एखाद्या श्रीमंत व्यापाऱ्याला दारू पाजावी, लुबाडावे, त्याच्या गुन्ह्याचा खोटाच आरोप करावा किंवा त्याचा खूनही करावा, त्या व्यापाऱ्याचा जप्त केलेला माल व संपत्ती सरकारी खजिन्यात

जमा करावीत. गुप्त प्रतिनिधींची निवड कितीही काळजीपूर्वक केली तरी या भयंकर पद्धतीमुळे मानवी स्वभावावर सुरक्षिततेच्या मर्यादेपलीकडे ताण पडतो हे उघडच आहे.

अशोकाच्या सार्वजनिक कामांमुळे संपत्तीचा बराच मोठा भाग परत परिचलनात पाठविला जाई. त्याच्या व अधिकाऱ्यांच्या दौऱ्यामुळे जेथे आधिक्य असेल तेथेच ते खपविले जाई व वाहतुकीवरील ताण कमी केला जाई. प्रजेविषयीचा नवीन दृष्टिकोन व व्यापारी मार्गावरील नवीन कामे यांमुळे त्या राज्याला वर्गाच्या स्वरूपात एक स्थिर पाया मिळाला. आतापर्यंत राज्य नोकरशाहीने स्वतः चालविले होते. अशोकानंतर राज्यांचे एक नवीन कार्य निर्माण झाले, ते म्हणजे वर्गावर्गांत सलोखा निर्माण करणे. 'अर्थशास्त्रा'ने हे कधीच दृष्टीपुढे ठेवलेले नव्हते व समाजातील वर्ग हे जणू काही खरोखरच मगधाच्या व्यापक जमीन-सफाई वसाहती करणे व व्यापारावर कडक निर्बंध लादण्याच्या शासकीय धोरणातील उणिवांमधूनच वाढले. परस्पर समन्वयाच्या या क्रियेसाठी निश्चितपणे नव्या अर्थाने विश्वव्यापी 'धम्म' हेच खास साधन होते. या नव्याने विकसित झालेल्या धर्मात राजा व नागरिक यांना परस्पर भेटीसाठी समान जागा मिळाली. आज हा उपाय सर्वोत्कृष्ट वाटणार नाही. परंतु तो ताबडतोब परिणामकारक ठरला. असे देखील म्हणता येईल की, भारताच्या राष्ट्रीय प्रकृतीवर अशोकाच्या काळापासून 'धम्म'चा शिक्का बसला. सध्याचे भारताचे राष्ट्रीय प्रतीक सारनाथ येथील अशोकाच्या सिंहस्तंभाच्या अवशेषांवरून घेतलेले आहे हे अत्यंत योग्य होय.

❑

प्रकरण ७

सरंजामशाहीकडे

७.१ नवीन उपाध्ययवर्ग :

अशोकाच्या सुधारणेमुळे जुन्या आर्य टोळ्यांमधील उपाध्याय वर्गातील ब्राह्मणजातीतील बदल पूर्णत्वास गेला. पंजाबातील टोळ्यांचे मेंढपाळी जीवन व त्यांचे सतत चालणारे 'यज्ञ' हा प्राचीन ब्राह्मणवर्गाचा पक्का पाया बनला गेला होता. तो प्रथम अलेक्झांडरच्या विध्वंसक हल्ल्यामुळे व नंतर पाठोपाठ लगेच झालेल्या मगधाच्या विजयामुळे पुन्हा इतका उद्‌ध्वस्त झाला की तो परत उभा राहणे दुरापास्तच. मगधातील शेती, तत्त्वज्ञान आणि बौद्ध, जैन व आजीविकांसारखे 'अहिंसा' पंथ यांनी सहाव्या शतकातील काही साध्या भोळ्या राजांनी केलेल्या यज्ञापलीकडे वैदिक, धार्मिक विधीचा प्रसार गंगेच्या खोऱ्यात होण्यास प्रतिबंध केला. अर्थशास्त्राचा जनक ब्राह्मण असूनही त्याने आपल्या पुस्तकात 'यज्ञा'वर अजिबात जोर दिला नाही. कृष्णपूजा ही पंजाबात देखील वैदिक धार्मिक विधींना उतरती कळा लागल्याचे चिन्ह होते, हे यापूर्वीच दाखवून देण्यात आले आहे. अशा रीतीने प्रथम एक महत्त्वाचा वर्ग टोळीची बंधने व परंपरागत वैदिक धर्मविधींच्या कर्तव्यातून मुक्त झाला. प्राचीन भारतीय समाजात ब्राह्मण हा एकच गट असा होता की, ज्याला औपचारिक शिक्षणाची सक्ती होती व एक बौद्धिक परंपरा होती. वेद, व्याकरण व धार्मिकविधी यांवर स्वामित्व मिळविण्यासाठी शिष्याने एखाद्या एकान्तवासातील ब्राह्मणाच्या आश्रमात ब्रह्मचर्यावस्थेत १२ वर्षे राहून 'गुरू'ची सेवा करणे आवश्यक मानले जात असे. एखाद्या अक्षराची किंवा स्वराघाताची देखील चूक न होता ते पवित्र ग्रंथ तोंडपाठ करावे लागत. तरीही वेद लिहून काढलेले नव्हते. ह्या घोकंपट्टी करून शिकण्याच्या व शिकविण्याच्या पद्धतीचे सीझरच्या प्राचीन 'गॉल'मधील धर्मगुरूंच्या शिक्षणपद्धतीशी साम्य होते. परंतु यातील मानसिक संपादन अधिक वरच्या पातळीवरचे होते. अशोक व त्याचे वारस त्यांच्या काळातील प्रमुख ब्राह्मणांना मान देत. कारण त्या जातीने शिक्षण, संस्कृती, समाजातील वर्गरचनेचे संरक्षण, मुळात परस्परविरोधी असणाऱ्या गटांचे एकत्रीकरण व सामिलीकरण आणि शेतकरी समाजाचा सार्वत्रिक प्रसार या महत्त्वाच्या नवीन कार्याला सुरुवात देखील केली होती. या सर्व मुद्द्यांचा सविस्तर विचार करणे आवश्यक आहे.

जरी वैदिक वाक्संप्रदाय तत्त्वतः न बदलता तसाच राहिला, तरी प्रचारातील

भाषा म्हणून संस्कृत भाषेत प्रांतिक फरक दिसू लागले होते. ही भाषा निश्चित करण्याचे काम ब्राह्मण व्याकरणकारांच्या एका दीर्घ मालिकेने यशस्वीरीत्या केले. या वैयाकरणींमधील 'पाणिनी' हा सर्वश्रेष्ठ असून त्याने आपल्या पूर्वीच्या व्याकरणकारांची आठवण देखील पुसून टाकली. पाणिनीचा 'अष्टाध्यायी' हा ग्रंथ कदाचित कोणत्याही भाषेतील व्याकरणावरील पहिले शास्त्रीय पुस्तक असेल. त्याच्या नंतरच्या वैयाकरणींपैकी सर्वात महत्त्वाच्या म्हणजे 'पतंजली' (इ.स.पू. दुसऱ्या शतकाचा पूर्वार्ध) हा होय. पाणिनीच्या अत्यंत थोडक्यात दिलेल्या नियमावरील उत्कृष्ट टीकेतून त्याने संस्कृत भाषेची तत्त्वे, मार्मिक युक्तिवाद अत्यंत स्पष्टपणे विकसित केली आहेत. 'व्याकरण' हा त्यानंतर संस्कृतच्या अभ्यासातील संतोषजनक भाग बनला. पतंजलीची स्वच्छ व सुंदर वर्णनशैली अद्यापही संस्कृत गद्याचा जवळ जवळ सर्वोत्कृष्ट नमुना समजला जातो. कोणत्याही शास्त्राची सर्व मूलभूत 'सूत्रे' पाठ करण्यावर भर दिल्यामुळे साध्या काव्यरचनेचे महत्त्व वाढले, परंतु गद्याचा विकास हास्यास्पद ठरला. पतंजलीच्या नंतर शतकानुशतके संस्कृत भाषेच्या रचनेत कोणताही महत्त्वाचा बदल झालेला दिसत नाही. तथापि सामान्य जनांच्या हळूहळू विकसित होणाऱ्या प्रांतिक भाषांतून वेळोवेळी घेतलेल्या छोट्या छोट्या ऋणांमुळे शब्दसंपत्ती व वाक्प्रचार समृद्ध होत गेले. या भाषा आपापल्या परीने विकासाची वाटचाल करीत होत्या. परंतु त्यांच्यावर संस्कृत भाषेचे महत्त्वाचे परिणाम होत होते. या प्रांतिक भाषा म्हणजे निरनिराळ्या सामाईक विभागीय बाजारपेठांमधून तयार झालेल्या हेंगाड्या बोलीभाषा होत्या. या वेगाने वाढलेल्या लोकसंख्येचे वैचित्र्य गृहीत धरले तर मगधाची राष्ट्रव्यवहार भाषा फार काळ सबंध देशात चालू शकणार नव्हती. ही लोकसंख्येतील वाढ अन्नोत्पादन व उत्पादनाच्या इतर तंत्रात भरभराटीत असलेल्या व्यापारात भाग घेण्याइतपत प्रगती यांच्यामुळे झाली होती. आसामकडे एक दृष्टिक्षेप केल्यास हे दिसून येईल. तेथे प्रत्येक छोट्या दरीत तेथील टोळ्यांचा गट राहतो व त्याची खास भाषा अगर प्रमुख बोली भाषा असते. जेव्हा अशोकाच्या आज्ञा कोरल्या गेल्या, त्याकाळी हिंदुस्थानात अशीच सर्वसामान्य परिस्थिती असली पाहिजे.

संस्कृत भाषा म्हणजे झपाट्याने उच्चवर्गीयांचा व फक्त शिकलेले लोकच समजू शकतील असा वाक्संप्रदाय होऊ लागला. या भाषेतील औपचारिक शिक्षण ब्राह्मणांच्याच हातात राहिले. पहिला महत्त्वाचा शिलालेख गिरनार येथे इसवी सन १५० च्या सुमारास खोदला गेला. 'रुद्रदामन्' नावाचा शक राजा त्या शिलालेखात चंद्रगुप्त मौर्याच्या कारकिर्दीत बांधलेले एक धरण पुन्हा बांधून काढल्याने घमेंडीने

सांगतो. तो संस्कृतभाषेवरील आपल्या प्रभुत्वाबद्दलदेखील गर्वाने बोलतो. याचा अर्थ असा की, संपन्न व शक्तिशाली लोक देखील संस्कृत भाषेच्या माध्यमातून उच्चकुलीन भारतीयांप्रमाणे इतर भाषांतले शब्द आत्मसात करीत. तथापि अधिक साधी प्राकृत भाषाच सामान्यतः इसवी सनाच्या चौथ्या शतकापर्यंत शिलालेख खोदण्यासाठी वापरली जात असे. नाशिकजवळील बौद्धांच्या लेण्यामधील अत्यंत उच्च संस्कृतचा वापर केलेले शिलालेख मूळचे विदेशी असणाऱ्या शक देणगीदारांकडून झालेले आहेत, तर एतद्देशीय सातवाहन राजांनी मात्र अधिक साधी प्राकृत भाषाच वापरली. संस्कृत लेखकांमधील सर्वात विपुल लेखन करणारा धारा येथील राजा भोज (इ.स १०००-१०५५) याने शास्त्र, खगोलशास्त्र, वास्तुविद्या, काव्यशास्त्र या विषयांवर लिहिले. तसेच कविता व नाटके लिहिली. तो शशिप्रभा या संस्कृत नावाच्या एका आदिवासी ('नाग') राजकन्येचा मुलगा असल्याचे दिसते. निदान त्याचा पिता सिंधुराजा याने त्या राजकन्येचा केलेला अनुनय व तिला जिंकण्यात मिळविलेले यश यांनी 'पद्मगुप्त – परिमल' या कवीच्या 'नवसाहसांकचरितम्' या पुस्तकाला विषय पुरविला. वैश्यांनी खरे म्हटले तर ते आर्य असूनही संस्कृतचा अभ्यास सोडून दिला, तर भारतीय व विदेशी पूर्वजांचा वारसा सांगणारे लोक या भाषेतील वाङ्मय समृद्ध करीत राहिले. चौथ्या शतकानंतर ही भाषा बऱ्याच वेळा दरबारातील लेखी दस्तऐवजासाठी वापरली जाई. कारकुनांच्या कायस्थ जातीला या कामी मदत करण्यासाठी पत्रे, हुकूमनामे, सूचना, न्यायाधीशांचे निर्णय इत्यादींचे आदर्श नमुने पुरविले जात. यांपैकी काही अद्याप अस्तित्वात असून ते 'लेखप्रकाश', 'लेखपद्धती' यांच्या मधून आढळतात.

क्रियापदांच्या आशीर्वादात्मक रूपांसारख्या विलक्षण रूपांमुळे संस्कृत भाषेवर एखाद्या उपाध्यायाच्या भाषेची छाप कायम राहिली आहे. त्या भाषेत सर्वसामान्य वापरासाठी साधा भविष्यकाळ देखील नाही. ब्राह्मण, पूर्णपणे वैदिक पद्धतीच्या नव्हे तरी धार्मिक विधींशीच निगडित राहिला. याबाबतीत त्याचे एकमेव प्रतिस्पर्धी म्हणजे प्राचीन वैद्य होत. प्रत्येक वैद्याचे कार्यक्षेत्र त्याच्या त्याच्या टोळीच्या गटांपुरतेच मर्यादित राहिले. या टोळ्यांच्या उपाध्यायांपैकी देखील पुष्कळसे लोक त्यांच्या धर्मभोळ्या समजुतींनी भरलेल्या विद्येमुळे ब्राह्मणवर्गातच अन्तर्लीन झालेले होते. कधीकधी ब्राह्मण एखाद्या व्यावसायिक संघाच्या जातीचे किंवा एखाद्या टोळीतील जातीची उपाध्यायाची कामे घेत असे व त्यास आपल्या धार्मिक विधींची जोड देत असे. अशावेळी तो नेहमी समूहाच्या विधीची अत्यंत वाईट वैशिष्ट्ये काढून टाकी अगर सौम्य करी. बौद्ध, जैन व इतर साधूंनी सर्व धार्मिक विधींचा त्याग केला होता

व ते ब्राह्मणांप्रमाणे जन्म, मृत्यू, विवाह, गर्भाधान व गृहप्रवेश याप्रसंगी होणारे संस्कार अधिकृतरीत्या करू शकत नसत. फक्त ब्राह्मणच पेरणीच्या वेळी पिकांना आशीर्वाद देऊ शके, दुष्ट ग्रहांना प्रसन्न करून घेऊ शके व रागावलेल्या देवांना शांत करू शके. वैदिक 'यज्ञ' विधी फक्त शास्त्रातच सर्वश्रेष्ठ राहिला परंतु व्यवहारात तो अधिकाधिक दुर्लक्षिला जाऊ लागला. क्वचित प्रसंगी एखादा राजा 'अश्वमेध' करी. परंतु हा देखील इतका विरळा की, स्वतः राजाच्या उच्चपदस्थ उपाध्यायांना देखील ते एक मिळकतीचे विश्वसनीय साधन मानता येत नसे. नवीन धार्मिक विधी जर शेतकरी व व्यापारी समाजातील 'गहपती' वर्गाच्या उपयोगाचे असतील तरच ते फायदेशीर होऊ शकतील. हे काम ब्राह्मणांनी जातींचा विधिनिषेध न बाळगता केले. परंतु त्याबद्दल नेहमी योग्य दक्षिणा घेऊनच व अशा अटींवर की सामान्यतः ब्राह्मण संस्थांचा योग्य मान राखला जावा. 'गहपतीने' इ.स.पू. तिसऱ्या शतकातील जमीनदार, शेतकरी, उत्पादक किंवा वसाहत करणाऱ्या संपन्न वैश्याची कल्पना विकसित केली होती असे दिसेल. एखाद्या मोठ्या घराच्या अगर कुटुंबाच्या प्रमुखास 'महशाल' हा विशिष्ट हुद्दा मिळे, मग तो 'गहपती' असो व नसो.

ब्राह्मणांनी हळूहळू उरल्या सुरल्या टोळ्या व जातिव्यवसाय संघात शिरकाव करून घेतला. ही प्रक्रिया अद्यापही चालूच आहे. म्हणजे कृष्णासहित नवीन देवांची पूजा आली. कृष्णाने अलेक्झांडरच्या स्वारीपूर्वीच पंजाबच्या मैदानातून इंद्रपूजेची हकालपट्टी केली होती. परंतु टोळ्यांचे धार्मिक विधी व पूजा पद्धती यांच्या संपूर्ण स्वरूपातच सुधारणा केल्या गेल्या. त्या टोळ्यांच्या देवता ब्राह्मणांच्या आदर्श देवांच्या समान मानल्या गेल्या किंवा अशा एकरूप न होऊ शकणाऱ्या देवांना आदरणीय बनविण्यासाठी नवीन ब्राह्मण धर्मग्रंथ लिहिले गेले. या नवीन देवता किंवा त्यांच्या ह्या नव्याने झालेल्या एकीकरणाबरोबरच नवीन धार्मिक विधी व विशिष्ट विधींसाठी सौर पंचांगाच्या विशिष्ट तिथी निश्चित केल्या गेल्या. नवीन तीर्थस्थाने निर्माण केली गेली व ती जरी केवळ ब्राह्मणांच्या पूर्वीच्या रानटी लोकांची धार्मिक पूजास्थाने असली तरी आदरणीय ठरविण्यासाठी सोयिस्कर पुराणकथा रचल्या गेल्या. 'महाभारत' व 'रामायण' विशेषतः पुराणे अशा प्रकारच्या साहित्याने भरलेली आहे. दोन देवता एकच असल्याचे भासविण्याचे तंत्र मोठे मनोरंजक आहे. फक्त कृष्णच नव्हे तर स्वतः बुद्ध व मासा, कासव, डुक्कर यांस काही कुलचिन्ह स्वरूपातील देवता यांना विष्णू-नारायणाचे अवतार बनविले गेले. वानरमुखी हनुमान रामाचा म्हणजेच विष्णूच्या आणखी एका अवताराचा इमानदार स्नेही– सेवक बनतो. हनुमान हा शेतकऱ्यांमध्ये इतका प्रिय होता की, तो खास शेतकरीवर्गाचा देव असून त्याची स्वतःच स्वतंत्र

पूजापद्धती होती. विष्णू-नारायण हा प्रचंड पृथ्वी धारण करणाऱ्या नागाला, पाण्यावर झोपण्यासाठी आपली छतासहित असणारी शय्या बनवितो. त्याचवेळी नाग हा शिवाच्या गळ्यातील हार असतो, तर गणेशाचे शस्त्र असतो. हत्तीचे डोके असणारा गणेश शिवाचा किंवा खरे म्हणजे शिवाच्या पत्नीचा मुलगा असतो. शिव स्वतः भुतांचा व राक्षसांचा अधिपती असतो तर त्यांच्यापैकी वेताळ नावाच्या पिशाच्चासारखी काही स्वतंत्र व अत्यंत प्राचीन देव असून त्यांची पूजा खेड्यातून अद्याप लोकप्रिय आहे. नंदी ह्या शिवाच्या बैलाची पूजा दक्षिण हिंदुस्थानातील नवीन अश्मयुगात केली जात असे. परंतु तेथे त्याच्यावरून रपेट करणारा कोणी मानवी अगर दैवी मालक नव्हता. सिंधू संस्कृतीच्या असंख्य नाण्यांवर तो स्वतंत्रपणे दिसतो. ही रास न संपणारी आहे व सगळ्या कथा एकत्र केल्यावर एक अर्थहीन विसंगत व प्रचंड गोंधळाचा ढिगाराच होईल. परंतु या प्रक्रियेचे महत्त्व कमी लेखू नये. या नव्याने सामावून घेतल्या गेलेल्या प्राचीन देवतांची पूजा म्हणजे सांस्कृतिक एकीकरणाच्या तंत्राचा उघड देवाण-घेवाणीचा एक भाग होता. उदाहरणार्थ, प्रथम नागपूजक शिवापुढे नतमस्तक होताना त्याला मान देत असतील, परंतु शिवाचे अनुयायी त्याचवेळी आपल्या स्वतःच्या पूजाविधीच्या वेळी नागाचाही आदर करीत. नंतर पुष्कळ लोक दरवर्षी खास नागपूजेचा दिवस पाळू लागले व त्या दिवशी जमिनीत खणत नसत व नागासाठी अन्न बाहेर ठेवीत. मातृसत्ताक पद्धती असणाऱ्यांना वश करण्यासाठी त्यांची मातृदेवता म्हणजे एखाद्या देवाची 'पत्नी' असे मानले गेले. उदाहरणार्थ, 'दुर्गा-पार्वती' (हिची तुकाई किंवा काळुबाई यांसारखी अनेक स्थानिक नावे असत) ही शिवाची तर 'लक्ष्मी' ही विष्णूची पत्नी बनली. देवांच्या या गुंतागुंतीच्या कुटुंबाने समन्वयाची ही प्रक्रिया पुढे चालू ठेवली. स्कंद व गणेश हे शिवाचे पुत्र बनले. सरंजामशाही काळात या सर्व देवांचा एक राजदरबार निर्माण करण्यात आला. देवांच्या विवाहामुळे मानवी विवाह ही एक सर्वमान्य संस्था असल्याचे सूचित होते. हे देवांचे विवाह पूर्वीच्या वेगळ्या व परस्पर शत्रुत्व असणाऱ्या भक्तांचे संपूर्ण सामाजिक एकीकरण झाल्याखेरीज शक्य झाले नसते. या नवीन जातींना या संयुक्त समाजात त्यांच्या आर्थिक दर्जाशी सुसंगत असा दर्जा मिळाला. त्यांनी आपल्या जातीतल्या जातीतच रोटी-बेटी व्यवहार करण्याची पद्धत न बदलता तशीच चालू ठेवली. आता सामान्यपणे संपूर्ण समाजात त्यांच्या देवांना मिळणाऱ्या आदरामुळे त्यांच्या दर्जाची ग्वाही त्यांना मिळाली. ते आपल्या स्वतःच्या रूपांतरित देवतांबरोबरच इतरही देवांची पूजा करू लागून या समाजाचा एक अंतर्गत भाग बनले. गटांची परिपूर्णता व दर्जा यांच्यातील फरक सोडला तर ही व्यवस्था प्राचीन ग्रीक राज्यांच्या प्रतिनिधी मंडळासारखीच होती.

परस्परांच्या सांस्कृतिक देवाण-घेवाणीच्या या प्रक्रियेबरोबरच पूर्वी अस्तित्वात असणारी एक वर्गव्यवस्था उदयास आली. सामाजिक व्यवस्थेच्या रक्षणासाठी राजपद आवश्यक आहे, या गोष्टींवर चाणक्याइतक्याच 'स्मृती' या नंतरच्या काळातील ब्राह्मण धर्मग्रंथांनी जोर दिला आहे. टोळ्यांच्या समाजाला अशी गरज कधी भासली नसली तरी मोठ्या माशाने 'छोट्या'ला गिळू नये म्हणून राजाने बळाचा व 'बडग्याच्या कायद्याचा' ('दंडनीती') वापर केला पाहिजे. टोळ्यांमधून उदयाला आलेले दक्षिणेकडील अनेक राजे आपण 'हिरण्यगर्भ' समारंभ केल्याची बढाई मारतात. काही 'पुराणात' या समारंभाचे काळजीपूर्वक वर्णन केले आहे. सोन्याचा एक मोठा कुंभ तयार करून टोळीच्या त्या प्रमुखाला गर्भाशयात गर्भ ज्या अवस्थेत असतो तसे मुटकुळे करून ठेवले जाते. पैसे देऊन आणलेले उपाध्याय गर्भाधानाच्या व अपत्य-जन्माच्या धार्मिक विधीचे मंत्र म्हणतात. जणू काही पुन्हा जन्माला आल्याप्रमाणे त्या 'सोन्याच्या गर्भाशया'तून बाहेर येणाऱ्या माणसाला नवीन जात प्राप्त होते किंवा प्रथमच एखादी जात मिळते. ही जात म्हणजे उरलेल्या टोळीची समाजात विलीन होताना जी जात असते ती नव्हे तर पहिल्या दर्जाच्या चार प्रमुख जातींपैकी बहुधा क्षत्रिय जात असते व 'गोत्र' त्या ब्राह्मण उपाध्यायांचे असेल तेच असते. अशा 'पुनर्जात' मध्ययुगीन राजांपैकी काही राजे एकाच वेळी ब्राह्मण व क्षत्रिय जातीचे असल्याचाही दावा 'सातवाहन गौतमीपुत्र'प्रमाणे करू शकतील. ते सोन्याचे भांडे त्या उपाध्यायाला त्याच्या दक्षिणेतील एक भाग म्हणून मिळे. त्यामुळे सर्वजण संतुष्ट असत. नंतरच्या काळातील सर्वच राजे-काही बौद्ध राजे देखील जरी त्यांच्यापैकी काही जण 'नागां'चा किंवा 'महाभारता'तील आर्यनाग अश्वत्थाम्याच्या किंवा रामायणातील एखाद्या मर्कट राजाचा वारसा हक्काने सांगत असले तरी-आपला चातुर्वर्ण्य पद्धतीला पाठिंबा असल्याचे आग्रहाने प्रतिपादन करतात. या सगळ्याचा परिणाम म्हणून नव्यानेच निर्माण झालेला वैश्य व शूद्रांचा संच, ब्राह्मणांचा कायदा व क्षत्रियांची शस्त्रे यांच्या दडपणाखाली राहिला. टोळीचा नेता टोळीच्या कायद्यातून मुक्त झालेल्या काही सरदारांच्या पाठिंब्याने आपल्या पूर्वीच्या टोळीचा राज्यकर्ता होई. तर टोळीतील सामान्य माणसे नवीन शेतकरी वर्गात विलीन होत. काही वेळा ब्राह्मण या नेत्यासाठी महाकाव्यात किंवा 'पुराणां'त एखाद्या सन्मान्य वंशावळीचा शोध लावण्याच्याही पुढे जात व असल्या वंशपरंपरांची नोंद लिहिण्याच्या पुढेच पाऊल टाकीत. म्हणजे एखाद्या ब्राह्मणाचा त्या टोळीशी विवाह संबंधही जोडला जाई. म्हणजे सामान्यतः टोळीतच नवीन ब्राह्मण निर्माण होत. क्वचितप्रसंगी सहाव्या शतकातील मध्यभारताप्रमाणे हे मिश्र वारस त्या टोळीवर राज्य करीत. बंगालचा 'लोकनाथ' हा

राजा थोड्या नंतरच्या काळात अशा प्रकारचा ब्राह्मण पिता व टोळीतील वंशप्रमुख असणारी ('गोत्र-देवी') माता यांच्या मिश्र वारसाचा अभिमानाने उल्लेख करतो. इंडोचीनमधील पहिले राज्य अशाच प्रकारे 'कौंडिण्य' नावाच्या एका ब्राह्मण वीराने स्थापले होते. धनुर्विद्येतील त्याच्या अप्रतिम पराक्रमाने तेथील स्थानिक टोळीवाल्यांना नमविले व तेथील स्थानिक प्रमुख स्त्री 'सोमा' हिच्याशी विवाह करणे शक्य झाले. आदिवासींमधील मातृसत्ताक पद्धतीमुळे असे संघटन सोपे होई. कधी कधी मलबारप्रमाणे मधला मार्ग काढला जाई. तेथे नायर जात तेथील स्थानिक मातृसत्ताक लोकांच्या मातांना पितृसत्ताक 'नंबुद्री' ब्राह्मण जातीच्या पित्यांपासून झालेल्या अपत्यातून निर्माण झालेली आहे. दोन्ही गट आपापल्या स्वतंत्र संस्था टिकवून आहेत.

टोळीवाल्या लोकांतील फाटाफूट व त्यांचे सर्वसामान्य शेतकरी समाजात विलीनीकरण केवळ त्यांचा नेता व काही प्रमुख सदस्य यांना वश करून घेऊन शक्य झाले नसते. ही जाती-वर्ग रचना कार्यान्वित होण्यासाठी लोकांची आपल्या दैनंदिन गरजा भागविण्याची पद्धत देखील बदलावयास हवी होती. संपूर्ण टोळीचेच रूपांतर एका नवीन शेतकरी 'जाती' – गटांत झाले व सामान्यतः त्यांच्या पूर्वीच्या संस्थांपैकी (टोळीतल्या टोळीतच विवाह करण्याच्या पद्धतीसह) शक्य तेवढ्या कायम ठेवून त्यांना 'शूद्रा'चा दर्जा दिला गेला. या ठिकाणी ब्राह्मणांनी अविकसित प्रदेशातील धाडसी पुरोगाम्यांची भूमिका घेतली. त्यांनी प्रथम 'झोडा व जाळा' पद्धतीची शेती किंवा अन्नसंग्रहणाच्या जागी नांगर शेती आणली. नवीन पिके, दूरच्या बाजारपेठांची माहिती, ग्रामीण वसाहतीची संघटना व व्यापार देखील त्यांच्याबरोबरच आले. याचा परिणाम असा झाला की राजे किंवा भावी राजे ब्राह्मणांना बहुधा दूरच्या गंगा खोऱ्यातून निर्जन प्रदेशात स्थायिक होण्यासाठी आपल्याकडे बोलावू लागले. सध्या अस्तित्वात असलेले बहुतेक सर्व ताम्रपट (सबंध देशातून असे टनागणी ताम्रपट सापडले आहेत) म्हणजे चौथ्या शतकापासून पुढे कोणत्याही मंदिराशी संबंधित नसणारी जमीन ब्राह्मणांनी देणगी दाखल दिल्याच्या नोंदी असणाऱ्या सनदा आहेत. याखेरीज प्रत्येक खेड्यात जमिनीचा एखाददुसरा तुकडा, अधिक गावाच्या उत्पन्नाचा लहानसा का होईना पण एक ठराविक हिस्सा धर्मपंथ व उपाध्याय यांच्यासाठी बाजूला ठेवलेला असे, मग ते उपाध्याय ब्राह्मण असोत वा नसोत. तथापि ब्राह्मण सर्व करातून मुक्ततेवर अधिकार सांगत व बहुधा ती त्यांना मिळे. ते कर्जासाठी खास कमी केलेला दर व इतर सवलतीसुद्धा मागत परंतु त्या नेहमीच मिळत नसत.

टोळीचा स्वीकार करणारा उपाध्याय या नात्याने तो ब्राह्मण त्या टोळीच्या किंवा स्थानिक शेतकरी 'जाती'च्या रूढी व मूळची भाषा यांचे रक्षण करी. यामुळे

अशोकास जो 'धम्म' सर्व भारतीयांशी निगडित असलेला आढळला, त्याचे स्वरूपच बदलले. स्वाभाविकपणेच टोळीच्या चालीरीती व परंपरा यांचे भांडारच बनलेल्या त्या विशिष्ट ब्राह्मणाला ज्या कायद्यांचे कोणत्याही मार्गाने समर्थन करावेच लागे. त्यांना पवित्र ग्रंथाची (जरूर तर बनावट) संमती असल्याचा तो दावा करी. सर्वसाधारण मध्ययुगीन नियम असा की प्रत्येक, 'जाती', व्यवसाय, संघटना, वंश, घराणे व वस्ती यांच्या स्वतःच्या कायदाविषयक रूढी असत आणि राजाच्या न्यायाधिकाऱ्यांनी निर्णय देण्यापूर्वी त्यांचा विचार घ्यावाच लागे. अद्यापही अगदी खालचे भारतीय गट त्यांचे अंतर्गत मतभेद आपल्या 'जाती' सभेसमोर युक्तिवाद करून सोडवितात. फक्त वैयक्तिक मालमत्तेच्या अधिकारांच्या विकासाबरोबरच किंवा भिन्न गटांच्या सभासदांशी निगडित असणाऱ्या खटल्याच्या बाबतीतच वरिष्ठ कायद्यांची दाद मागावी लागते. इतर वहिवाटींची पायमल्ली करणारी कठोर अर्थशास्त्रीय न्यायदान पद्धती मौर्यांच्या पश्चात लवकरच लुप्त झाली.

या कार्यप्रणालीमुळे पुष्कळ अनेकविध आणि परस्पर विसंगत देखील घटकांमधून बळाचा कमीत कमी वापर करून भारतीय समाज निर्माण होणे शक्य झाले. परंतु ज्या पद्धतीने ही घटना घडली त्यामुळे वस्तूंचे उत्पादन तसेच संस्कृतीची वाढ एका विशिष्ट मर्यादेपलीकडे होण्यात अडथळा उत्पन्न झाला. धर्मभोळेपणावर जोर दिल्यामुळे निरर्थक धार्मिक विधींचे पीक विश्वास बसणार नाही इतके फोफावले. दोन मध्ययुगीन ब्राह्मण राज्यमंत्र्यांनी पवित्र धर्मग्रंथांवरून रचलेल्या प्रशासकीय पुस्तिका व 'अर्थशास्त्र' यांत एक चमत्कारिक तफावत आहे. हे दोन ग्रंथ म्हणजे 'भट्ट-लक्ष्मीधर' (इ.स. ११७५) याचा 'कृत्य- कल्पतरू' व 'हेमाद्री' (इ.स. १२७५) याचा 'चतुर्वर्ग – चिंतामणी' हे होत. 'भट्ट-लक्ष्मीधर' हा कनोजचा राजा गोविंदचंद्र गाहडवाल याचा एक ज्येष्ठ मंत्री असून 'हेमाद्री' हा दख्खनमधील देवगिरी (दौलताबाद)चा यादव राजा रामचंद्र याचा मुख्यमंत्री होता. दोन्ही सारग्रंथांत प्रत्येक प्रसंगी व तिथीसाठी असणारे धार्मिक नियम ठासून भरलेले आहेत. यापैकी प्रत्येक पुस्तक जर पूर्ण स्वरूपात प्रसिद्ध केले तर त्याच्या होणाऱ्या बारा जाडजूड ग्रंथातील बराचसा भाग यात्रा, प्रत्येक प्रकारचे खऱ्या व काल्पनिक पापासाठी प्रायश्चित्ते, मृतांसाठी करावयाचे विधी आणि शुद्धीकरण विधी यांनीच व्यापला जाईल. यावरून हेच स्पष्ट होते की, राज्यकर्त्या वर्गाला कनिष्ठ वर्गावर अंधश्रद्धेच्या आधारे आपला अधिकार लादण्यास समर्थ होण्यासाठी काही अगदी निरर्थक अडचणींना तोंड द्यावे लागत असले पाहिजे. वास्तविक प्रशासनासंबंधी त्यात काहीच नाही. प्रत्येक गटास आपले अलिखित कायदे मानण्यास परवानगी द्यावी या वरील नियमाइतकाच न्यायाचा मर्यादित अर्थ उरतो.

सादर केलेल्या पुराव्यांवरून न्यायाधीशास निर्णय देता न आल्यास अग्निदिव्य, तप्तलोहदिव्य, विषपरीक्षा इत्यादीचा अवलंब करण्यास परवानगी होती. परंतु गुन्ह्याचा कबुलीजबाब द्यायला लावण्यासाठी नाही. हे महत्त्वाचे आहे की, ह्या दोहोंपैकी प्रत्येक राज्य अनुक्रमे त्याच्याशी संबंधित असे पुस्तक तयार झाल्यानंतर पंचवीस वर्षांच्या आतच त्याच्या तुलनेने लहान असणाऱ्या मुसलमान हल्लेखोर फौजांकडून नष्ट झाले. 'हेमाद्री'ला 'स्मृती'बद्दल अत्यंत आदर असूनही व प्रशासक म्हणून त्याची पुराणोक्त ख्याती असून देखील 'मानभाव' वाङ्मयात त्याच्यावर अल्लाउद्दीन खिलजीकडून आपल्या स्वतःच्या राज्याची संरक्षण व्यवस्था मोडण्यासाठी लाच घेतल्याचा आरोप केला गेलेला आहे.

आपण समर्थन करीत असलेल्या जाति-नियमांची नोंद करून ते प्रसिद्ध करण्याचा त्रास ब्राह्मणांनी कधीच घेतला नाही. जेव्हा कोणत्याही मूर्खपणाच्या रूढीचे हास्यास्पद समर्थन करणाऱ्या धार्मिक दंतकथांच्या प्रचंड ढिगाऱ्यात न्यायाची तत्त्वे बुडवून टाकली जातात, तेव्हा गुन्हा व पाप सुद्धा कमालीचे गोंधळून जातात. 'मध्ययुगात' अस्तित्वात असलेल्या व्यवसाय संघांच्या व शहराच्या नोंदी कधीही अभ्यास व विश्लेषण करण्याच्या योग्यतेच्या मानल्या गेल्या नव्हत्या. भारतीय संस्कृतीमध्ये या असंख्य (टोळ्या, वंश, जाती, व्यवसायसंघ व कदाचित नागरी) गटांकडून भर पडली असती, पण ती त्यापासून वंचित राहिली. बुद्ध व अशोक यांचे सुधारणेचे आणि समाजीकरणाचे काम कधीच पुढे चालू ठेवले गेले नाही. वर्ग, व्यवसाय व जात आणि धर्मपंथ यांचा विचार न करता सर्व माणसांसाठी न्याय व समतेचा समच्छेद शोधून काढण्याची शक्यता जातिबंधने व जातिभेद अधिक दृढ होत गेल्यामुळे दुरावली. त्याच्या अनुषंगाने जवळ जवळ सगळा भारतीय इतिहास पुसट झाला आहे. पाचव्या शतकातील (लिच्छवी मल्ल व पंजाबातील आर्य) टोळ्यांनी कोणत्याही ग्रीक नगर राज्यांइतकाच व मॅसिडोनविरुद्ध अथेन्सने केले त्यापेक्षा कितीतरी अधिक दुर्दम्यपणे आपल्या स्वातंत्र्याचे रक्षण केले. फक्त त्यांच्या घटना मात्र कोणा ब्राह्मण 'ॲरिस्टॉटल'ने कधी अभ्यासल्या नाहीत. त्यांच्या 'सभां'नी जे वक्तृत्व पाहिले (ते आपणास परंपरेवरून समजते) ते अथेन्समधील लोकांनी सार्वजनिक सभांमध्ये गाजविलेल्या वक्तृत्वाच्या तोडीचे होते. परंतु स्वतंत्र लोकांबरोबर कोणत्या स्वतंत्र संस्था कशा नष्ट झाल्या, हे मात्र कोणीही इतिहासकार आपणास सांगत नाही. ग्रीकांच्या प्राचीन उत्कृष्ट वाङ्मयीन दर्जाबरोबर मध्ययुगीन संस्कृत 'पुराणा'च्या न संपणाऱ्या नीरस मूर्खासारख्या बडबडीशी तुलना केल्यास आपणास जो फरक आढळतो, त्यापेक्षा प्रत्यक्षात प्राचीन ग्रीस व हिंदुस्थान यांच्यातील फरक कमी होता. मेगॅस्थीनिसने

हिंदुस्थानातील शहरे ओळखली. ग्रीकांवर मॅसिडोनने विजय मिळविला होता. तरीही 'स्वतंत्र शहरे' या शब्दांना ग्रीकांच्या दृष्टीने एक स्पष्ट ऐतिहासिक अर्थ होता. स्पार्टा, क्रीट आणि इतर अनेक ग्रीक शहरांतील सामुदायिक भोजनांची ॲरिस्टॉटलने एक महत्त्वाची लोकशाही संख्या म्हणून खास नोंद केली आहे. यजुर्वेदातील 'सगूधी' व 'सपिति' म्हणजे एकत्र खाणे व पिणे म्हणजे अगदी बरोबर तीच गोष्ट होय. यासाठीच आठव्या शतकातील आर्य प्रार्थना करीत. त्याचप्रमाणे नष्ट होऊ लागलेली 'एकपात्रम' संस्थेचाच उपयोग 'अर्थशास्त्रा'चे अकरावे पुस्तक भारतातील मोठमोठ्या अल्प-लोकसत्ताक राजवटींचे स्वातंत्र्य उलथून पाडण्यास मदत करी. आता ती फक्त दुसऱ्याच्या हातचे अन्न खाण्यावर असलेल्या जातीय बंधनाच्या स्वरूपात उरली आहे. ग्रीक व रोम धर्मानुसार प्रत्येक महत्त्वाच्या कार्यापूर्वी नुकत्याच मारलेल्या पशूंच्या अजून वाफा निघत असलेल्या आतड्यांमध्ये लोळणे आवश्यक असे. त्यापूर्वी कितीतरी शतके असल्या रूढी हिंदुस्थानात कालबाह्य ठरल्या होत्या. थेमिस्टॉक्लिसने 'सलामीस' या घटनेपूर्वी मानवाचे बळी दिले होते. अशा रीतीने भूतकालीन व वर्तमानसत्याबाबतच्या ब्राह्मणांच्या बेपर्वाईमुळे भारतीय इतिहासच नव्हे, तर त्याचप्रमाणे भारतीय संस्कृतीदेखील पुसट झाली. ॲरिस्टॉटल, हेरोडोटस, थ्युसिडाइडस् यांच्या ग्रंथाची कल्पना केली की या झालेल्या नुकसानाचा अंदाज येतो.

ब्राह्मणांनी केलेल्या 'युक्तिवादा'ने संपूर्ण सत्य परिस्थितीला बगल देण्याची चांगली काळजी घेतली आहे. त्याचा अखेरचा परिणाम शंकराचार्यांच्या (इ.स. ८००) तत्त्वज्ञानात दिसून येतो. त्यांनी 'एखादी वस्तू असते तरी किंवा नसते तरी' हा सिद्धान्त जगापुढे ठेवला आणि हे विश्व निरनिराळ्या पातळ्यांवर आध्यात्मिक वर्गात विभागलेले असल्यासारखे पाहिले. सर्वात वरची पातळी अर्थातच बाह्य तत्त्वाबाबत तर्क व त्यांच्याशी ऐक्य यांचीच होती. भौतिक सत्य अस्तित्वातच नव्हते. अशा रीतीने तत्त्वज्ञानाने धार्मिक रूढी पालनाच्या पातळीवर सामान्यजनांशी हातमिळवणी केली तरी ते क्षम्य होते. वैदिक 'यज्ञा'तील रक्ताहुतीच्या वेळेस मंत्र म्हणण्याबरोबरच बौद्धधर्मानंतर ब्राह्मणाला 'अहिंसे'चा उपदेश करणे आवश्यक झाले. त्याचवेळी शाकाहार सक्तीचा असल्याने 'स्मृती' या धर्मग्रंथात श्राद्ध भोजनाच्या वेळी कोणत्या निरनिराळ्या प्रकारचे मांस ब्राह्मणांना खाऊ घालावे व संबंधीचा एक तक्ता दिलेला आहे. असल्या तार्किक विसंगती मोठ्या प्रमाणावर पचनी पाडण्याच्या सामर्थ्याने भारताच्या राष्ट्रीय व्यक्तिमत्त्वावर आपला ठसा उमटविलेला आधुनिक निरीक्षकांप्रमाणेच त्यांच्या आधीच्या अरब व ग्रीकांच्याही लक्षात आला होता.

तर्कशुद्धतेचा अभाव, ऐहिक सत्याचा तिरस्कार, हाताने कष्टाची कामे करण्याची

असमर्थता, मूलभूत सिद्धान्त सूत्रांची घोकंपट्टी करून त्यातील गुप्त अर्थाचे एखाद्या उच्च 'गुरू'ने स्पष्टीकरण करण्यावर दिलेला जोर आणि बनावट प्राचीन प्रमाणे पाठिंबा दिलेल्या परंपरेबद्दल (मग ती कितीही मूर्खपणाची असली तरी) आदर या गोष्टींचा भारतीय विज्ञानावर अगदी सर्वनाशी परिणाम झाला. भारतातील प्राचीन वैद्यक पद्धतीने (आयुर्वेद) अनेक उपयुक्त औषधांचा संग्रह केला होता. काही वेळा हे उपाय वनवासींकडून शिकून घेतलेले असत. गेलन व ॲरिस्टॉटल यांना जाणणाऱ्या अत्यंत व्यवहारी अरबांनी देखील आपल्या उपयोगासाठी व्याधिपरीक्षेवरील संस्कृतमधील एका भारतीय वैद्यक शास्त्रीय ग्रंथाचे भाषांतर केले. परंतु आजचे अनेक आयुर्वेदाचार्य 'अनंत' म्हणजे निश्चित कोणती वनस्पती याबद्दल त्यांचे एकमत झालेले नसले तरीही विशिष्ट प्रकारच्या झटक्यावर तिची शिफारस करतात. अगदी साध्या गवतापासून तो एका पूर्ण वाढलेल्या वृक्षांपर्यंत कमीत कमी चौदा नमुन्यांच्या वनस्पती निरनिराळ्या ठिकाणी त्याच संस्कृत नावाने ओळखल्या जातात व त्या सर्वांचीच शिफारस होत असल्याचे दिसते. त्याचप्रमाणे ब्राह्मणांनी संपूर्ण देशभर आणि आपल्या सरहद्दीपलीकडे बकू व इजिप्तमध्ये देखील असणाऱ्या पवित्र क्षेत्रांची एक लांबलचक यादीच बनविली होती. त्यांच्यापैकी पुष्कळ ठिकाणांची अद्यापही ओळख पटलेली नाही. कारण प्रवासाच्या अगर निश्चित स्थानाबद्दलच्या नोंदी केल्या गेलेल्या नाहीत. प्राचीन भारतीय दृश्ये व लोक यांच्या ऐतिहासिक वर्णनांसाठी व काही वेळ अवशेषांची ओळख पटवून घेण्यासाठी देखील आपणास ग्रीक भूगोलशास्त्रज्ञ, अरब प्रवासी, व्यापारी व चिनी यात्रेकरूंवर विसंबून राहावे लागते. त्यांच्या तोलामोलाचे एकही भारतीय साधन अस्तित्वांत नाही.

जलद झालेली वाढ व दीर्घ ऱ्हास यांच्या येथे सांगितलेल्या निराशाजनक कथेने अशोकानंतरची सुमारे पंधरा शतके व्यापलेली आहेत. अखेर खेड्यातील ब्राह्मणांनी एखाद्या दूरच्या ठिकाणी राहून बारा वर्षांपेक्षा जास्त काळ वेदाध्ययन करणे तर दूरच राहिले. उलट कित्येकदा साध्या साक्षरतेपर्यंत देखील त्यांची मजल जाऊ शकली नाही. या परोपजीवी जातींनी त्यांचे विशेष हक्क कधीही स्वेच्छेने सोडून दिले नाहीत. एखादा ब्राह्मण प्रसंगी आमरण उपोषण करील, परंतु कर भरणार नाही. एके काळी ॲरियनसारखा आश्चर्याने थक्क झालेला परकीय प्रवासी, 'परंतु खरोखरच कोणी भारतीय खोटे बोलल्याचे आढळत नाही' असे उद्‌गार काढू शके. परंतु क्वचित प्रसंगी आढळणारा एखादा बनावट ताम्रपट हेच दर्शवितो की, थोर मनाच्या ब्राह्मणांच्या श्रेष्ठत्वाचा निदर्शक असा तो दिवस आता पार इतिहासजमा झालेला आहे. ब्राह्मण वर्गाचे हे उघड दिसणारे अपयश म्हणजे वस्तुतः असाहाय्य, उदासीन, प्रत्यक्षात

स्वावलंबी, स्वयंपूर्ण व निःशस्त्र खेड्यांचा संपूर्ण विजय होता. चाणक्याला शासनाचे सामर्थ्य व राजाचा खजिना यांचा उत्पादक पाया म्हणून ही खेडीच अधिक पसंत होती. पूर्वी म्हटल्याप्रमाणे धर्मभोळेपणाच्या अमर्याद वाढीमुळे राज्यकर्त्या वर्गाने धर्मास समाजावर नियंत्रण ठेवण्याइतके परिणामकारक बनविण्यासाठी स्वतःवरच औपचारिक असमर्थता व बंधने लादून घेण्याची आवश्यकता दृष्टोत्पत्तीस आली. संस्कृतीच्या प्रगतीसाठी कल्पनांची देवाण-घेवाण व वाढते परस्पर संबंध यांची आवश्यकता असते. या दोन्ही गोष्टी अखेर वस्तूंच्या देवाणघेवाणीच्या प्रमाणावर म्हणजे ओघानेच वस्तुनिर्मितीवर अवलंबून असतात. खेडे बहुतांशी आपल्या स्वतःच्या उत्पादनावरच निर्वाह करण्यात यशस्वी होई. जी काही थोडी फार देवाण-घेवाण होई; ती प्रथम सरंजामी सरदार किंवा कर गोळा करणारे अधिकारी यांच्या हातात जमीनपट्टी देणगी व कर या रूपाने जाई. बऱ्याच वेळा या दोन्ही जागी एकच व्यक्ती असे. ग्रामीण समाजाचा हा विलक्षण अलगपणा मध्ययुगातील भारतीय धर्मपद्धती व धार्मिक तत्त्वज्ञानाला आलेल्या अचाट बहराचे स्पष्टीकरण करतो. त्यांना - विशाल मलेशियातील काही किरकोळ अपवाद सोडल्यास - बौद्धधर्मास मिळते तसे भारताच्या बाहेर फारसे अनुयायी मिळाले नाहीत.

७.२ बौद्ध-धर्माची उत्क्रांती

इ.स. ६३० नंतर लगेच ह्यूएन-त्संग हा चिनी यात्रेकरू संस्कृतच्या व भारतातील बौद्ध धर्माच्या अभ्यासात स्वतःस पूर्णत्व प्राप्त करून घेण्यासाठी नालंदा येथील मठातील विद्यापीठात येऊन पोचला. तो वाळवंटातून हिमाच्छादित पर्वतावरून खोतानपासून गंधारापर्यंतच्या प्रचंड स्तूप व संपन्न मठांजवळून आणि पंजाबातून खूप लांबचा प्रवास करून राजगीरच्या दृष्टिपथातील बौद्धधर्माच्या मायभूमीत आला होता. ज्येष्ठ कायदे-पंडित शीलभद्र याने नामांकित विदेशी पंडित म्हणून त्याचे स्वागत केले. ह्यूएन-त्संगाच्या चिनी चरित्रकाराने त्याच्या स्वागत समारंभाची माहिती दिली आहे. - 'बालादित्य राजाच्या महाविद्यालयाच्या प्रांगणातील बुद्धभद्राच्या घराच्या चौथ्या मजल्यावर त्यांच्या निवासाची सोय करण्यात आली होती. सात दिवस त्याचा पाहुणचार केल्यानंतर त्याला धर्मपाल बोधिसत्त्वाच्या घराच्या उत्तरेस असणाऱ्या एका अतिथिगृहातील राहण्याची जागा नेमून देण्यात आली व त्याचा दैनिक भत्ता वाढविण्यात आला. दररोज त्याला १२० विड्यांच्या पानांचे गड्डे 'तांबूल' २०, सुपाऱ्या २०, जायफळे, एक औंस कापूर व एक 'शंग' नावाचे माप भरून 'महाशाल' तांदूळ पुरविला जाई. या तांदळाचे दाणे काळ्या घेवड्याच्या बीपेक्षा मोठे असत व त्यांना जो सुवास असे तसा दुसऱ्या कोणत्याही प्रकारच्या तांदळास नसे. तो फक्त मगधात

उत्पन्न होई व इतरत्र आढळत नसे. तो फक्त राजे व अत्यंत गुणसंपन्न व विद्वान साधूंनाच दिला जात असल्याने त्याला 'महाशाल' तांदूळ म्हणत. त्याला दरमहा तीन 'ती' इतके तेलही पुरविले जाई. दूध, तुपाच्या बाबतीत बोलावयाचे झाल्यास दररोज ते त्याला जरूर तेवढे मिळे. त्याच्या दिमतीस एक सेवक व एक ब्राह्मण दिलेला असून त्यांना मठातील सर्वसामान्य कामांपासून सुटका होती आणि जेव्हा तो बाहेर जाई तेव्हा त्याला बसण्यासाठी एक हत्ती असे. नालंदा विद्यापीठातील पाहुणे व यजमान साधू मिळून एकूण १०००० साधूंपैकी 'ह्युएन–त्संग' धरून फक्त दहा जणांना अशा प्रकारच्या विशेष हक्कांचा लाभ मिळे. त्याने जेथे जेथे प्रवास केला तेथे त्याला नेहमी असे सन्मानाने वागविले जाई.'

खुद्द नालंदाबद्दल तो लिहितो

'सहा राजांनी तितकेच मठ एका पाठोपाठ बांधले व या सर्व इमारतींचा एकच प्रचंड मठ बनविण्यासाठी एक विटांचे कुंपण तयार केले गेले. सर्वांसाठी एकच प्रवेशद्वार ठेवले गेले. तेथे पुष्कळ आवारे असून त्यांचे आठ विभाग पाडण्यात आले होते. सुंदर गच्च्या चांदण्यासारख्या पसरल्या होत्या. भव्य तंबू शिखरांसारखे उभारलेले होते. तेथील मंदिर उंचावरील धुक्यापर्यंत पोहोचले होते, तर त्या पवित्र स्थानातील सभागृहे ढगांपेक्षा उंच होती. ओढ्यांचे निळे पाणी उपवनातून वळसे घेत घेत वाहात होते. चंदन वृक्षांच्या शहरात हिरवी कमळे चमकून दिसत होती आणि त्या कुंपणाबाहेर आंबराई पसरली होती. सर्व आवारातील साधूंच्या निवासांना चार चार मजले होते. तुळया इंद्रधनुष्यातील सप्तरंगांनी रंगविलेल्या होत्या व त्यांच्यावर प्राण्यांच्या आकृती कोरलेल्या होत्या तर खांबांना हिरवा व लाल रंग दिलेला होता. वाटोळे खांब व उंबरठे सुंदर कोरीव कामांनी सुशोभित केलेले होते. ओटे गुळगुळीत दगडांचे बनविलेले होते व छपरांचे वासे रंगीत चित्रांनी सुशोभित केलेले होते. हिंदुस्थानातील हजारो मठ होते. परंतु ऐश्वर्य व भव्यतेच्या दृष्टीने त्यांच्यापैकी एकही याच्यापेक्षा सरस नव्हता. यजमान व पाहुणे मिळून नेहमी १०,००० साधू तेथे उपस्थित असत. ते महायान पंथाची शिकवण व १८ हीनयान पंथाची तत्त्वे तसेच वेद व इतर प्राचीन ग्रंथांसारखे ऐहिक ग्रंथ यांचा अभ्यास करीत. ते व्याकरण, वैद्यकशास्त्र व गणिताचे देखील अध्ययन करीत. राजाने त्यांच्या निर्वाहासाठी शंभर गावाचे उत्पन्न दिलेले असे. शिवाय प्रत्येक खेड्यात असणाऱ्या २०० कुटुंबांकडून त्यांना शेकडो 'टन' तांदूळ, लोणी व दूध दिले जाई. अशा रीतीने विद्यार्थ्यांना त्यांच्या चार गरजेच्या वस्तू (वस्त्र, अन्न निवारा व औषध) आवश्यक इतक्या आणि न मागता मिळत. या आधारामुळेच आपल्या विद्याभ्यासात ते इतके यश मिळवू शकले.'

नालंदा येथील अवशेषांवरून असे दिसते की, जरी पुराणवस्तुशास्त्रज्ञांना आतापर्यंत एकाही मठाच्या क्रमवार विकासाचा तपशील आपणास पुरविण्यात यश आले नसले तरी या वर्णनात कोणत्याही प्रकारे अतिशयोक्ती नव्हती. त्या काळात सातमजली इमारती अस्तित्वात होत्या तर बुद्धगया येथील महाबोधी मंदिराने त्याची सध्याची १६० फुटांची उंची आधीच गाठली होती. ह्यू-एन-त्संग स्वतः त्या साधूंच्या कार्यक्रमाविषयी असे लिहितो :

'विनय (लिऊ), संभाषणे (लून), सूत्रे (किंग) ही सारखीच बौद्ध पुस्तके आहेत. जो या पुस्तकांच्या एका भागांचे स्पष्टीकरण देऊ शकेल त्याला 'कर्मदाना'वर स्वामित्व मिळविण्यापासून मुक्तता मिळते. जर तो दोन वर्गांचे स्पष्टीकरण देऊ शकत असेल तर याशिवाय त्याला वरचे स्थान अथवा खोली नेमून दिली जाते. तीन वर्गांचे स्पष्टीकरण करू शकणाऱ्यास त्याची सेवा करणारे व आज्ञा पाळणारे निरनिराळे सेवक मिळतात. चार वर्गांचे स्पष्टीकरण करू शकणाऱ्यास 'शुद्ध माणसे'(उपासक), सामान्य अनुयायी सेवक म्हणून नेमून दिली जात. धर्मोपदेशकाविषयक पुस्तकांच्या पाच वर्गांचे स्पष्टीकरण देऊ शकणाऱ्यास एक संरक्षक सेवक ठेवण्याची परवानगी असे व जर त्या परिषदेतील एखाद्याने शुद्ध भाषा, अत्यंत सूक्ष्म संशोधन व कठोर तर्कशास्त्र यांच्या साहाय्याने (वादविवादात) नावलौकिक संपादन केला तर त्याला बहुमोल दागिन्यांनी मढविलेल्या हत्तीवर बसवून प्रचंड परिवारासह मिरवणुकीने मठाच्या प्रवेशद्वारापर्यंत नेले जाई. उलट त्यांच्यापैकी एखादा सदस्य युक्तिवादात पराभूत झाला किंवा गचाळ व असभ्य भाषा वापरू लागला किंवा त्याने तर्कशास्त्राच्या एखाद्या नियमाचा भंग केला व त्यानुसार आपले शब्द वापरू लागला, तर ते त्याचा चेहरा लाल पांढऱ्या रंगाने कुरूप करावयास निघतात. त्याचे अंग धूळ व घाणीने माखून टाकतात व नंतर ते त्याला दूर एखाद्या निर्जन ठिकाणी वाहून नेतात किंवा एखाद्या खंदकात टाकून देतात.'

बौद्धधर्माच्या संस्थापकाने शिकविलेल्या धर्माच्या जवळपासदेखील या गोष्टी नव्हत्या, हे उघडच आहे. अद्यापही अनवाणी पायाने प्रवास करणारे, उघड्यावर झोपणारे, त्यांच्या पद्धतीनुसार शिळ्या अन्नाची भिक्षा मागणारे बैरागी साधू अस्तित्वात होते व गावकऱ्यांना अगर जंगलातील रानटी लोकांना ग्रामीण भाषेतच शिकवीत. परंतु त्यांचा दर्जा व संख्या हळूहळू पण निश्चितपणेच कमी कमी होत गेली. साधूचा नेमून दिलेला पोशाख म्हणजे फेकून दिलेल्या चिंध्या एकत्र जोडून तयार केलेले वस्त्र असे. त्याची जागा उत्कृष्ट कापूस, लोकर किंवा आयात केलेल्या रेशमाच्या अत्यंत महागड्या केशरी रंगाने रंगविलेल्या लांब झग्यांनी घेतली. असे वाटते जर तो (आपल्या

अखेरच्या इहलौकिक प्रवासात जाण्यासाठी नालंदामधून गेलेला) थोर उपदेशक यदाकदाचित या भव्य व सर्वोत्कृष्ट वसाहतीत आला असता तर त्याला एखाद्या चमत्काराच्या साहाय्यानेच स्वतःची ओळख पटवून द्यावी लागली असती. नाहीतर त्याचे काहीही ऐकून न घेता त्याची टिंगल करून त्याच्याच नावावर चालविल्या जाणाऱ्या त्या मठातून त्याला बाहेर हाकलले गेले असते. बुद्ध असल्या अद्भुत चमत्कारांची टर उडवीत असे. परंतु तेच आता धर्माचे मुख्य आधार बनले होते व त्यामुळे बुद्धांनी केलेल्या अनेक चमत्काराच्या हकिकतीचे पीक चांगलेच फोफावले. अत्यंत प्राचीन फलनसंस्कार काहीशा उदात्त बनविलेल्या स्वरूपात 'तंत्रशास्त्र' या नावाने पुन्हा उदयास आले व त्यांनी नवीन पंथ निर्माण केले. एवढेच नव्हे तर ते बौद्ध व ब्राह्मण आणि जैन धर्मशास्त्रातही घुसले. साधूंनी दारिद्र्यात व साधेपणाने राहण्यासंबंधीचे नियम जसे बाजूस टाकले होते तसेच सनातन धर्मतत्त्व देखील पंथाच्या वाढीमुळे देखील झाकले गेले. वर उल्लेखिलेल्या 'मोठे वाहन'(महायान) पंथीयांनी दुसऱ्या शतकात व त्यानंतरही उघडपणे शरीराने व मनानेही या छानछौकीच्या जीवनाचा स्वीकार केला. हीनयान(म्हणजे हलके वाहन). महायान पंथीयांनी फाटाफुटीनंतर तिरस्काराने हे नाव दिले. पंथातील लोकांनी मूळच्या उग्र तपश्चर्येची काही बाह्य स्वरूपे कायम राखली होती. पाली भाषेतील धर्मग्रंथांची विशिष्ट पुस्तक संख्यादेखील त्यांनी जपून ठेवली होती. उलट 'महायान' पंथीयांनी संस्कृतमध्ये लिहिले व आपणास जे आवडेल त्याचे पुनर्लेखनही संस्कृतमध्येच केले. तिबेटी व चिनी भाषांतील भाषांतराच्या स्वरूपात जतन केल्या गेलेल्या 'महायान' पंथीयांच्या कायदेकानूनचेच एक संपूर्ण वाचनालय बनले आहे. त्याखेरीज मूळच्या संस्कृत ग्रंथांबरोबरच भाषांतर न झालेली असंख्य पुस्तके नाहीशी झालेली आहेत. साधूंच्या आचरणातील मूलभूत फरक अगदी किरकोळ होता. कारण 'हीनयानां' च्या मठांना देखील पुष्कळ अनुदान मिळत असे व (सिलोन आणि ब्रह्मदेशातील त्यांच्या अवशेषावरून दिसून येते त्याप्रमाणे) ठराविक कालावधीत त्यांची व्यवस्था प्रत्येकी एकेका कुटुंबामार्फत केली जाई. जरूर वाटल्यास त्या कुटुंबातील लहान मुलांचे मुंडन करून त्यांना मठाधिपतीपदावर बसविले जाई. दुफळी होण्यापूर्वीदेखील आदिवासी 'नागा' प्रमाणेच पळून गेलेले गुलाम, रानटी टोळीवाले, पळून गेलेले गुन्हेगार, अत्यंत आजारी आणि कर्जबाजारी यांना उपाध्यायांच्या वर्गात प्रवेश नाकारला जाई. प्रार्थनास्थान आणि शासन यांचा समेट झाला होता. त्यानुसार धर्माच्या क्षेत्रातील बुद्धाचे स्थान नागरी जीवनातील सम्राटाच्या (चक्रवर्तिन) स्थानाचे अगदी बरोबर प्रतिरूप असे बनविले गेले होते.

बौद्ध धर्माच्या मूळच्या नियमांचा एक महत्त्वाचा विभाग मानवी देहाच्या किळसवाण्या व घाणेरड्या घटकांना महत्त्व देतो. साधूला नियमितपणे स्वतःच्या मानवी देहाच्या आतील किळसवाण्या अवयवांचे अगदी एकेका तपशिलाचे चिंतन करावे लागे. प्रेतांच्या आवाराशेजारील खूप काळ-वेळ खर्च करून मानवाचे सडके मांस आधाशीपणे भक्षण करणारी गिधाडे, कोल्हे अगर कीटक यांचे निरीक्षण करण्यास त्याला सांगितले होते. परंतु बौद्धांच्या कलांच्या अत्यंत सुंदर नमुन्यावरून कोणालाही याची कल्पना येणे शक्य नाही. असंख्य किरीटधारी 'बोधिसत्त्व' भारी परंतु खूपसे प्रदर्शन घडविणारे पोषाख घातलेल्या सुंदर स्त्रिया व त्यांचे देखणे सवंगडी थेट गंधार व भारहूतपासून तो अजंठा व अमरावतीपर्यंत अखंड पसरले आहेत. साधूला संस्थापकांच्या शिकवणीची आठवण करून देणारे एकही अर्धवट खाल्लेले, सडणारे शव किंवा चिघळलेल्या जखमा असणारा महारोगी, भिकारी, ओल्या गिलाव्यावर कोरलेल्या सुंदर चित्रांचा व उठावांच्या आकृतींचा सुखद संवाद बिघडवीत नाही किंवा ती कला अत्यंत दरिद्री खेडुतांच्या (पामरांच्या) सामान्य अडचणींचेही चित्रण करीत नाहीत. या 'पामरांच्या' आधिक्यामुळेच साधूला खावयास मिळे, परंतु त्यांचे दुःख मात्र गतजन्मातील कुकर्माचे प्रायश्चित्त म्हणून हे हाल योग्य असले पाहिजेत, अशा निष्ठुर सिद्धान्ताच्या आधारे सहजच कमी लेखले जाई.

इंद्र व ब्रह्मा यांना मूळच्या बौद्ध संभाषणाचे सन्माननीय श्रोते बनवून पाली भाषेतील नोंदींची सुरुवात केली गेलेली आहे. 'महायान' पंथाने एका संपूर्ण नवीन सर्व देव मंदिराला मान्यता दिली. त्यात गणेश, शिव व विष्णू यांचा समावेश होता. परंतु या सर्वांना बुद्धापेक्षा गौण स्थान होते. नेत्रदीपक सौंदर्य असणारा तारा व मुळात मुले खाणारी राक्षसीण असलेली मातृदेवता 'हारिती' यांसारख्या काही निवडक देवांनाही या मेळाव्यात प्रवेश मिळाला होता. सर्प व राक्षसांविरुद्ध म्हणावयाचे मंत्र ('धारिणी') त्यांच्या नियमपुस्तिकेत समाविष्ट झाले. त्याचवेळी अनेक मठांचे आश्रयदाते 'नाग' सर्पासुर असत. अर्थातच बुद्धाचा त्याच्या स्वतःच्याच दुष्प्राप्य स्वर्गलोकातील सर्वश्रेष्ठ देव म्हणून या इतर सर्वांच्या वरचे स्थान असे. परंतु पूर्वीच्या बुद्धांची संख्या मर्यादेपेक्षा पलीकडे वाढत गेली व त्या दीन-दलितांच्या एका भावी त्रात्याच्या स्वरूपातील 'बुद्धमैत्रेया'ची भर पडली. अनेक लोकप्रिय दंतकथा बुद्धाच्या पूर्वीजन्मीच्या ('जातक') कथा म्हणून स्वीकारल्या गेल्या. या पूर्वजन्मातूनच त्याने 'बुद्धावतारा'साठी पूर्णत्व प्राप्त करून घेतले. या सिद्धान्ताच्या प्रत्येक शाखेचे, मठाच्या प्रत्येक नियमाचे समर्थन बुद्धाविषयी एखादी नवीन कथा लिहून केले जाई. तसेच प्रत्येक ठिकाणी पूजले जाणारे बुद्धाच्या नश्वर देहाचे अवशेष आकाराने व संख्येने

इतके वाढत गेले की, ते हत्तीच्या एका संपूर्ण कळपाचे आहेत असे म्हटले तरी चालले असते. परंतु हा डाव ब्राह्मणांना जास्त चांगल्या रीतीने खेळता आला असता व ते खेळलेही. ब्राह्मणांनी त्यांच्या 'पुराणात' लिहिलेल्या त्यांच्या देवांची पूजा शेतकऱ्यांकडून असो अगर राजपदापर्यंत चढत गेलेल्या टोळीवाल्या प्रमुखांकडून असो, फार मोठ्या प्रमाणात केली जाई. याचे अत्यंत उत्कृष्ट उदाहरण म्हणजे काश्मीरची आश्रयदात्री 'नाग नीलमाता' हिचे होय. बौद्धधर्मामुळे तिची पूजापद्धती बाजूला पडली होती. परंतु ब्राह्मणांनी मुद्दाम लिहिलेल्या 'नीलमाता पुराणाने' तिच्या पंथाला आणि त्याचबरोबर त्यांना स्वतःलाही पुनर्जीवन मिळाले. इस्लाम धर्म किंवा ख्रिश्चन धर्म होते, त्या अर्थाने बौद्ध धर्म हा शासनाचा धर्म कधीच बनला नव्हता किंवा आपल्या प्रतिस्पर्धी सिद्धान्तांना दडपून टाकण्यासाठी त्याने शासनाचा उपयोगही केला नाही. अगदी सुरुवातीपासूनच त्यांच्या उपाध्यायवर्गात ब्राह्मणांचा समावेश होता व त्यांनी आपली जात सोडली असली तरी आपल्या बौद्धिक परंपरांचे जतन केले होते. ज्याप्रमाणे ब्राह्मणांनी गोमांस-भक्षणाचा त्याग करून आपला प्रमुख आदर्श म्हणून 'अहिंसा' तत्त्वाचा स्वीकार केला होता, त्याप्रमाणेच ब्राह्मणांचा प्रचलित (धार्मिक) विधी किंवा पूजापद्धती नव्हे. पुष्कळ वेळा असे गृहीतच धरले जाई. बौद्धधर्म व ब्राह्मण या उभयतांची उच्च तत्त्वज्ञाने महत्त्वाच्या मुद्द्यांवर परस्परांच्या जवळ येऊ लागली. दोहोंपैकी कोणीही भौतिक सृष्टीला सत्य मानण्यास तयार नव्हते. शंकराचार्य किंवा 'खंडनप्रसंगी' आपल्या प्रतिवादीची मुख्य तत्त्वे म्हणून त्याने सांगितलेले सिद्धान्त यांपैकी कोणालाही अशोककालीन किंवा त्यापूर्वीच्या काळात ज्याला बौद्धधर्म म्हणून ओळखता आले असते त्याचे सुतराम ज्ञान असल्याचे दिसत नाही. आजमितीस तो बदल कशाबद्दल होता याचे आकलन होणे कठीण आहे. कारण त्या प्रतिस्पर्धी मतातील फरक त्यांच्या बाह्यस्वरूपांत नसला तरी अर्थाच्या दृष्टीने खरे पाहता अगदीच नगण्य आहे. बौद्धधर्माच्या कमी होत जाणाऱ्या प्रत्यक्ष परिणामांबद्दल बोलावयाचे झाल्यास कलिंगातील एकाच घनघोर लढाईनंतर अशोक अहिंसाधर्माकडे वळला हे आपण लक्षात घेतले पाहिजे. उलट बौद्ध धर्माचा निस्सीम भक्त असणारा कनोजचा सम्राट हर्ष शिलादित्य (इ.स. ६०५-६५५) बराचसा हिंदुस्थान आधिपत्याखाली आणण्यासाठी कमीत कमी तीस वर्षे सतत लढत होता. त्याविषयी बोलावयाचे तर चंगीझखान (तेमुजिन) व त्याच्या पश्चात गादीवर येणाऱ्या मंगोल राजपुत्रांनी संपूर्ण युरेशिया खंडात ज्या लष्करी कारवाया केल्या, त्यातील प्राणहत्या व विध्वंसाच्या प्रमाणामुळे त्या इतिहासात कुप्रसिद्ध झाल्या. त्यांच्याशी तुलना केल्यास अलेक्झांडरची मोहीम म्हणजे केवळ एक सरहद्दीवरील हल्ला वाटतो. परंतु हे मंगोल सम्राटदेखील

चांगले बौद्ध गणले जातात. तथापि एकाही बौद्ध राजाने वैभवासाठी किंवा धर्मप्रसार करण्यासाठी हत्या केली नाही अगर धर्मयुद्ध पुकारले नाही.

अशोकाने दिलेला शासकीय आधार, बाराव्या शतकाच्या शेवटी मुसलमानांनी उत्तरेकडील साधूंचे सर्व मठ लुटले व नाहीसे करून टाकले, तोपर्यंत टिकून होता. 'धम्मक-डिकॉईस' मिनॅन्डरप्रमाणे ॲगाथोक्लिस या भारतीय ग्रीक राजपुत्राने आपल्या नाण्यावर बौद्ध चिन्हे उमटविली होती. कुशाणांनी प्रचंड देणग्यांचे नवयुग सुरू केले. त्यामुळे 'महायान' पंथास भक्कम आधार लाभला. त्यांचे घराणे इसवी सनाच्या चौथ्या शतकापर्यंत टिकून राहिले. या देणग्या मुसलमानांपूर्वीच्या राजांनी कधीच रद्द केल्या नाहीत. मौर्यांच्या पश्चात सत्तेवर आलेल्या राज्यकर्त्यांची कृपादृष्टी ब्राह्मणांवर होती. पहिल्या 'शुंग'वंशीय राजाने 'यज्ञ' पद्धतीने 'अश्वमेध' साजरा केला. याचा बौद्धधर्मावर काहीही परिणाम झाला नाही. हे सांची येथील बांधकामात शुंगाच्या काळात झालेल्या वाढीवरून दिसून येते. चौथ्या शतकापासून ब्राह्मणांना दिलेल्या जमिनींच्या दानपत्रात 'महाभारता'चा प्रामुख्याने उल्लेख केलेला आहे. परंतु त्याचबरोबर बौद्धमठांचेही नूतनीकरण केले गेले व त्यांची अनुदाने वाढविली गेली. खऱ्या छळाचा पहिला प्रसंग सातव्या शतकाच्या सुरुवातीस घडला. त्यावेळी पश्चिम बंगालचा राजा नरेन्द्रगुप्त शशांक याने गंगेच्या मैदानात आतपर्यंत घुसून हल्ला केला व बुद्धाच्या अनेक प्रतिमा नष्ट केल्या. तसेच गया येथील बोधिवृक्षही तोडून टाकला. हे सर्व फार जलदगत्या पूर्वस्थितीवर आणले गेले. इतकेच नव्हे तर थोड्याच वर्षांत हर्षाच्या दानशूरपणामुळे अधिकच सुंदर बनविले गेले. परंतु वैभवशाली नालंदामध्ये ह्यूएन-त्संग अध्ययन करीत असताना देखील बौद्ध धर्माचा ऱ्हास व डळमळीत अवस्था दृष्टोत्पत्तीस येत होती. त्याला पडलेले भीषण अंताचे दुःस्वप्न हर्षाच्या मृत्यूनंतरच्या सर्वसामान्य अंदाधुंदीच्या काळात इ.स. ६५५ च्या सुमारास जेव्हा हा प्रचंड मठ लुटला गेला व जाळून टाकला गेला तेव्हा अगदी अक्षरशः खरे ठरले. तथापि 'पाल' राजांनी पुढच्याच शतकात त्याची आर्थिक स्थिती पूर्वपदावर आणून ठेवली व अनेक नवीन 'विहार' बांधले. नालंदापासून जवळच असणारा 'विहार' त्यांपैकीच एक असून त्याच्यावरूनच 'बिहार' हे नाव संपूर्ण प्रांतालाच दिले गेले. 'सेन' वंशीय राजे निःसंशयपणे 'हिंदू' शब्दाच्या आधुनिक अर्थाने हिंदूच होते. त्यांनी त्या मठांच्या देणग्या चालूच ठेवल्या व त्यांना मठातील संपत्तीचे लुटारूंपासून संरक्षण करण्यासाठी लष्करी बंदोबस्त करावा लागला. याचा परिणाम एवढाच झाला की इ.स. १२०० च्या सुमारास मगध व पश्चिम बंगालमधून मुसंडी मारणाऱ्या मुहंमद बिन बख्त्यार खिलजीच्या हाताखाली मूठभर मुस्लिम हल्लेखोरांनी या सर्व इमारती उद्‌ध्वस्त केल्या व अगदी पूर्णपणे लुटल्या.

याचवेळी सारनाथ येथील बुद्धाच्या पहिल्या धर्मोपदेशाच्या स्थानावर व त्याच्या पर्णकुटीच्या अवती भवती वाढलेले प्रचंड गुंतागुंतीचे 'स्तूप' व मठ ओळखू येणार नाहीत इतके पूर्णपणे उद्ध्वस्त केले गेले. अशा रीतीने बुद्धाच्या आधी अनेक शतकांपासून चालत आलेली अखंड परंपरा असलेले साधूंचे आश्रयस्थान व भेटण्याची जागा संपुष्टात आली. हूणांचे हल्ले, बलदंड 'पाशुपतां'च्या घुसखोरी व फाटाफूट या सर्वांमधून सारनाथ टिकून राहिले होते. इ.स. ११५० च्या सुमारास गोविंदचंद्र गाहडवाल या 'हिंदू' राजाच्या बौद्धधर्मीय राणीने लवकरच त्यास पूर्वस्थिती प्राप्त करून दिली. एवढेच नव्हे तर आणखी जास्त वैभव प्राप्त करून दिले होते. चौदाव्या शतकात देखील कोरियातील लोक एखाद्या भारतीय बौद्ध साधूस या सर्वोत्कृष्ट मठातील नव्हे तर जेथे बौद्धधर्म हळूहळू नष्ट होत चालला होता, त्या दक्षिणेतील साधूस निमंत्रण देऊ शकत. याबाबतीत सांगावयाचे म्हणजे, भौतिकवादी 'लोकायत' आणि बौद्धांना जवळचे असणारे शाक्य देवदत्ताचे अनुयायी यांच्यासारख्या बौद्धेतर छोट्या विचारप्रणाली मगधात निदान सातव्या शतकापर्यंत तरी टिकून होत्या असे ज्ञात आहे. त्या नष्ट केल्या गेल्या नाहीत तर जेथे त्या हळूहळू क्षीण होत गेल्या, त्या प्रदेशाने एकाच वेळी अनेक परस्परविरोधी पद्धतींचे अस्तित्व सहन केले. परंतु त्यांच्या परंपरा व सिद्धांची कायमची नोंद करून ठेवण्याचा त्रास घेतला नाही. 'हिंदुत्वाच्या पुनरुज्जीवनाचा' किंवा एखादा राजा बौद्ध होता, की हिंदू होता हा प्रश्न निरर्थक आहे. पुष्कळ लोक राजे किंवा सामान्यजन पुढेपुढे ब्राह्मणांच्या धार्मिक विधींना पाठिंबा देऊ शकत व त्याचवेळी बौद्ध आजीविक आणि जैनांपासून थेट शेवटपर्यंत सर्वांना उदार देणग्या देऊ शकत. कनोजचा राजा हर्ष याने बौद्धधर्मास पाठिंबा दिला याबद्दल कोणालाही संशय नाही. स्वतःच निःशस्त्र बनविलेल्या एका मारेकऱ्यास तो क्षमा करू शकला. परंतु मध्ययुगातील अन्य कोणत्याही राजाप्रमाणेच ब्राह्मणांना दिलेल्या जमिनींच्या दानपत्रात त्याने स्वतःला 'मोठा शिवभक्त' ('परम-महेश्वर') असे म्हणविले आहे. एवढेच नव्हे तर सूर्यदेव हे त्याचे कुलदैवत होते. कुशाणांबरोबरच पंजाबात शिरलेल्या पर्शियन प्रभावापासून सूर्यदेव पंजाबात लोकप्रिय झाला होता व त्याने पर्शियन उपाध्यायांच्या वर्गात संभाव्य उगम असणारा 'मग ब्राह्मणां'चा एक नवीन पंथही निर्माण केला होता. त्याच्याशी सुसंगत अशी 'परम भट्टारक' ही पदवी हर्षाने धारण केली. अखेर त्याच्या संस्कृत नाटकांपैकी एक 'नागानंद' नावाचे नाटक अत्यंत भक्ति-भावाने शिवपत्नी 'गौरी' हिला ('शुभ्र देवता' म्हणजे पार्वती हिला) अर्पण केलेले आहे. या नाटकात तो स्वतः स्वार्थत्यागी बौद्ध नायकाची भूमिका करी. दर पाच वर्षांनी गंगायमुनेच्या संगमावर तो प्रचंड दानधर्म करी. तेव्हा ब्राह्मणांबरोबर

तेथे जमणाऱ्या बौद्ध, जैन, आजीविक किंवा इतर कोणत्याही साधूंपैकी कोणालाही यात काही विसंगती असल्याची जाणीवही झाली नसेल. आपल्या पहिल्या प्रकरणात उल्लेखिलेल्या आधुनिक भारतीयांच्या स्वभावातील विसंगती ह्यू एन-त्संगाने भारताला भेट देण्याच्याही आधीपासून अस्तित्वात होत्या.

तथापि हे सर्व खेड्यांच्या विजयापेक्षा भ्रष्टाचार वाढविणाऱ्या संपत्तीच्या प्रभावाबरोबरच वाटते. वास्तविक या बदलाची सुरुवात अशोकाच्या पुष्कळ पूर्वीपासूनच झाली होती. बुद्धाच्या मृत्यूनंतर सुमारे शंभर वर्षांनी मगधाचा राजा-कालाशोक याच्या कारकिर्दीत वैशाली येथील साधूंनी त्यांच्या छोट्याशा स्थानिक प्रकरणाच्या उपयोगासाठी म्हणून रोज देणग्या स्वीकाराव्यात एवढेच नव्हे तर त्यासाठी विनवण्या करण्यास देखील सुरुवात केली होती. त्यामुळे इतर तत्कालीन बौद्ध साधूंमध्ये लोकापवाद निर्माण झाला. अखेर वैशाली येथे भरविल्या गेलेल्या एका परिषदेने यासा नावाच्या एका साधूच्या नेतृत्वाखाली उपाध्यायवर्गातील अत्यंत आदरणीय सदस्यांच्या उपस्थितीत या प्रथेला थोतांड म्हणून नापसंत ठरवून दडपून टाकले. अन्न व ताबडतोब व्यक्तिगत उपयोगात येणाऱ्या बारीकसारीक वस्तूंखेरीज साधूंनी इतर कशाचाही स्वीकार करू नये, असे ठरविले गेले. तेव्हापासून पुढे या गोष्टीचा अंतर्भाव 'विनय' या नियमपुस्तिकेत केला गेला. या स्पष्ट आदेशानंतर देखील सर्व विचारप्रणालींच्या मठांना इतक्या प्रचंड देणग्या दिलेल्या आपणास आढळल्या तर या बदलाच्या पाठीशी एखादे फार जबरदस्त कारण असले पाहिजे. या महत्त्वाच्या कारणाचा मागोवा घेणे अगदी सोपे आहे.

'चक्रवर्ती' राजाच्या कामांपैकी एक काम या मठांनी केले. बुद्धाने या कामाची शिफारस केली असे मानले जाते. तथापि रस्ते, विश्रामधामे, जलाशय आणि माणसे व पशूंसाठी दवाखाने बांधणाऱ्या अशोकाकडून मात्र हे काम उपेक्षितच राहिले. भारताच्या किनाऱ्याची पार्श्वभूमी असणाऱ्या प्रदेशातील आरंभीच्या व्यापारी व तांडेवाल्यांना आवश्यक असणाऱ्या भांडवलापैकी काही भाग त्यांना बऱ्याच वेळा मठातून साठविल्या गेलेल्या संपत्तीतून पुरविला जाई. बावरीसारखे फारतर मूठभर जनावरे, एखाददुसरा शिष्य बरोबर घेऊन जंगलात शिरणारे धाडसी संशोधक ब्राह्मण हे करू शकत नव्हते किंवा अद्याप नांगराखाली न आणल्या गेलेल्या परंतु उद्घाटनास योग्य अशा रानात ज्यांच्याबरोबर पेरावयास राजांना आवडे असे 'अग्रहार' ब्राह्मण वसाहतकारदेखील हे करू शकत नव्हते. तीव्र मतभेद असणाऱ्या या दोन पद्धती एकाच वेळी इतकी जवळ जवळ व उघडपणे संघर्ष न करता उत्तर भारतात सातव्या व दक्षिण भारतात नवव्या शतकापर्यंत कशा नांदू शकल्या याचे हे एक कारण आहे.

माझ्या मते, मेंढपाळाच्या जीवनातील 'यज्ञ' लुप्त झाल्यानंतर अनेक शतकापर्यंत बौद्धधर्माची वाढ का होऊ शकली याचे हे मुख्य कारण आहे. या 'यज्ञा'ला बौद्धधर्माने परिणामकारकपणे विरोध केला होता व तो मोठ्या प्रमाणात सुधारत चाललेल्या शेतकी अन्नोत्पादनाच्या दडपणाखाली लुप्त झाला होता. मुख्यतः या खास आर्थिक कार्यामुळे शेजारच्या देशात झालेल्या बौद्धधर्माच्या प्रसाराचे स्पष्टीकरण होते. चातुर्वर्ण्य पद्धती सुरू करण्यासाठी ब्राह्मणांना बोलाविण्याची आवश्यकता या शेजारच्या देशांना कधीही भासली नाही. या देशांना वैदिक यज्ञ कधीही माहीत नव्हता व हा गुंतागुंतीचा, फारसा न आढळणारा व भारतीय, चिनी, तिबेटी व इतर प्रतिष्ठित साधूंच्या एका दीर्घ मालिकेने अत्यंत परिश्रमपूर्वक पुष्कळ भाषांत रूपांतरित केलेला बाह्यतः अनाकलनीय असा सिद्धान्त त्याच्या स्वतःच्या गुणावगुणांवरून कोणालाही फारसा आवडला नसता.

चीनला गेलेले पहिले बौद्ध धर्मप्रसारक जमिनीवरून प्रवास करणाऱ्या व्यापाऱ्यांशी संबंधित होते हे सर्वांना ज्ञातच आहे. सामान्यतः बौद्ध मठांच्या आर्थिक कार्याविषयी आपणास जी काही माहिती मिळते ती देखील काही अंशी चीन भाषेतील नोंदीवरूनच मिळते. गुहातील मठांच्या काहीशा उघडच असणाऱ्या परंतु आतापावेतो दुर्लक्षित राहिलेल्या पुराणवस्तुशास्त्रीय वैशिष्ट्यांनी या नोंदींना पुष्टी दिली आहे. अशा गुहांचे अवशेष दख्खनच्या पश्चिम भागात जागोजागी विखुरले आहेत. चीन व भारतातील प्रतिष्ठाने 'महायान' पंथाची प्रतिकृतीच असणाऱ्या एकाच 'महासांघिक' (म्हणजे मोठ्या उपाध्यायवर्गाच्या) विचार प्रणालीची किंवा तत्त्व व आचार या दृष्टीने त्यांच्या अगदी निकटच्या असणाऱ्या दुसऱ्या बौद्ध धर्मपंथाची होती. चीनमधील बौद्धांचे 'महासांघिक' मठ तेथील किनाऱ्याची पार्श्वभूमी असणाऱ्या प्रदेशाच्या शांततामय विकासास साह्यभूत होते हे तेथील लेखी पुरावे सिद्ध करतात. बौद्ध धर्माने सामान्यतः शांती व अहिंसेचा संदेश दिला. दुष्काळातील उदार धर्मादायाबरोबरच मठाच्या फळबागा व शेते, गुलाम व रोजंदारीवरील मजुरांकडून कसून घेतलेली शेती, अडाणी शेतकरी आणि व्यापाऱ्यांना दिलेली कर्जे व विक्री या सर्वांबद्दल साक्ष मिळाली आहे. त्यापैकी अनेक करार व काही मठांचे हिशोब अद्याप टिकून आहेत. अशा प्रकारच्या व्यवहारातील परिपाठ भारतीय 'महासांघिकां'च्या व्यवहारांच्या नमुनाबरहुकूम आखलेले असल्याची स्पष्ट नोंद तेथे केलेली आहे. वस्तुतः हिंदुस्थानात दीर्घकालीन अध्ययनासाठी येणारे यात्रेकरू, बौद्धांची पवित्र तीर्थयात्रास्थाने व पवित्र ग्रंथ यांच्या इतकेच मठांच्या व्यवस्थापनाकडेही लक्ष देत. ह्यूएन-त्संगानंतर शंभर वर्षांनी आलेला इ-त्सिंग याने मठातील आरोग्यविषयक अगदी बारीक सारीक आचार व दैनंदिन जीवन यांची देखील नोंद केली असून भारतीय साधूंनी रेशमी कफन्यांच्या

वापराचे समर्थन करण्यासाठी केलेले सविस्तर विवेचन देखील उद्धृत केले आहे आणि ते स्वतःच पटल्याचे नोंदले आहे. चीनमध्ये देखील जुन्या पद्धतीचे जास्त कडक भिक्षुक साधू होते. परंतु हिंदुस्थानातील त्यांच्यासारख्याच साधूंप्रमाणे हळूहळू लुप्त होत गेले.

पश्चिम हिंदुस्थानातील कार्ले येथील मठ कोणत्याही पंथाच्या सर्व साधूंना मोकळा असला तरी तो 'महासांघिका'चा होता. 'चैत्य' गुहेच्या एकेकाळी रंगविलेल्या तुळयांखेरीज तेथील सर्व धातू व लाकूडकाम लुप्त झाले आहे. खांब व भिंतीवरील रंग उडाले आहेत. वैशालीमधील धर्मसुधारणेने बहुधा द्रव्यलोलुप भिक्षूंना अधिकाधिक दक्षिणेकडे पिटाळलेले असावे. तेथे त्यांच्यामागे शसकीय नियंत्रणाचा किंवा बिहारमधील रीतीरिवाजांचा त्रास नव्हता. परंतु रेडिओ कार्बन या साधनाने या प्रतिष्ठानाचा काळ अशोकपूर्व अमदानीतील असल्याचे दर्शविले आहे. येथील शिल्प फारच सुंदर व विलासलोलुपही आहे. या शिल्पकृती उच्च प्रतीच्या ढंगदार पोशाखातील संपन्न स्त्री-पुरुषांच्या देखण्या युगुलांच्या असून ते घोड्यावर व हत्तीवर बसलेले दाखविले आहेत. साधूंच्या सभास्थानी असल्या गोष्टींची अपेक्षा कोणीही केली नसती. तर या नेमक्या श्रीमंत व्यापाऱ्यांना आवडतील अशा गोष्टी आहेत. यासाठी दूर अंतरावरून खास कलाकार आणले असले पाहिजेत व मोठ्या खर्चाने कामाला लावले असले पाहिजेत. एवढेच नव्हे तर या गुंतागुंतीच्या रचना पूर्ण करण्यास अनेक शतके लागली तरी तो मूळ आराखडा अपूर्णच राहिला. यावरून आराखडा, पैशाचा पुरवठा व व्यवस्थापन यातील सातत्यच दिसून येते. निरनिराळे खांब, पुतळे व गुहांवर खोदलेल्या त्यांच्या देणगीदारांच्या नावावरून अनेक दूरच्या ठिकाणच्या व्यापारी व सावकाराशी असलेला संबंध स्पष्ट दिसतो. तथापि त्याखेरीज आणखीही अनेक रोख देणग्या तसेच मठाच्या निर्वाहासाठी व ते काम पूर्ण करण्यासाठी मदत करणारे इतरही अनेक देणगीदार होते. काही मोठे अधिकारी होते, तर इतर वैद्य व तत्सम लोक होते. एका खांबावर तेथील वसाहतीचा व्यापारी संघ ('वणिय-गाम') देणगीदार म्हणून नोंदल्याचे आढळते. ही संस्था संपूर्ण 'मध्ययुगात' महत्त्व पावली. परंतु पुढे मुस्लिमांच्या विजयानंतर त्यांनी नवीन प्रकारचा व्यापारी निर्माण करून तिचे महत्त्व कमी केले. मूळच्या देणग्या देणाऱ्या शकांना 'सातवाहनां'नी सत्तेवरून दूर केल्यानंतर इसवी सनाच्या दुसऱ्या शतकात राजा व प्रांताधिपती यांनी संपूर्ण खेड्याच्या देणग्या कायम केल्या. परंतु काही देणगीदारांचे मात्र आश्चर्य वाटण्याजोगे आहे. बुरूड, कासार, कुंभार व यांसारख्या लोकांच्या व्यवसाय-संघांची नावे काही मठातून केवळ उदार देणगीदार म्हणून नव्हे तर एका राजपुत्राने विश्वस्तनिधीच्या व्याजातून एका कायमच्या

अनुदानासाठी म्हणून त्यांच्याकडे गुंतविलेल्या पैशातून मठाला व्याज देणारे म्हणून नोंदविलेली आढळतात. शेवटी त्यांत व्यक्तीही आहेत. कारकून, वैद्य, लोहार, सुतार, कोळी-प्रमुख, एका नांगरधारीची पत्नी व एका शेतकरी गृहस्थाची आई इत्यादी. अशा प्रकारचा कोणीही कारागीर किंवा कामगार कोणतीही महत्त्वाची देणगी देण्यास पुरेसा पैसा भारतातील सर्वसाधारण ग्रामीण जीवनात मिळवू शकेल ही अपेक्षा करणे शक्य नाही. यावरून हा समाज पुढील काळात दख्खनमध्ये किंवा खरे म्हणजे देशात इतरत्र कोठेही कधीच आढळला नाही. इतक्या मोठ्या प्रमाणावर वस्तू उत्पादन करणारा समाज असला पाहिजे. 'सिता' जमिनी किंवा अर्थशास्त्रातील नमुन्याच्या शासकीय उद्योगांप्रमाणे गुहांतील मठांच्या आसपासच्या वसाहतींचा विकास होणे शक्य नव्हते हे उघडच आहे. कारण त्यापैकी बऱ्याच वसाहती अद्यापही अविकसित ओसाड जमिनीत आहेत, तर उलट उत्तरेकडील मठांच्या इमारतींखालील जमीनदेखील अनेकदा नांगरली गेलेली होती. तथापि दक्षिणेकडील सर्व गुहा-मठ, पश्चिमेकडील नदीमुखातील बंदरापासून (कल्याण, ठाणे, चौल, कुडा, महाड) दख्खनच्या अगदी सरळ उतरणीवरील ठळक खिंडीमधून पठारापर्यंत जाणाऱ्या व्यापारी मार्गाच्या अगदी जवळ आहेत. लवकरच सातवाहनांची दुसरी राजधानी बनलेले जुन्नर हे नवीन टोकाचे ठिकाण अशाच प्रकारे १३५ पेक्षा जास्त बौद्ध गुहांनी वेढलेले आहे.

या ठिकाणी राजांचे धर्मांतर होण्याचा प्रश्नच नाही. कारण दख्खनमध्ये अगदी सुरुवातीच्या गुहा-मठाच्या वेळेस राजेच नव्हते. जुन्नरच्या पश्चिमेस महत्त्वाच्या नाणेघाट खिंडीजवळील अधिकृत(मठांच्या नव्हे) गुहांमध्ये सातवाहन राजांनी 'यज्ञाची' दक्षिणा म्हणून ब्राह्मणांना दिलेल्या असंख्य देणग्यांच्या संपूर्ण तपशिलाची नोंद आहे. हजारो गुरे, हत्ती, रथ, घोडे, नाणी इत्यादींचा समावेश त्यात आहे. तथापि 'यज्ञा'खेरीज सातवाहन राजे करीत असलेल्या कृष्ण व त्याचा धष्टपुष्ट नांगरधारी भाऊ बलराम, संकर्षण यांच्या पूजेचाही खास उल्लेखही त्यात आहे. दुसऱ्या शब्दात असे म्हणता येईल की, बावरीची परंपरा अद्याप टिकून होती आणि ब्राह्मणधर्मातील उत्तरेकडील सुधारणा अगदी तयार स्वरूपात दक्षिणेकडे आल्या. तरीही सातवाहनांनी गुहा-मठांना आश्रय देणे चालूच ठेवले. सुप्रसिद्ध 'द्वारपाल' रक्षक असणारी भाजा येथील गुहा प्रामुख्याने राजाश्रयानेच खोदली गेली असावी. असा अंदाज तिच्या रचनेवरून करता येतो. परंतु 'चैत्य' गुहेचा दर्शनी भाग कोसळला आहे. त्यामुळे प्रमुख अपेक्षित शिलालेख नष्ट झाले आहेत.

बौद्ध मठांना मिळालेल्या देणग्यांच्या नोंदीतील काही देणग्या साधू किंवा जोगिणींना दिलेल्या आहेत हे चांगलेच लक्षात घेण्याजोगे आहे. त्यांच्याजवळ देणग्या

देण्याएवढा पैसा होता ही गोष्टच वैशाली येथील परिषदेच्या निर्णयांचा उघडपणे उपमर्द केला जात असल्याचे किंवा शांतपणे उपेक्षिले जात असल्याचे दर्शविते. पूर्वी उपाध्यायवर्गात प्रवेश करणाऱ्याने प्रथम आपली सर्व ऐहिक संपत्ती वाटून टाकलेली असे व सर्व लौकिक जीवनाचा त्याग केलेला असे. आता तो आपला पैसा व तो मिळविण्याचा अनुभव मठात आणू लागला. कार्ला येथे 'बुधराखित' नावाच्या एका अनभिज्ञ संपत्तिमान शिष्याने आपल्या नावाने एक भारी किमतीचे सभागृह देणगी म्हणून दिले. या गुंतागुंतीच्या रचनेच्या एका टोकाला असणाऱ्या एका गुहेवर तेच नाव नंतर कोरले गेलेले आहे. ही गुहा त्याने पुढे जगाचा त्याग केल्यानंतर आपली खोली म्हणून वापरली हे उघड आहे. कार्ल्याच्या किंवा या प्रांतातील इतर कोणत्याही मठांमध्ये विहारांच्या मुख्य भागातील काही गुहांमध्ये प्रकाश किंवा वायुविजन विरहित असे अंतर्भाव आहेत, ते फक्त मौल्यवान वस्तू सुरक्षित ठेवण्यासाठीच केलेले असावेत. बाहेरील गुहांपैकी बहुतेक सर्वांना दणकट लाकडी दरवाजे असून त्यांना आतून अडसर लावता येई व विशिष्ट प्रकारच्या साखळी योजनेच्या साहाय्याने बाहेरून ते काळजीपूर्वक पक्के बंद करता येत. यावरून प्रचंड संपत्तीचे अस्तित्व सूचित होते. हे मठ म्हणजे व्यापारी तांड्यांचे महत्त्वाचे गिऱ्हाईक होते. साधूंसाठी कापड, पूजेसाठी सुगंधित धूप व किमती सुगंध-द्रव्ये, धातूंच्या प्रतिमा, प्रचंड संख्येने धातूंचे दिवे (त्यांच्या काजळीने अजूनही सर्व छत्रे काळी झालेली दिसतात.) या गोष्टी स्थानिकरीत्या उपलब्ध होत नसत. हे मठ म्हणजे प्रवासातील महत्त्वाचे टप्पे, व्यापारी तांड्यांची विश्रांतिस्थाने तसेच त्यांची पुरवठा केंद्रे व अधिकोष हे होते हे स्पष्टच आहे. उदाहरणार्थ, जुन्नरला त्या गुहा अधिक जवळजवळ एक असल्या तर अधिक सोयीस्कर झाले असते. परंतु त्या गुहांचे छोटेछोटे गट होते व एकाच टेकडीवर ते असूनही एकमेकांपासून शक्य तितक्या दूरदूर निर्माण केले होते हे लक्षात घेण्यासारखे आहे. प्रत्येक गटाला वेगवेगळ्या व्यापारी-संघाचा आधार असे. हेच त्यांच्यातील परस्पर-समन्वयाच्या अभावाचे कारण असून पंथापंथाच्या सिद्धान्तातील वैचित्र्यांचे आर्थिक प्रतिरूप आहे.

बौद्धधर्म जेव्हा अर्थव्यवस्थेचा प्रेरक होण्याऐवजी तिच्यावरील भार ठरू लागला तेव्हा ही पद्धत व तिला उचलून धरणारे मठही नाहीसे झाले. दूरवर चालणाऱ्या- विशेषतः उत्तर हिंदुस्थानातील व समुद्रापलीकडील रोम साम्राज्यातून येणाऱ्या - वस्तूंच्या व्यापारापेक्षा अगदी वेगळ्या स्वरूपातील आवश्यक वस्तूंचा व्यापार आकारमानाच्या दृष्टीने अधिक वरचढ ठरला. खुष्कीच्या व्यापार मार्गावरील अडथळे आणि इसवी सनाच्या तिसऱ्या शतकात रोमन साम्राज्याचे अगदी अक्षरशः कोसळणे ही देखील त्यास पूरक ठरलेली कारणे असतील. दुसरे म्हणजे खेडी व शहरे यांच्या

वाढीमुळे व्यापाराच्या व मोठ्या प्रमाणावर भांडवल पुरवठ्याच्या दृष्टीने मठांची स्थाने गैरसोयीची वाटू लागली. मठांचे स्थानांतर करणे शक्य नव्हते. धर्माच्या मुख्य कर्तव्यासाठी निर्जन स्थानेच आवश्यक असत व अखेर ही कामे साधुजीवनविषयकच असत, आर्थिक व्यवहारविषयक नव्हेत. या लांबलांब तांड्यांचे रूपांतर हळूहळू वंजाऱ्यांमध्ये ('वणिज्यकार – व्यापारी') व 'लमाणां'मध्ये ('लंबमान') झाले. या जाती अद्यापही अस्तित्वात आहेत. सामर्थ्यवान व्यवसाय संघ मोडले गेले व त्यांचे सदस्य दूरदूरच्या खेड्यांत विखुरले गेले किंवा त्यांचे रूपांतर उत्पादकांच्या छोट्या संकुचित जातिगटांत झाले आणि ते किरकोळ नफ्यासाठी ठिकठिकाणी प्रवास करू लागले. अजूनही बुरुडांच्या टोळ्या हेच करतात. उत्पादनात वाढ झाली परंतु दरडोई वस्तूउत्पादन व दूर अंतरावरील वस्तूंची देवाणघेवाण या दोहोंत घट झाली. सुमारे सहाव्या शतकापासून किल्ले खिंडीचे रक्षण करू लागले. सरंजामशाहीकाळातील दृश्याचे हे एक नवे वैशिष्ट्य होते. राज्यांचे व प्रवाशांचे रक्षण करणे हे त्यांचे बाह्याकारी काम असले तरी प्रत्यक्षात त्यांना काय साधले असेल तर व्यापारी तांड्याकडून जकात वसूल करणे एवढेच होय. सर्वांत वाईट गट म्हणजे मठातील खजिन्यात अडकून पडलेले मौल्यवान धातू, पितळ व ब्राँझचे प्रचंड साठे यांची चलन, भांडी व हत्यारे यांसाठी अत्यंत आवश्यकता होती. चीनमधील बादशहांना देखील अखेर बौद्धमंदिरे व मठांतून धातूंच्या प्रतिमा वापरण्यात बंदी घालण्यासाठी हुकूम काढावे लागले. भारतात आवश्यक आर्थिक उपाययोजना बऱ्याचवेळा धर्मातील बदलासारख्या तात्त्विक डावपेचांच्या स्वरूपात पुढे आल्या. मठ लुप्त होणे प्राप्तच होते. परंतु त्यांचा ठसा उखडून काढला गेला नाही. ज्या प्राचीन मातृदेवतांची अगदी सुरुवातीची पूजास्थाने त्या मठाजवळ होती व बौद्धधर्माने ती स्थानभ्रष्ट केली होती, त्या देवता काही वेळा तेथे परत आल्या. कदाचित मठांतील एखादी निर्जन गुहा त्यांनी ताब्यात घेतली. जुन्नर येथील 'मानमोडी' या मातृदेवतेच्या नावाचा मागोवा त्याच ठिकाणी अनेक युगांपूर्वीपर्यंत घेता येतो. कार्ला येथील प्रचंड दगडी 'स्तूप' म्हणजे पूर्वीची 'यमाई' देवीच असल्याची ओळख पटते. परंतु बौद्धांच्या स्थानाजवळील या देवतांना द्यावयाचे रक्तबळी एकतर सोडून दिले गेले किंवा त्यांचे दूर स्थानांतर करण्यात आले. महाराष्ट्राच्या काही भागात अद्याप आढळणारा उत्तरेकडील 'कुशाण' नांगर सामान्यतः बौद्ध गुहांजवळ असतो. सोळाव्या शतकातील थोर मराठा संत तुकाराम (याला बुद्धासंबंधी काहीही माहिती नव्हती) याने बुद्धाला त्याचा 'विठोबा' देवच मानले. त्याने त्या बौद्ध गुहांमध्येच चिंतन केले व आपल्या साध्या अभंगांची रचना तेथेच केली हा नक्कीच अपघात नव्हे.

अशा प्रकारच्या बदलांचे मूळ कारण दुसऱ्या संदर्भात खूप जास्त स्पष्टपणे दिसून येते. काश्मीरचा राजा हर्ष (इ.स. १०८९–११०१) (सातव्या शतकातील सम्राट हर्षाशी याचा घोटाळा करू नये) याने पद्धतशीरपणे आपले राज्य पूर्णपणे उभे–आडवे विंचरून काढून, चार अपवादांखेरीज धातूंच्या इतर सर्व मूर्ती वितळवून टाकल्या. हे काम एका खास 'देवांचे उच्चाटन करणाऱ्या मंत्र्या'च्या ('देवत्पाटन-नायक') हाती सोपविले होते. प्रत्येक मूर्ती जाहीरपणे भ्रष्ट करण्यासाठी प्रथम कुष्ठरोगी, भिकाऱ्यांना तिच्यावर मलमूत्र–विसर्जन करावयास लावून मग ती रस्त्यातून फरफटत भट्टीपर्यंत नेण्यात येई. यासाठी कोणतेही तात्त्विक कारण पुढे केले गेले नाही. या राजाच्या शरीरसंरक्षक दलात भाडोत्री मुसलमान होते. परंतु त्यांच्याही भावना दुखविण्यासाठी तो मुद्दाम डुकरांचे मांस भक्षण करी. तथापि हा हर्ष सुसंस्कृत मनुष्य असून तो उत्कृष्ट साहित्यिक व नाटक, संगीत हावभावयुक्त समूहनृत्य यांचा मार्मिक गुणज्ञ होता. त्याने ब्राह्मणांना योग्य प्रमाणात आधार दिला. एका बौद्ध धर्मोपदेशकाचाही सन्मान केला. वस्तुतः त्याच्याच कैफियतीमुळे त्या चार मूर्तींची सुटका झाली होती. त्यापैकी दोन मूर्ती बुद्धाच्या होत्या. बंडखोर 'दामर' सरदारांविरुद्ध राजाने चालविलेल्या साहसी व खर्चिक लढायांना पैसा पुरविण्यासाठी धातूंची आवश्यकता होती. चौदाव्या शतकात मुस्लिम धर्माचे आघात व परिणामी होणाऱ्या लुटालूट व छळ यांखेरीजच काश्मीरचा ताबा घेतला.

७.३ राजकीय व आर्थिक बळ

भारतातील मौर्यानंतरच्या राजघराण्यांची अगदी बरोबर कालनिश्चिती झाली नसली व त्यांच्या सत्तेखालील प्रदेशाची व्याप्ती निश्चित नसली तरी ती बरीचशी सुप्रसिद्ध आहेत. व्यक्तिशः राजे दंतकथांच्या कल्पनारम्य अंधुकपणात बुडून राहतात. नंतरच्या काळातील काश्मीरची रूपरेखा आणि कदाचित 'चंबा' राजांची वंशावळ सोडल्यास राजपरिवाराच्या प्रतिवार्षिक वृत्तांतासारखे काहीही अस्तित्वात नाही. तथापि आपल्या विचाराधीन असलेली नावे एखाद्याला आढळतीलही. हर्षाच्या पूर्वीचे व ऱ्हासाच्या अगोदरचे कुशाण, सातवाहन आणि गुप्त असे तीन कालखंड आहेत. या उपखंडातून अनेक पराक्रमी राजांनी प्रतिहल्ले केले. तथापि वरच्या भागात काहीही घडले तरी ग्रामीण पातळीवर त्याच्याकडे फारसे लक्ष दिले जात नसे. बहुधा हाच या कथेचा मुख्य मुद्दा आहे.

अशोकानंतर गादीवर आलेले अर्धा डझन मौर्य त्याच्या साम्राज्याच्या निरनिराळ्या भागांवर थोडेफार एकमताने राज्य करू शकले असते. कारण प्रत्येक विभागाच्या स्वतःच्या अशा प्रमुख समस्या होत्या. त्याच्या वारसांनी त्याच्या मूलभूत

धोरणात पुढे काही बदल केला नाही हे स्पष्ट आहे. अशोकाचा नातू दशरथ याने 'बराबर' गुहा आजीविकांना देणगी म्हणून दिल्या तर संप्रती नावाचा त्याचा एक वारस मृत्यूसमयी जैन धर्म अनुसरत असल्याचे मानले जाते. मौर्यांच्या नावाची प्रतिष्ठा त्यांची राजसत्ता नाहीशी झाली तरी दीर्घकाळपर्यंत टिकून होती. 'अशोकाचा अखेरचा वंशज' म्हणजेच मगधाच्या पूर्णवर्मन याने शशांकाच्या विध्वंसक हल्ल्यानंतर बोधिवृक्ष व गयेचे बौद्ध प्रतिष्ठान यांची पुनःस्थापना केली. मध्ययुगीन राजपूत वंशाचा परंपरागत संस्थापक बाप्पा रावळ याने राजस्थानातील एका स्थानिक मौर्यास काढून टाकून तेथे आपला अंमल बसविला. असले किरकोळ 'मौर्य' दक्षिणेकडे गोव्यापर्यंत थेट दहाव्या शतकापर्यंत ज्ञात होते. चंद्रगुप्त मौर्याच्या बराच काळ टिकून राहिलेल्या तेजामुळेच चंद्रराव मोरे ह्या मराठा नावाला सतराव्या शतकात पदवीचे स्वरूप प्राप्त झाले.

शेवटचा मौर्य सम्राट बृहद्रथ याला इ.स.पू. १८४ च्या सुमारास आपल्या सेनेची पाहणी करीत असताना त्याचाच सेनापती शुंग घराण्यातील पुष्यमित्र याने ठार मारले. 'शुंग' राजांनी यज्ञाचे पुनरुज्जीवन केले. परंतु त्यांच्या किरकोळ लष्करी कारवायांवरून ते फारसे परिणामकारक झाले असे वाटत नाही. सत्ताधीश बनलेल्या मुळात रानटी असलेल्या 'खारवेल' राजाने कलिंगातून मगधाच्या अगदी अंतर्भागात हल्ला करून अशोकाच्या विजयाचा वचपा काढला. ग्रीकांनी मौर्यांचा एका प्रांताधिकारी सुभगसेन याच्याकडून काबूल खोरे घेऊन अगोदरच त्याच्या भाषेत 'हिंदुस्थान जिंकला' होता. त्यांनी युक्रेटाईडस् यांच्या नेतृत्वाखाली पुढे पंजाबात चाल केली. सुप्रसिद्ध मिनेंडर याने आपली राजधानी सियालकोट येथे स्थापन केली व तेथून त्याने गंगेच्या खोऱ्यात फैझाबादपर्यंत किंवा कदाचित पाटण्यापर्यंत हल्ले केले. उज्जैनच्या आसपासचा प्रदेश हे शुंगाच्या राजसत्तेचे भक्कम प्रमुख स्थान राहिले. परंतु येथे देखील इ.स.पू. पहिल्या शतकाच्या सुमारास दक्षिणेकडून सातवाहनांनी हल्ले केले. विखुरलेल्या सहज उल्लेखावरून मोठ्या कष्टाने कणकण माहिती मिळवून जुळविलेल्या या कथेखेरीज आपल्या जवळ केवळ राजांच्या विसंगत याद्या आहेत. तथापि हा काळ भारतीय संस्कृतीच्या दृष्टीने महत्त्वाचा होता. सांची येथे जशीच्या तशी टिकून राहिलेली भारतातील सर्वात प्राचीन बौद्ध स्मारके आहेत. त्यातील अप्रतिम नक्षीचे खोदकाम व वास्तुशिल्प थेट गुप्तांच्या सुवर्णकाळापर्यंत सातत्य दर्शवित असून त्यांना एक खास वेगळा वर्गच आहे. पूर्वी उल्लेखिलेले पतंजलीचे व्याकरण व संस्कृत गद्य देखील पुष्यमित्र शुंगाच्या काळातीलच आहेत. तक्षिला येथे राज्य करणाऱ्या अन्तियालकीदास याचा ग्रीक वकील हेलिओडोरस याने भिलनसाजवळचा प्रचंड गरुडस्तंभ अर्पण केला. स्वतः कृष्णभक्त असल्याचे त्याने तेथे जाहीर केले आहे. स्तंभावरील

शिलालेखाची भाषा प्राकृत असून त्यातील शब्दक्रम मात्र ग्रीक भाषेप्रमाणे आहे. त्याच्यामुळे आपणांस कृष्णपूजेच्या प्रचारासंबंधी अमोल माहिती मिळते. यदूंचा हा कृष्ण वर्णी शूरनायक अद्यापपावेतो परमेश्वरपदापर्यंत पोहोचला नव्हता किंवा तो अजून विष्णु-नारायणाचा अवतार मानला गेला नव्हता. त्या काळातील इतर पुतळे व शिलालेखावरून असे दिसते की, त्याचा नांगरधारी भाऊ संकर्षण आणि क्वचित यदुकुळातील इतर काही शूरवीरांना देखील तोच दर्जा होता. दुसऱ्या शब्दात सांगावयाचे तर, यदूंची टोळी लुप्त होऊन दीर्घकाळ लोटला असला तरी या पूजा संप्रदायाची, त्या टोळीची वैशिष्ट्ये नाहीशी झाली नव्हती. सिंहासनावर बसल्यावर देखील 'शुंगा'नी आपली 'सेनानी' ही पदवी कायम ठेवली होती. असे असले तर ते 'यज्ञ'ही करीत असले तरी त्यांचे यश रणक्षेत्रापेक्षा कवायतीच्या मैदानावर व सांस्कृतिक क्षेत्रातच अधिक होते. त्यानंतर अनेक शतकांनी लिहिले गेलेले कालिदासाचे 'मालविकाग्निमित्र' हे नाटक उज्जैनचा राजप्रतिनिधी असलेला पुष्यमित्राचा मुलगा अग्निमित्र याच्या प्रेमकथेविषयी आहे. ब्राह्मणांच्या स्मृतीवर आपला हक्क असल्याचा शुंगांनी केलेला दावा सिंहासन बळकाविण्यासाठी दहाव्या व शेवटच्या शुंगराजाला ठार मारण्यापासून त्याच्या कण्वायन या ब्राह्मण मंत्र्याला परावृत्त करण्याइतका नसला तरी थोडासा उपयुक्त ठरला. अशा रीतीने हे सिंहासन एका अल्पजीवी ब्राह्मण घराण्याकडे गेले.

भारतीय नाटक, महाकाव्ये आणि संस्कृती यांच्यावरील ग्रीकांच्या प्रभावाचा प्रश्न प्रत्येक टीकाकाराने स्वतःच्या पूर्वग्रहानुसार निरनिराळ्या रीतीने हाताळला आहे. काही पुरावा नसल्याने तो प्रश्न येथे टाळला आहे. कोणत्याही बाबतीत पुराव्याचा अभाव हेच दर्शविते की हा प्रभाव अगदीच नगण्य होता. भारतीयांनी ग्रीकांकडून (किंवा त्यापूर्वी) खगोलशास्त्र उसने घेतले. ग्रीकांची भूमिती हे बौद्धिक क्षेत्रातील एक अत्यंत तेजस्वी महत्कार्य होते. परंतु त्याचा काही प्रभाव पडला नाही. बीजगणित हा खास भारतीय शोध होता. स्पष्टपणे मांडलेल्या गृहीतांवरून प्रमेयांची काटेकोर सिद्धता ही ग्रीकांची गणिती विचाराला प्रमुख देणगी होती. परंतु भारतात ती दुर्लक्षितच राहिली. देशांतरित ग्रीकांवरील भारताच्या प्रभावाची चर्चा आपण अगोदरच केली आहे. पंजाबातील हळूहळू क्षीण होत जाणारी ग्रीकांची राज्ये अखेर इ.स.पू. ५० च्या सुमारास पश्चिमेकडून रेटणाऱ्या शकांनी नष्ट करून टाकली. हे रानटी घुसखोर लवकरच ब्राह्मण ज्याअर्थी हा शब्द वापरीत, त्या अर्थाने सुसंस्कृत बनले. हे रुद्रदामनच्या उदाहरणावरून लक्षात येते. त्याचप्रमाणे पश्चिम किनाऱ्यावरील अनेक व्यापारी बंदरे त्यांच्या ताब्यात होती. त्यातूनच बदलत्या सरहद्दीची छोटी छोटी राज्ये निर्माण झाली.

पश्चिम किनाऱ्याच्या विकासाचे खरे कारण म्हणजे नारळ हे होते. संपूर्ण

किनारपट्टीवरील आजच्या अर्थव्यवस्थेचा पाया असणारे हे नारळाचे झाड मलेशियातून आयात झाल्याचे दिसते. पूर्वकिनाऱ्यावर इसवी सनापूर्वी पहिल्या शतकाच्या मध्याच्या सुमारास त्याचा प्रचार केला जात होता. हे झाड एका शतकानंतर पश्चिम किनाऱ्यावर पोहोचले. इ.स. १२० च्या सुमारास दिनिकाचा मुलगा शकराजा 'उषवदात' याने संपूर्ण बागांचे दान करून टाकण्यास सुरुवात केली. प्रत्येक बागेत नारळाची हजारो झाडे असत. हा उषवदात तेथे राज्य करणाऱ्या (खखरात पदवी असणाऱ्या) 'नहपान' राजाचा जावई होता. तो बौद्धांच्या बाबतीतही उदार होता. परंतु त्याच्या अधिकारक्षेत्रात गुहा-मठ अजिबात नव्हते. आता प्रत्येक भारतीय समारंभ व धार्मिक विधीत आढळणारा नारळ इसवी सनाच्या सहाव्या शतकापूर्वी हिंदुस्थानच्या बऱ्याच भागांत फारच क्वचित परिचित होता. यामुळे 'कालातीत व न बदलणाऱ्या' भारतीय रूढींबद्दल एक उपयुक्त भाष्य मिळते. या झाडापासून मिळणारे लाकूड, काथ्या, मद्य व इतर उत्पादने देखील अत्यंत मोलाची आहेत. खुद्द नारळच स्वयंपाकासाठी 'खोबरे' व सुकल्यावर खाण्याचे तेल पुरवितो. हे तेल साबण बनविण्यासाठी देखील उपयुक्त असते. पश्चिम किनारपट्टीवर भरपूर पाऊस व उष्ण हवामान यांमुळे नारळ चांगला वाढू शकतो. हे झाड व जास्तीत जास्त फायदा मिळविण्यासाठी त्यापासून प्रचंड प्रमाणावर केले जाणारे वस्तू उत्पादन यांच्या अभावी तेथील घनदाट जंगले साफ करणे किफायतशीर झाले नसते एवढेच नव्हे तर सध्याच्या गजबजलेल्या लोकसंख्येला वसाहती करून राहणेही शक्य झाले नसते. दख्खनच्या सरळ खड्या उतरणीवरील काही थोड्या खिंडीतून चालणाऱ्या व्यापारामुळे तांडे अधिक काळ टिकून राहिले. ते पठारावर मीठ व नारळ घेऊन जात व त्यांच्या बदल्यात कापड, धातूंची भांडी, तसेच पठारावर पिकणारे धान्य घेऊन येत.

कुशाणांनी एखाद्या मोठ्या राजघराण्याप्रमाणे इ.स. ७८ पासून तिसऱ्या शतकापर्यंत उत्तरेवर ताबा ठेवला. त्यानंतर हळूहळू त्यांचा ऱ्हास होत जाऊन चौथ्या शतकात पूर्वेकडून व पश्चिमेकडून होणाऱ्या हल्ल्यांमुळे त्यांचा नाश झाला. पंजाब व उत्तर प्रदेशाप्रमाणेच ते मध्य अशियातील त्यांच्या मायदेशावरही राज्य करीत असल्यामुळे 'उत्तरापथा'चा विस्तार आशियाच्या अगदी अंतर्भागापर्यंत झाला व त्याचवेळी त्यावरील जुन्या व्यापाराचेही पुनरुज्जीवन झाले. व्यापाराबरोबरच बुद्धाची शिकवण व भारतीय संस्कृतीही संक्रांत झाली. या घराण्याचा संस्थापक पहिला 'कनिष्क' याने स्वत:चे व्यक्तिगत नाव न घालता फक्त 'मोठा रक्षणकर्ता' किंवा 'महा-त्राता' या बिरुदावलीने नाणी काढल्याचे दिसते. सोन्याची नाणी काढणारा कनिष्क बहुधा या पहिल्या कनिष्काचा नातू असावा. हा संस्थापक एका टोळीचा

नायक असून त्याला 'सुर्ख कोताल' येथील शिलालेखात वैदिक व इराणी पद्धतीने देवत्व बहाल करण्यात आलेले आहे. त्याच्या वारसांनी थोर सम्राट अशोकाप्रमाणेच सर्व धर्मांना आश्रय दिला व खूप मोठे प्रसिद्ध 'स्तूप' बांधले. त्यांच्या नाण्यावर बुद्ध, शिव आणि त्याचा नंदी ननैयूया (चिनी भाषेत 'नै नै') या मातृदेवतेचे नाव असे अनेक निरनिराळे शिक्के आहेत. कुशाणांच्या टाकसाळीला ॲलेक्झांड्रियातील तंत्र परिचित होते व ते त्याचाही उपयोग करीत. हे तंत्र रोमन बादशहांना देखील ज्ञात असून तेही त्याच राजधानीतील नमुने बनविणाऱ्यांना आपल्या सेवेत घेत. चांदीच्या नाण्यांचा अधिकाधिक प्रमाणावर लोप झाला. त्यावरून असे दिसते की, उत्तरेकडील व्यक्तिगत रेशीम, केशर, रत्ने, मद्ये व श्रीमंत सरदारांना लागणाऱ्या मौल्यवान चैनीच्या इतर वस्तू यांचेच वाढते प्रमाण होते. शेतकऱ्यांना आपल्या गरजा स्थानिक देवाण-घेवाणीनेच भागवाव्या लागत. 'अर्थशास्त्रा'तील उत्पादनपद्धती व धातूंवरील शासकीय एकाधिकार यांचा निश्चितपणे त्याग केला होता. त्याबद्दल बोलावयाचे झाल्यास भारतीय ग्रीकांच्या उत्कृष्ट प्रतिमांकित नाण्यांच्या मानाने शुंगांची नाणी अगदीच किरकोळ व दरिद्री होती. जरी उत्तरेत नवीन शिक्का मारलेल्या किंवा ओतीव नाण्याबरोबर जुनी नाणीही वापरात असली तरी छिद्रांकित नाण्यांचा काळ संपला होता. रुद्रदामन, नहपान आणि त्यांच्या मागून झालेले राजे यांनी अनेक चांदीची नाणी काढली. यावरून मुख्यत: चैनीच्या वस्तूंचीच देवाण घेवाण चालणारे उत्तरेकडील संपन्न साम्राज्य आणि अधिक गरजेच्या वस्तूंचे उत्पादन व व्यापार चालणाऱ्या दक्षिण व पश्चिमेकडील नव्याने उदयास येणारा समाज यांच्यातील फरक निदर्शनास येतो. दुसऱ्या शतकातील उत्तरभारतीय लोहार व मच्छीमार मठांना मोठ्या देणग्या देण्याइतके श्रीमंत असतील अशी कल्पना करणे सोपे नाही. त्यांच्यापैकी अनेकांनी दक्षिणेत अशा देणग्या दिल्या.

ज्या सातवाहनांबद्दल ओघाओघानेच बरेचसे सांगितले गेले आहे ते बावरीच्या काळातील दुर्बोध अशा 'अश्व लोकांच्या' प्रमुख पदापासून चढत जाऊन ब्राह्मणी पद्धतीच्या चातुर्वर्णीय समाजावर राजे म्हणून राज्य करू लागले. पुढे त्यांच्या मुळाचा मागोवा एका ब्राह्मण विधवेपर्यंत घेतला गेला. 'जेव्हा पैठण हे एक छोटेसे खेडे होते' अशा काळात गोदावरी नदीच्या एका पाणवठ्यावर एका नागाने या विधवेस जबरदस्तीने पळवून नेले होते. जरी तांबे व लोखंड यांना द्वीपकल्पात मोठी मागणी होती तरी सातवाहनांना दूरच्या देशांशी या ठिकाणी रोमन साम्राज्याशी चालणाऱ्या चैनीच्या वस्तूंच्या व्यापारापासून देखील नफा होत असे हे समजावून घेतले पाहिजे. भारतीय रत्ने ज्याप्रमाणे पाश्चिमात्य देशात बहुमोल मानली जात, तद्वतच भारतीय लोकही भूमध्यसागरी प्रदेशातील पोवळ्यास बहुमोल लेखीत. रोमन-ग्रीक जगातील शिसे,

तांबे व रूपे, मद्ये व घरगुती सेवेसाठी गुलाम, रखेल्या व करमणुकीची साधने, कला व कारागिरी यांना हिंदुस्थानात मागणी होती, हे लेखी दस्ताऐवज व पुराणशास्त्रावरून दिसून येते. यांच्या बदल्यात भारतीय कापड, मसाले, हस्तिदंत व चामड्याच्या वस्तू निर्यात केल्या जात. व्यवसायसंघाची जलद वाढ होण्यासाठी आवश्यक असणारा पैसा व खेळते भांडवल (व्यापारी आणि) पूर्वी सांगितल्याप्रमाणे मठांकडून मिळे. दख्खनमध्ये नवीन अश्मयुगातील मेंढपाळांचे मोठमोठे गट असून त्यातील बहुसंख्य लोक नद्यांच्या खोऱ्यातून खालीवर ये-जा करणारे व गुरे पाळणारे होते. त्यांची स्मृती व इतिहासपूर्वकालीन प्रचंड दगडी-स्मारके क्वचित एखाद्या पूजास्थानासह अद्याप टिकून आहेत आणि त्यांचा मागोवा त्यांच्या निर्मितिकाळापर्यंत घेता येतो. शेतीसाठी फक्त अवजड नांगर व लोखंडी वस्तू बनविण्याच्या माहितीचीच आवश्यकता होती व सुरुवातीस या गोष्ट उत्तरेकडून पुरविल्या गेल्या. परंतु कपाशीच्या पिकासाठी इतकी प्रसिद्ध असणारी ही सुपीक काळी जमीन तौलनिकदृष्ट्या कमी मिळकतीच्या लोकांच्या हातात आहे व ते लोक उत्तरेकडील नद्यांच्या खोऱ्यातील गाळाच्या सुपीक जमिनीतील लोकांप्रमाणे स्थानिक वसाहती करण्यास असमर्थ होते. त्यामुळे सातवाहनांच्या शिलालेखात आपणास प्रथमच 'गुल्म' नावाच्या लष्करी तुकडीबद्दल ऐकावयास मिळते. ही तुकडी बंदोबस्ताच्या कामासाठी वापरली जाई. याचाच अर्थ असा झाला की, सामर्थ्यशाली खड्या फौजेशिवाय कोणत्याही सुसंघटित शत्रूचा प्रतिकार करणे शक्य नव्हते व मोठ्या प्रमाणावर संयुक्तपणे सराव न केल्यास व एकत्र डावपेचांचा सराव न केल्यास तिला उतरती कळा लागते. परंतु देशभर विखुरलेल्या छोट्या तुकड्यांच्या स्वरूपात सशस्त्र सैन्य ठेवणे कमी खर्चाचे होते, ही सरंजामशाहीस उत्तेजक अशी आणखी एक गोष्ट होती. सातवाहनांच्या कारकिर्दीत प्राकृत वाङ्मयातील सर्वोत्कृष्ट कलाकृती निर्माण झाल्या. त्यांची सत्ता तिसऱ्या शतकात हळूहळू संपुष्टात आली. त्यातील बरेच ग्रंथ आता नष्ट झाले आहेत. 'कथारित्सागरा'सारखे काही ग्रंथ फक्त संस्कृत छंदोबद्ध काव्यरचनांच्या स्वरूपात टिकून आहेत. 'सत्तसई' (गाथा सप्तशती) नावाच्या ७०० श्लोकांच्या काव्यसंग्रहाचे श्रेय 'हाल' नावाच्या सातवाहन राजास दिले जाते. (परंतु वास्तविक त्यांत नंतर बरीच भर पडली आहे). हा काव्यसंग्रह सर्वसामान्य जीवनातील देखाव्याचे वर्णन करणारा असला तरी त्यात प्रासादिकपणा व मोहकता यांचे दर्शन घडते. दख्खनमध्ये व्यापारी मालापैकी बराचसा व्यवसाय संघामार्फत छोटी गावेच तयार करीत, तो हाच काळ होय. त्याने एक प्रकारची नागरी संस्कृती घडविली. या परंपरेचे प्रतिनिधित्व वात्स्यायनाच्या 'कामसूत्रा'तील शहरी माणूस ('नागरक') करतो. एका दीर्घ परंपरेतील शेवटचे असणारे हे पुस्तक सातवाहन

काळात किंवा त्यानंतर लगेच लिहिले गेले असून ते मुद्दाम 'अर्थशास्त्रा'च्या धर्तीवर लिहिले गेले आहे. तथापि त्याचा विषय शासन हा नसून लैंगिक संबंधाचे शास्त्र हा आहे. कामजीवनासंबंधीचे सामाजिक किंवा वैयक्तिक, शारीरिक, मानसिक व कौटुंबिक दृष्टिकोन आणि विषयोपभोगाच्या पद्धती अशा सर्व बाजूंचा त्यात अगदी मोकळेपणाने व शास्त्रीय दृष्टीने विचार केलेला आहे. तथापि हा ग्रंथ अश्लील वाङ्मयात जमा होणारा नाही किंवा भूमध्य सागरी प्रदेशातील त्यावेळी अत्यंत अद्ययावत मानल्या गेलेल्या अनैतिक संबंधाविषयी अलेक्झांड्रिया येथे प्रचलित असणाऱ्या कामोद्दीपक प्रबंधाशीही त्याची तुलना करता येणार नाही. 'कामसूत्रातील' प्रणयकला कोणत्याही अर्थाने एखाद्या पाश्चात्य बंगल्यातील झुरण्याच्या आदर्श पातळीवरील नाही. परंतु त्यातील विषयासक्तपणा अगदी उघड असून देखील त्यात त्या काळाचे व देशाचे वैशिष्ट्य असणारा एक विशिष्ट प्रकारचा निष्कपट साधेपणा आहे. काही दिवसांसाठी ग्रामीण भागात जाणाऱ्या 'नागरका'ला सुसंस्कृत संभाषण, सफाईदार गोष्टी सांगणे, मोहक हावभाव, संगीत व गाणे, नृत्य, मद्यपान आणि त्याचबरोबर सर्वप्रकारच्या सुसंस्कृत प्रणयचेष्टा यासाठी तेथे राहणाऱ्या आपल्या आते-मामे-मावस व चुलत भावंडांमध्ये मंडळे स्थापन करण्याचा सल्ला दिला आहे. जाता जाता दिलेल्या उदाहरणांमध्ये सातवाहनांच्या दरबारातील प्रणयी जीवनाचादेखील उल्लेख केलेला आहे. शेवटी इसवी सनाच्या चौथ्या शतकाच्या बऱ्याच वर्षांपासून 'खंडक' म्हणून ओळखला जाणारा पैठणचा आश्रयदाता यक्ष हा स्थानिक शिव बनला. त्याच्या मूळच्या 'खंडोबा' या नावाने त्याच्या पूजेचा प्रसार संपूर्ण महाराष्ट्रात झाला होता. जेजुरी हे त्याचे केंद्र असून सर्व जातींमध्ये त्याचा जबरदस्त शिष्यगण होता. स्त्री-पुरुषातील खास भक्तगण अद्यापही मूळच्या पूजेच्या उन्मत प्राचीन स्वरूपाचे दर्शन घडवितात. इतक्या किफायतशीर धार्मिक बाबतीत आपण कल्पना करू शकतो त्याप्रमाणे अर्थातच नफ्याचा प्रमुख वाटा ब्राह्मण उपाध्यायच घशात घालतात.

जरी अतिदक्षिणेकडील भाग कधीही सातवाहनांच्या सत्तेखाली नव्हता तरीही तो प्रदेश व पूर्व किनारा यांचादेखील सातवाहन काळात खूप विकास झाला. कृष्णा नदीच्या दक्षिण किनाऱ्याजवळील नागार्जुनकोंडा व कांची येथील बौद्ध केंद्रे दुसऱ्या शतकापूर्वीच स्थापन झाली होती. या दोन्ही ठिकाणीदेखील त्या काळी इतरत्र कोठेही आढळणारी प्रक्रिया चालू असलेली दिसते. ती म्हणजे भांडवलाचा साठा तसाच पुरवठाही करणाऱ्या मठांच्या प्रतिष्ठानाकडून मिळणाऱ्या उत्तेजनामुळे नागरी विकासाबरोबर देशांतर्गत व सागरापलीकडील देशांशी चालणाऱ्या व्यापाराचाही झालेला विकास ही होय.

दक्षिणेकडील राजघराण्यांची यादी व्यावसायिक इतिहासकारास छान शिकार पुरविते. इक्ष्वाकू, पल्लव, बाण, कदंब, चेदी, कलचूरी, चालुक्य, चोल, पांड्य, चेर आणि इतर अनेक घराण्यातील राजांची एक छानदार पण सामान्यतः निरर्थक अशी यादी तयार होते. याबाबतीत तपशील मध्ययुगीन भारताच्या इतिहासावरील पुस्तकातून अभ्यासता येईल. ही पुस्तके सामान्यतः परस्परांच्या सांस्कृतिक परिणामांकडे दुर्लक्ष करतात. ब्राह्मणांची 'उच्च संस्कृती' टोळीवाल्यांवर लादली गेली किंवा त्यांनी ती आत्मसात केली तर उलट आदिवासींचे मूळचे गुणधर्म ब्राह्मणांनी आपले केले.

अखेरचे सातवाहन व सुरुवातीचे गुप्त (इ.स. चौथे शतक) यांच्या मधला काळ म्हणजे नाटकाच्या दोन अंकांमधील करमणूक असावी तसा छोटे हल्ले व आदिवासी टोळ्यांच्या नायकांची राजपदासाठी झालेली धडपड यांचा काळ होता. या नायकांत गंगेच्या मैदानातील तसेच खाली हिंदुस्थानाच्या मध्यापर्यंत व पुढे दख्खनकडे पसरलेल्या अरण्यप्रदेशातील सुद्धा अनेक नाग होते. काही भिल्लांनी त्यांच्या परीने प्रयत्न केला होता. परंतु इ.स.पू. ५७ मध्ये जैन आचार्य कालक याने निमंत्रित केलेल्या शकांनी त्यांची कत्तल केली. एका गर्दभिल्ल राजाने कालक याच्या बहिणीचा विनयभंग केला होता. देशात अद्याप पुष्कळच जंगल व अविकसित भूप्रदेश असला तरी बऱ्याच मोठ्या भागात लढत असणारी असंख्य लहान लहान राज्ये उदयास आली होती. सामान्यतः त्रस्त असलेल्या या भूमीतील समाज प्रामुख्याने शेती करणाराच राहिला.

श्रीगुप्त व घटोत्कच हे पहिले दोन गुप्त राजे म्हणजे केवळ नाममात्रच आहेत. या घराण्याचा खरा संस्थापक घटोत्कचाचा मुलगा पहिला चंद्रगुप्त (इ.स. ३२०– ३३५) याने आदरपूर्वक केलेल्या उल्लेखामुळेच केवळ तो ज्ञात झाला. या घराण्यातील बाकीच्या नावाच्या अखेरीस गुप्त आहे. त्यावरूनच 'गुप्त राजे' हे नाव पडले. या घराण्याला आपणास सन्मान्य वंशपरंपरा असल्याचा किंवा वरच्या दर्जाच्या टोळीतून उदय झाल्याचा देखील दावा करता येत नव्हता हे उघड आहे. प्रत्येक राजा इच्छेनुसार इतर असंख्य दुय्यम पदव्या धारण करी. त्यामुळे इतिहासकाराचे काम गुंतागुंतीचे झाले आहे. पहिल्या चंद्रगुप्ताचा लिच्छवी वंशातील 'कुमारदेवी' या स्त्रीशी झालेला विवाह हा त्या घराण्याला मान्यता प्राप्त करून घेण्याचीच एक पायरी होय. त्या घराण्याला मौर्यांप्रमाणे वंशाच्या नावाचा आधार नव्हता व त्याचे मूळही अज्ञात होते. राजा व राणी यांच्या संयुक्त नावे नाणी काढली होती. त्यांच्या विवाह संबंधातून झालेला मुलगा देखील आपल्या आईच्या घराण्याबद्दल बढाया मारण्यास चुकत नाही. पहिल्या चंद्रगुप्ताने या नवीन घराण्याचा कोसलावरील व मगधाच्या काही भागावरील

ताबा दृढ केला हे अनुमानाने समजू शकते. अंतिम विजय झाला तो त्याचा मुलगा समुद्रगुप्त (इ.स. ३३५-३७५) याच्या कारकिर्दीत होय. तो संपूर्ण देश आपल्या ताब्यात आणण्याची बढाई मारतो. कोसांबीहून अलाहाबादच्या किल्ल्यात हलविल्या गेलेल्या एका अशोककालीन स्तंभावर कोरलेला समुद्रगुप्ताचा (मरणोत्तर) स्तुतिपाठ व त्याच्या शेजारचेच व त्या थोर मौर्य सम्राटाचे साधे शब्द यांच्यात भाषाशैली व आशय या बाबतीत जबरदस्त विरोध जाणवतो. अलंकारिक व लांबलचक समासांनी युक्त अशा उच्च संस्कृत भाषेतील 'ही प्रशस्ती' म्हणजे केवळ पराक्रमांची जाहिरात आहे. एका पाठोपाठ नेस्तनाबूत केलेल्या लढाईत पराभूत केलेल्या किंवा मैत्रीची याचना करणाऱ्या राजांची नावे दिलेली आहेत. अशोकाच्या काळात 'राजा' या पदवीस पात्र असलेले इतर कोणीही राजेच नव्हते. ही नवी व छोटी किंवा जुनी व नाशाकडे वाटचाल करीत असलेली राज्ये यांचा समुद्रगुप्ताने केलेला नाश म्हणजे देशाच्या दृष्टीने शांतता व भरभराट यांची नांदीच होती. असंख्य पराभूत छोट्या छोट्या राजांकडून लुटलेल्या आधिक्याच्या साठ्यांमुळे दीर्घकाळपर्यंत विलासी परंतु सुसंस्कृत दरबार व सामर्थ्यशाली सैन्यबळ तेही अगदी कमी करांच्या साहाय्याने पदरी बाळगणे त्यास शक्य झाले. या अगदी कमी असणाऱ्या करांवर चिनी यात्रेकरूंनी देखील भाष्य केलेले असून या गुप्त राजांच्या ताम्रपटावरील सनदा देखील त्याबद्दल साक्ष देतात. तथापि विजयांच्या या मालिकेत त्याची महत्त्वाची लष्करी कामगिरी दृष्टिआड होते. तथापि समुद्रगुप्ताने खुद्द आर्यावर्तातील नऊ 'नाग' राजांना नेस्तनाबूत केले व 'जंगलातील' टोळ्यांच्या सर्व राजांना दास बनवले.

जंगलातील राजे 'नाग' सत्ताधाऱ्यांप्रमाणे व्यक्तिशः नावे घेण्याइतके महत्त्वाचे नसले तरी त्याच कालखंडाच्या आधीच्या स्थितीचे प्रतिनिधित्व करतात हे उघड आहे. लहान प्रमाणावरील शेतीचा प्रादुर्भाव झाल्यामुळे जंगलातील असंख्य टोळ्यांच्या नायकांचे बळ वाढून तेथे जुन्या वस्त्यांवर हल्ले करू लागले. या हल्ल्यांचे प्रमाण एकेका बाबतीत अगदी किरकोळ असले तरी त्यांच्या उपद्रवाची व्याप्ती पाहता ते एकंदरित अत्यंत त्रासदायकच होते. शांततापूर्ण उत्पादनाच्या मार्गातील हा अखेरचा अडथळा समुद्रगुप्ताने गंगा खोऱ्याच्या केंद्रस्थानी असणाऱ्या प्रदेशातून साफ नाहीसा केला. अन्नउत्पादन व नातेसंबंध या दिशेने थोडीफार प्रगती केलेल्या निरनिराळ्या प्रकारच्या जंगली टोळ्या कडेकडेच्या प्रांतात शिल्लक राहिल्या. यात नेपाळ, आसाम व मध्य हिंदुस्थानातील जंगलातील प्रदेशांचा अंतर्भाव होतो. सहाव्या शतकातील मगधात सुरू झालेली 'अर्थशास्त्रा'तील शासनाने जमीन सफाईसाठी म्हणून पुढे चालू ठेवलेली आणि अशोकाच्या 'धम्म महामात्रा'नी आटविक प्रमुखांसाठी अपूर्ण ठेवलेले

हे कार्य अशा रीतीने चौथ्या शतकाच्या अखेरीस बळाच्या जोरावर पूर्ण केले. गुप्तांच्या नंतर 'आटविकां'च्या प्रश्नाकडे कानाडोळा करणे शक्य आहे. दुसरा चंद्रगुप्त (इ.स. ३७९-४१४ 'विक्रमादित्य म्हणून ओळखला जाणारा व अनेक दंतकथांचा विषय बनलेला') याने 'कुबेरनागा नावाच्या एका नागा' कन्येशी विवाह केला. त्याने रोमहर्षकरीत्या सोडवून आणलेली व जिंकून घेतलेली त्याच्या भावाचीच विधवा धरून इतर राण्यांचा उल्लेख करावयास नको. त्याच राजाच्या कारकिर्दीत फा-हैनने हिंदुस्थानास भेट दिली व त्याला ही भूमी अगदी वर्णनातील शांततापूर्ण व समृद्ध असलेली आढळली. कुबेर नागा व चंद्रगुप्त यांची कन्या दख्खनच्या 'वाकाटक' राजास दिलेली होती. तिने आपला मुलगा वयात येईपर्यंत त्याच्या नावाने राज्य केले. अशा रीतीने बराचसा हिंदुस्थान व नव्याने जिंकलेले आसाम, अफगाणिस्तान व कदाचित मध्य आशियाकडेही पसरलेले प्रदेश त्यावेळी गुप्तांच्या साम्राज्याचे भाग होते किंवा त्याच्या प्रभावाखाली होते. त्याचवेळी बंगाल पहिल्या प्रथम खरोखरच खुला झाला. अशोकाचा राजवाडा जरी नुसता अवशेषांच्या स्वरूपात उरला असला तरी पाटणा हे अद्याप चांगले मोठे शहर आहे.

ही ऱ्हासाची प्रक्रिया इतकी दीर्घ व सावकाश चालणारी होती की, चालू पुस्तकासारखे एखादे पुस्तक हर्षानंतर केव्हाही संपविता आले असते. हर्षाचे साम्राज्य हे खेड्यापर्यंत पोहोचणाऱ्या सरंजामशाहीचा आधार नसणारे, व्यक्तिशः कारभार केला गेलेले शेवटचे मोठे साम्राज्य होते. मुहंमद-इब्न-अल् कासीम (इ.स. ७१२) याच्या नेतृत्वाखालील मुस्लिमांचा पहिला हल्ला मुलतानपर्यंत घुसला व नंतर माघारी गेला. परंतु लवकरच अरबांनी सिंधचा कायमचा ताबा घेतला. त्यामुळे 'मकरान' किनाऱ्यावरील त्यांची जी आगेकूच चालू होती तिला जोड मिळाली. अशा रीतीने प्राचीन भारतीय व्यापारी मार्ग पुन्हा प्रस्थापित झाला. उत्तम दर्यावर्दी व तत्कालीन सर्वात धाडसी व्यापारी असल्यामुळे पुष्कळ मुसलमान-हिंदू राजांच्या सत्तेखाली बंदरावरील मुख्याधिकारी किंवा त्या तोडीच्या अधिकाराच्या जागांवर असत. उदाहरणार्थ गोवा, संजान व पश्चिम किनाऱ्यावरील इतर ठिकाणी 'प्रेषिता'च्या मृत्यूनंतर एका शतकाच्या अवधीतच त्याच्या छोट्या छोट्या व्यापारी वसाहती कॅन्टनपर्यंत पसरल्या व त्यांनी स्थानिक राज्यकर्त्यांकडून आपल्या धार्मिक हक्कांना काळजीपूर्वक संरक्षण मिळविले. याबद्दलचे त्यांचे श्रेय कोणी हिरावून घेऊ शकणार नाही. महंमद गझनवीपासून सुरू झालेल्या त्यांच्या भीषण हल्ल्यांचा मूर्तिभंजन हा मोठा हेतू होता. इ.स. १०२५ पर्यंत चाललेल्या आक्रमणांच्या एका मालिकेत त्याने उत्तरेकडील अत्यंत उत्कृष्ट मंदिरे लुटली व नष्ट केली. यात मथुरा, बनारस येथील मंदिरे, काठेवाडातील

सोमनाथाचे विश्वास बसणार नाही इतक्या समृद्ध मंदिरांचाही अंतर्भाव होता. त्याने नेलेली लूट त्याच्या मागून आलेल्या सर्व हल्लेखोरांना प्रचंड आकर्षण वाटण्यास कारणीभूत ठरली. त्याच बरोबर अनेक अरब विद्वानांनी लिहिलेली हिंदुस्थानविषयक स्पष्ट व अचूक माहिती देणारे ग्रंथ लिहिले. अल-बिरूनी (इ.स.१०३१) हा अत्यंत थोर विद्वान होता. म्हणजे पुस्तक उत्कृष्ट मार्गदर्शक पुस्तक ठरले. महंमद घुरीच्या सैन्याने इ.स. १२०५ च्या सुमारास उत्तरेकडील दोन्ही प्रचंड नद्यांची खोरी पादाक्रांत केली. या त्याच्या विजयावरून त्यांना उत्तरेवर त्यांना कायमचा ताबा मिळाला. या प्रदेशाची व्यवस्था पाहण्यासाठी त्याने दिल्ली या लष्करीदृष्ट्या महत्त्वाच्या ठिकाणी ठेवलेले प्रतिनिधी लवकरच स्वतंत्र झाले व त्यांनी आपापल्या मुस्लिम घराण्यांची स्थापना केली. त्यांनी बादशहाचे गुलाम म्हणून सुरुवात केली व आपल्या अत्यंत कर्तबगार गुलाम सेनानींना सिंहासन प्राप्त करून घेण्यास मोकळीक दिली. त्यानंतर सुमारे १०० वर्षांनी अल्लाउद्दीन खिलजीपासून दख्खनची लूट सुरू झाली, ती त्याचा सेनापती मलिक काफूर याने इ.स. १३१२ च्या सुमारास पूर्ण केली. निजाम-उल-मुल्क हा बादशहाचा प्रतिनिधी म्हणून दक्षिणेत राहिला. परंतु पुन्हा या साम्राज्याचे तुकडे होऊन त्यांनी आपली स्वतंत्र सरंजामशाही राजव्यवस्था निर्माण केली.

हे काही 'अर्थशास्त्रीय' पद्धतीचे साम्राज्य राहिले नव्हते किंवा अशोकाची घेतली तशी धर्माची खास मदत घेण्याचीही आवश्यकता नव्हती. धर्म अगोदरच अत्यंत सामर्थ्यवान होते. गुप्त राजाने अगदी स्वाभाविकपणे सर्वांनाच उदार आश्रय दिला. शिलालेखासाठी अखेर संस्कृतचा स्वीकार हे ब्राह्मण उपाध्याय वर्गाशी संबंधित परंतु त्याबरोबरच बौद्ध धर्मीयांशी अत्यंत चांगले संबंध असणाऱ्या एका मोठ्या सुविकसित उच्चवर्गाचे चिन्ह आहे. तथापि गुप्त राजांची सुरुवातीची भरभराट व नंतरची उतरती कळा यांचे एक समयावेच्छेदेकरून स्पष्टीकरण देणारी अत्यंत महत्त्वाची घटना ग्रामीण पातळीवरील होती. प्रथम शांतता आणि जंगली टोळ्यांच्या नायकांच्या संख्येत घट म्हणजेच ग्रामीण वसाहतींना यावेळी खाजगी उद्योजकांकडून मिळालेली जोराची चालना होय. वाढलेल्या महसुलामुळे राजाला फायदा झाला तर उत्पादनवाढीचा फायदा व्यापाऱ्यांना झाला, परंतु शहरे व गावे, खेड्यांना लागणाऱ्या आवश्यक वस्तूंच्या नवीन मागण्या पुरवू शकली नाहीत. रेशमी कापड विणण्यापासून तेल्यापर्यंत सर्वांच्या व्यवसाय संघटना भरभराटीत होत्या, परंतु या व्यवसाय संघटनांना नियमितपणे स्वतः काही फायदा घेऊन खेड्यांच्या सर्व गरजा पुरविणे शक्य नव्हते. कितीही मोठ्या प्रमाणावर केंद्रीभूत उत्पादन केल्यास वाहतुकीचा प्रश्न सुटण्याजोगा नव्हता. चांदीच्या नाण्यांचा वाढत्या तुटवड्याचा निर्देश या पूर्वीच केलेला आहे. गरजेच्या

वस्तूंच्या बाजाराच्या ह्या मुख्य आधाराची आता आवश्यकता राहिली नव्हती. तर सोन्याची नाणी हे दर्शवितात की चैनीच्या वस्तूंचा व्यापार अद्यापही भरभराटीत होता. गुप्तकाळात पाडल्या गेलेल्या चांदीच्या नाण्यांचे साठे तर अजिबातच आढळत नाहीत व नमुनेही क्वचितच आढळतात. अशोकाने चांदीच्या नाण्यात बेसुमार वाढ करून भागविले. तर सातवाहनांनी वेळप्रसंगी काश्यांच्या किंवा चांदीत खूप प्रमाणांत हलका धातू मिसळून त्याची नाणी वापरली. परंतु परिचलनातील नाण्याची एकूण रक्कम, वाढलेली लोकसंख्या व नव्या ग्रामीण वसाहतीची वाढ यांच्याशी सुसंगत अशा प्रमाणात वस्तू-उत्पादनाला आधार देण्यास पुरेशी नव्हती हे स्पष्ट आहे. अशा तऱ्हेच्या मोठ्या प्रमाणावरील उत्पादनाची अपेक्षा उदाहरणार्थ 'अर्थशास्त्रीय' अर्थव्यवस्थेकडून करावयास हरकत नाही. अद्याप वंशपरंपरा जहागिरी दिल्या जात नसत. तरी अधिकाऱ्यांना जमिनीच्या ठराविक तुकड्याच्या स्वरूपात पगार दिला जात असे हे ज्ञातच आहे. सार्वजनिक कामासाठी कष्टाचे काम सक्तीने करावयास लावले जाई. परंतु त्याचा मोबदला दिला जाई. खुद्द सरंजामशाहीतल्याप्रमाणे अत्यंत गरीब वर्गाकडून करांच्या बदल्यात ते करून घेतले जात नसे. या पद्धतीतच सरंजामशाहीपद्धत बीज असले तरी ती सहाव्या शतकाच्या अखेरीपर्यंत सरंजामशाहीपद्धत नव्हती. वस्तू-उत्पादन व रोखीचा व्यवहार किमान मर्यादेपलीकडे नसून देखील खेड्याला स्वयंपूर्ण होण्यास मदत करणे ही मुख्य समस्या होती.

ही समस्या ग्रामीण कारागिरांच्या व्यवस्थेने सोडविली. आता केवढ्याही आकाराच्या खेड्यात लोहार, सुतार, कुंभार, उपाध्याय, मेलेल्या जनावरांची कातडी कमावणारे न्हावी इत्यादी कारागीर असत. नंतरच्या काळात खेड्यातील या कारागिरांची ('नारू-कारू') संख्या बारा असावी असे निश्चित ठरविले गेले. प्रत्येकाला फावल्या वेळात स्वतः अगर आपल्या कुटुंबीयांमार्फत कसण्यासाठी जमिनीचा एकेक तुकडा नेमून दिलेला असे. त्या खेरीज प्रत्येक शेतकरी कुटुंबाकडून ('कुटुंबिन') हंगामातील पिकाचा एक लहानसा हिस्सा (बलुते) मिळावयाचा. या काळातील खेडे आपली जमीन व अंतर्गत व्यवहार आपल्या 'सभे'मार्फत चालवी. अद्यापही पडित जमीन बरीच होती व तिच्या कायम नेमणुकीसाठी राजाच्या किंवा नंतरच्या काळात जहागीरदाराच्या संमतीची आवश्यकता असे. अशा रीतीने गावातील कारागीर हे आपल्या सेवांची स्वतंत्रपणे विल्हेवाट लावण्यासाठी इकडे तिकडे फिरणारे लोक नसून, ग्रामीण जीवनाचे एक अविभाज्य अंग होते. त्याचवेळी जर त्यांना मिळणारा मोबदला पुरेसा नसेल, तर ते केव्हाही आपल्या मर्जीनुसार शेतकीचा व्यवसाय उभा करू शकत. त्यामुळे तांत्रिक गरजा व परंपरेने ठरविलेला मोबदला यांच्यात योग्य

समतोल राखला जाई. जरी हे कारागीर अनेक निरनिराळ्या जातीचे सदस्य असले तरी एक गट म्हणून त्यांचे आपापसांत लक्षणीय दृढ ऐक्य असलेले आढळे - त्या कारागिरांच्या जातीपैकी कोणतीही शेतकऱ्याची अगर जमीनधारकांची प्रमुख स्थानिक पोटजात असू शकत नसे. त्यांची कामे रूढीनुसार ठरलेली असत. उदाहरणार्थ, नांगर, कुऱ्हाडी व खणण्याची हत्यारे तयार व दुरुस्त करणे, प्रत्येक कुटुंबास दरसाल ठराविक संख्येइतकी भांडी पुरविणे इत्यादी. जास्तीच्या कामासाठी सामान्यतः जादा धान्याच्या स्वरूपात मोबदला दिला जाई किंवा विवाह समारंभ, वराती, मर्तिके यांसारख्या ज्या कारणाशी ते जादा काम संबंधित असेल त्या निमित्त होणाऱ्या खास भोजन प्रसंगी त्याला बोलावून त्याच्या मोबदल्याची भरपाई केली जाई. त्यानंतर ग्रामीण समाज हा एक पक्का, विशिष्ट परिस्थितीत आपले अस्तित्व टिकवून ठेवू शकणारा बंदिस्त घटक बनला. मुसलमान सरदारांच्या जुलमी राजवटीत देखील स्वतःचे संरक्षण करण्यासाठी म्हणून सर्वांनी मिळून खेडे सोडून जावयाचे हा अखेरचा निर्वाणीचा उपाय योजीत. यावरून अर्थातच इतरत्र कोठेतरी वसाहतीसाठी नवीन जमिनीची उपलब्धता सूचित होते. म्हणूनच आज हे शक्य नाही. या खेरीज जातिव्यवस्थेकडून मिळणारे संरक्षण देखील असे. यामुळे इतर खेड्यातील त्या जातीच्या इतर सदस्यांना संकटात असणाऱ्या त्यांच्या जातिबांधवांना मदत करणे भाग असे. ग्रामीण जीवनात जातिव्यवस्थेची अत्यंत वाईट वैशिष्ट्ये विकसित झाली हे खरे परंतु त्यांची भरपाई करणारी एवढी मोठी फायदेशीर बाजू होती त्यामुळेच ही जातीसंस्था टिकून राहिली हे लक्षात ठेवले पाहिजे.

अशा प्रकारचे ग्रामीण उत्पादन रूढ झाल्यानंतर व्यवसाय संघ मोडकळीस येणार हे उघडच आहे. गावातील सुतारांसाठी वगैरे जमिनीच्या तुकड्यांचा उल्लेख गुप्तराजांच्या सनदांमध्ये प्रथम केलेला आहे. यामुळे गुप्तकाळाची देणगी प्रथमतः सर्वांना फायदेशीर होणारी परंतु अखेरीस सुसंस्कृत व समर्थ समाजाच्या प्रगतीला मारक ठरणारी अशी दुधारी आहे. यानंतर खेड्याच्या अलगपणाला धक्का लागला नाही. शेतकऱ्यांनी अधिकाधिक नापीक होत जाणाऱ्या आपल्या जमिनीच्या तुकड्यावर आपले लक्ष केंद्रित करीत साम्राज्याचा नाश शांत चित्ताने पाहिला. वस्तूंची अदलाबदल करून गरीब व्यापाऱ्यांच्या तांड्यांनी आणलेल्या मीठ व धातूंमुळे बाहेरच्या जगाशी होणारी देवाण घेवाण त्या खेड्याची सांस्कृतिक पातळी उंचावण्यास पुरेशी नव्हती. अधूनमधून होणाऱ्या जत्रा किंवा यात्रांमुळे खेड्यांचा एकाकीपणा किंचित प्रमाणात कमी होत असे. शहरांना झपाट्याने उतरती कळा लागली व इ.स. ६०० च्या सुमारापर्यंत पाटणा हे एक खेडेच बनले. राजाचा दरबार व छावणी म्हणजे

एक फिरती राजधानीच बनली.

हे बदल मध्ययुगीन मंदिररचना व नक्षीकामाने युक्त अशा वास्तुविद्येचे अनेक विचार – प्रणालींचा उदय यांच्यात प्रतिबिंबित झालेले आहेत. ही स्मारके बहुधा राजकीय सत्तेच्या केंद्रस्थानी बांधली गेली असून ती एकीकडे दरबारी महत्त्वाकांक्षा तर दुसरीकडे मध्ययुगीन हिंदुधर्माला असणारा लोकप्रिय पंथाचा आधार प्रतिबिंबित करतात. मोठ्या मंदिरांना राजाकडून मिळणाऱ्या जमिनीची अनुदाने, भक्तांकडून मिळणाऱ्या देणग्या, मंत्रतंत्र व अनुग्रह यांची विक्री, पापक्षालनासाठी शुल्क, पूर्वजांच्या आत्म्यांना शांती मिळावी म्हणून करावयाची अनुष्ठाने या सर्वांपासून फायदा मिळत असे. सर्वात वाईट गोष्ट म्हणजे मंदिराच्या देवदासींच्या वेश्या व्यवसायापासून मिळणारा प्रचंड फायदा ही होय. यापैकी बहुतेक रोख रक्कम, मौल्यवान प्रतिमा किंवा देवासाठी असणाऱ्या रत्नांमध्ये बंदिस्त होऊन पडे किंवा उपाध्यायवर्ग व त्यांची बांडगुळे आपल्या खिशात टाकीत या बांडगुळांपैकी काही जण सावकार व व्यापारी असून त्यांना आपल्या ताब्यातील मंदिराच्या संपत्तीचे उघडपणे स्पष्टीकरण देता येत नसे मंदिराच्या इमारती नष्ट होऊ दिल्या जात. कोणतेही हिंदू–मंदिर विद्येचे केंद्र म्हणून बौद्ध मठाच्या जवळपास येऊ शकले नाही. एखाद्या विशेष औदार्यपूर्ण राजवटीत सरंजामी दरबाराकडे संपूर्ण देशातून विद्वान आकृष्ट होत असतीलही परंतु त्यात निश्चिती वा सातत्य नसे. गुणीजनांचे हे संमेलन त्यांच्या आश्रयदात्याच्या मृत्यूबरोबरच लयास जाई. उदाहरणार्थ, धारचा भोज राजा किंवा कनोजचा हर्ष यांच्याबाबतीत असेच घडले. बनारससारख्या पवित्र क्षेत्री मंदिर किंवा दरबाराशी संबंधित नसणाऱ्या काही व्यक्ती असत. त्यांच्यापैकी प्रत्येक जण भारताची बौद्धिक परंपरा काही अंशी तरी जिवंत राखण्यासाठी मूठभर गरीब परंतु बुद्धिमान शिष्य हाती धरत. खेड्यातील सर्वसाधारण ब्राह्मणाला जरी हक्क, विशेषाधिकार आणि त्याच्या पूर्वजांना दिल्या गेलेल्या सवलती यांचा उपयोग मिळत राही, तरी तो कोणतीही विद्या मिळविण्यासाठी गावाबाहेर क्वचितच जाई. काही खेड्यांचे ब्राह्मणांवाचून चालत असे. कारण गावातील पूजास्थानाची सेवा ब्राह्मण नसणारे 'गुरव' पुजारी त्याच अटीवर करू शकत. बऱ्याचशा खालच्या जातीसाठी धार्मिक विधी काही वेळा ब्राह्मणेतरांकडून केले जात. परंतु पंचांग, सणांच्या, चांद्रमासाच्या तिथी अगोदर सांगणे इत्यादी गोष्टीसाठी किमान साक्षरता आवश्यक असते व ती प्रशिक्षित ब्राह्मणांखेरीज इतर कोणाजवळ नसे.

मुळात सर्व अन्नोत्पादक जमीन खेड्याच्या सामाईक मालकीची असे. प्रत्येक कुटुंबासाठी गरज व मनुष्यबळ यांच्या प्रमाणात वसाहतकारांना ग्रामसभेच्या निर्णयानुसार जमिनीचे तुकडे नेमून दिले जात. त्या अवस्थेत जमिनीला व्यक्तीची

मालमत्ता म्हणून स्वतःची अशी काही किंमत नव्हती. रोख रकमेसाठी जमिनीची विक्री फारच क्वचित होत असल्याचे दिसते. नाशिक येथे उशवदात याने एका ब्राह्मणाला एका शेताचा बौद्ध मठासाठी उपयोग करण्याकरिता ४००० चांदीची नाणी दिली. जेव्हा अशा प्रकारचा व्यवहार होई, तेव्हा त्यावरून आसपासच्या प्रदेशातील व्यापार समृद्ध असल्याचे सूचित होते. ज्याअर्थी वसाहतकारांचा मुख्य भाग सामान्यतः एक किंवा दोन सजात नातेवाईक गटांचा बनलेला असे. त्या अर्थी त्या गटाचे सदस्यत्व व जमिनीचा उपभोग, काल या दोन्ही गोष्टींची एकमेकींशी सांगड घातली गेलेली होती. जातिबहिष्कृततेचा परिणाम म्हणजे एकाच वेळी जात व त्या गावात जमीन कसण्याचा हक्क गमवावा लागे. म्हणजे ओघानेच हद्दपारी आली आणि शिरजोर सदस्यांवर गावाला लादता येणारी बहुधा ही सर्वात कठोर शिक्षा होती. सर्व सशस्त्र दल, राजाचे अधिकारी किंवा नंतरच्या काळात स्थानिक सरदार बाळगत असत. (जरी खेड्याच्या हद्दीत झालेल्या चोरीमुळे कोणाही परकीय माणसाचे नुकसान झाल्यास त्याची जबाबदारी खेड्यावर असे तरीही) गावाच्या हाती क्वचितच सैन्य असे. राजाच्या अनुदानात महसूल देणाऱ्या गावाच्या खास विशेषाधिकारात स्पष्टपणे नमूद केलेले आहे की, राजाच्या अधिकाऱ्यांनी गावात प्रवेश करणे तर दूरच राहिले परंतु त्यांच्याकडे अंगुलीनिर्देश देखील करता कामा नये. सरंजामशाहीकडे वाटचाल होत असताना या अधिकाऱ्यांनी आपण होऊन पदव्या प्राप्त करून घेतल्या. 'सामंत' (मूळ अर्थ – शेजारी, शेजारचा राजा, असा, आता देखील 'सरदार'), ठाकूर, राणक, राऊत इत्यादी. या नावाच्या रूपात अमर्याद स्थानिक वैविध्य असले तरी त्याचा मथितार्थ तोच असे. जुन्या रूढींचे रक्षण करण्याच्या नावाखाली दडलेले सरदारांचे मुख्य काम म्हणजे धान्याच्या रूपाने महसूल गोळा करणे व त्याचा ठराविक भाग रोखीच्या रूपाने राजाकडे सोपवणे हे होते. त्याखेरीज सरदाराने जरूर त्यावेळी कायद्याने नेमून दिलेल्या संख्येइतक्या सशस्त्र सैनिकांसह नियमित फौजेच्या सेवेस हजर राहावे लागे. त्याच्या सैन्यात स्वतःच्या खर्चाने युद्धसाहित्यानिशी सुसज्ज होणारे घोडेस्वार असत. मोबदल्यादाखल पडित जमिनीची नेमणूक हा अटळपणेच राजाचा किंवा जहागीरदाराचा विशेषाधिकार बनला व तो वेळप्रसंगी गावात शेतकऱ्यांचे दोन वर्ग पाडण्यास कारणीभूत झाला. एक वर्ग जमीन कसली अगर न कसली तरी नियमित कर देणाऱ्या 'कायमच्या' वसाहतकारांचा व दुसरा वर्ग 'उशिरा येणाऱ्या'चा. हे त्यांच्या नेमून दिलेल्या शेतावर काम करू शकत. परंतु त्यांना ग्रामसभेत मतदानाचा हक्क नसे व त्यांना प्रत्यक्ष उत्पादनाचा ठराविक हिस्सा कर म्हणून द्यावा लागे. धरणे, कालवे इत्यादी सारख्या गावच्या शक्तीपलीकडे असणारी कामे हाती घेऊन सरदार जमिनीच्या

मोलात भर टाकू शकत. संबंधित गावाला साहजिकच जास्त कर द्यावे लागत. सरतेशेवटी खेड्यातीलच आश्रितांच्या एका विशिष्ट वर्गाला जमीनधारकाने अगर त्याच्या वारसाने वैयक्तिक लष्करी सेवा देण्याच्या अटीवर शेते नेमून दिली जाऊ लागली. हेच सरंजामशाही अमदानीचे अंतिम स्वरूप होय. व्यापारी व त्यांच्या गुंतवणुकीवर चालणारी उत्पादने थोड्या खास केंद्रांत व बंदरे असणाऱ्या शहरात केंद्रित झाली. लुप्त झालेल्या व्यवसाय संघाची जागा बऱ्याच शिथिल असणाऱ्या 'गोष्टी' नावाच्या संघटनांनी मर्यादित हेतूसाठी जरूर तेव्हा घेतली. उदाहरणार्थ, एखादे मंदिर बांधण्यासाठी एकाच 'गोष्टीमध्ये' सरदार, व्यापारी, शेतकरी आणि मंदिराची देवदासी यांसारखे लोक समाविष्ट होऊ शकत. व्यापाऱ्यांच्या संघटना स्पर्धेवर नियंत्रण ठेवीत व सरंजामी सरदार आणि त्यांच्या अधिकाऱ्यांकडून होणाऱ्या हस्तक्षेपांविरुद्ध त्यांना त्यांच्या कारागिरांना संरक्षणाची हमी देणाऱ्या खास सनदा राजाकडून मिळवीत.

७.४ संस्कृत वाङ्मय व नाटक

'संस्कृती' शब्दाच्या औपचारिक अर्थाच्या दृष्टीने काही गोष्टी सांगावयाच्या राहिल्या आहेत. भारतीय संगीताची चिकित्सा करणे अवघड जाईल, कारण त्याला अत्यंत प्राचीन काळापासूनची अखंड परंपरा आहे परंतु विश्वासार्ह इतिहास नाही. या संगीतातील अष्टक बावीस श्रुतींमध्ये विभागलेले असून ते नेहमी फक्त तज्ज्ञ श्रोत्यांसाठी असणारे महालातील संगीत होऊन राहिले आहे. हिंदुस्थानी संगीतात निश्चित ठरविलेले प्रकार असून त्यांत नाजूक स्वरमाधुर्य व लयबद्धता आहे, परंतु आघात नाही. तसेच पाश्चात्त्य स्वररचनांप्रमाणे त्यात संगतीही नसते किंवा प्रतिरूप असा स्वरही नसतो. समुद्रगुप्ताच्या काही नाण्यावरील चित्रांत तो स्वतः वीणा घेऊन बसलेला दिसतो. परंतु चौथ्या शतकातील स्वरांबद्दल काहीच माहिती मिळत नाही. त्याविषयी बोलावयाचे झाल्यास बासरीवादन हे जंगलात राहणाऱ्या 'शबर' लोकांचे खास वैशिष्ट्य असून बहुधा बासरीचा शोध त्यांनीच लावला असण्याचा संभव आहे. देवासमोर अगर प्रमुख सणांच्या दिवशी आणि कधीकधी विवाह किंवा इतर कौटुंबिक समारंभप्रसंगी खास व्यावसायिकांनी केलेली नृत्ये टोळीवाल्यापासून घेतली गेली असावीत. हे 'गोंड' टोळीपासून आलेल्या 'गोंधळा'वरून लक्षात येते. रसग्रहण करण्यास अधिक सोप्या असणाऱ्या दर्शनीय कलांना बऱ्याचशा उदाहरणांची आवश्यकता असते. सध्या उपलब्ध असणाऱ्या क्षुल्लक पुराणवस्तुशास्त्रीय नोंदींनी शिल्पकला व वास्तुविद्या यांची केलेली सेवा अगदीच किरकोळ आहे. प्रतिकूल हवामान, सुंदर वस्तूंचा विध्वंस करण्याची वृत्ती आणि हेळसांड यांमुळे बरेचसे रंगकाम नष्ट झाले आहे. या कलांना धर्म, दरबारी डामडौल यांच्या खालचे दुय्यम स्थान असे. कारागिरीला योग्य बक्षीस

दिले जाई. परंतु कोणाही भारतीय कलाकारास 'फीडियस' किंवा 'मायकेल एंजेलो'ची प्रतिष्ठा व सामाजिक दर्जा दिला गेला नाही. वास्तुविद्या व मूर्ती घडविण्याचे शास्त्र यांच्यावरील पारंपरिक संस्कृत ग्रंथ आणि प्रत्यक्ष सापडलेले पुरावे नमुने परस्परांशी अगदी विसंगत आहेत. ग्रंथकर्ता सामान्यतः ब्राह्मण असे तर सुंदर वळणदार अक्षरे काढणारा किंवा हस्तलिखिते सुशोभित करणारा यांचा अपवाद सोडल्यास जवळ जवळ सर्वच कारागीर खालच्या निरक्षर जातीतील असत. धार्मिक रूढींचा आग्रह प्राचीन पद्धतीच्या प्रतिमांसाठी असे तर आश्रयदात्यांना त्यांच्या स्वतःच्या मानवी रूपाप्रमाणे अगदी अत्यंत अद्ययावत पद्धतीच्या पोषाख व दागदागिने यातील देव हवेसे वाटत. मग त्या प्रतिमा प्रमाणबद्ध नसल्या तरी चालतील. कला म्हणून भारतीय कलेचे रसग्रहण करणे ही बऱ्याच भारतीयांनी विदेशीयांपासून पैदा केलेली एक आधुनिक अभिरुची आहे. अगदी आतापर्यंत त्यांनी त्या कलेला ओबडधोबड व जंगली एतद्देशीय कलाकृती म्हणून तुच्छ मानले होते.

आता रहिले वाङ्मय. भारतीयांनी ते सुरक्षित राखले असून ते अजूनही त्याच्या उत्कृष्ट दर्जाबद्दल त्याचा वाखाणणी करत. शिशुनागाच्या किंवा मौर्यांच्या काळात धर्मातीत लेखन अस्तित्वात असेलच तर त्याबद्दल काहीही माहिती मिळत नाही. सातवाहन काळातील निर्मितीपैकी फक्त 'हालाचा' काव्यसंग्रह शिल्लक राहिला आहे. संस्कृत वाङ्मयाबद्दल चर्चा करणे भागच आहे. कारण हे पुस्तक ज्या काळाशी संबंधित आहे, त्याच्यानंतरच निरनिराळ्या भारतीय भाषांमधील लेखनाला खरी सुरुवात झाली. या ठिकाणी जे जे लिखाण सिंधू नदीच्या खोऱ्यात झाले ते नेहमीच वगळले पाहिजे. नाण्यावरील फारच थोड्या, त्रोटक व प्रयत्न करूनही अर्थ न लावता आलेल्या आख्यायिकांखेरीज आज त्यापैकी काहीच हाती लागत नाही. त्याचप्रमाणे प्राचीन तमीळ वाङ्मयाचा देखील विचार मला सोडून द्यावा लागत आहे. नाटकाचा उगम खरे पाहता प्राचीन व धार्मिक पूजापद्धतीतूनच झालेला आहे. ऋग्वेदातील अनेक सूक्तांना समूहगायनाची आवश्यकता असते किंवा दोन अगर तीन व्यक्तींनी त्यांचे नाट्यीकरण करावे लागेल. याचे सर्वात प्रसिद्ध उदाहरण म्हणजे उर्वशी व पुरूरवा यांची कथा हे होय. हा सर्वात प्राचीन वेदातील रंगभूमीवर सादर केला गेलेला एक संवाद असल्याचे दिसते. तो बहुधा अप्सरेशी विधीपूर्वक झालेल्या मंगल विवाहानंतरच्या फलनविधीमध्ये त्या पुरुषाला बळी देण्याची जी मूळची प्रथा होती, तिचा नाट्यात्मक पर्याय असल्याचे दिसते. वेदातील पुरुरवा आपणास वाचवावे म्हणून व्यर्थ विनवणी करतो, परंतु उर्वशी थंडपणे त्याची विनवणी धुडकावून लावते. हळूहळू या विषयाचे विरही प्रेमिकांच्या प्रेमकथेत रूपांतर झाले. सुरात प्रार्थना म्हणणे

व वाचणे ही प्राचीन फलनविधीप्रमाणे संस्कृत नाटकाचीही नेहमीची वैशिष्ट्ये होती. 'नांदी' ही नाटकाला आवश्यक असणारी प्रस्तावना व आशीर्वाद असे दर्शवितात की, भारतीय रंगभूमीचे मूळ 'अद्‌भुतनाट्या'त आहे. त्यांत नेहमी सद्यसंवादाच्या स्वरूपातील काव्यासाठी संगीताची साथ असे व हे संवाद संगीत नाटकाप्रमाणे गायले जात. सध्याच्या रंगभूमीच्या दिग्दर्शनात नेहमी अंतर्भूत होत नसले तरी नृत्य देखील टिकून राहिले. समूहनृत्याखेरीज प्रत्येक पात्रास निरनिराळ्या भावना रूढीप्रमाणे मूक अभिनयाने व्यक्त कराव्या लागत. त्यामुळे त्यांना आधुनिक 'कथाकली'प्रमाणे एक शब्दही न बोलता ती कथा सांगता येई. नाटकासाठी असणारा 'नाट्य' हा शब्दच नृत्याभिनय सूचित करतो. दिवसा वापरता येण्याजोग्या नाट्यगृहासारख्या गुहा आढळल्या नसल्या तरी सामान्यतः नाटक म्हणजे रात्रभर चालणारा खेळ असे.

असल्या ऐच्छिक करमणुकीसाठी बहुधा या थोर महाकाव्यांतूनच विषय निवडले जात. त्यांच्याकडे आकृष्ट होणाऱ्या प्रेक्षकांना ही नाटके ज्यांनी व ज्याच्यासाठी लिहिली, त्या उच्च दर्जाचे संस्कृत समजण्याची आवश्यकता असे. नाटकातील प्रमुख पुरुषपात्रे उच्च दर्जाचे संस्कृत बोलतात तर स्त्रिया व सेवक फक्त प्राकृत बोलतात, हे मुळात तत्कालीन जीवनातून घेतले आहे. अद्यापदेखील आडवळणी बाजूच्या प्रदेशात सुसंस्कृत पुरुषांचे बोलणे बऱ्याच अंशी त्यांच्या सामान्यतः अशिक्षित स्त्रिया व खालच्या वर्गाच्या पुरुषांपेक्षा वेगळे असते. तथापि उच्चवर्गीय पुरुषांना देखील घरातील अधिक अडाणी व्यक्तीशी बोलताना घरी प्राकृतात बोलावे लागत असे. तरी ते नाटकातील गावंढळ भाषा कधीच वापरीत नाहीत. संस्कृत जाणणाऱ्या पेक्षाही कमी लोकांना 'मृत', 'प्राकृत' भाषा कळे. मृत म्हणण्याचे कारण म्हणजे झपाट्याने बदलत जाणाऱ्या बोलीभाषा हे होय. नवव्या शतकातील राजशेखर याने गौण भूमिका संस्कृतात लिहिल्या व ठराविक पद्धतीने त्यांचे प्राकृतात भाषांतर केले. शोधापेक्षा रूढींचे खूप प्राबल्य वाढले होते.

जरी अशा प्रकारच्या रचनेत पूर्णपणे छंदोबद्ध नाट्याचा अंतर्भाव होत नसला तरी त्यात गाणी आवश्यक असत. याचा अर्थ असा की नाटककाराला कवी देखील व्हावे लागे. 'सुधारलेल्या' नाटकांची प्राचीन नाट्यप्रयोगांची जागा पूर्णपणे कधीच घेतली नाही, ज्ञात की जात हे खेड्यातील जत्रांच्या वेळी होणाऱ्या खालच्या जातीतील भटक्या शाहिरांनी सादर केलेल्या नाचगाण्यांच्या किंवा 'तमाशांच्या' प्रयोगावरून दिसून येते. अशा प्रकारच्या लोकांना 'अर्थशास्त्राने' एकेकाळी राजाच्या खेड्यातून हद्दपार केले होते. आपणास जात असलेली पहिली सुधारित नाटके बौद्धमठांनी विशिष्ट वार्षिक दिवशी सादर केलेली असत. मध्यआशियातील हस्तलिखितांचे तुकडे व

चिनी यात्रेकरूंचे अहवाल त्यांची साक्ष देतात. सारिपुत्र मौगल्लाण, कस्सप यांच्यासारख्या नायकांचे धर्मातीत जीवन व बौद्धतत्त्वाचा स्वीकार किंवा स्वतः बुद्धाने केलेला महान परित्याग प्रचंड श्रोतृवर्गासमोर रंगभूमीवर सादर केले जात. आपणास ज्ञात असलेला पहिला प्रसिद्ध नाटककार व कवी म्हणजे बौद्धधर्मीय 'अश्वघोष' होय. त्याने नंतरच्या कवी व नाटककारांना कित्ता घालून दिला आहे. त्याच्या 'सौंदर-नंद' काव्यात बुद्धाच्या सावत्र भावाची धर्माधिकार-दीक्षा व त्याच्या सुंदर पत्नीचा हृदयभंगामुळे झालेला मृत्यू वर्णिलेला असून त्यात राजपुत्राच्या वैभवाचे व मुक्त प्रणयचेष्टेचे इतके सविस्तर वर्णन दिले आहे की, सर्व साधूंना ते सोडून द्यावे लागले. खरोखरच या कथाविषयाने बौद्धांच्या इतर प्रकारच्या कलांना निमित्त प्राप्त करून दिले असले पाहिजे. अजंठा येथील ओल्या गिलाव्यावर काढलेल्या चित्रांतून अद्याप तो टिकून आहे. 'बुद्धजीवन' हे असेच आणखी एक काव्य असून त्यात अनेकांनी भर टाकली असल्यामुळे त्याचे चिनी भाषांतर मूळ संस्कृत ग्रंथाशी पूर्णपणे जुळत नाही. परंतु त्याचा गाभा अश्वघोषाच्या काव्यरचनेचाच आहे. त्याची नाटके ('सारिपुत्र - प्रकरण' या नाटकाचे काही तुकडे सोडून) नष्ट झालेली आहेत. परंतु काव्यसंग्रहामध्ये त्याच्या नावावर असलेली कबबी त्याच्या एखाद्या नाटकातील भाग म्हणून रंगभूमीवर वक्तृत्वपूर्ण भाषणात सादर केली जात असावीत. वस्तुतः नंतरच्या 'पाल' काळातील वल्लणासारख्या इतर अनेक कवी नाटककारांचे कोणतेही साहित्य त्यांच्या नष्ट झालेल्या नाटकातून वेचलेल्या असलेल्या मागोवा सांगणाऱ्या कडव्यांचा अपवाद वगळता शिल्लक राहिलेले नाही. नाटके बौद्धांची असोत अगर नसोत, ती ज्यांच्यासाठी रचली गेली होती, त्या वर्गांचा रंग व सूर धारण करीत. प्रेमविषयक कथासूत्रे ('शृंगार') हा त्यांचा मुख्य विषय होऊन बसला. भारतीय वाङ्मयातील प्रेमविषयक संकेत अगदी मुक्त होते. बौद्धांची संस्कृत ब्रह्मचारी बौद्धांच्या विहारातील खर्चिक रंगकाम आणि कामोत्तेजक शोभेच्या खोदीव व नक्षीकामाप्रमाणेच त्याच्या परीने विसंगत आहेत. परंपरा व रंगभूमीचे संकेत यांच्या चौकटीच्या मर्यादा सांभाळून सरंजामशाहीकडे झुकणारी दरबारी जीवन प्रतिबिंबित केलेले होते.

फक्त एक आदरणीय नाव म्हणून लक्षात राहिलेल्या 'भास' या नाटककाराला केरळात या शतकाच्या सुरुवातीस सापडलेल्या काही नाटकांनी पुनर्जीवन प्राप्त करून दिले. नंतरच्या काळात रूढ झालेले आकृतिबंध व संकेत वापरले जात नाहीत. त्यामुळे त्यांच्या सत्यतेबद्दल अद्यापही वादविवाद निर्माण होतात. परंतु त्या नाटककाराच्या अलौकिक प्रतिमेबद्दल शंका नाही. त्याचे निःसंशयपणे सर्वोत्कृष्ट नाटक म्हणजे 'स्वप्न वासवदत्ता' हे होय. ते उदयनाच्या प्राचीन चक्राकार प्रणयकथेतून

घेतलेले आहे. राणी वासवदत्ता ही स्वत: वणव्यात जळून गेल्याचे जाहीर करण्याची व्यवस्था करण्यासाठी तिचेच मन महामंत्री वळवितो. कारण त्यामुळेच तिच्याशी एकनिष्ठ असणारा राजा राजकीयदृष्ट्या फायद्याचा ठरणारा दुसरा विवाह करण्यास तयार होऊ शकेल. अन्यथा हा दुसरा विवाह करण्याचे त्याने नाकारले असते. राजा आपल्या मृत प्रियतमेचीच स्वप्ने पाहात राहतो व ती मात्र अंतर्गृहातील एका दासीच्या वेशात राहून त्याची सेवा करीत असते. काही मर्मभेदक अविस्मरणीय उताऱ्यांमध्ये ती राजाच्या अर्ध जागृतावस्थेतील स्वप्नात मिसळून जाते. परंतु त्याला पूर्ण जागे करण्यास धजत नाही. बहुपत्निक समाजामुळे परिणामी सुखान्त शक्य झाला.

संपूर्ण संस्कृत आणि कदाचित संपूर्ण भारतीय वाङ्मयातील सर्वात श्रेष्ठ नाव कालिदासाचे आहे. त्याच्या चरित्राबद्दल काहीच माहिती उपलब्ध नाही. परंतु तो भासानंतर होऊन गेला आणि तो फक्त गुप्ताच्या बहुधा उज्जयिनीच्या दुसऱ्या चंद्रगुप्ताच्या (विक्रमादित्याच्या) दरबारासाठी लिहीत असावा. त्याच्या काव्यांपैकी प्रासादिक 'मेघदूता'ने एका हद्दपार केल्या गेलेल्या यक्षाचा प्रीती – संदेश दूर असणाऱ्या त्याच्या झुरणाऱ्या पत्नीकडे वाहून नेला. त्या मेघाला ओलांडून जाव्या लागणाऱ्या संपूर्ण भारतीय भूप्रदेशातील रम्य देखाव्याचे चित्र रेखाटले गेले आहे. 'रघुवंश' हे काव्य रामाच्या पूर्वजांची माहिती देणारे असून ते अप्रत्यक्षपणे गुप्ताच्या काही पराक्रमांचा उल्लेख करीत असावे. 'कुमार संभव' हे अपूर्ण काव्य देव व मानवांना त्रस्त करणाऱ्या एका असुराचा नाश करण्यासाठी जन्माला आलेल्या शिव आणि पार्वती यांच्या पुत्राच्या जन्माबद्दलचे आहे. ही तीन काव्ये त्यांच्या पद्यात्मक व शाब्दिक परिपूर्णतेमुळे संस्कृत काव्याच्या शिखरावर विराजमान झालेली आहेत. त्यांचे कथासूत्र ब्राह्मणी स्वरूपाचे असून ते महाकाव्ये व पुराणातून घेतलेले आहेत. मालविकाग्निमित्र सोडून कालिदासाच्या नाटकांची कथानके देखील तशीच आहेत. हे नाटक शुंगाच्या इतिहासावर असून उज्जयिनीद्वारा गुप्तांच्या दरबाराशी संबंधित आहे. उर्वशी–पुरुवस् यांच्या कथेचे 'विक्रमोर्वशीय' या नावाने मर्त्य राजा व अमर अप्सरा यांच्यातील अंतिम प्रणयकथेत रूपांतर करण्यात आले आहे. या शीर्षकात त्यावेळी राज्य करीत असणाऱ्या गुप्तवंशीय राजाचा अप्रत्यक्ष उल्लेख असावा. या नाटकातील पुरुवस् हा 'इंद्र' या स्वर्गाच्या राजाशी बरोबरीच्या नात्याने वागतो. 'अभिज्ञान शाकुंतल' या नाटकात वाङ्मय व नाट्यलेखनाचे तंत्र या दोन्ही दृष्टीने यशाचा सर्वोच्च बिंदू गाठला असल्याचे मानण्यात येते. दुष्यंत राजाचे शकुंतला नावाच्या निमअप्सरेशी मीलन हा त्या नाटकाचा विषय आहे. ही कथा महाभारत या महाकाव्यातून घेतलेली आहे. परंतु त्यातील प्रणयप्रसंगाचे रेखाटन मात्र लेखकाला स्वत:च्या कल्पनेतून स्फुरलेले

आहे. कथानायकाला (शापदग्ध झाल्यामुळे) दरबारात अचानक आपल्या पुत्रासह उपस्थित झालेल्या नायिकेची ओळख पटली नाही. तिला तो मुलगा त्याच्यापासून झाल्याचा ती दावा करते. मानवी भावना व विचार कालिदास अद्वितीय सामर्थ्याने हाताळतो. फक्त कालिदासाच्याच खालोखाल असणारा नाटककार म्हणजे भवभूती होय. त्याचे 'उत्तररामचरित' हे नाटक देखील महाकाव्यावरूनच घेतलेले आहे. त्याचे 'मालती – माधव' हे नाटक म्हणजे बळी दिले जाण्याच्या शक्यतेसह अनेक भयंकर कसोट्यांतून पार पडावे लागलेल्या प्रेमिकांसबंधी आहे. या नाट्यप्रयोगांनी प्रेक्षकांना प्रमाणाबाहेर हालवून सोडले असेल. भवभूती हा ब्राह्मण असून उच्च दर्जाचा कवी होता. तो बहुदा आठव्या शतकाच्या पूर्वार्धातील असावा. नेहमीप्रमाणे त्याचे प्रत्यक्ष जीवन व व्यवसाय यांच्याबद्दल फारच थोडी माहिती उपलब्ध आहे. तर अनेक कवी व नाटककार केवळ एखाद्या काव्यसंग्रहात आढळणारे नुसते नाव किंवा क्वचित एखादे कडवे यावरून अगर वाळवीने खाल्लेल्या एखाद्या हस्तलिखितातून वेचून काढलेल्या त्रोटक तुकड्यावरून माहीत होतात. अद्याप आनंदाने वाचल्या जाणाऱ्या काही संपूर्ण ग्रंथांनी ज्यांचे प्रतिनिधित्व केले आहे असे माघ, भारवी व इतर कवी अधिक सुदैवी आहेत. कुमारदासांचे 'जानकीहरण' सिंहली भाषेतील शब्दश: रूपांतरावरून परत मिळवावे लागले. नंतर पुढे दक्षिण भारतातील हस्तलिखितांवरून त्याला दुजोरा मिळाला. या ठिकाणी जाता जाता उल्लेख केलेली काही नावे आहेत. तेवढेच उल्लेखनिय ग्रंथकार होते असे कोणत्याही अर्थाने म्हणता येणार नाही. सम्राट हर्षाने 'नागानंद' नाटक लिहिल्याचा व त्यात स्वत: भूमिका केल्याचा उल्लेख यापूर्वी केलाच आहे. त्याने आणखीही काही नाटके लिहिली असून त्यापैकी दोन अद्याप अस्तित्वात आहेत. ही परंपरा नवव्या शतकात व दहाव्या शतकाच्या सुरुवातीसदेखील जोमाने चालू राहिली. या परंपरेतील राजशेखर हा स्वत: एक सरंजामी जमीनदार असून इतर अनेक कवींचा आश्रयदाता होता. त्याने काही अंशी कृत्रिम वाटणारी नाटके संस्कृत काव्य आणि काव्यशास्त्रातील महत्त्वपूर्ण ग्रंथ लिहिले आहेत. ह्या भव्योदात्त शैलीचा त्याच्या पश्चात ऱ्हास होत गेला. परंतु ती कोणत्याही अर्थाने नष्ट झालेली नाही. पुढे अनेक शतकांपर्यंत राजे व राजपुत्र फक्त कवींना आश्रयच देत नसत तर स्वत: काव्य करण्याचा प्रयत्न करीत. 'पाल' राजांच्या दरबारातील अनेक कवींची नावे आपणास ज्ञात असून त्यापैकी काही पाल वंशातीलच राजपुत्र आहेत. धारा येथील भोज राजा आश्रयदाता होता तसाच गुणी लेखकही होता. बाराव्या शतकातील 'गढवालां' नी श्रीहर्ष या चांगल्या कवीला आश्रय दिला. या कवीचा सम्राट हर्षाशी घोटाळा होऊ देऊ नये. नल–दमयंती यांच्या प्रणयकथेवरील त्याची कविता त्या प्रकारच्या इतर कोणत्याही

काव्याइतकीच सुंदर आहे. संस्कृत वाङ्मय व नाटक यांचे उत्तरेकडील शेवटचे महत्त्वाचे केंद्र बंगालच्या लक्ष्मणसेन राजाचा दरबार हे होते. त्यांचे राज्य इ.स. १२०० च्या सुमारास मुस्लिमांनी जवळजवळ पूर्णपणे पादाक्रांत केले. मुस्लिमांच्या विजयापूर्वीदेखील त्याचा ऱ्हास स्पष्ट व उघड दिसत होता.

शूद्रकांच्या 'मृच्छकटिक' नाटकाचा स्वत:चा एक असा वेगळाच वर्ग आहे. हा लेखक राजवंशातील असून एक प्रकारे सातवाहनांशी संबंधित होता असे मानले जाते. परंतु नेहमीप्रमाणे त्याच्याबद्दल प्रत्यक्षात काही माहिती मिळत नाही. हे नाटक भासाचे नाव लावले जाणाऱ्या एका तुटितावरून घेतलेले असून त्याचे ते विस्तारित रूप आहे. कथाविषयाची निवड करताना दरबारी जीवन व महाकाव्यातील अंतर्गत घटना यांच्याकडे दुर्लक्ष करून हे नाटक संकेताचा उपमर्द करते. या नाटकाची नायिका वसंतसेना ही एक श्रीमंत, सुंदर, गुणसंपन्न व सुसंस्कृत वारांगना असून 'शकार' नावाचा तेथील स्थानिक प्रांताधिकारी असणारा राजाचा दुराचारी मेहुणा तिचा अयशस्वी पाठलाग करतो. ह्या गावंढळ दुष्टाचे बेत अनेक वेळा फसल्यानंतर अखेर एकदा तो नायिकेचा गळ दाबतो व ती मरण पावली असे समजून तिला तेथेच टाकून जातो. परंतु तिच्या खुनाचा आरोप नायकावर ठेवतो. त्यात आणखी एक गौण प्रेमकथा आहे. तसेच एका लोकप्रिय बंडखोराच्या नेतृत्वाखाली एक क्रांती होऊन ती अगदी वेळेवर यशस्वी होते. नायिकेचे पुनरुज्जीवन व नायकाची देहान्ताच्या शिक्षेतून मुक्तता होते. नाटकातील भिन्न भिन्न पात्रांच्या तोंडी असणाऱ्या प्राकृत भाषेत प्रांतिक वैशिष्ट्यामुळे आलेले फरक असल्यामुळे ती अगदी जीवनबरहुकूम असल्याचे दिसते. वसंतसेनेच्या निवासाच्या वैभवासंबंधी लिहिलेला निष्कारण लांबवलेला वर्णनात्मक परिच्छेद सोडला तर या नाटकाने सर्व प्रकारच्या संगती साधल्या असून भावनांचे संतुलन कृतींनी केले आहे तर करुण रसाची धार विनोदाने कमी केली. या नाटकात चांगला अभिनय व आविष्कार यांना वाव आहे आणि तरीही ते वाचण्यास छान वाटते. ज्याला प्राचीन भारतीय वाङ्मयाचा खास आस्वाद घ्यावयाचा असेल त्याने (फारशा लांबलचक स्पष्टीकरणार्थ तळटीपा नसणाऱ्या) कोणत्याही उपलब्ध भाषांतरातून वाचावीत अशा दोन पुस्तकांपैकी ते एक आहे.

शिफारस केलेले दुसरे पुस्तक गद्यातील असून ते म्हणजे कवी दंडी याने अर्धवट सोडलेले व कमीत कमी इतर दोन लेखकांनी पुरवण्या जोडलेले 'दशकुमारचरित' हे होय. चैतन्य, गोडवा, समाजातील सर्व थरांची माहिती, लुच्चेगिरीचे सर्व प्रकार आणि अद्भुत साहस, प्रमाणित अलंकारिकता व नाजूक उपरोध यांच्या बाबतीत त्यांच्याशी तुलना करण्याजोगा दुसरा कोणताही संस्कृत ग्रंथ नाही. दंडी हा

दाक्षिणात्य असून काळ इसवी सनाच्या सातव्या शतकाच्या सुरुवातीचा मानणेच योग्य आहे. तो समर्थ कवी व वाङ्मयाचा टीकाकार होता. त्यांचे गद्यावर पूर्ण प्रभुत्व होते व तो तत्कालीन खऱ्या सुशिक्षितांपैकी एक होता. त्याच्या साध्यासंबंधी एकमेव अडचण नेमकी त्याच्या संस्कृतमधील संपूर्ण प्रभुत्वामुळे निर्माण झाली आहे. त्यामुळे भाषांतर न करता येण्यासारख्या शाब्दिक कोट्या करण्यास तो उद्युक्त झाला. लगेच कमी दर्जाच्या लेखकांमध्ये तसेच त्याच्या समांतर अशा भारतीय चित्रकला व शिल्पकला यांच्यामध्येही हा एक दोष निर्माण झाला. त्या क्षेत्रांत तंत्र व कारागिरीने कला नष्ट केली. हे व्यंग मुळात त्या भाषेची बांधणी व विकास यांच्या मध्येच होते. पतंजलीच्या शब्दात 'शब्द' सनातन आहे. एखादी व्यक्ती कुंभाराकडे जाऊन त्याला एखाद्या विशिष्ट प्रकारचे भांडे बनविण्याची आज्ञा करू शकते. परंतु 'मला अमूक प्रकारचा शब्द तयार करून दे अशी मागणी करण्यासाठी कोणी व्याकरणकाराकडे जात नाही.' एखादी वस्तू या अर्थाच्या 'पदार्थ' या संज्ञेवरून 'शब्दाचा अर्थ' असा बोध होतो. आदर्शवाद त्या भाषेच्या रचनेतच आहे आणि जर नवे शब्द तयार करता येत नसतील तर लेखकांनी जुनेच शब्द एकत्र करून त्यांच्या मिश्रणातून नवीन अर्थ निर्माण करण्यातील आनंदाकडे कधी पाठ फिरवली नाही. 'ब्राह्मणे' व 'उपनिषदे' यांनी जुन्या धार्मिक संज्ञांमधून बळेच एखादा सोयिस्कर नवीन अर्थ काढण्यासाठी बऱ्याच पोरकट व्युत्पत्तींचा वापर केला आहे. वेदान्ती मंडळींनी स्वतःला शब्दार्थाच्या गहन उपपत्तीमध्ये गुंतवून घेण्यासाठी आणखी एक पाऊल पुढे टाकून संपूर्ण बाह्य जगालाच मिथ्या बनविले. लेखकांच्या बाबतीत ही युक्ती म्हणजे संस्कृत भाषेचे स्वरूपच असे असल्यामुळे अनेक पद्धतींनी सोडविता येणाऱ्या एकाच लांबलचक समासातून अनेक निरनिराळे अर्थ काढण्याची क्लृप्ती होती. अशा प्रकारच्या रचना लिहिणे किंवा वाचणे यासाठी अमर्याद फुरसतीची आवश्यकता असे. परंतु सुमारे बाराव्या शतकाच्या अखेरीपर्यंत या पद्धतीने बऱ्याचशा संस्कृत लिखाणाला शब्दकोड्याच्या बौद्धिक पातळीवर आणून ठेवले होते. ही शैली आणखी एक थोर लेखक 'बाण' याने सुरू केली. त्याच्या 'कादंबरी' मध्ये काही वेळा छापील ओळींचा एक असे सामासिक शब्द आहेत. परंतु त्याचे कौशल्य असे की, वस्तुतः नायिकेचे नाव हेच त्याच्या पुस्तकाचे नाव होते व तेच आता भारतीय भाषांमध्ये कादंबरी अथवा प्रणयकथा या अर्थाने रूढ झाले आहे. बाण हा सम्राट हर्षाच्या दरबारातील कवींपैकी एक होता. त्याचा 'हर्ष चरित' हा ग्रंथ म्हणजे संस्कृत गद्यातील एक उत्कृष्ट कलाकृती आहे. अचूक ऐतिहासिक अगर स्वाभाविक तपशिलाच्या दृष्टीने जवळ जवळ निरुपयोगी असणाऱ्या या अद्भुतरम्य चरित्रात आपल्याच प्रदेशातून विध्वंसक

आगेकूच करीत जाणाऱ्या मित्रसैन्यामुळे निर्माण झालेले दु:ख, घबराट व अनर्थ यांसारख्या गोष्टींची अमोल वर्णने आहेत. या आधीच्या सुबंधु याच्या 'वासवदत्ता' या पुस्तकामुळे 'अरेबियन नाईटस्' सारखी कथा सांगणाऱ्याची परंपरा निर्माण होऊ शकली असती. परंतु 'कादंबरी' ने वाङ्मयीन माध्यम म्हणून संस्कृत गद्याला निर्जीव करून टाकले.

'कथा – सरित्सागरा'ची मुळे कौशांबीच्या उदयन या धाडसी व शूर राजासंबंधी मौर्यपूर्वकाळात रचल्या गेलेल्या कथांत आहेत. या कथाचक्राच्या गुणाढ्य नावाच्या एका लेखकाने 'पैशाची' ('पिशाच्चांची') भाषेत केलेला संग्रह हेच आपले स्फूर्तिस्थान असल्याचे नंतरच्या काळातील लेखकांनी मान्य केले आहे. आता तो संग्रह पूर्ण नष्ट झालेला असल्यामुळे तो व त्याचा लेखक या दोहोंच्या अस्तित्वाबद्दलच काही वेळा वाद उत्पन्न केला जातो. बुधस्वामी व क्षेमेंद्र यांची पुस्तके म्हणजे अत्यंत निकृष्ट अशी काव्ये आहेत. सोमवेद (इ.स. १०७५) या जैन कवीचे पुस्तक हे कोणत्याही अर्थी श्रेष्ठ काव्य नसले तरी किंचित वरच्या दर्जाचे आहे. त्याच्या आशयावरून असे दिसते की, त्या कथा व्यापारी व कारागीर तसेच उच्चवर्णीयांना संतुष्ट करण्यासाठी लिहिल्या गेल्या. गुप्तांच्या दरबारी शैलीच्या तुलनेने प्राकृत भाषेचा व सातवाहनांच्या 'नागरक' म्हणजे शहरी माणसाच्या अभिरुचीचा ठसा अचूकपणे ओळखता येतो. नैसर्गिक व अद्भुत गोष्टींचे खास भारतीय शैलीने मिश्रण करणाऱ्या या कथासंग्रहापासून दंडी व बाण यांनी स्फूर्ती घेतली. तथापि जागतिक वाङ्मयाला भारताची सर्वोत्कृष्ट देणगी म्हणून ओळखल्या जाणाऱ्या कथा 'पंचतंत्र' या संग्रहातील आहेत. हा इसापच्यावरील कल्पित बोधकथांचा संग्रह असून तो साक्षरतेचे शिक्षण घेणाऱ्या, त्रासात न पडणाऱ्या राजपुत्रांना शिकवण देण्यासाठीच रचलेला होता. त्यावरील 'अर्थशास्त्रा'चा प्रभाव स्पष्ट दिसतो. 'विष्णुशर्मा' या काल्पनिक निवेदकाची व्यक्तिरेखा तेच नाव धारण करणाऱ्या चाणक्यावरून रेखाटली असली पाहिजे. हा संग्रह सीरियन व अरबी भाषांतराद्वारा (खलील–औदिम्न) पिलपईच्या बोधकथा म्हणून पश्चिमेत पोहोचला.

हा वाङ्मयदीप विझण्यापूर्वी एकदम मोठा झाला. अखेरचा उत्कृष्ट प्रयत्न म्हणजे जयदेवचे 'गीत–गोविंद' हे कृष्ण व त्याची अन्त:प्रिया राधा यांच्या गूढ मीलनासंबंधीचे नाट्यरूप संगीतकाव्य होय. हा ग्रंथ जरी वाचकांना बराच शृंगारिक वाटला तरी मूळची कामोद्दीपक पुराणकथा व आख्यायिका यांचे उदात्तीकरण केलेले आहे. यासारख्याच विषयावरील इतर सर्व ग्रंथांच्या मानाने जयदेवाच्या या महान ग्रंथाची पातळी त्यात भरून राहिलेल्या नादमाधुर्याने बरीच उंचावली आहे. परंतु जयदेव त्यावेळी 'सेन' राजांच्या दरबार कवीपेक्षा पूर्णत: वेगळाच व्यवसाय करीत

होता. त्याच्या पुढच्या आयुष्यात म्हणजे इ.स. १२०० च्या सुमारास तो त्यांच्यात मिसळला. तो एक बुद्धिमान परंतु गरीब ब्राह्मण तरुण असून त्याने त्याच्या जातीच्या एका सुंदर मुलीचे अद्‌भुतरीतीने प्रणयाराधन करून तिला जिंकले. ते दोघेही भाट बनून गावोगाव भटकू लागले. खेडवळ भाषेत रचलेल्या व त्यानेच चाली लावलेल्या त्याच्या गाण्याबरोबर ती नाचे. बोलीभाषेतील त्याच्या काही कविता व संगीत प्रकार अद्याप टिकून आहेत. 'गीत गोविंद' दरबारात सादर करण्यासाठी संस्कृत भाषेत आणण्यापूर्वी कदाचित सामान्य भाषेत त्याचा मसुदा तयार केला गेला असावा. शिवाय जयदेवाने वैष्णव पंथाच्या उदयाचे भाकीतही केले होते. हा सुधारित पंथ शिव आणि पार्वती यांचे 'स्मार्त' अनुयायी व कोणत्या ना कोणत्या स्वरूपात विष्णू नाराणयाची पूजा करणारे वैष्णव यांच्यातील वेदान्तविषयक मतभेदाच्या स्वरूपात उद्‌भवली. बंगालमध्ये चैतन्य (इ.स. १४८६-१५२७) नावाचे एक थोर वैष्णव होऊन गेले. शंकराचार्यांच्या 'शैव' अनुयायांविरुद्ध झालेल्या या चळवळीला दक्षिणेत 'रामानुज' (१२ वे शतक) याच्या रूपाने बऱ्याच अगोदर नेता लाभला. या भांडणाची मजल एकोणिसाव्या शतकातही बराच काळापर्यंत टिकून राहीली. या प्रकरणाच्या गाभ्याशी धर्माचा किती किरकोळ संबंध होता हे एका गोष्टीवरून उघड होते. दोन्ही पक्षांनी मुस्लिमांकडे दुर्लक्ष केले. एवढेच नव्हे तर बंगालवर विजय मिळवणाऱ्या सर्व पंथांच्या मूर्तींच्या ठिकऱ्या उडविणाऱ्या पवित्र प्राण्यांची - मग ते द्विपाद असोत की चतुष्पाद असोत - कत्तल करणाऱ्या आणि सर्व ब्राह्मणी संकेत पायदळी तुडविणाऱ्या हल्लेखोरांची - खुद्द मुस्लिमांची चाकरीही केली. याच्यामागील खरा झगडा शिव आणि त्याची पत्नी यांची पूजा करणारे बडे सरंजामी जमीनदार व तुलनेने त्यांच्यापेक्षा लहान पण जास्त धाडसी असणारे कृष्ण किंवा विष्णू नारायणाला अधिक पसंत करणारे उद्योजक यांच्यातील झगडा होता हे आपणास ज्ञात आहे. जरी याच्या बऱ्याच पूर्वीच्या काळातील शिव-पार्वती यांचे अर्धनारीनटेश्वराच्या स्वरूपातील एकीकरण आणि देव-देवतांचे विवाह तसेच अनेक पंथ एकत्र आणण्याची अवतार पद्धती यशस्वी ठरली असली तरी विष्णू आणि शिव या दोन्ही देवतांना 'हरिहर' म्हणून एकाच देवतेच्या स्वरूपात एकत्र आणण्याचा एक छोटासा प्रयत्न मात्र फसला. याचे कारण असे की, अगोदरच्या धार्मिक संपूर्ण एकीकरणाचा अर्थ अधिक उत्पादक समाज असा होता. उदाहरणार्थ, मेंढपाळ आणि अन्नसंग्राहक घटक एकत्र येऊन एकत्रीकरणाने उत्पादनात कोणत्याही प्रकारे भरीव व अंतिम वाढ होणार नव्हती. त्यामुळे हे जहाल भांडण उद्‌भवले. परंतु जेव्हा वैष्णव जीवनाच्या नव्या स्वरूपाची जाणीव करून दिली गेली, तेव्हा संपूर्ण खेड्यातील लोक आनंदाने नाचले असतील. आपला अत्यानंद

इतरांना समजावा म्हणून कित्येकदा ते शेजारच्या खेड्यात गेले असतील. एरवी बधीर आणि निष्क्रिय असणाऱ्या भारतीय ग्रामीण जीवनाच्या या घटकांमध्ये एक अद्‌भुत चैतन्य निर्माण झाले. जयदेवाचे जन्मस्थान कैदुली येथील गावकरी अद्याप त्याचा वार्षिक स्मृतिदिन गायन, संगीत आणि नृत्य यांनी साजरा करतात. त्याच्यामागे फक्त चांगल्या शिकलेल्या लोकांनाच समजू शकेल अशा त्याच्या अत्युत्तम काव्यापेक्षा निराळीच कारणे आहे. त्याने निखळ सौंदर्याचे मोल ओळखले होते. याचे कारण म्हणजे सामान्य जीवनात असल्या सौंदर्याची किती नितान्त आवश्यकता होती याचा त्याने प्रत्यक्ष अनुभव घेतला होता, हेच होय.

जयदेवाच्या थोडेसे आधी त्या शतकातील असंख्य काव्यसंग्रह अलौकिक प्रतिमेचे झरे अधिकाधिक आटत असल्याची साक्ष देतात. उत्कृष्ट संस्कृत काव्याचा सर्वात प्राचीन ज्ञात असलेला काव्यसंग्रह इ.स. ११०० च्या सुमारास पाकिस्तानातील राजेशाही जिल्ह्यातील किंवा जवळपासच्या कोणत्यातरी बौद्ध मठातील (बहुधा जगद्दल) नामधारी पंडिताने रचला. फक्त नेपाळ व तिबेटमध्ये सुरक्षित ठेवल्या गेलेल्या हस्तलिखितांवरून तो संपादित करून घ्यावा लागला. अशा संग्रहांपैकी सर्वात वैशिष्ट्यपूर्ण संग्रह भर्तृहरीच्या नावाशी जोडला जातो. या नावाची खरीखुरी व्यक्ती होऊन गेली असावी. मोठे सामर्थ्य असणारा तो एक गरीब कवी असून त्याचा या नवीन प्रकारच्या काव्यात दारिद्र्य व असाहाय्यता- अर्थात ब्राह्मणांची याबद्दल सांगितले आहे. जात आणि सामाजिक संकेत यामुळे संकुचित आणि गजबजलेल्या ब्राह्मणवर्गाच्या किंवा छोटया सरंजामी सरदारपुत्रांच्या लहरी व त्रासदायक आश्रयांखेरीज सुटकेचा दुसरा मार्ग नव्हता. उपयोगात न आणले गेल्यामुळे कोमेजून जाणाऱ्या गुणांच्या जाणिवेमुळे नैराश्यपूर्ण काव्याच्या नवीन प्रकाराचा उदय झाला. ते बहुधा अत्यंत अर्थपूर्ण छोट्याशा चटकदार कवितांच्या स्वरूपात असे. त्यात खालच्या मध्यमवर्गीयांची 'नीती' आणि कवीच्या आवाक्यापासून खूप दूर असणाऱ्या सुखविलासात अक्षरश: लोळण्याचे वर्णन करणारी काही शृंगारिक काव्ये यांची भर पडली. अगदी शेवटी अनुषंगानेच अटळपणे येणारी गोष्ट म्हणजे कवी प्रत्यक्ष जगत असलेल्या अगदी यथातथाच असणाऱ्या जीवनाच्या दूरच्या भावीकाळातील अगदी काल्पनिक 'वैराग्य' होय. भर्तृहरीच्या पद्धतीची काव्ये थोडेसे उत्कृष्ट शिक्षण, कष्टाची कामे व यांत्रिक उद्योग करण्याची अनिच्छा असणाऱ्या भारतीयांकडून आता अगदी सर्वसामान्य विधानाप्रमाणेच वापरली.

साहजिकच असा प्रश्न निर्माण होतो की,जसा 'सर्व्हांने' च्या 'डॉन क्विकझोट'ने स्पॅनिश वाङ्मयावर आपला ठसा उमटविला, त्याच पद्धतीने भारतीय स्वभावाला

आकार देणारा एकही ग्रंथ संस्कृत वाङ्मयात नव्हता काय? या भूमिकेच्या सर्वात जवळपास येणारा ग्रंथ म्हणजे फक्त 'भगवत् गीता' हा थोडक्यात 'गीता' म्हणून ओळखला जाणारा ग्रंथ होय. जरी त्याची रचना तिसरे शतक संपण्यापूर्वी झाली असणे क्वचित शक्य असले तरी हा ग्रंथ कृष्णाच्या तोंडी घातलेला असून त्याचा अंतर्भाव खूप वाढविला गेलेल्या 'महाभारत' या महाकाव्यात केलेला आहे. या ठिकाणी कृष्ण एका परिपूर्ण आणि काहीशा 'तत्त्वज्ञानात्मक धार्मिक सिद्धान्ताचा उद्‌गाता' म्हणून दृष्टीस पडतो. देवाचे हे एक नवीनच स्थान असून त्याच्याशी अगदी जवळचा असणारा एकुलता एक उल्लेख 'छान्दोग्य – उपनिषदात' आढळतो. तेथे 'देवकीनंदन' कृष्णाचे ओझरते दर्शन 'घोर आंगिरस' या नावाच्या द्रष्ट्याचा मानवी शिष्य म्हणून होते. परंतु तो शिक्षण किंवा परमेश्वर या स्वरूपात कोठे आढळत नाही.

'गीते'चा मूळ आधार पुढीलप्रमाणे विकसित होत जातो – आपल्या भाऊबंदाचा संहार जवळ येऊन ठेवलेला पाहून पंडूचा नायक अर्जुन याच्या मनाने एकदम पलट खाल्ली व दोन्ही सैन्यांनी युद्धाच्या दृष्टीने हालाली करण्याच्या वेळीच त्याने आपले धनुष्य खाली ठेवले. त्याचा सारथी दुसरा तिसरा कोण नसून यदूंचा काळा नायक कृष्ण. त्याला आपले कर्तव्य बजावून सांगण्यात यशस्वी होतो (गंमत म्हणजे यदू टोळी मात्र विरुद्ध पक्षाकडून लढली). आपल्या बांधवांची हत्या करण्याचा उपदेश अगदी भरगच्चपणे गुंफलेल्या ७०० श्लोकांत दिलेला असून ती अत्यंत जलद म्हणण्यास तीन तास लागले होते. तेवढ्या वेळात संपूर्ण युद्ध संपून पराभव होऊ शकला असता. आता कृष्ण स्वतःला परमेश्वर म्हणून जाहीर करतो. तत्कालीन प्रत्येक तत्त्वज्ञानपद्धतीचे ती स्वतःचीच असल्याप्रमाणे क्रमशः विवरण करतो. परंतु स्फटिकाप्रमाणे स्वच्छ काव्यांत रेखाटलेल्या असंख्य सिद्धान्तापैकी एकाचाही नामनिर्देश करीत नाही. सर्वच दृष्टिकोन एकाच देवाकडून आल्यामुळे त्यात वादविवाद नाही. तथापि वैदिक 'यज्ञ' व सर्वच धार्मिक विधी यांचा जाता जाता टोमणा मारून उपहास केला आहे. शुद्ध जीवन, अनात्याचार व लोभ व स्वार्थाचा अभाव याची वाखाणणी केलेली आहे. गोंधळून गेलेला अर्जुन साहजिकच विचारतो. 'मग तू मला हिंसा करण्यास का सांगतोस?'हा सरळ प्रश्न तसाच अनुत्तरित ठेवून परमेश्वर हळूच त्याच्या विवरणाच्या पुढच्या मुद्द्याकडे वळतो. अगदी आणीबाणीच्या क्षणी ही दैवी व्यक्तिरेखा आपले खरे स्वरूप उघड करते व आपण सर्व प्राणिमात्राचा निर्माता व त्यांचा विनाशकदेखील असल्याचे दाखविते. संपूर्ण विश्व, स्वर्ग, पृथ्वी आणि अनेक पाताळातही तो भरून राहिला आहे. सर्वसंहारक म्हणून त्याने लढण्याच्या बेतात असणाऱ्या दोन्ही बलशाली यजमानांकडील सर्व मंडळींना आधीच नष्ट केले आहे.

अर्जुनाने निर्विकारपणे एखाद्या नातेवाईकास ठार मारण्याने पाप होत नाही. परमेश्वरावर एखाद्याची संपूर्ण श्रद्धा आहे तोपर्यंत ऐहिक नव्हे तर परमेश्वराची एकरूप होण्याचा अंतिम लाभ होण्याची खात्री त्याला देण्यात आली आहे. जर अर्जुनाने केवळ औपचारिक व प्रतीकात्मक असणारे हे युद्ध जिंकले तर त्याला बक्षीस म्हणून इहलोकात सार्वभौम साम्राज्याची सुखे मिळतील.

टीकात्मक संस्कृतवर प्रभुत्व असणारा हा दैवी परंतु पांगळा संदेश अगदी परस्परविरुद्ध गोष्टीत एकवाक्यात घडवून आणण्याचा प्रयत्न करणे व तीव्र विसंगती सहजगत्या पचनी पाडणे या त्याच्या सामर्थ्यांच्या बाबतीत अगदी खास भारतीय आहे. हैराक्लीसने ग्रीक भाषेतील सर्व प्रमुख तत्त्वज्ञानविषयक ग्रंथांचे मिश्रण असणाऱ्या नवीन करारातील एखाद्या उतारा आपला स्वतःचाच एकेश्वरवादी सिद्धान्त म्हणून धडाधडा वाचून दाखविण्याइतकीच ह्या परमेश्वराची त्याच्या वाढत चाललेल्या वैयक्तिक पंथामुळे करावी लागलेली निवड विसंगत आहे. कृष्णाचे गोपींबरोबरचे घोटाळणे, मातृदेवतांशी कामचेष्टा, स्वतःच्याच मामाचा वध आणि महाभारतातील निश्चितपणे कुटील असणारा उपदेश या गोष्टी त्याने शिकविलेल्या कोणत्याही नीतिमत्तेबद्दल क्वचितच विश्वास उत्पन्न करतात. वास्तविक पाहता या महान ग्रंथाला जनमानसाची पकड घेण्यास काही काळ लागला. अगदी त्याच्याच काळात देखील त्या थोर महाकाव्यांच्या ब्राह्म संपादकाचा मुख्य हेतू साध्य झाला नाही. म्हणून त्याच महाकाव्यात त्याच देवाने अर्जुनाला संपूर्ण विजय मिळाल्यानंतर 'अनु-गीता' नावाचे एक बेचव परिशिष्ट ऐकविले. त्यात केवळ ब्राह्मण व ब्राह्मणवर्ग यांची प्रशंसा केलेली आहे. ते वाचण्याचे सुद्धा कष्ट आता कोणीही घेत नाही. तर उलट पहिल्या 'गीते'चे सामर्थ्य अधिकाधिक वाढत गेले याचे काहीसे श्रेय कारण म्हणजे मध्ययुगीन समाजाचा कायापालट हे होय.

ह्यु-एन-त्संग एका ब्राह्मणाने एका राजास त्याच्या चुलतभावाविरुद्ध लढण्यास उद्युक्त करण्यासाठी एक बनावट पत्र लिहिल्यास उल्लेख करतो. संदर्भावरून असे दिसते की, हीच 'गीता' असली पाहिजे. कोणत्याही अर्थाने 'गीता' हे ब्राह्मणधर्माचे सार नव्हते तसे ते नंतरच्या काळात बनले. शंकराचार्य (इ.स. ८००) शिवाचा भक्त असल्याचे मानले जात असले आणि 'गीता' अगदी कौशल्याने पुष्कळसा बौद्धधर्माचा सारांशच विष्णूच्या अवताराच्या तोंडी घालीत असली तरी तिचा उपयोग करणारा पहिला असामान्य ब्राह्मण तोच होय. त्याचा प्रतिपक्षीय नेता रामानुज याने नंतरच्या काळात त्याच गीतेपासून अगदी निराळीच स्फूर्ती घेतली. ज्ञानेश्वराने हा ग्रंथ एका मराठी काव्यात्मक टीकेच्या स्वरूपात सामान्य लोकांपर्यंत आणला. आधुनिक काळात

देखील टिळक व गांधी यांनी राष्ट्रीय स्वातंत्र्य चळवळीसाठी त्यांना आवश्यक वाटलेल्या आध्यात्मिक पायासाठी 'गीते'वरूनच आपले स्वतःचे निष्कर्ष काढले. परंतु या ग्रंथाचे मूळ इतके दुर्बोध असताना देखील मुळात त्याला एवढा अधिकार का प्राप्त व्हावा ? सर्वच धार्मिक ग्रंथ कोणत्या ना कोणत्या देवाच्या तोंडी घातलेले असतात. काही तर स्वतः कृष्णानेच सांगितलेले आहेत. तरीही इतर कोणत्याही ग्रंथात एवढे सामर्थ्य नाही असे का ?

'गीते'च्या असामान्य यशाचे कारण म्हणजे तिचे 'भक्ती' हे नवीन तत्त्व होय. 'भक्ती' म्हणजेच एखाद्या देवावरील दृढनिष्ठा. त्या देवाच्या वैयक्तिक जीवनातील संशयास्पद नोंदी या निष्ठेच्या आड येऊ दिल्या जात नाहीत. ही गोष्ट सरंजामशाहीच्या तत्त्वाला अगदी सोयीस्कर होती. निष्ठा ही गुलाम व आश्रितांना सरंजामी जमीनदारांशी, जहागीरदाराला सरदाराशी व त्या राजाशी जोडणारी भक्कम साखळी आहे. आता विशिष्ट संदर्भात रानटी न मानल्या जाणाऱ्या अनेक प्राचीन रिवाजांना बळकटी आणणाऱ्या सरंजामशाहीच्या मुळाशी ही भक्तीच होती. हर्षाच्या पित्यास कोणत्यातरी असाध्य आजाराच्या साहाय्याने मारीत असलेल्या दुष्ट शक्तींना शांत करण्यासाठी दरबारातील सरदारांनी सार्वजनिकरीत्या आपले स्वतःचे मांस कापून दिले. गंग व पल्लव हे दक्षिणेकडील आपल्या राजाधिराजाच्या कल्याणासाठी एखाद्या देव अगर देवतेसमोर आपली स्वतःची शिरे अर्पण करण्यास तयार होते. याला आठव्या शतकापासून पुढील असंख्य शिलालेखांनी व शिल्पकृतींनी दुजोरा दिला आहे. अनेक रयत आपल्या अधिपतीच्या पश्चात एक क्षणभरदेखील जिवंत न राहण्याचा निश्चय जाहीर करतात. मार्को पोलोने देखील आपल्या अहवालात असे नमूद केले आहे की, ते खरोखरच आपल्या राजाच्या चितेच्या ज्वाळात उड्या मारीत. हे अविचारी कृत्य म्हणजे 'सती'च्या चालीचाच विस्तार असे म्हणता येणार नाही. 'सती'ची नोंद सहाव्या शतकापासूनच राज्यकर्त्यांच्या वर्गातच अधिकाधिक वारंवार केली गेलेली असून तिचा माग ग्रीक भाषेतील हकिकतींच्या आधारे इतिहासपूर्वकालापर्यंत लागतो, तसा सरंजामशाहीतील सरदारांच्या कृतींचा लागत नाही. अगदी बरोबर भारतीय सरंजामशाहीच्या अंतिम अवस्थेच्या प्रारंभीच शंकराचार्य व शिखरावर पोहोचलेली 'गीता' आपल्या दृष्टिपथात येतात. 'गीते'तील विसंगती पूर्णपणे 'भारतीय स्वभावा'तच आहेत. परंतु सरंजामशाही काळापर्यंत भारतीय स्वभाव त्याच्या परिचिताच्या अद्याप पूर्णपणे स्थिर झाला नव्हता तेव्हा बंदुकीच्या दारूने अर्जुनाचा बाण उडवून दिला होता व नंतरच्या काळातील सरंजामशाही नकाशावरून पुसून टाकली होती. त्या काळात देखील भारतीय बुद्धिवंत बँका व शेअर्स, लोहमार्ग, वाफेची जहाजे, वीज

कारखाने आणि गिरण्या यांच्या नव्या जगातील देशभक्तीच्या गरजा भागविण्याचा काहीतरी मार्ग शोधून काढण्यासाठी अद्यापही स्वाभाविकपणेच 'गीतेकडे' वळत. भारताची त्याच्या आधुनिक समस्यांवर जसजशी पकड बसत आहे तसतशी या ग्रंथांची प्रतिष्ठा कमीकमी झाली आहे. 'गीता' वाचली जाते त्यापेक्षा जास्त वेळा तिचा आदर केला जातो आणि जितक्या लोकांकडून ती म्हटली जाते त्यापेक्षा फार कमी लोकांना ती समजते. भौतिक सत्याच्या पक्क्या समजुतीवर आधारलेल्या स्पष्ट विचारसरणीने असल्या सरमिसळ कल्पनांची जागा घेतल्यावर देखील हा ग्रंथ आपल्या अभिव्यक्तीच्या सामर्थ्यामुळे व वैशिष्ट्यपूर्ण सौंदर्यामुळे कलात्मक सुख देत राहील.

हा अखेरचा अभिप्राय संपूर्ण प्राचीन भारतीय संस्कृतीचा स्मृतिशीलेवरील कोरलेला लेख म्हणूनही मानता येईल.

❑

परिशिष्ट

अलिगड मुस्लिम विद्यापीठाच्या इतिहास विभागाने तयार केलेला अगदी अलीकडचा परंतु अद्याप प्रसिद्ध न झालेला ग्रंथ दोन मुद्द्यांवर भरपूर प्रकाश टाकतो. भारतातील लोहयुगाचा प्रारंभ आणि आर्यांचा गंगेच्या खोऱ्यात प्रसार. (उत्तर प्रदेशातील) अंजीखेडा येथील प्रा. नुरूल हसन व आर. सी. गौर यांच्या मार्गदर्शनाखाली केल्या गेलेल्या उत्खननाने मातीच्या भांड्याचा जो स्पष्ट क्रम दिला आहे तो श्री. बी. बी. लाला यांच्या हस्तिनापूर येथील कामाशी मिळता जुळता आहे. अलिगड येथे दिल्या गेलेल्या स्पष्टीकरणाबद्दल माझा गैरसमज झालेला नसेल तर प्रथम लोखंड रंगविलेल्या मातीच्या करड्या भांड्याबरोबर एकाच थरात सापडते. रेडिओ कार्बनने या थराचा काळ इ.स.पू. १०००० किंवा त्यापूर्वीचा असल्याचे निश्चित केले आहे. त्याच्या खाली काळी व लाल मातीची भांडी थोड्याशा तांब्याबरोबर आढळतात. याच्या अगोदर धातुपूर्वकाळातील गेरूने रंगविलेल्या मातीच्या भांड्याचा थर आहे. त्याच्या खाली नैसर्गिक, उकरली न गेलेली जमीन आहे. असा एक अर्थ लावला जाणे शक्य आहे की, ही गेरूने रंगविलेली मातीची भांडी थोडी कशीतरी भाजलेली व एका जाड विस्तृत थरात साठविलेली असून या थरात चुली अगर फरसबंदी दिसत नाही. यावरून ती मेंढपाळाच्या मोसमी छावण्यांवरून आली असावीत. काळी, लाल मातीची भांडीही अधिक आटोपशीर क्षेत्रांवर पसरलेली असून ती लोकांची अधिक कायम स्वरूपाची वसाहत दर्शवितात. या लोकांच्या उपस्थितीमुळे आधीच्या मातीच्या भांड्यांवर बंदी आली व कोणत्याही मोठ्या निरुपयोगी मधल्या थरावाचून त्यांना एकदम पूर्णविराम मिळाला. दुसऱ्या साठ्याच्या काळातील लोकांचे संबंध उत्तर राजस्थानातील तशाच प्रकारच्या लोकांशी असावेत परंतु आर्य कोठेही गेले तरी त्यांनी तेथील मातीच्या भांड्याचे तंत्र उचलले. रंगविलेल्या करड्या मातीच्या भांड्यांना 'पुरू'भांडी म्हणावे. त्यांचा लोखंडाशी असलेला संबंध लक्षणीय आहे. हा नवीन धातू प्रचंड प्रमाणात आढळला असून त्यावरून कायमची जमीन सफाई व खरी शेती सूचित होते. एवढेच नव्हे तर या धातूच्या वाढीमुळे रंगविलेल्या मातीच्या भांड्यांची वेगाने हकालपट्टी होऊन त्यांची जागा साध्या उपयुक्त करड्या रंगाच्या भांड्यांनी घेतली. येथपासून इतिहासातील प्रगती जलद झाली. अधिक निष्कर्ष काढण्यापूर्वीच व्यापक उत्खनन व सविस्तर अहवालांचे जाहीर प्रकाशन होणे आवश्यक आहे. अलिगडच्या संघाने उत्तर प्रदेशाच्या पश्चिम भागात अशीच रचना असणारे इतर अनेक थरांचे साठे दाखविले आहेत. त्यामुळे येथे सादर केलेले निर्णय त्या एकाच जागेपुरते मर्यादित नाहीत.

www.ingramcontent.com/pod-product-compliance
Lightning Source LLC
LaVergne TN
LVHW022356220825
819400LV00033B/844
* 9 7 8 8 1 8 9 7 2 4 0 5 4 *